చలం

నవలలు

2

D1496659

ప్రియదర్శిని ప్రచురణలు

హైదరాబాద్

'Maidaanam'————————————

Navalalu - 2
by
CHALAM

Cover Design & Edited by : **Vattsala**

© Smt. **Shirin Rahman**

Year of Publication : June 2022
by **Priyadarsini Prachuranalu**

No. of Copies : **1000**
Price   : **Rs. 330/-**

Published by :
Priyadarsini Prachuranalu
308, Pratap Highline Apts.,
Basanth Lane,
Kachiguda 'X' Roads,
Hyderabad - 500 027.
Ph : 94904 72427

All rights reserved
        No Part of this publication may be reproduced, stored in a retrieval system, or transmitted in any form or by any means, without the prior permission in writing of the publisher, nor be otherwise circulated in any form of binding or cover other than that in which it is published and without a similar condition including this condition being imposed on the subsequent purchaser

Copies available at :
All General Book Centres
& Amazon Online

ఇందులో...

మైదానం

"లేచిపోయినా"నంటే ఎవరన్నా నన్ను. నాకెంతో కష్టంగా వుంటుంది. ఇది వరకంతా యీ మనుషుల్లోంచి, నీతి వర్తనుల లోంచి వెళ్ళిపోయి, ఎడారిలో జీవించడం వల్ల నేను చేసినపని ఘోరత్వం, నీచత్వం బోధపడలేదు. ఆ జీవితమంతా సుందరమైన దివ్యమైన స్వప్నంవలె, ఆ యెడారి పుణ్యభూమివలె, నా జీవితంలో ఈశ్వరుడికి నేనెత్తే మంగళ హారతివలె తోచింది. ఇంటినే, బంధువుల్నే, భర్తనే మరిపించగల అనుభవం ఎంత ఉన్నతమో అద్భుతమో నువ్వే ఆలోచించు. అమీర్‌నీ, మీరానీ అనుభవించిన తరువాత, మన చుట్టూ బతికే ఈ ప్రజలందరూ పురుషులేనా, మనుష్యులేనా అనిపిస్తుంది నాకు. నేను బండి దిగేటప్పుడు వీళ్ళు చుట్టూ పోగై,

"లేచిపోయిందిరా!"

"చాలా బావుందిరా మనిషి!"

"కావలసిందే శాస్తి ముండకి!"

అంటూ వుంటే అర్థమయింది నాకు లోకమార్గం. చివరికి నువ్వూ అన్నావు – 'లేచిపోవడానికి నీ భర్త లోపమేమన్నా ఉందా?' అని. ఆయన్నెరుగుదువా? అమీరే నాకు కనపడకపోతే ఈనాటికి ఇంకా నా పెనిమిటితో కాపరం సుఖంగా, మత్తుగా చేస్తో పడివుండేదాన్నే. అమీర్‌తో నీకో, ఇంకో పతివ్రతకో స్నేహమే వుంటే, మీరూ లేచిపోయే ఉందురు. అతని ఆకర్షణని నిగ్రహించలేక మీరూ, నేనూ కాదు జవాబుదారీ దానికి. ఒప్పుకోవూ? మీరెవరూ లేచిపోయి వుండరూ? నీమాటే నిజమేమో? ఆ ఆకర్షణ అర్థమయ్యే హృదయం వుండాలికదా! కాని మధ్యాహ్నపు సోమరి గాలి నన్ను తాకితే ఒళ్ళు ఝల్లుమనే నాకు, అమీరు విశాల వక్షపు వొత్తిడి స్వర్గంగా అర్థంకాకుండా వుండగలదా? పోనిండి. మీరే అదృష్టవంతులేమో? తగాదా యెందుకు?

ఒకనాటి పొద్దున్న, ఆయనతో ఏదో వ్యాజ్యం విషయమై మాట్లాడ్డానికి వొచ్చాడు అమీర్. ఆఫీసు గదిలో ఏమీ మాటలు వినబడకపోతే, ఎవరూ లేరనుకొని కాఫీ లోపలికి తీసికెళ్ళాను. ఆయన ముఖం చూడగానే గదిలో ఇంకా ఎవరో ఉన్నారని గ్రహించి వెనక్కి వెళ్ళటానికి చప్పున తిరగబోతూ వుండగానే, ఈలోపునే ఎవరో గాఢంగా నా వీపుని చూపులతో స్పృశిస్తున్నట్లు తోచింది. అతనివంక పూర్తిగా కళ్ళన్నా ఎత్తకుండా లోపలికి

వెళ్ళిపోయినాను. కాని ఆ చూపు నా వీపునవేసిన గాయం మాత్రం నన్ను రోజుల్లా బాధపెట్టింది. మర్నాడు సాయంత్రం మామూలుగా నేను వీధి గుమ్మంలో నుంచుని వుండగా మళ్ళా ఆ చూపే నా చంపకి తగిలి, తిరిగి అతన్ని చూశాను. వెంటనే సిగ్గుపడి లోపలికి వెళ్ళి, ఆ చూపులో ఎంత బలం, వాంఛ నిండి ఉందా అని ఆలోచించాను. ఆశ్చర్యంతో ఆ సాయంత్రమంతా. ప్రతిరోజు పొద్దున్నా ఆ వ్యవహారంమీదనే అతను ఆయన దగ్గిరకి వచ్చేవాడు. నువ్వేమన్నా అనుకో నేను కూరలు కొంటున్నా, మజ్జిగ చేస్తున్నా, కాఫీ తాగుతున్నాసరే అతను వొచ్చాడని తెలిసేది యెట్లాగో - ఇంకా బిగ్గరగా మాట్లాడే అతని కంఠం నాకు వినబడకముందే నాకు గుర్తు తెలీకముందే, ప్రతిరోజూ నాలుగైదుసార్లు రోడ్డు మీద కనపడేవాడు. రెండుమూడు రోజులు గుమ్మంలో తను వొచ్చినప్పుడు లేకపోతే, నా కోసం తన చూపుని అక్కడ వొదిలి వెళ్ళాడా అనిపించేది నాకు. నేను తన వంక చాలా యిష్టంగా చూసే దాన్నని అమీర్ తరవాత అన్నాడు. నా మనసులో మాత్రం అతన్ని యెదురు చూడడం అతని తీవ్ర కాంక్షకి నేను కావలసిందాన్ననే భావంతో గొప్ప సంతోషంలో నిండిపోవడం అలవాటైనాయి.

ఆవేళ మధ్యాహ్నం రెండింటికి వాకిట్లో నుంచుని ఉన్నాను. ఎండతో ఆకాశం నుంచి నేలవరకు లోకం నిండి ఉంది. ఆ దాహం కొన్న యెండే వెన్నెలైనట్లు ఆ రోడ్లలో ఉద్యానవన విహారానికై వొచ్చినవాడివలె నడుస్తున్నాడు. ఎక్కడెక్కడ నా వస్త్రాల్లోంచి నా శరీరం కనబడుతుందో అన్నట్లు వెతికి, వొళ్ళంతా సిగ్గుపరిచాయి అతని చూపులు. నిర్మానుష్యమైన ఆ రోడ్డుమీద నా కెదురుగా ఒక్క నిమిషం ఆగి ఇంటోకి పనిమీద వెళ్ళే యజమాని వలె నడిచి వొచ్చాడు గుమ్మం వేపు. నేను ఇంట్లోకి వెళ్ళి ఆఫీసు గది గుమ్మంలో నుంచుని 'లే' రన్నాను. కాని అతను నేనేమంటున్నానో వినదలుచుకోలేనట్టు తోచింది. నాతోగానీ, నా మాటలతో కాని తనకి పనిలేనట్టే ఆ ఇంటికీ, నా హృదయానికీ తను అధిపతినని తెలిసినట్లే వొచ్చేశాడు. నేను లోపలికి వెళ్ళి తలుపు పక్కకి తప్పుకుంటో ఉండగానే వొచ్చి నా చుట్టూ చేతులు పోనిచ్చి అదుముకున్నాడు. అటు చూడలేదు. ఇటు చూడలేదు. అతని దృష్టి అంతా నా మీదనే. నాకోసమే. ఏం మోహమని! ఒక్క రెండు నిమిషాల్లో నేను బతికి ఉన్నానో, లేదో - అది ఆఫీసుగదో, మహారణ్యమో - నేను నేనో, ఇంకెవరో తెలీనంత గాఢంగా, ఊపిరాడకుండా, బలం మిగలకుండా రక్తాన్ని ఆపేసి, గుండెల్ని పిండేసి మాయమైనాడు. వెళ్ళి శరీరమంతా సద్దుకొని మంచంమీద కూచున్నాను.

ఏం జరిగింది? ఇది పాత గదేనా! ఎప్పటి మధ్యాహ్నపు యెండేనా ఇది? లేచి ఏదో గొప్ప కార్యం. అందర్నీ ఆశ్చర్యమగ్నుల్ని చేసేపని చెయ్యాలనిపించింది.

సంతోషంతో కేకవేశాను. చప్పునలేచి నుంచున్నాను. నవ్వాను. అద్దందగ్గరికి ఒక్క గంతేసి చూసుకున్నాను. నా మొహాన్ని నేనే ముద్దు పెట్టుకున్నాను. ఎవరితో చెప్పను. ఈ సంతోషాన్ని! పునర్జన్మ ఉత్సవాన్ని ఏ విధంగా ప్రచురించను? ఎన్నడూ పాటరాని నా గొంతులోనుంచి సంగీతం బయలుదేరింది మొదటిసారి. నా బతుక్కి అంతా మొదటిసారి మోహమాధుర్యం జల బైలు వెడలింది. ఇల్లంతా ప్రతిమూలా వెలిగింది నా హృదయంలోని ఆనంద జ్యోతితో. ఇంకోరు నన్ను, నన్నే, నా ఆనందాన్నే కోరి, బాధపడి, సాహసించి, ఆనందపడుతున్నారన్న అనుభవం పొందిన జన్మ మృత్యువును చూసి కూడ భయపడదు. అమీర్, నా అమీర్, నన్నేం చేశాడు? మనిషికి, నాకు దేవత్వాన్ని, అమృతత్వాన్ని ప్రసాదించాడు.

'అసతో మా సద్గమయ.
తమసో మా జ్యోతిర్గమయ
మృత్యోర్మా అమృతంగమయ'

అన్న నా భర్త పఠించే ఉపనిషన్మంత్రం జ్ఞాపకం వొచ్చింది. నేనే మారిపోయినాను. నేను నేను కాదు. ఆ రోజే పాత రాజేశ్వరి చచ్చింది. అతనే నేనంతా – నేనంతా అతనే. అతని బలమైన మోహంలో లీనమైపోయినాను.

ఆనాటి నుంచి ఇంక మధ్యాహ్నమౌతోందంటే నా మనసు గంతులువేసేది. 'ఎక్స్టేటేషన్'తో నాకు ఊపిరి పీలవడం కష్టమయ్యేది. అన్నం వార్చేప్పుడు అమీర్ జ్ఞాపకం తట్టిందంటే నాకు తటస్థించిన మహా అదృష్టానికి చేతులు వొణికి తప్పేలాని నిలబెట్టటమే కష్టమయ్యేది. అన్నం తింటోవుండగా అమీర్ జ్ఞాపకం వొచ్చాడంటే ఇంక అన్నం కొంచెమన్నా సయించదు. నా పెనిమిటితో పడుకున్నప్పుడు అమీర్మీద మోహం కలిగి, నిద్రలో ఆయన్ని గట్టిగా కావలించుకున్నాను. నన్ను లేపి ఆయన 'చెడ్డ కల వొచ్చిందా' అని అడిగారు. భయానికీ మోహానికీ భేదం తెలీని ఆయనతో వొక మంచం మీద పండుకోవడం కన్న మన్మథుడికి అపకారం వేరే వుందా? ఏదన్నా 'లా పాయింటు' అడుగు; దేనికది చీల్చి వివరంగా అరగంటసేపు చెపుతాడు. ఎదటిసాక్షి హృదయపరీక్షచేసి చీల్చి తికమకలు పెడతాడు భార్యకావిలించుకోడం మోహంవల్లనో, భయంవల్లనో భేదం తెలీదు. ఇలాంటి వారు మనభర్తలు! వాళ్ళకి పెళ్ళాలు కావాలా? లాయరు హంగులో మనమూ వొక భేషజం– ఆ పుస్తకాల బీరువాలూ. గుర్రపు బండీలాగే. ఎవరన్నావొస్తే వొంటినిండా నగలు వేసి మనని చూపించవచ్చు. దేహంలో అక్రమంగా కలిగే ఆ కామరోగాన్ని మనద్వారా కళ్ళుమూసుకుని నయం చేసుకోవచ్చు.

అమీర్ తలపుమాత్రంచేతనే నాకు కలిగేబాధని యెట్టా భరించదమని

భయంపుట్టేది ఇది పశుకామమంటారు కాబోలు! అమీర్ కనబడకముందు నా భర్తతో మామూలు ప్రకారం సంతోషమూ, బాధా ఏమీలేకుండా గడిపిన రాత్రులన్నీ ప్రేమ! ఆయనకి వండడం, మడిబట్ట లందియ్యడం, తలంటి పోస్తో వీపు రుద్దడం – యివి ఆధ్యాత్మికమై నిర్మల ప్రేమ చిహ్నాలు. పార్వతమ్మ కట్టుకున్న చీరెని పొగిడి, అట్లాంటిది కొనిపెట్టమని నేను ప్రాణాలు తియ్యడమూ, పులుసులో యింగువవాసన లేదని నన్ను ఆయన తిట్టడం యివి మా మానసిక ప్రేమతత్వాలు.

అట్లానే అమీర్‌తో అయిదారు మధ్యాహ్నాలు జరిగాయి. తలచుకుంటే నాలుగు గంటల కాలంలాగు తోచినా, ఒక పావుగంట కంటే ఎక్కువ అతను వుండలేదు. ఆ కాసేపట్లోనే నన్ను ఒక సంవత్సరానికి తగినంత మాధుర్యంలో ముంచేసేవాడు. అన్నిట్లోకి నాకు గొప్పగా తోచిందేముంటే – రోడ్డుమీద ఎవరున్నారో, యింట్లో యెవరున్నారో చూడకుండానే సరాసరి వొచ్చేసి, సరాసరి లోపలికి తిరిగి చూడకుండా వెళ్ళేవాడు అమీర్.

ఒకరోజు మధ్యాహ్నం 'నాతో వొచ్చెయ్యి' అన్నాడు. అదే మొదటిసారి, నాతో గొంతుకలోంచి మాట్లాడ్డం అతను. అప్పుడతని తురకం తెలుగు వింటే, నాకెంత ముద్దొచ్చిందని! చిన్నపిల్ల మాట్లాడ్డానికి చేసిన ప్రయత్నంలాగే వుంది. అదివరకు తురక తెలుగు పరమ అసహ్యంగా వినపడేది. కాని ఆనాటి నుంచి గొప్ప సంగీతమై నా ముసల్మాన్ తెలుగంత మధురం యింకేదీ లేదు అనిపించింది. ప్రేమ కాదు – పశుకామం – యెన్ని మార్పులు కలుగజేస్తుందో మనసులో!

అతనడిగిన ప్రశ్న నన్ను విభ్రమంలో ముంచగా తేరిపార చూస్తున్నాను. పళ్ళు బిగబట్టి తనకి కూడా వూపిరాడని అవస్థ కలిగించుకుని 'రావూ, రావూ? రాకపోతే చంపేస్తా నిన్ను' అన్నాడు. అతని కళ్ళల్లో మొదటిసారి చూశాను, భయంకరమైన ఎరుపురంగు నన్ను తినెయ్యాలి, నన్ను చంపెయ్యాలనే ఉగ్రం – మళ్ళీ వారం క్రిందట చూశాను.

"చెపుతాను తరువాత. మళ్ళీ నువ్వురావూ. అప్పుడు సావకాశంగా మాట్లాడాలి" అన్నాను.

మళ్ళీ వారం రోజులదాకా వీలుకాలేదు. ఆయన వూరికి వెళ్ళిన రాత్రి అమీర్ని రమ్మన్నాను. పదిగంటలైంది. పడకగదిలో అద్దంముందు నుంచుని నన్ను నేను చూసుకున్నాను. చీకట్లో సిల్కు జాకెట్టు చూస్తాడా? ఈ ముత్యాలహారం కనబడుతుందా? అతని కేమన్నా ఫలహారం పెడితే ఏమనుకుంటాడు? కాని వ్యవదాన మిస్తాడా? వొంటికి అత్తరు రాసుకోబోయినాను. ఆయన పన్నెండు రూపాయలు పెట్టి కొని తెచ్చిందది – ఆయన తెచ్చిన అత్తరు అమీర్‌కోసం పూసుకోవడమంటే చప్పున సిగ్గేసింది – బుద్ధి

8 చలం నవలలు

అక్కడ పెట్టి ఆలోచించాను. కాని జాకెట్ మాత్రం ఆయన్ది కాదూ! విప్పేశాను. తక్కిన బట్టలో? నవ్వొచ్చింది నాకు మళ్ళీ జాకెట్ వేసుకుంటున్నాను.

మళ్ళీ యింతలో ఆలస్యమౌతోందని జ్ఞాపకం వొచ్చి, అన్నీ అట్లానే వొదిలి, ఆఫీసు గదిలోకి వచ్చి, బైటగుమ్మం తెరచి, పక్కగా రోడ్డుమీదికి కనపడుతో నుంచున్నాను. బైట యింకెవరికన్నా కనబడుతున్నానని భయంవేసింది. లోపలిగా జరిగాను. కాళ్ళు వొణికి నుంచోడం కష్టమై యిటూ అటూ నడిచాను. రోడ్డుమీది దీపం నామీద పడుతోంది అక్కడక్కడ కాళ్ళు చప్పుడై నప్పుడల్లా గుండెలు కొట్టుకుని నీరసపెట్టేశాయి. గదిలోకి వెళ్ళి కూచున్నాను. అమీర్ వొచ్చి, నేను లేనని వెళ్ళిపోతాడేమోనని భయమేసి లేచాను. కాని 'గదిలోనే వుంటాను రమ్మని చెప్పా'నని జ్ఞాపకం వొచ్చి కూచున్నాను. కాని చెప్పానా? చెపుదామనుకున్నాను కాని చెప్పానా? అవును. చెప్పాను. చెప్పినప్పుడు అమీర్ కనుబొమల పైకి లాగాడు. యెందుకా అనుకున్నాను కూడాను. కాని బైటికి వెళ్ళడం యెట్లా అయినా మంచిది. అని బైటికి వెళ్ళి పదినిముషాలు నుంచున్నాను ఈ రాత్రి రాడేమో? నాతో ఒట్టి తమాషా చేశాడేమో యిన్ని రోజులు? ఈ రాత్రి యేదన్నా పని వుండిపోయిందేమో? కాని ఆ పని మానుకుని రాడా? రాత్రులు దారితెలీదేమో? నువ్వెవరిని పోలీసులు పట్టుకున్నారేమో? గుండె దడదడలాడింది. మళ్ళీ గదిలోకి వెళ్ళి కూచున్నాను ఇంత బాధ పెడుతున్నందుకు అమీర్ మీద కోపమొచ్చింది తొరగావొస్తేనేం?

నా మనసు ఆందోళన అణచడానికి కిటికీలోంచి కనపడే నక్షత్రాలన్నీ లెక్క పెట్టాలనుకున్నాను. ఇవన్నీ ఎందుకు చెబుతున్నానంటే నీకు కొంచెం ఆలస్యమైతే యింత బాధపడ్డానే, యిదంతా కామమేనా? అదే ఆలోచిస్తున్నాను నిన్న మామయ్య ఇక్కడికి వొచ్చి అన్నాడు. "చెపితే విన్నావు కావు. చూశావా నీ గుడ్డికామం నిన్నెంతకి తెచ్చింది?" మామయ్య ఈ మాటలంది! నేను కాపరానికి వెళ్ళకముందు ఆరునెలలు నావెంట వెంట పడి లోబరుచు కోవాలని చూశాడు, ఒక్కరికీ తెలీకుండా. ఎవరితోనన్నా చెప్పుకోడం నాకు సిగ్గని తెలుసు. చివరికి నేను అమ్మతో చెప్పితే అంతా అబద్ధమని బూకరించాడు. ఆ మామయ్య యీ మాటలంది! నిజమని వొప్పుకునే ధైర్యమే కలవాడైతే, నా స్వభావం మామయ్యని స్వీకరించి వుండునేమో! అమీర్నే అడగమను ఎవర్నన్నా అబద్ధం చెపుతాడేమో! అది పోనీలే. కాని నాది కామమేనా? నా కామమా, నా త్యాగమా నన్నీ ఖైదులోకి తెచ్చింది? ప్రేమకి శిరోభూషణం, పురాణ స్త్రీలందరూ గుడ్డిగా అనుసరించిన పతివ్రతా ధర్మం ఆ త్యాగమేనా? ఇంత గాఢంగా అతన్నే కోరాను. అతన్ని పూజించాను. అమీర్ని. అతని కోసం నా బంధువుల్ని, కాలాన్ని, సంసారాన్ని, సుఖాన్ని వొదిలాను. అది ఇంకా కామమేనా? నా అమీర్ కోసం నేను చేసిన త్యాగాల్లో నూరోవంతు చేస్తారా

ఈభార్యలు? నువ్వు యోచించు. నా హృదయమతనికోసం యెట్లా ఎంత తపించిందో? కామంవల్లనే?

నిష్కారణంగా పక్కున నవ్వాను. నా మెళ్ళో ముత్యాలు నాలుగు వందల యాభై మూడు ఉన్నాయేమోనని లెక్కపెడుతో వుండగా వొచ్చాడు అమీర్ – చెప్పులు పెద్దగా చప్పుడు చేసుకుంటో. కొంచెం నెమ్మదిగా వొస్తే అతనిసొమ్మేం పోయింది అనుకుంటూ వొయ్యారంగా తలుపు దగ్గరికి వెళ్ళాను. వెంటనే కావలించుకొని గట్టిగా పట్టుకొని ఒక్కసారిగా నాతోగూడ వెనక్కి నడవడానికి ప్రయత్నించి వొదలక తూగి, తూలి పుస్తకాల బీరువామీద పడ్డాము. పెళపెళమని అద్దం పగిలి గల్లుమని పెంకులు కిందపడి మళ్ళీ బద్దలైనాయి. ఏం జ్ఞాపకమొచ్చిందో ఆ నిమిషాన ఆయన బీరువాని మేమిద్దరం పగలకొట్టడం అతి హాస్యస్పదంగా కనబడి పకపక నవ్వి, బద్దలయ్యే అద్దం పెంకుల చప్పుడుతో నా కంఠం కలిపాను. తరువాత నిమిషం నా వూపిరాగింది. ఇల్లంతా, నడవాలో పడుకున్న వాళ్ళంతా, విని లేచినట్లేతోచింది. అమీర్ కౌగిలిలో పెనిగాను. కాని వొదలడుకద! మనుష్యులు లేవడం, వెతకడం, దీపాలతో గదినిండడం జరిగినట్టే తోచింది నాకు. కాని వాళ్ళందరూ వొచ్చినా, అమీర్ మాత్రం తలన్నా ఎత్తి చూడకుండా తనపని తాను చూసుకునేట్టుగా కనపడ్డాడు. అపాయమంటే ఏమిటో అర్థంకాని మనిషి అతనొకడు కనపడ్డాడు నాకు. అదేమి అదృష్టమో ఆ అపాయం అతన్ని చూసి తొలిగిపోయేది. అతని నిర్లక్ష్యం చూస్తే ఒకప్పుడు అతని పాదాల్ని నా ప్రాణాలతో కడగాలనిపిస్తుంది. ఒకప్పుడు మీదపడి చీల్చి చంపెయ్యాలనిపించేది.

కొంతసేపయిం తర్వాత స్వస్థపడి నెమ్మదిగా మాట్లాడుకున్నాము. కిటికీ దగ్గరగా బల్లమీద కూచుని, మామిడిచెట్టు పూతలోంచి మిణుగురు పురుగులూ. ఆర్ద్రాకలిపి మెరుస్తున్నాయి. చలిగాలి మమ్మల్నప్పుడప్పుడు పలకరిస్తోంది కాలవలో కప్ప మూలుగుతోంది. రోడ్డుమీదలాంతరు వెలుతురు కొంచెంగా బీరువామీద పడి, ఆ లావాటి పుస్తకాలమీది బంగారపు అక్షరాలు తమాషాగా మెరుస్తున్నాయి.

'ఎక్కడికి తీసికెడతావు నన్ను?

'నిజాం.'

'వెళ్ళి?'

'హాయిగా ఉందాం.'

'అందరూ వూరుకుంటారా?'

'తెలిస్తే కద! వెళ్ళిపోయాక తెలిస్తే మాత్రం యేం చేస్తారు?'

'అక్కడివాళ్ళూ?'

'మనకి తెలిసినవాళ్ళెవరుంటారు? ఆ దేశం చాలా బావుంటుంది. మనుషులు చాలా మంచివాళ్ళు. స్నేహానికి ప్రాణమిస్తారు. నీకేం భయం లేదు' అన్నాడు.

అదివరకే నిశ్చయించుకున్నాను వెళ్ళాలని. యెందుకు? అమీర్తో వుండాలని. అతనితో కావలసిన కామం యిక్కడ అభ్యంతరం లేకుండా సాగుతోనేవుంది. (నాకే కాదు. చాలామంది పతివ్రతలకే సాగుతోంది.) అట్లాంటప్పుడు ఇంట్లోంచి పోయి కులభ్రష్టను కావలసిన అగత్యమేముంది? అమీర్తో కామం తీర్చుకోడానికి కాదు. అతని ముఖం చూస్తో అతన్ని పూజించడానికి! వంట కోసమూ, ఆ రాత్రి నిమిషాల కోసమూ, నా భర్తతో బతికాను. అమీర్తో అందుకుకాదు. అమీర్ కళ్ళలోని ఆరాధన చూసేందుకు, అతనితో మాట్లాడి, అతనివంక చూస్తోవుండే అదృష్టానికి వెళ్ళాను. అది కామమే? ఈయనతో జీవనం పవిత్ర ప్రేమా? అమీర్ ఒక్కసారికూడా నన్ను తాకనన్నాసరే వెళ్ళిపోయేదాన్నే, అతని పాదసేవకి. అతనితో సుఖదుఃఖాలు పంచుకునేందుకు. అతని ఆజ్ఞలే, అతని దయే, అతని పూజే నా మతంగా, నా ధర్మంగా, నా ఆనందంగా, నా జీవనాన్ని అర్పించేందుకు. అతను నన్ను ప్రేమించనీ, చంపనీ, పాలించనీ, వొదిలెయ్యనీ. ఆ కొత్తవాడు, తురకవాడు, అతని చేతుల్లో నా ప్రాణాల్ని అర్పించాను ఇంత విశ్వాసమూ. ఇంత త్యాగమూ అంతా కామమేనా? నా హృదయంలోని ఆ అప్రమేయానందమూ, ఆ అనిర్వచనీయ మాధుర్యమూ, నా అల్పత్వమూ, క్షుద్రత్వమూ వొదిలి, నగలూ, చీరెలూ, మర్యాద అన్నీ అసహ్యాలనిపింపజేసిన అద్భుతానుభవం కామమా? ఎన్నడూ అంతవరకు అసలు జీవితంలో సాధ్యమని అనుకోని ఆ మహాద్భుతరసనా, రసికత్వమూ, ఔన్నత్యమూ ఇవన్నీ క్షుద్రకామమేనా! భోజనమూ, నిద్రా, లోభత్వమూ, తిట్లూ, చివాట్లూ, రోతా, అసహ్యమూ, ఇదంతా పవిత్ర ప్రేమా! అట్లా అయితే ఈశ్వరుడే. సృష్టి రహస్యమే కామం ప్రేమ అంటే ద్వేషమని అర్థం.

2

అక్కడికి వెళ్ళిన మొదటి నిమిషానే అర్థమయింది నాకు, ఆ స్థలంలో అద్వితీయానందాన్ని అనుభవించబోతున్నానని. చుట్టూవున్న ఆకాశాన్నీ, కొండల్నీ, పక్కన చింత చెట్లనీ మా చిన్న యిల్లునీ, ఆ గాలినీ, అమీర్నీ చూడగానే నా మనసెట్లా అయిందనుకున్నావు చెప్పనా? చిన్నప్పుడు మన ముందు పది పిండి వంటలు పెడితే, యేది తినాలో తోచక, తినబోతున్నామని తెలిసికూడా అన్నీ ఒక్కమాటుగా యెట్లా తినాలా, ఇది తినే లోపల రెండోది రుచి చూడడం ఆలస్యమౌతుందే అని ఎంత కష్టపడుతుంది మనసు? అట్లానే ముందే తెలుసు, దినం తరువాత దినం నాకు తీసుకురాగల వివిధవర్ణ

రాగసుందరానుభవాలు! కాని ఆగలేను, అన్నీ ఒక్కసారిగా, తొరగా యెప్పుడు నన్ను కావలించుకుంటాయా అని తహతహలాడిపోయినాను. ఏం కారణం లేకుండా చిన్నప్పుడు నవ్వు, అర్థంలేని ఆనందం కలిగి ఇంకా ఏం చేద్దాం, తిరుగుదాం, గంతులేద్దాం, నవ్వుదాం అనిపించేదే! అట్లా వుండేది గంట గంటా నాకు. వూరికీ, మాకూ మధ్య పెద్ద చింతతోట వుంది. ఆ గుడిశ తప్ప యింక చుట్టూ ఏమీలేవు. ఎటు చూసినా నీలపు కొండల్లోనూ, ఆకాశంలోనూ అంతమయ్యే పెద్ద మైదానం. ఒక్క పెద్ద కొండ మాత్రం మా యింటికి అరమైలు దూరంలో వుంది. దానిమీద శిథిలమైన కోట ఒకటుంది. మా గుడిశ పక్కన చిన్నయేరు ఎప్పుడూ తొరగ పరిగెత్తుతో వుంటుంది. దాన్నిచూస్తే, ఎవరితో మాట్లాడక ఇంట్లో పనిమీద యెప్పుడూ తిరిగే మా అమ్మ జ్ఞాపకం వొచ్చేది.

ఆ దేశంలో ఆకాశం ఎప్పుడూ నీలం కారుతున్నట్టే వుంటుంది. వాన కురిసినా శుభ్రమైన కొండల్నీ, నేలనీ ఇంకా శుభ్రంగా కడుగుతుంది. టపటపమని చినుకులుపడితే, కడుపుతో ఉన్న స్త్రీవలె నాయేరు నిండిపోయేది. కొండలన్నీ మేఘాల్ని కప్పుకొని తెల్లవయేవి.

మొదట కుండల్లో వండడం, నెయ్యీ కూరలూ లేకుండా తినడం చాపేసుకుని ఆరుబైట పడుకోడం కొత్తగా కష్టంగా వుండేది. అప్పుడప్పుడు పిచ్చి పట్టుదలలు కూడా పట్టేదాన్ని. కాని కష్టపడడానికీ. కొత్త పడడానికీ వ్యవధి వుంటేనా? అమీర్ వుండనిస్తేనా? అయినప్పటికీ నాకు చిన్నప్పటి అలవాట్లు వదలడం ఎంతో కష్టమయింది. వంట చేసేప్పుడు అమీరావేపు వొస్తే అన్నీ పారేసి దూరంగా పోయినాను. అన్నం తినక తిరిగాను. కాని ప్రేమ వున్నప్పుడు త్యాగం చెయ్యడం ఎంత సులభమనుకున్నావు? ఊరికే ఏ త్యాగానికైనా పతివ్రతల్ని పొగుడుతారుగాని, ప్రతి నిమిషం సౌఖ్యాల్నీ, ఆనందాల్నీ అవసరంగానైనా సరే వొదిలేసుకొని ప్రేమబలం స్థిరపరచాలని వుంటుంది.

ఆయన్ని ప్రేమిస్తో నేను ఆయన యింట్లో వున్నపుడు ఒకసారి యింగ్లండు వెళ్ళివచ్చిన ఆయన స్నేహితుణ్ణి తీసుకొచ్చి తనతో భోజనం వడ్డించమన్నారు. ససేమిరా వీల్లేదన్నాను. కారణం – మా పెత్తల్లి సూరమ్మగారికీ నామీద కోపం వస్తుందని. ఏమంటుంది? 'మొగవాడు అతను అన్నీ నిర్లక్ష్యంగానే చెయ్యాలంటాడు. ఆడదానివి నీకు బుద్ధిలేక పోయిందా?' అంటుంది. తోడికోడలు నన్ను వెలేస్తానని బెదిరిస్తుంది నవ్వులాటకు లాగు పాపం ఆయన నన్ను బతిమాలారు. తన పరువు పోతుందని కన్నీళ్ళపర్యంతమైనారు. తనమీద ప్రేమలేదా, తనమాట వినకూడదా అని అడిగారు. రాయివలె స్థిరంగా నా పట్టుదల విడవలేదు నేను. ఇదీ మనం భర్తలకోసం చేసే త్యాగం.

ఆధ్యాత్మిక ప్రేమ. పవిత్ర దాంపత్యానికి మన జీవితంమీద వుండే “ఇన్ఫ్లుయన్సు” కాని మామయ్య వొచ్చి. “చివరికి తురకకూడు తింటున్నావుటే!” అంటే నాకేమనిపించింది? ఏమన్నాను? ఇది తురక కూడా? ప్రేమదేవికి నైవేద్యం పెట్టి భక్తితో కళ్ళ నద్దుకొని మధ్య మధ్య అమీర్ ముద్దులతో ఆరగించిన ఆ అమృతం తురక కూడా? ఏం తింటున్నామో, తింటున్నామో లేదో అనే ధ్యాస వుంటేనా? ఇంక బతకడానికి వీలులేదనీ ఆకలివేసి మధ్య మధ్య ఆనందానికి అవాంతరంగా మనసు మళ్ళించుకుంటానే గాని, ఇంక యింటి దగ్గరవలె ఈ కూరలో వుప్పు సరిపోయిందా, ఈ చారులో పోవు చాలిందా అనే ఆలోచనలు వుంటాయా? పచ్చడిలో యిసిక పడ్డదనీ, అన్నం చిమిడిందనీ, పులుసు ఉడకలేదనీ తిట్లూ – లేచిపోవడాలూ – విస్తరి మొహాన కొట్టడాలూ పవిత్రమైన మానసిక ప్రేమగల ఆదర్శ సంసారాల్లో జరుగుతాయిగాని, పశువుల వలె కామంలో పొర్లాడే గుడిసెల్లో జరగనే జరుగవు! మానసిక ప్రేమ గనుక దాంటో వుప్పెక్కువయిందనీ, కారమెక్కువయిందనీ, తగాదా! ఈ మానసిక ప్రేమమీద నాకెందు కంటే అంత కోపం-మామయ్య తీసుకొచ్చాడు దాన్ని వాళ్ళ వూరినించి దాని సంగతి చెపుతా తరువాత. కామంలో పడి కళ్ళు మూసుకుని నరకంలోకి జారేవాళ్ళకి ఈ విచక్షణలన్నీ యెందుకుంటాయి! గంజే పరమాన్నంగా వుంటుంది. అది మళ్ళీ ప్రేమ లక్షణమేనంటారు కొందరు పూర్వులు. కాని మామయ్యవంటి విమర్శకులు మాత్రం దాన్ని పశుకామమే నంటారు! ఎందుకు? వారి నీతి హృదయాలకు నెప్పి కలిగిస్తోంది. నావంటివారి పాడు జీవిత చరిత్రలను చదివీ, వినీ వారి భార్యలూ, కూతుళ్ళూ లేచిపోతే యెట్లా?

ఇంక విను ఆరుబైట చక్కని బంగారపు టెండలో చేతులు పైకి చాచి, ఆవలించి, వొళ్ళు విరుచుకొని చాపమీద నించి ఒక్కదూకు దూకి లేచి ఒకరి మొహం వొకరు కొత్తగా, అందంగా చూసుకుని రాత్రి జ్ఞాపకంవల్ల కొంచెం సిగ్గుపడి, చుట్టూవున్న సౌందర్యాన్ని చూసి నవ్వడం కారణం లేకుండా. ఆనందంతో ఒకరికి ఒకరూ, మా ఇద్దరికీ కలిపి ఆ సుందరలోకం వుందనీ నవ్వడం. పొద్దున్న కాఫీలా? ఏంలా. ఒక్క రోజు కాఫీ గంట ఆలస్యమయితే గిల గిల లాడేదాన్ని. మొదటిరోజు నించి కాఫీనే మరిచిపోయినాను. పెందరాళే, ఇన్ని బియ్యం కుండలో వేసి యెట్లో కడిగేప్పటికి అమీర్ యిన్ని చితుకులతో పొయ్యి వెలిగించేవాడు. ఆ మంట ఆయిపోయేప్పటికి అవి వుడికి వుండేవి. గుడిసె వెనక రాయి వుంది. దానిమీద యే వుల్లిపాయో, గోంగూరో, మిరపకాయా, ఉప్పూ వేసి నూరడం అంతే వొంట. వున్నప్పుడు చల్ల.

అమీర్ బైట కూచుని పావురాలని ఆడిస్తోవుంటే అప్పుడప్పుడు తమాషాకి నేను వెళ్ళి గుడిసె తలుపుచాటు నుంచి సన్న గొంతుకతో.

'లేచి మడి కట్టుకోండి' అనేదాన్ని. అతను ప్రయత్నంతో నా భర్త గొంతూ, బ్రాహ్మణ వుచ్చారణా పెట్టి–

'ఇదిగో లేస్తున్నా, ఈ కాయితము చదివేసి.....' అనేవాడు, ఒక సారి మరిచిపోయి 'ఈ పావురాన్ని వొదిలి' అన్నాడు.

మేం నవ్వేవాళ్ళం!

ఒకసారి అమీర్ వచ్చి 'మరి కచేరీవేళ అయింది. యింక వంట కాలా?' అన్నాడు.

'అయ్యో, ఈవేళ తద్దినమని జ్ఞాపకం లేదూ, మీకు?' అన్నాను.

ఆ మాటకి నన్ను పట్టుకొని దవడవేపు భీకరంగా వొంగితే తప్పించుకోడానికి పెనుగులాడాను. అందుకని భుజంమీద కొరికాడు. అదుగో వెక్కిరిస్తోంది నీ నొసలు; కొరకడమేమిటి, అదేం సరసమనేనా? ఆ మైదానంలో గుడిసెల్లో బతికి కుండల్లో తినేవాళ్ళకి మాకు నాజూకు లెక్కడివి! దేహాన్ని మనసునీ కూడా అంటకుండా కళ్ళుమూసుకుని వేదాంతోక్తంగా సంసారాలు గడపడం; పుష్టీ, జవా నిండు రక్తమూవున్న మోటు ప్రజలకు చాతకాదు మరి. చదువులతోనూ, రోగాలతోనూ ముప్ఫై యేళ్ళకే ముసలి వాళ్ళయిన యీ నవీన రసికులకు మాత్రమే చేతనౌను. మాటలతోనూ, ధర్మబోధనలతోనూ, ఆధ్యాత్మిక ప్రేమ తోనూ తృప్తి పొందడం. అమీర్‌కి సంతోషం వొచ్చి నన్ను ఒక్కవూపు వూపాడా, కళ్ళు తిరిగి దూరంగా తూలేదాన్ని. గట్టిగాజబ్బ పట్టుకున్నాడా రెండుగంటలదాకా నెప్పిపోదు. కావలించుకుంటే వూపిరాడదు. మొదట్లో – కళ్ళల్లో అల్లరీ, ప్రేమా మరచిపోయినాను. (మామయ్య ఆ మాట అనవొద్దన్నాడు) కామమూ, వెలుగుతో నా వంక నడిచాడా భయంతో వొణికేదాన్ని.

ఇంక మా స్తానం. రోజు కెన్నిగంటలు? యెన్నిసార్లు గడిపే వాళ్ళమో ఆ యేట్లో? వాన కురుస్తున్నా, చలేస్తున్నా, ఎండలో చీకట్లో, యెప్పుడూ స్తానమే. యెంత బావుండేది? యెండలో తళతళలాడే యేటి చల్లటి నీళ్ళలో తెల్లని యిసకమీద పడుకోడం! ఆ చిన్న అలలు నా మెడని కొడుతూ, నీళ్ళు స్నేహితులులాగ యిద్దరినీ దగ్గరికి లాగుతూ పరిగెత్తడం యెంత బాగుండేది?

ఒకసారి చీకట్లో అమీర్‌తో 'అమీర్! నా కార్యంనాడు ముత్తైదులు నన్నాయన దగ్గిరికి యీ నీళ్ళలాగే తోశారు' అన్నాను. వీపు వెనకనుంచి అతని నవ్వు వినబడు తుందనుకున్నాను. దానిబదులు కర్కశమైన కంఠంతో "ఎవరు వాళ్ళు" అన్నమాట వినబడ్డది.

ఆశ్చర్యపడి, తమాషా చేస్తున్నాడని వెనక్కి తిరిగి చీకట్లో అతని మొహాన్ని వెతికాను నీళ్ళమీదనుంచి.

'ఎవరేమిటి?'

'వాళ్ళ పేరు?' అన్నాడు ఖండింతంగా. 'ఆ ముత్తైదు ముండలంటే!' అన్నాడు విసుగుతో.

చప్పున నీళ్ళలో అతని దగ్గరికి తేలి బుజాల్ని ఆనుకుని. చేతులు మెడచుట్టూ వేసి.

'ఎందుకు అమీర్! ఏమిటా కోపం?'

'చెప్పు.'

'వాళ్ళ పేర్లా?'

'అవును.'

నవ్వాను – ఊగే నా వక్షం నీళ్ళలోనుంచి అతని హృదయాన్ని కరిగించింది.

'నిన్ను – నిన్ను – నాదాన్ని – నిన్ను – వాడి దగ్గిరికి. ఆ బొండు వాడి దగ్గిరికి బలవంతంగా లాగారా? ఆ రాత్రి, పాపం, చిన్నదాన్ని – సహాయం లేనిదాన్ని – నిన్ను వాడి చేతుల్లోకి – వాడి గదిలోకి – నరుకుతా. ఒక్కొక్క ముండనే కొప్పు పట్టుకు లాగి – ఒక్కక్క' .... ఇంకేమేమో అన్నాడు. ఆ మాటలే దుర్గమ్మత్తా, ఆ తాసీల్దారుగారి భార్యావింటే? నాకు చాలా నవ్వొచ్చింది.

'కాని నాకు వెళ్ళాలనే వుందిగా! ఊరికే సిగ్గుపడుతున్నాను అంతే!'

నా నోరు గట్టిగా మూశాడు. 'అనకు ఆ మాట అనకు. వాడిమీద ఆ పంది మీద. ఆ కుళ్ళు సిబ్బిమీద నీకు. నీకు.....

పక్కున నవ్వాను. ఆయన్నంటే కోపమే రాలేదు. అదేదో పూర్వజన్మలా గుంది ఆయనతో కాపురం.

"కుళ్ళు సిబ్బేమిటి, అమీర్?... అంటే?" నవ్వుతున్నాను. ఆ నీటి మీద నుంచి నా నవ్వు బ్రిడ్జి క్రింద ఆ చీకట్లో మారుపలికింది. అమీర్‌కి అంత యీర్ష్య. సహించలేడు. ఆయన్ని గురించి ఒక్క మంచి మాట మాట్లాడితే?

విను యెంత సంతోషంగా వుండేది అట్లా స్తానాలు చేస్తే? స్వర్గంలో సౌఖ్యాలంటే ఇదేగావును అనిపించేది. స్వర్గ నరకం సంగతెత్తితే అమీర్‌కి కోపం. మన స్వర్గం అదీ అంతా అబద్ధమంటాడు. తనతోకూడా నన్ను వాళ్ళ తురక స్వర్గానికి తీసుకుపోతా ననేవాడు.

'నేను ముందర చస్తే?'

'నేను చస్తా!'

రెండోమాట నేననలేక వూరుకుంటే, అతనే –

'నేను చస్తోవుంటే, నిన్నూ చంపుకుంటా' అన్నాడు.

'పోనీలే పాపం నీ కోసం నేను చస్తాలే' అన్నాను నవ్వుతో.

'చావకపోతే చంపుతా'

'కాని అమీర్ మనం చేసిన యీ ఘనకార్యానికి మనకి స్వర్గమిచ్చే దాత యెవడు?'

'మా స్వర్గంలో పరవాలేదు. నేను మాట్లాడతాగా!'

'ఎవరితో?'

'మా స్వర్గం వాళ్ళతో'

'తమాషాగా వుందే, మీ స్వర్గం సంగతి! మీ నరకంలో ఎవరుంటారు?'

'హిందూ ప్లీడర్లు, కాఫర్లు' అని రాయిపెట్టి కుండ పగలకొట్టాడు. నవ్వేట్లా ఆపుకోను?

'ఆయన మూలకంగా ప్లీడర్లందరికి యిప్పించావా నరకం?'

'కాకపోతే నా దగ్గర వ్యాజ్యానికని ముగ్గురు ప్లీడరుగాడ్దె కొడుకులు మూడు ఆర్లు పద్దెనిమిది రూపాయలు లాగారు. వాళ్ళందరికీ బాధ.... నరకమే!'

'నీ పెత్తనమే!'

'చూస్కో. అబద్ధమేమో?'

'ఇంకేం మాట్లాడను?'

అట్లా గడిచేవి మా స్నానం సంభాషణలు. ఒకరి నొకరు నీళ్ళ కింద తాకుతో, ఒకరిని ఒకరు రుద్దుతో, తోసుకుంటో యెన్నో గంటలాడుకునే వాళ్ళం అమీర్ నాకు యీత నేర్పాడు. ఎవరన్నా కొత్తవాళ్ళు వొంతెన మీదనుంచి వెడుతోవుంటే, ఇద్దరం కదలకుండా దానికింద యిమిడి వాళ్ళు వెళ్ళగానే పెద్ద నవ్వు నవ్వుతాము. నా జుట్టు నీళ్ళలో నల్లగా తేలుతో చేతులు నీళ్ళకింద వొంకరగా కనపడేట్టు నీళ్ళు తోసుకుంటూ యీత్తే అమీర్ – అట్లా నిలిచి నన్ను చూస్తో.

'ఆగకు. అట్లానే తేలుతో వుండు. అట్లానే యెప్పుడూ..... ఆ జుట్టెక్కడిది? ఎట్లా తెచ్చుకున్నావు? అరేబియాలో రాత్రివీచే యీదురు గాలి నీ జుట్టు రూపం దాల్చింది.' అని వూరికే బాధతో మురిసిపోతాడు. మునిగివొచ్చి నా కాళ్ళని పట్టుకుని నీళ్ళలోకి లాగి ముంచి కావిలించుకుంటాడు. ఇద్దరం అల్లానే మునిగిపోయినాము అడుక్కి. నల్లని యిసిక మీద పడుకుని పైకి నీలంలోకి చూశాను ఒక నిమిషం. అతని చేతుల్లో అతని కింద అక్కడే వుండాలనుకుంటున్నా. ఇంతలో నీళ్ళు తాగేశాను. ఒక్కొక్క రాత్రి వెన్నెట్లో స్నానం చేస్తాము. అమీర్ ఆ వొడ్డుకి యీది, దూరమై నీళ్ళకింద దాక్కుని భయపెడతాడు.

యెవరూ లేక యిద్దరమే ఆ నీళ్ళ నిశ్శబ్దంలో కూచుని ఒకరి మొహాలొకరం చూసుకోవడం నాకు భయం. కాని అమీర్ దగ్గరగా వుండి చెయ్యేసినంత సేపూ యేదో నీళ్ళలోకంలో వున్నట్లుండేది. ఒక రోజు నన్ను 'ఉలూపి' అని పిలువమన్నాను, నా అర్జునుణ్ణి. అర్జునుడా, అదంతా అబద్ధమంటాడు అమీర్.

పూర్వం మా మరిదిన్నీ, అతని పెళ్ళామున్నూ బట్టలిప్పేసుకుని ఒకరి కెదురుగా ఒకరు కూచుని స్నానాలు చేస్తారని విని నాకు పరమ అసహ్యం వేసేది. కాని ఆ యేటిలో రాత్రులు యిద్దరం బట్టలన్నీ యివతల పారేసి స్నానం చేసేవాళ్ళం. నీకర్థమౌతుందా ఆ ఆనందం! కామం. పశుకామమంటున్నాయి నీ కళ్ళు! కామం కాదు. ఈ ఆకాశం కింద ఆ నీళ్ళలో బట్టలెందుకు! బట్టలు వేసుకున్నా గాలీ, నీళ్ళూ వొంటినంతా తాకుతాయి..... అమీర్‌కూడా అంతే. ఇద్దరం నీళ్ళలో దొర్లుతూవుంటే అమీర్ వేళ్లు నా జుట్టునీ, బుజాల్నీ. రొమ్ముని, తొడల్నీ తాకితేనాకు చెరువులో తామరకాడలు వొంటికి తగిలినట్టుండేది. అతను మగవాడనే భావంగాని, అతని స్పర్శ వల్ల కామవికారం కలగడంగాని యేమీ వుండేది కాదు. రాత్రులు అతను నన్ను కోరేప్పటి స్పర్శకీ, తక్కిన రోజల్లా నాతో ఆడుకునేప్పటి స్పర్శకీ స్పష్టమైన భేదంవుంది. సమయాలనుపట్టి అమీర్ నా స్నేహితుగా, అన్నగా, తండ్రిగా, బిడ్డగా, గురువుగా, భర్తగా, ప్రియుడిగా, అధికారిగా మారేవాడు. నేనూ అంతే. ఒకప్పుడు అతి చనువు! ఇంకోసారి కారణం లేనిదే బింకం. కొత్తలేనిదే అమితమైన సిగ్గు. పిచ్చిదయ. కపటమైన కోపం. తల్లిచూపే లాలన. బోగందానిబెట్టూ. సత్యభామ ధూర్తత్వమూ, కలహమూ అన్నీ రకరకాల మారి చూపేదాన్ని. కానీ, సాధారణంగా యిద్దరమూ మా స్త్రీ పురుష భేదం మరిచి మిత్రులవలే ఆడుకునేవాళ్ళం. అట్లాకాక ప్రతి నిమిషమూ ఒకరి కొకరికి కామవికారం కలగజేస్తో వుంటే, ఇరవైనాలుగు గంటలూ కలిసి జీవించగలమా? ప్రతి సంజ్ఞా, చూపు, కామవికారంతో స్ఫురించటం, గాలిలేని యిళ్ళల్లోనూ ఈగలు ముసిరే భోజనాల సావిళ్ళలోనూ, పవిత్ర ప్రేమమయ సంసారాల్లోనూ. అంతేగాని స్వచ్ఛమైన నీళ్ళల్లోనూ, ఎడార్లలోనూనా? అమీర్ అవతల వొడ్డుకి యీది నుంచుంటే, ఆ రాత్రి నిశ్శబ్దంలో యెవరో గంధర్వ కుమారుడు వొచ్చి నుంచున్నట్లు కనపడేవాడు స్నానం అయింతరవాత తుడుచుకోము. కొంచెం అటూ యిటూ పరుగెత్తి బట్టలు వేసుకుంటాము. బావుండలేదూ? అదుగో "ఏం బావుండడంలే?" అంటోంది నీ పెదిమల వొంపు. 'నీకేం తెలుసు?' అని ధైర్యంగా అనగలను నేను.

ఇంక భోజనం. భోజనమంటే. ఒకరి కెదురుగా ఒకరం కూచుని, ఒకరి నొకరం కళ్ళతో తాగెయ్యడమన్నమాట. మెతుకులమీద బతికామా, ఆనందంమీద కాని – ఋషులు వాయుభక్షణ చేసి జీవించినట్టు! మొదట్లో నేను వేరే తినేదాన్ని. కాని తన

యెంగిలి మూతితో నన్ను ముద్దు పెట్టుకుంటోవుంటే, ఏం లాభం మడిగా వేరే మూకుట్లోతిని? నాకు చేతకాలేదు. వేశ్యల ఎంగిలి రుచులు చవిచూసి కూడా కులం నిలుపుకునే నేర్పరితనం మీ శ్రోత్రియులకి మాత్రమే చాతనవును. ఏం తిన్నానో, యెట్లా తిన్నానో ఆ భోజనం యెట్లా సయించిందో నాకు జ్ఞాపకంలేదు; అర్థం కాదు. ఈనాడు మళ్ళీ మా ఆయన యింట్లో నేను వుండడమే తటస్థిస్తే మళ్ళీ నెయ్యా, పప్పూ, పులుసూ వుంటేగాని ముద్ద దిగదు. కాని అమీర్ చూపుల కలవరంలో నా మనసు నిండి, అతని పెదవుల రుచి నా నోటిని కరిగిస్తోవుంటే, ఏం తింటున్నానో స్ఫురణకి వొస్తుందా?

మధ్యాహ్నమంతా గొంగళీ వేసుకుని చింత చెట్టు కింద పడుకుంటాము. మన దొడ్లల్లో చింతచెట్లున్నాయి కాని చింత చిగురికీ కాయలకీ తప్ప యెన్నడన్నా వాటివంక చూస్తామా? ధైర్యముంటే, యింటికి వెళ్ళగానే, నువ్వు మధ్యాహ్నా దానికింద గొంగళీ వేసుకుని వెల్లకితలా పడుకుని ఆకాశంవంక చూడు. ఆ సన్నని ఆకులు కట్టే ఆకుపచ్చ అద్దాల మేడలోంచి ఆకాశ నీలపు నిగ్గుల కప్పులమీద తెల్లమేఘాలు తేలిపోతువుంటే .... కాని లాభంలేదు. ఆ అందం కనబడ్డానికీ, కారణంలేని ఆ ఆనందం గుండెల్లో పొంగి, ఆ రంగుల బాధని స్ఫురింపజెయ్యడానికీ, అమీర్ చెయ్యి నీ నడుంమీద వుండాలి. నీ వేళ్ళు అతని మెత్తని జుట్టులో ఆడకుంటో వుండాలి. కాంతి పల్చని ఆకుల్లో పడితే, పెద్ద మందిరాల్లో కిటికిల్లోనుంచీ, తలుపుల్లో నుంచీ లోపలికిపాకి, తివాసీలు, అద్దాలు, పటాల మీదనుంచి, అందాన్ని పొందే విచిత్రమైన మెత్తని కాంతి వుంటుందే, అట్లా కనపడేది. ఆ చెట్ల కొమ్మల మధ్య వెలుతురు ఒక్కొక్కటే, తమాషా రంగుల పిట్టలు వొచ్చి కూచుని, తొంగిచూసి, చిన్న చిన్న పలుకులూ, యీలలూ ఆ ఆకులు గుహల్లోంచి పలికేవి. ప్రేమ చూపుకునేవి. నిశ్చలమైన మధ్యాహ్నం కునుకుపట్టే వేళ ఆ పిట్టలు పలుకుతో పాడుతోవుంటే మనుషులదికాని గొప్ప సంతోషం కలిగి దాన్ని భరించలేక అమీర్ని కావలించుకుంటాను.... చూడు అర్ధరాత్రి చిన్న వాయువుల ద నువ్వెన్నడూ వినని కొత్తపాట చెవిని తాకితే, యేటి నీటిలోనుంచి నువ్వెన్నడూ యెరగని యేదో కొండ గడ్డివేళ్ళ వాసన వొస్తే, యెట్లాగో యేవో మరచిపోయిన సుందరానుభవాలు మనసుకి తట్టవా? అట్లా స్ఫురించేది ఆశ్చర్యంగా, ఆ పక్షి రెక్కల్లోంచి చిన్న యీకె గాలిలో సోమరిగా తేలుతోవొచ్చి వాలేది నామీద. దాని పాటతో కూడా ఎక్కడో, ఎప్పుడో, ఏ జన్మలోనో అనుభవించి, అధికానందం పొందిన విషయాలు అట్లా బాధపెడతాయి గావును మనసుని. ఆ పిట్టలన్నీ నాకు గుర్తు. ప్రతి మధ్యాహ్నమూ యెదురు చూసేదాన్ని. ఏదో బంధుత్వం నాకూ వాటికీ వున్నట్టే తోచేది.

అన్ని దిక్కులా రాత్రి కమ్ము కున్నప్పుడు, యీదురు గాలిలో నిప్పు ముట్టించి

మళ్ళీ బియ్యం వొండేదాన్ని. అంత చీకట్లోనూ, గాలిలో వూగే వొకటే మంట వెలిగించడం యెంతో గంభీరంగా వుంటుంది. ఇద్దరి మొహాలమీదా వెలుగు చీకట్లో వుయ్యాల లూగుతూ. ఆ పొయ్యి దగ్గర కూచుని వుడికే అన్నపు సంగీతానికి అకలితో వుడికే పొట్టలు గంతు లేస్తో..... వొంటరిగా లోకానికంతా చక్రవర్తులవలె కూచుంటాము. ఎందుకో విశాలమైన మైదానంలో రాత్రులు ఆకాశంకింది మంట యేవో యెరగని భావాల్ని కలిగిస్తుంది.

ఒక్కొక్కరోజు అమీర్ మధ్యాహ్నమప్పుడు యేట్లో చాపలు పడతాడు. ఆ చాప బైట గిలగిల కొట్టుకోడమూ, దాని ముక్కులోంచి నెత్తురు రావడమూ చూస్తే నేను భరించలేను. అతని పక్కన బుజం మీద చెయ్యేసుకుని, బెండు కదిలే సమయానికి అతని తలని లాక్కుని వొదలక గట్టిగా పట్టుకొని ముద్దు పెట్టుకునేదాన్ని. ఉత్తగాలం అతను పైకి లాగినప్పుడు సంతోషిస్తాను. కాని చాలాసార్లు వెర్రిచాప దాన్ని కరుచుకునే వుండేది. ఒకసారి నాలుగు చాపల్ని అతను చూడకుండా నీళ్ళలో వొదిలి పెట్టాను. ఏవి అని అతను అడిగితే, పొరలోకి పారిపోయాయి అన్నాను. ఎట్లా నవ్వాము! మేము స్నానం చేసేటప్పుడు ఆ చాపలు మమ్మల్ని నీటి అడుగున తాకితే, దూడలూ, కుక్కపిల్లలూ అనేదాన్ని. స్వచ్ఛమైన నీళ్ళలో ఆడే వాటి తోకల్ని చూసి, నేను పరిగెత్తేప్పటి నా పిరుదుల కదలికలాగా వుంటుందని ముచ్చటపడేవాడు అమీర్. అన్నం పడేస్తే అన్నీ వచ్చి మూగేవి, పిచ్చి మూతులు చాచుకొని. వాటినెట్లా గాలంతో చంపేవాడో!

'వాటిని చంపడం పాపం కదూ!'

'పాపమేమిటి? దేముడే చంపుతున్నాడు ప్రతి నిమిషమూ లోకాన్ని!'

'అయితే మనుషుల్ని కూడా తిను.'

'కొందరు మనుషుల్ని తప్పకుండా తింటారు. ముఖ్యంగా బొర్ర ప్లీడర్లు బహురుచిగా వుంటారు.'

చాపలు దొరికిన రోజున వేరే పొయ్యిపెట్టి వొండుకుంటాడు. కాని తరవాత వాసన! నా కడుపులో వికారం పెట్టేది. అది చూసి క్రమంగా చాపలు తినడం మానేశాడు. కాని ఆధ్యాత్మిక ప్రేమగల నా భర్త, ఎన్నిసార్లు నేను యేడ్చినా, ఆ ముక్కుపొడుం మాత్రం మానలేదు. 'చాపల వాసన, అమీర్. నా దగ్గరికి రావొద్దు' అంటే, ఆ రాత్రంతా దూరంగా కూచుని నన్ను చూస్తో తృప్తిపడేవాడు. నేనే వుండలేక అతన్ని లాక్కుని వికారపడి కక్కేసేదాన్ని పశుకామం! ఏం చెయ్యం?

మధ్యాహ్నం గాలం యేట్లో వేసుకుని, గానుగచెట్టు నీడలో కూచుని కునికిపాట్లు పడడం యెంత హాయిగా వుంటుందని. ఎండ మచ్చలతో పోట్లాడే నీటి కెరటాలనీ,

తొరగా కొట్టుకువచ్చే చెత్తనీ, నురుగునీ, అవతలవేపు నీళ్ళలో వొంగుతూ లేస్తున్న తుంగనీ, దూరపు కొండల మారే రంగుల్నీ, అట్లా సోమరిగా చూస్తో కళ్ళు సగం మూసుకుని నా జుట్టు అమీర్ మెడమీద యెగురుతోంటే. అట్లానే యేమీ ఆలోచనలన్నా లకుండా, యింకా కావాలనే కోర్కీ, ఆదుర్దాలూ, ఏమీ లేకుండా పడుకోడం. సుఖాలు వొదిలి పరమాత్మలో యేకమయ్యే ఆనందమంటారే - అలాంటిదేగావు ననిపిస్తుంది.

ఇంక రాత్రులు. యేం రాత్రులని! మాకు వెన్నెల వొచ్చినా సంతోషమే, చీకటిగా వున్నా సంతోషమే. మబ్బు పట్టినా సరే అన్నిట్లోనూ ఆనందం కనపడేది. కూచోడం కష్టమైనట్టు కాళ్ళూ, చేతులూ ఆడబోతాయి. ఏదో ఆనందం యేమిటో చెయ్యమని పురి గొల్పుతుంది. కూచుని వూరికేనే లేచి నవ్వుతో పరిగెత్తడం, తప్పించుకోవడం, దాక్కోవడం, అందినా అందుకోనట్టూ అందనట్టూ నటించడం. అంతా అనుభవించగలిగినా, ఇష్టంలేనట్టూ, కొత్తవారైనట్టు నటించడం. అలిసి కిందపడగానే రెండోవారు కూడా అక్కడే పడి... మనుషుల కుండే బద్ధకాలూ, చికాకులూ మర్యాదలూ పోయి అందమైన మృగాలవలే, పిల్లి పిల్లలవలె ఆడుకునేవాళ్ళం.

మొదట నా సౌందర్య బాధని పొందినవాడు అమీర్. ప్రపంచమంతా వెతికి నన్నేరుకున్నట్టున్నాడు? ఆనాటి ఉదయం ఆఫీసు గదిలో నా వీపు చూడగానే నేనే తనకి కావాలని, నేను తప్ప ఎవరూ అక్కర్లేదనిపించిందని చెప్పాడు.

ఆ రాత్రులు ఈ భూమి మీదేనా. యే ఇంద్రజాల లోకాలలోనన్నానా, అదంతా కలా, భ్రాంతా ఈ ప్రపంచమే యింత అందంగా వుండగలదా అనిపించేది నాకు కాని అమీర్ మాత్రం అమితమైన బాధపడేవాడు. ఒక్కొక్కప్పుడు జాలివేసేది. భయమేసేది. కాని ఆ బాధే తన ఆనందమంటాడు. ఏమిటంటే - అందం చూసి వెర్రెత్తిపోతాడు అతడు. ఒక నిమిషం నావొంటిమీద బట్టని నిలవనియ్యడు. నారెవికలన్నీ ఒక్క పదిరోజులలో చింపేశాడు. నేను మళ్ళీ కుట్టుకోలేదు. ఏం లాభం? చీరెలు చిరిగిపోయినాయి. కాని ఏమైతేఏం? చీరెలు చూస్తాడా అమీర్, నా వొంటిని చూస్తాడుగాని! అక్కడ పేరంటాలా భోజనాలా? చీరెల విలవనిబట్టి మనుషుల విలువ నిర్ణయిస్తారా, మీ వూళ్ళల్లో మల్లే!

వెన్నెల వొచ్చిందంటే ఆ బయలంతా క్షీరసముద్రమూ, స్వర్గమూ, ఆకాశమూ అయిపోయేది అమీరంత గొప్ప హృదయం కలవాడు, సౌందర్యపిపాస లవాడు, అన్నాళ్ళు మా ఊళ్ళో పనిలేకుండా ఊరికే ఎట్లా పడివున్నాడా అని ఆశ్చర్యం వేస్తుంది....... కొంతసేపు తాకితే నలిగిపోతానేమో. మల్లెపువ్వునో వెన్నెలరేఖనో అన్నట్టు పెదవుల చివర్లతో గాలిమల్లేనూ, మల్లెపువ్వుల మల్లేనూ వేళ్ళకొనలతో నీటి అలల వలెనూ.

కుక్కపిల్లలవలెనూ తాకి ఒళ్ళంతా తిమ్మరింతలు పరిగెత్తిస్తాడు. ఊరికే యెదరుగా నుంచుని నన్ను చూసి, వెర్రెత్తినవాడివలె నాపేరు పిలుస్తూ కూచుంటాడు. చేతులతో నాతలని రెండు వేపులా పట్టుకుని నన్నేదో ప్రశ్నిస్తున్నట్టు నా కళ్ళల్లోకి చూస్తో అరగంట నుంచుంటాడు. వున్నట్టుండి నా చీరెని ఒక్క ఊపుతో లాగేసి నిర్జీవమైన మైదానం మధ్య నుంచోపెట్టి, చేతులు పైకెత్తించి నా చేతుల్ని, నారొమ్ముని అన్ని వేపుల్నించీ అట్లా రెప్పవెయ్యక చూస్తూ నుంచుని నన్ను పక్కలకి వొంచి నా నడుందగ్గర సాగే వొంపుల్ని తాకి వెనకనుంచి నన్ను తనకేసి వొంచుకుని, నా గడ్డంకింద వేళ్ళు కదిలిస్తో, మెడ నున్నతనానికి మురిసి ఆనందించేవాడు. నా భుజాల వెనుకచూస్తే నల్లనిమబ్బుల్లోని నీటిభారం తోస్తుందిట. నా నడుం వొంపుల్ని చూస్తే మా యేరు చప్పున వొంగి తిరిగిన చోట కలవరపడే ప్రవాహపు నునుపు తోస్తుందిట. నా మెడమీద రేఖలు చూస్తే సోమరి అలలమీద మెత్తని యెండ ప్రతిఫలించి మెల్లిగా పైకిపాకే కాంతి గీతలు కనబడతాయట.

అట్లా అంటో అంటో చప్పున గోదావరిమీద లేచే ఎండాకాలపు తుఫానువలె విజృంభించి నన్ను కావలించుకుని, వూయించి, తిప్పేసి అలవకొడతాడు. ఒక్కొక్కప్పుడు అతను నన్ను విరిచేస్తాడేమో, తినేస్తాడేమో అన్నంత భయమేసేది. నా మొహాన్ని ఆ వెన్నెట్లో ముద్దు పెట్టుకున్నాడంటే నావూపిరి ఆగి, కళ్ళు తిరిగి చెమటలు పోసేవి. నన్ను అదుముకుని, యింకా అదుముకుని, ఇంకా తనలో నన్ను కలిపేసుకోవాలని అతనుపడే బాధను చూస్తే నేను బతకడమే ఇతనికి యిష్టంలేదా? ఆ కళ్ళలో వెలిగేది ద్వేషంకాదా అనిపించేది, తన పెదవులతో తన చేతులతో నా నున్నని శరీరాన్ని వొత్తెయ్యడం, నలిపెయ్యడం, తన కాళ్ళతో నా కాళ్ళని మెలిపెట్టి విరిచెయ్యడం చూస్తే యితనికి సౌందర్యం విరోధమా. దాన్ని ధ్వంసం చెయ్యాలని చూస్తున్నాడా అని అనుమానపడతాను.

ఇట్లా ఒక్క నిమిషం వ్యవధి లేకుండ బాధపడి అలిసిపోయి నిరాశచెంది, నా పాదాలమీద పడి 'ఎట్లా? యేంచెయ్యను? యెంతసేపు?' అని యేడుస్తాడు. నిజంగా యేడుస్తాడు. మళ్ళీ చప్పున పళ్ళు పటపట కొరికి, దడిసి వెనక్కి తగ్గే నన్ను యీడ్చి కావలించుకుని, లాక్కుని, పర్వతపు గుహల్లో వీచే సముద్రపు తుఫాను గాలివలె వూపిరి పీలుస్తో, నన్ను భుజం మీద, చంపలమీద యెక్కడపడితే అక్కడ సున్నితమైన స్థలాల కొరికి చంపేస్తాడు అతని బరువును భరించలేక కిందపడి పోతాననుకుంటాను. నేను బాధతో అరచిన కొద్దీ, నా పెదిమెల రక్తం అట్లా పీల్చి చంపేసే రాక్షసి కాదుగద! అని వొణుకుతాను.

సగం చచ్చి పడుకున్న నాకు యెడంగా పడుకుని చేతిమీద తల నానుకుని నా వంక చూస్తో వుంటాడు. నాకు సిగ్గయి అతని చెంపలమీద చేతులు వేసి, 'ఏమిటి

అట్లా చూస్తావు?' అని అడిగితే యేమీ మాట్లాడడు. నేనట్లా నిద్రపోయి యే మూడు జాములకో లేచి చూస్తే, ఇంకా అట్లా చూస్తోనే పడుకొని వుంటాడు. దుప్పటికింద నుంచి గుండ్రంగా యెత్తుకున్న నా రొమ్ముగర్వాన్నీ, నా భుజం దగ్గరనుంచి పిరుదుల కిందకి తిరిగే విల్లువొంపునీ, నా చేతుల సున్నతనపు జారునీ, నా వొంటమీదపాకే నా జుట్టుని దోసెళ్ళలో వుంచుకుని, వేళ్ళలోనుంచి జారుస్తో బుజాలమీదా, మొహంమీద కప్పుకుంటో గడిపాడు నాలుగు గంటల సేపు. ఏటిలో రోజూ కడిగి నూనె నెరగని జుట్టు నా మెడమీద అల్లరిగా పడడం అతనికెంతో యిష్టం. నా జుట్టు అతనికి కొత్తగా కోసిన వరిగడ్డి వాసనా, అరేబియా గుర్రపు శుభ్రమయిన పరిమళమూ తలిసింప జేస్తుందట.

చిన్నప్పుడు మా యింట్లో శాస్తుర్లు భాగోతం చదువుతోవుంటే విన్న సంగతులు జ్ఞాపకం వొచ్చాయి. విష్ణుభక్తుడికి సర్వప్రపంచమూ లీలగా, అసత్యంగా తోస్తుందిట. ఈ భూమీ, ప్రాణులూ, వాళ్ళ సుఖదుఃఖాలూ, సర్వమూ మాయగా, అశాశ్వతంగా తోస్తుందనీ, ఒక్క విష్ణుభక్తిమాత్రమే నిత్యమయినదీ, అర్థవంతమయినదీ తనకి సంబంధించిందిగా కనబడుతుందని చెప్పేవాడు. నా మనోస్థితి సరిగా విష్ణుభక్తుడియిలాగు వుంది? నా యిల్లూ, బంధువులూ, యీ వూళ్ళూ ప్రజలూ వాళ్ళ అభిప్రాయాలూ, అన్నీ మాయ. నా పూర్వ జీవితమంతా ఒక దుష్టస్వప్నం. శాశ్వతమూ, సత్యమూ అయినది నేనూ, నా అమీర్. నిత్య నిరంతరానందదాయకమయినది, మా నిశ్చల ప్రేమ సంబంధం. ఆ కొండలూ, ఆకాశమూ, నదీ, బయలూ, స్వచ్ఛ మారుతమూ మేము మా లీలకోసం సంకల్పించుకున్న రంగస్థలం - అంతే. ఇంక తక్కిన ప్రపంచమంతా మాయ. మేమే యీ సృష్టీ, దాని వుద్దేశ్యమూ, మమ్మల్నీ, మా ప్రేమనీ సృజించడానికే ఈశ్వరుడు ఈ లోకాలన్నిటినీ యేర్పరిచాడు.

3

కాలం ఆగిపోయింది మాకు. తొరగానూ కాదు, ఆలస్యంగానూ కాదు. వారాలు తెలీవు, నెలలు తెలీవు - మామయ్య వొచ్చి చెప్పిందాకా సాయంత్రం మేము భోజనం వొండుతూ వుండగా వూళ్ళోనుంచి ఓ కుర్రాణ్ణి వెంటబెట్టుకుని తన మామూలు పచ్చరైలు సంచీ, తానూ - మామయ్యా తయారైనాడు. అతన్ని చూడగానే అమీర్ తురకంలో 'పో, పో ఇక్కణ్ణించి' అన్నాడు. మామయ్య భయంతో నావంక చూశాడు. నేను బిగ్గిరగా నవ్వి.

'నా మామయ్య అమీర్ పొమ్మనకు మరి' అన్నాను.

నాకెందుకో అతన్ని చూసి భయం వెయ్యలేదు. అమీర్ మొహంలో మాత్రం యిబ్బంది కనబడ్డది నాకు.

'మామయ్యా! ఏమిటి? మీ మామయ్యా? ఎట్లా వొచ్చాడు? ఎందుకొచ్చాడు?'

'.................. కనుక్కుందాము. కూచోనీ...... కూచో మామయ్యా! రాక రాక వొచ్చావు.'

అని మళ్ళీ గొంతుమార్చి 'బాగానే వుంది. మా పుట్టింటి బంధువులు వొస్తే, యిదేనా మర్యాద!' అన్నాను.

'ఎప్పుడు రావటాలు! విశేషాలేమిటి? అందరూ బావున్నారా?' అని అడిగాను మర్యాదగా.

'ఎవరు యామైతే నీకేం? నువ్వు సుఖంగా వున్నావుగా?' అంటో చుట్టూ చూశాడు.

'మామయ్యా! ఆ ధోరణికేంగానీ తొరగా బైట పడెయ్యి. ఎందుకు వొచ్చావో?'

నా మాటల ధోరణీ నా కొత్త ధైర్యమూ ఆశ్చర్యపడి చూశాడు.

'ఎట్లా మారిపోయినావో?' అన్నాడు మెల్లిగా.

'మరణంలోంచి జీవనంలో పడ్డాను. మరి మారిపోనూ!'

'తురక కూడులో పడ్డావు.'

మామయ్యకి మాటల దగ్గర యెన్నడూ మొహమాటం లేదు.

'మా యింటికి వొచ్చి తురకవాళ్ళని యేమన్నా అంటే, తురక తడాఖా తగుల్తుంది. మర్యాదని యింటి దగ్గర వొదిలి వచ్చావా!' అన్నాడు అమీర్. మామయ్య తృణీకారంగా మాట్లాడకుండా వూరుకున్నాడు.

మెల్లిగా కళ్ళనీళ్ళు పెట్టుకుని నావంక యెగాదిగా చూశాడు. నాకు రెవిక లేదు. జుట్టు దువ్వక రేగివుంది, ముతకచీరె. అన్నం కుండ పొయ్యి మీద. చేతిలో కొయ్యతెడ్డు.

'ఇదుగో! ఏడుపులూ, గోలలూ సాగించి క్షోభపెట్టి; నిన్ను లాక్కెళ్ళాలని వొచ్చాడు. వీడి వెనక తక్కిన మనుష్యులు వొస్తారు. ఆ మూట బుజాన యెత్తుకుని వెంటనే నడవమను' అన్నాడు తురకంలో అమీర్.

'ఏమీ భయంలేదు ఎవరొస్తే నన్నేం చేస్తారు? మా వాళ్ళ విషయం నాకు వొదిలెయ్యి. నువ్వు కొంచెం అట్టా తిరిగిరా. నువ్వుంటే సంగతి చెప్పడు.'

'నువ్వు కొంచెం తొరగా కానీ. ఆకలేస్తోంది' అని అమీర్ వెళ్ళాడు.

'నేనిక్కడ వున్నాని నీకెట్లా తెలిసింది?'

'ఎట్లానో వోలాగు. కాని నీ సంగతి చెప్పు.'

'నా సంగతి యేముంది? హాయిగా, మహారాజులాగా వున్నాను.'

'అంతేనా!' అని కళ్ళు వురిమి చూశాడు. నేను జంకకపోవడం చూసి కళ్ళు 'స్విచ్ ఆఫ్' చేసి.

'ఎంతదానవైనావే!..... పోనీ. అమ్మ సంగతి తలుచుకున్నావా! నీ సుఖం నువ్వు చూసుకున్నావుగాని! ఇట్లాంటి పని చేస్తే మా అందరికి యెంత సిగ్గు కలుగుతుందో.....'

'నా మామయ్యువి నువ్వు యిట్లా ఆ పిలక వేళ్ళాడేసుకొని, ఆ పాత రైలు సంచీ చంకనెత్తుకుని వొస్తే నాకెంత సిగ్గుగా వుంది! అమీర్‌తో నా మామయ్య నువ్వని యెట్లా చెప్పుకోను? నీ సుఖమూ, నీ అందమే నువ్వు చూసుకున్నావుగాని, ఆ పాడు మొహం.....'

'ఏమిటి! నీకు పిచ్చి పట్టలేదు కద!'

'కాదు, మామయ్యా మీ అందరూ మన బంధువుల్లో ఎవరికి యేమి కష్టం కలుగుతుందో అని ఆలోచించే చేస్తున్నారా మీ పనులన్నీ? చిన్నపణ్ణుంచి నువ్వు మీ అమ్మని యెన్ని విధాలా యేడిపించావో నీకు జ్ఞాపకం లేనేలేదా!'

'దానికీ దీనికీ సాటి యేమిటి? మేము యామన్నా తురకాళ్ళతో......'

'నాకు తెలుసు మామయ్యా! ఆ యేడిపించడాలు లోకం వొప్పుకున్నవీ, మర్యాదైనవీ. ఇది కానిదీ! అంతే భేదం. అవన్నీ యెందుకుగాని, యిప్పుడు నువ్వు వొచ్చిన పనేమిటో చెప్పు తొరగా. మళ్ళీ అమీర్ వొస్తాడు నన్ను వొదిలి నాలుగు నిమిషాలు విడిగా నిలవలేడు'.

మామయ్య మాట్లాడకుండా నా వంక రెండు నిమిషాలు చూశాడు. చిన్నప్పుడు నేను పెంకి మాటలు మాట్లాడినప్పుడు బెదిరించడానికి చూసినట్టు. కాని ఈ తురక రాజ్యంలో ఆ మంత్రం పారక, పై పెచ్చు నేను నవ్వడం చేత, అతనికి తీవ్రమయిన వుక్రోషం వొచ్చింది, తన బాణాలన్నీ రావణుడి యడల వ్యర్థమయినప్పటి రాముడికివలె.

సిగ్గులేదుటే. నీ మొహానికి! అంత మరీ చెడిపోయినావుటే! ఆ తురక వెధవ నిన్ను వొదలలేక పోవడం ఒక గొప్పగా, బడాయిగా.....'

"ఒక్క నిమిషం వొదలలేని ప్రేమ ననుభవించడం కన్న అదృష్టం యేముంది స్త్రీకి! నీకర్థం కాదులే"

పళ్ళు పటపట కొరికాడు. ఇంకేం చాతగాక.

'ఎందుకర్థమౌతుంది? కుక్కలమల్లే, పందులమల్లే......'

ఇంకేవేవో మాటలన్నాడు. చెడిపోయినదాన్ని నా నోటి నుంచి కూడా రావు ఆ మాటలు.

'పుణ్యపురుషులు బ్రాహ్మణులు మీరు మాత్రం అంతేగా. కుక్కల కన్న, పందుల కన్న అధమంగా. ఆ మాత్రం చాతగాక.....'

ఇంక కోపం చూపించే విధం తోచలేదు మామయ్యకి.

'పాపం. పుణ్యం - సిగ్గూ, యెగ్గూ లేకుండా రాత్రులనక, పగలనక యీ అడవిలో దున్నలవలె పడి.... యెందుకు యీ బతుకు బతకడం యింత కంటె దేంట్లోనన్నాపడి చావరాదూ?'

'మొదట్లో నా ప్లీడరు పెనిమిటీ ఓ వారం యిట్లానే వుండేవారు. తరువాత శక్తీ, రసికత్వమూ తగ్గి, పవిత్ర పురుషుడైనాడు. ఆయన్ని యేమీ అనలేం.'

"పవిత్రమయిన కాపరానికీ. యీ గుడిసేటి తనానికీ పోటి తీసుకొచ్చావా? నీ నోరుపడ?'

'మరి ఆ పవిత్రమయిన కాపరంలో కంటె, యిక్కడే ఆనందంగా ఆరోగ్యంగా వున్నానే!'

'ఉండదూ? ఆనందంగా వుండదూ మరి! అడ్డూ, ఆటంకమూ లేకుండా. కులమూ, గోత్రమూ లేకుండా.....'

'ఎంత అసహ్యంగా, క్షోభగా, కుళ్ళుగా వుంటే అంత పుణ్యమన్న మాట!'

'ఎందుకు అసహ్యంగా వుంటుంది? నీ దుర్బుద్ధికి అట్టా తోచింది గాని....'

ఆ దుర్బుద్ధి మీ పెంపకం వల్లనా? లేక అట్లాంటిదాన్ని మీ అక్కకన్నదా? దేవుడిచ్చిన బుద్ధికి ఇంక మీరు యేడ్చి యేం ప్రయోజనం?'

'వీపు చీలిస్తే బుద్ధి కుదటపడుతుంది.'

'సమయం మించిపోయింది.'

ఆలోచిస్తున్నాడు.

'వూరికే పేర్లతో మనకీ తగాదా యెందుకు మామయ్యా!'

'అంటే....'

'అదే! పవిత్రం, అవినీతి, పశువులమల్లే పాతివ్రత్యం-యిట్లాంటి మాటలకి శాశ్వతంగా అర్థాలు యేర్పడ్డాయి. వాటి నిజమయిన అర్థమేమా అని మనుషులు ఆలోచించడం మానేశారు... నిజం చెప్పనా - మనుషులమయిన తరవాత మన వాంఛలన్నీ వొకటే. తురకాడైతేనేం, బ్రాహ్మడైతేనేం. కాని ఇక్కడ సంతుష్టిగా. నిర్భయంగా అనుభవించడానికి వీలుంది. అక్కడ మాయమాటలతో, ఆధ్యాత్మికమని యీశ్వరుడి మీద భారంవేసి, చివరికి అనుభవించడానికి జంకుతాము. ఇంత కామమూ, పోనీ అనుభవించడం చాతనైతే బావుండుననే కోర్కె అక్కడా వుంది. కాని ఈ రసికత్వమూ,

ధైర్యమూ, యీ సత్తువా అక్కడ లేవు. అందుకనే, కుళ్ళు వాయువులూ, బోధనలూ, వేదాంతాలూ, మర్యాదలూ, కచేరీ కబుర్లూ ఎక్కువ అక్కడ...'

'పూరికే యింక మనసెట్లా యీడిస్తే అట్లాపోయి, బాగా యీ శరీర సుఖాలు అనుభవించడమే నన్నమాట యీ బతుక్కి అంతం?'

'అక్కడవున్నా అంతేగా? తినడమూ, నిద్రా, మర్యాదా, చాకిరీ. అంతేగా! వాటివల్లే యేదో పుణ్యలోకాలు వొస్తాయని దొంగ బోధనలు పైగా!'

'మరి ధర్మమూ, పతిభక్తీ, సంసారమూ ఇవన్నీ?'

'ఎందుకు మామయ్యా, ఆ పేర్లన్నీ యాకరువు పెడతావు? ఎవరికి కావాలి అవన్నీ! తంతాడనీ, తిండి పెట్టడనీ, వేరు గతిలేకా, అనుభవించడం చాతకాకా, అంత మాత్రం ధైర్యమూ, రసికత్వమూ లేకా, మొహాన్ని చూసి ముచ్చటపడేవారు లేకనేగా ఆ పతిభక్తీ, పవిత్రతా! ఆ మొగుడినించి తిట్లూ తన్నులూ తిని అడ్డమయిన చాకిరీచేసి, తగాదాలుపడి, పోట్లాటలతో కాలం గడుపుతో చస్తే, మోక్షమా! ఏ దేవుడు చెప్పాడు?'

'మరి త్యాగమంటోలేదా యేమిటి?'

'నా అమీర్ కోసం నేను చేసిన త్యాగాలూ...'

'చాల్లే! ఇంక పశువుకి నీకూ భేదమేమిటి?'

'ఏమీలేదు. ఇదివరకు పశువుకన్న అధమమయిన బతుకు బతికేదాన్ని' ఇప్పుడు పశువునై సుఖపడుతున్నాను.

'ఇంక తల్లితోడు....'

'అక్కడ... ఆ చివాట్లలో... అసహ్యాలలో యెప్పుడూ జ్ఞాపకం వొస్తారు తల్లితోడూ- సంతోషమనేది చిన్నతనంతోనే సరి. అందువల్ల అన్నలన్నా తమ్ములన్నా అంత ప్రేమ. ఇక్కడ యీ దివ్యసౌఖ్యంలో యెవరూ జ్ఞాపకం రారు. నిజమయిన అత్తవారిల్లు. అందర్నీ మరిపించే స్వర్గం.'

'ఇంకెప్పుడూ యింతేనన్నమాట. మళ్ళీ యింటికి రావడమూ అదీ లేదూ?'

'నన్ను రానిస్తారా?'

'రానిస్తే వొస్తావా మరి?'

'నేనా వొచ్చేది! నేను రాకేం! ఎందుకు వొస్తాను?'

'ఇదే శుభ్రంగా వుందా నీకు? ఈ కుండలూ, బొచ్చులూ యీ అవతారమూ-'

'ఎందుకు అబద్ధాలు మాటాడతావు? అద్దాలు లేకపోతేనేం ఆ యేరు లేదూ? అమీర్ నేత్రసరోవరాలు లేవూ? నా పాప చూసుకోడానికి! అయినా అమీర్ చూపులకి బావుంటే చాలదా నా అవతారం.'

మామయ్య మౌనవ్రతం పూని కూచున్నాడు అమీర్ వొచ్చాడు.

'అప్పుడే వొచ్చావేం! మేమింకా ఉపోద్ఘాతంలోనే వున్నాము. మళ్ళీ కొంచెం వెళ్ళిరా.'

మళ్ళీ వెళ్ళాడు పాపం.

'చూశావా ఎట్లా వెంట తిరుగుతాడో. ఒక్క నిమిషం వొదలక! నా భర్తలేడూ ఆయన వారంరోజులకి ఓసారైనా నా మొహం చూసేవాడు కాడు. తలంటి పోసుకుని, తల్లో మరువం జాజిపువ్వులు పెట్టుకుని కొత్త సిల్కు చీరె కట్టుకుని దగ్గిరికి వెడితే, కాయితాల్లో తలపెట్టుకుని.......

'మొన్న నీ చేతికి పదిరూపాయల నోటిచ్చాను కదా. అది కావాలి. ఓసారి తెచ్చి యియ్యి' అన్నాడు. ఇచ్చిన తరువాత తలెత్తి చూసి

'మొన్న తెప్పించిన శీకాయి అంతా కర్చుపెట్టేశావా?' అన్నాడు. నవ్వుతోనేలే? అయితే మాత్రం.....?'

'ఎంత పొగరెక్కిందే నీకు? అతను తలుచుకుంటే యీ వెధవని కైదుకి పంపగలడు తెలుసునా?'

'ఆ. ఈ వెధవ తలుచుకుంటే ఆయన్నీ నిన్ను కూడా తలకాయ పగలకొట్టి యిక్కడ పాతెయ్యగలడని కూడా తెలుసుకో.'

'సరే నువ్విక్కణ్ణించి కదిలి రావన్నమాట. నాకు ముందే తెలుసు నీ మతం కానీ, వాళ్ళందరూ పోరి యింకా సంగతులు బయటికి రాక ముందే నిన్ను తీసుకొచ్చి దిగబెట్టమని పంపారు.

'మరి నేనేమయినా ననుకుంటున్నారు?

'పుట్టింటికి వెళ్ళావని చెప్పుకు చస్తున్నారు.'

'నమ్మారూ?'

'అందరికీ తెలుసులే. కాని మాతో అనడానికి ధైర్యమేదీ? మా మాట నమ్మినట్టే నటిస్తున్నా. ఆ గతికి తెచ్చావు మమ్మల్ని, నిన్ను పెంచి పెద్దదాన్ని చేసినందుకు.'

'పాపం. మర్యాదస్థులకి యెన్ని బాధలు? మీ దొంగ మర్యాదలూ, అబద్ధాలూ కాపాడ్డానికి నేను మళ్ళీ ఆ నరకంలోకి వొచ్చి వుండాలా? ఎందుకు రావాలి?'

'ఎందుకేమిటి? ఏదో ఓసారి తెలివితక్కువ పనిచేస్తే, పెద్దవాళ్ళ మాట విని అన్నా సర్దుకోవాలి. ఏదో యిట్లాంటివి ప్రతివారూ చేస్తారు. కాని అదే బావుందని, భ్రష్టమై నాశన మౌతానని పట్టుపట్టేదాన్ని నిన్నొక్క దాన్ని చూసా నీనాటికి.'

'అవును. నేను రాను రాను.'

'ఈనాడిట్టానే అంటావు. ఎన్నాళ్ళులే వీడి మోజు! తరువాత నీకు దిక్కెవరు?'

'నారాయణుడు, కాని అమీర్ ప్రేమ పోదు.'

'ఆ, చాలా చూశాము!'

'సరేకాని యీ దయంతా నా కోసమేనా?'

'పోనీ, అమ్మని తలుచుకో. నిన్ను పెంచి పెద్దదాన్ని చేసి, యేదో మా అందరికీ ప్రతిష్ట తెస్తావని....'

'అవన్నీ చిన్నప్పుడు కుమారీ శతకంలో చదువుకున్నాను. దానికేం? నా సౌఖ్యమే మీరుకోరే వారయితే, యిక్కణ్ణించి తీసికెళ్ళేందుకు ప్రయత్నం చెయ్యరు. అయినా నేనిప్పుడొస్తే మాత్రం లోకమంతా ఎట్లా చూస్తుంది? ఆ కాపరం యెంత రమ్యంగా వుంటుంది? లేచి పోయిందాన్ని చూద్దామని అందరూ రావడమూ గుమ్మంలోకి వొచ్చి మొహాలు మర్యాదగా మార్చుకోవడమూ నేను లోపలికి వెళ్ళగానే నవ్వుకోవడమూ. వాళ్ళు, నా సంగతేమీ తెలీనట్లే మాట్టాడడమూ, దొంగ మర్యాదలూ. యెవరన్నా ధైర్యంగలవాళ్ళు నన్ను కార్యాలకి పిలవకపోతే, నా భర్త ఆ అవమానం నావల్ల కలిగిందని యాడవడమూ, తిట్టడమూ, దెప్పడమూ, నేనే స్వేచ్ఛ నడిగినా బైట తొంగిచూసినా, నా పూర్వ ప్రవర్తనని జ్ఞాపకం చేసి నోరు ముయ్యడమూ – దీనికేగా నన్ను రమ్మంటున్నావు! నేను పిచ్చిదాన్నా?'

'ఏనాటికన్నా మా గుమ్మం తొక్కవా–' అంటున్నాడు చాలా కోపంగా పైకిలేచి.

'అమీర్ వొదిలేస్తేనా? అమీర్ నన్ను వొదిలిన తరువాత. నేనేమైపోతేనేం? ఇంక ఆ లోకంలోనే శరణ్యం. మీ గుమ్మాలు తొక్కుతానని యేమాత్రమూ భయం లేకుండా బతకండి.'

అమీర్ వొచ్చాడు. అతనివొంక నిదానంగా పరీక్షించి చూశాను. ఈ అమీరు నన్ను వొదులుతాడా?

అమీర్ కళ్ళలో ఆకలి ఆడుతోంది.

'నీ మామయ్యా, నీ భోజనం సంతేమిటి.'

'నేను పళ్ళు తెచ్చుకున్నాను.'

ఇక్కడ గడ్డికూడా వుంది' అన్నాడు అమీర్.

పడమటి కొండ వెనకాల రంగుల మబ్బుల్లో శుక్రుడు అస్తమిస్తున్నాడు, తామర పువ్వుమీది మంచుబొట్టుమల్లే. గాలి నిశ్శబ్దంగా వుండడం వల్ల యేరు కొండమీదినించిపడే శబ్దం వినబడుతోంది. చీపుర్లూ, నేపాళాలు పగలు రాత్రిగా మారే విచిత్రాన్ని చూస్తో కదలక నుంచున్నాయి. పగటి గట్టుమీద నించి రాత్రి సరసులో దూకడానికి సంశయించే

దానివలె ఒక్క నిమిషం ఆగింది కాలం. హృదయం ఒక్కసారిగా ఆనందంతో పొంగింది, పొయ్యిమీద వేడెక్కే అన్నంవలె. మామయ్య అరటిపళ్ళు తింటో యెదురుగా కూచోకపోతే, ఆ ఆరాటమంతా అమీర్‌మీద కనపరచేదాన్ని.

ఒక గంటసేపు మా బంధువుల్నీ, వాళ్ళ క్షేమాల్నీ అడుగుతో కూచున్నాను. మామయ్యతో మాట్లాడుతో వుంటే మూడు నెలల కిందట నా జీవిత దృష్టినంతా ఆక్రమించుకున్న యీ బంధువులందరూ యెంతో దూరమైపోయినట్లు తోచారు. నేను చచ్చిపోయి, అన్ని బంధనాలూ తెంచుకుని మళ్ళీ వాటిని కల్పించుకునే ఆశా, శక్తీ లేక, యేం తోచక తమాషాకి ప్రశ్నిస్తున్నట్టుంది, భూలోకం నించి వచ్చిన మామయ్యని. మృత్యువులోనైనా అంతేగావును! ఈ ప్రపంచాన్నే, ఎత్తయిన, విశాలమైన, సంబంధ రహితమయిన వున్నత దృష్టితో లీలగ పరీక్షించడం గావును! దృష్టికోణం భేదించి అమీర్ అనే నేత్రయంత్రంలోంచి చూసేటప్పటికి అన్ని విలువలూ మారిపోయినాయి.

చివరికి అన్నయ్యకి కొడుకు పుట్టాడని విన్నప్పుడైనా నాకేమీ సంచలనం కలగలేదు. పూర్వమే అయితే నాహృదయం యెన్ని వుత్సవాల వాసనలతో గంతులు వేసి వుండును! ఆ క్షుద్ర జీవనమంతా జ్ఞాపకం వొచ్చి ఆ తోచక పోవడమూ, మర్యాదలూ, లాంఛనాలూ, నిష్ఠూరాలు - అన్నీ తలుచుకుని, ఆ నరకం నుంచి, అల్పత్వం నుంచి, క్షుద్రత్వం నుంచి ఒక్క మంత్రంతో, ఒక్క బలమైన వూపుతో యీ సుందర లోకంలోకి లాక్కొచ్చిన నా అమీర్ని తలుచుకుని కృతజ్ఞతతో ఆనందంతో తల్లడిల్లి పోయినాను. ఎంత గొప్ప సౌఖ్యంలోవున్నా, అది త్వరలోనే అలవాటై, సాధారణ మయిపోతుంది - మామయ్య వంటివాడు వొచ్చి, నా అదృష్టాన్ని జ్ఞాపకం చేసిందాకా!

అమీర్ని లాలించాలని అవసరమయిన కోర్కె కలిగింది. ఈ మామయ్య పోనీ. కాని మామయ్యని నేనెందుకు లక్ష్యపెట్టాలి! అతనెవరు? నేనెవరు? ఈ మామయ్య మూలానా నేను పోగొట్టుకున్న నిమిషాలు యీ అనంతకాలంలో మళ్ళీ నాకెక్కడ దొరుకుతాయి? ఆవలించే అమీర్ దగ్గిరిగా జరిగి, అతని బుజంమీద చేతులేసుకుని ఆనుకుని కూచున్నాను. మా కొండ వెనుకనుంచి తదియ చంద్రుడు కనబడకుండానే కాంతి నెగజిమ్ముతున్నాడు. సముద్రానికీ చంద్రుడికీ సంబంధ ముందంటారే, అట్లాంటిదే వెన్నెలకీ నా రక్తానికీ వుంది. చంద్రోదయంలో వెన్నెల యింకా విజ్జంభించకముందే నా రక్తం పొంగుతుంది. వెడదామని అమీర్ నా చేతిని లాగుతున్నాడు. పాపం, ఒకే మూకుట్లో అమీర్‌తో నేను అన్నంతినే దృశ్యం భరించలేక తల తిప్పుకుని, పుణ్యశ్లోకాలు చదువుకునే మామయ్యతో.

'మేము వెడుతున్నాము. నువ్విక్కడే నిద్రపోతావు కదూ మామయ్యా?' అన్నాను.

'ఇక్కడా? మీరెక్కడికి వెడతారు?'

ఆ కంఠం విని తీరాలి.

'అట్లా పోతాము.'

'తొరగా రా' అంటున్నాడు అమీర్.

'నేను వెడతాను. రైలెన్నింటికి?'

నేను నవ్వాను.

'రైలు సంగతి మాకెందుకూ?'

'పోనీ నన్ను ఊళ్ళో వొదిలిపెడుదురూ?'

'అమీర్ యిప్పుడు రాడు. నేను రానివ్వను. ఇవ్వాళ్టికి యిక్కడే మామయ్యా! నువ్వు. ఆ మూల గోనిపట్టా వుంది. దాన్ని పరచుకుని పడుకో. దోమలు లేవులే.'

'ఏమీ భయంలేదు కద!'

'అప్పుడప్పుడూ ఒకటి రెండు పాములూ, ఒకటి రెండు తోడేళ్ళూ వొస్తోంటాయి' అన్నాడు అమీర్.

అమీర్ మళ్ళీ తెలుగు మాటాడాడు. ఎన్నాళ్ళయింది విని! నా తెలుగు తురకంగా మారిందన్నాడు మామయ్య.

'రావు మామయ్యా! అమీర్ మాటలకేం?'

మేము బయలుదేరాం. మామయ్య గొణుక్కుంటున్నాడు.

'నీకు మామయ్య అయితే, నాకేమౌతాడు?'

'తురకాడికి నీ కేమౌతాడు? నీ మొహం!'

'అది కాదు, నీ పెనిమిటిని నేనైతే –'

'నువ్వు నా పెనిమిటివైతే, యింకా నీతో వుండవొచ్చానా?

చంప చళ్ళుమంది.

'చెపుదూ! తమాషా చేస్తాను.'

'బాబాయి.'

'బాబాయిగారూ, శలవు. బతికివుంటే రేపు పొద్దున్న చూసుకుందాం. తమరు కనబడక ఎముకలు మాత్రమే వుంటే నమాజ్ చేసి పాతేస్తాం. తురక స్వర్గం చూద్దురుగాని!'

ఇద్దరమూ నవ్వుతో పరిగెత్తికెళ్ళాం కొంచెం దూరం పోగానే నాకు జాలేసింది. పాపం నిజంగా మామయ్య భయపడుతున్నాడేమో! ఇదివరకంతా నేను తనదాన్నిలాగు అధికారం చేసిన మామయ్యకి యెట్లా వుంటుంది – నేను అమీర్ బుజంమీద చెయ్యేసి వెళ్ళిపోతూ వుంటే! వెనక్కి వెళ్ళేటప్పటికి మామయ్య గుడిశంతా వెతుక్కుంటున్నాడు.

"మామయ్యా! నువ్వేం భయపడకు? ఊరికే దడిపించాడు అమీర్. బహుశా రెండు మూడు గంటలవేళ వొచ్చేస్తావేమో?"

'పోనీ వుండకూడదుటే! ఎక్కడికి వెడతారీ అర్థరాత్రి! ఏదన్నా పురుగూ.....'

నాకు నవ్వొచ్చింది.

'ఇంకా ఇంటిదగ్గిర వున్నట్టే, నా బాధ్యత తీసుకుంటున్నావా!'

'ఇదిగో చూడు. మళ్ళీ నీతో మాట్లాడ్డానికి వీలుంటుందో లేదో! నా మాట విని యింటికి వొచ్చెయ్యి. ఈ పాడుబతుకు....'

'మామయ్యా అదేమీ లాభంలేదు. నాకోసం నీవ్వేమీ దిగులు పడకు.'

'నువ్వు చేసిన యీ ఘనకార్యాన్ని చూసి నువ్వే గర్వపడడం నాకు చాలా ఆశ్చర్యంగా వుంది. ఇదంతా గొప్ప ప్రేమ అని గావును నీ ఉద్దేశ్యం! ప్రేమ!'

'ప్రేమా! పశువులు - కుక్కలన్నా నయం. నీతి జాతీ విచక్షలు లేక, కళ్ళు కమ్మి, వొళ్ళు కొవ్వి, ఇట్లా బట్టలు విప్పుకుని యీ అడవుల్లో పరుగెత్తుతో, సిగ్గు విడిచి.....'

'ఇది ప్రేమా! కామం. వొళ్ళు తెలీని పశుకామం..... మదపిచ్చి.....'

ఇంకేమిటో అన్నాడు.

'చాలు మామయ్యా!'

అని పరుగెత్తుతో వెనక్కి తిరిగి చూశాను. ఎదిగిన ఆడది పరిగెత్తడమేమిటి? పొగరు! దీని లెంపలు వాయించేందుకు వీలైతే బావుండుననే చూపుతో మామయ్య నుంచుని వున్నాడు వెన్నెల్లో.

పొద్దున్నే మామయ్య వెళ్ళేటప్పుడు అమీర్!

'బాబాయిగారూ! యింకా మీ వూళ్ళోవున్న తాతలూ అత్తలూ వొస్తారేమో! మిమ్మల్నంటే బాబాయిగారని వూరుకున్నానుగాని, యెంకెవరన్నా వొచ్చారా ఇక్కడే పాతేస్తానని చెప్పండి' అన్నాడు.

'నరుసుబావ నోసారి రమ్మన్నానని చెప్పు' అని నేననబోతోవుంటే నోరు నొక్కాడు.

నరుసుబావా, నేనూ చిన్నప్పుడు ఆడుకున్నాము. అతనికి నన్నిస్తామని కూడా అనుకున్నారు. కాని అదేమీ మనసులో లేకుండా నాతో చాలా సరదాగా వుండేవాడు. ఎవరితోనూ నన్ను చనువుగా వుండనీని (చివరికి తనతో కూడా) నా పెనిమిటి, నరుసుబావతో సరదాగా మాట్లాడనిచ్చేవాడు. నరుసుబావ ఆడవాళ్ళ మధ్యకు వొస్తే మొగవాడు వచ్చినట్టే పీల్ అయ్యేవారు కారు.

ఏమీ తోచనప్పుడు నరుసుబావ వస్తే బావుండుననే దాన్ని అమీరుతో.

'రానీ. వాణ్ణి నరుసు దెయ్యంగా మారుస్తాను' అనేవాడు.

నరుసుబావ సుగుణాన్ని యెంత పొగిడినా అమీర్ కోపం తగ్గలేదు. ఒకసారి చివాలున లేచి.....

'వొరే నరుసుబావా, వొచ్చావా! చివరికి' అని అప్పుడే వొచ్చిన నక్కనోదాన్ని రాళ్ళతో మైదానం చివరిదాకా తరిమాడు. అప్పణ్ణించి నక్క కనబడినప్పుడల్లా నరుసుబావ అంటాము. తరువాత కోపమొచ్చిందిగావును. మాకు కనపడకుండానే నరుసుబావ చాలా అల్లర్లు సాగించాడు. సగం కొరికిన బొమికల్ని మా గుడిశలో పారేశాడు. అదేం పుట్టిందో పడుకుంటే కాలివేలు మెల్లిగా కొరికి లేపుతాడు. మూత పెట్టుకున్న అన్నం కింద చిమ్మి పోతాడు. అట్లాంటి పనులు ఏం జరిగినా. నరుసుబావ చేసి పోయినాడనే వాడు అమీర్. కొన్ని పనులు అమీర్ చేశాడని నా నమ్మకం. కాని, పాపం, నరుసుబావ లేకుండా చూసి, అతన్ని నక్కని చేశామే అని దిగులువేసేది నాకు. బావ – అతని లావు వొళ్ళూ, గుండ్రని బుగ్గలూ, అమాయికత్వమూ నా మీద ప్రేమా జ్ఞాపకంవొచ్చి సిగ్గేసేది.

4

అమీర్ దిగులుపడ్డాడు. అతని తరహా పూర్తిగా మారిపోయింది. అన్నం తినడు. వూరికే కదలకుండా పడుకుంటాడు. పలకరిస్తే విసుక్కుని ముసుగు పెట్టుకుంటాడు. అది జబ్బో మనోవ్యాధో నామీద కోపమో, విసుగో తెలీటంలేదు. ఒక్కతైకీ నాకు ఏమీ తోచక, దిగులు భారంతో యిటూ అటూ తిరుగుతున్నాను. ఆలోచించి కనిపెట్టి మీరా అనే కుర్రాడు వొచ్చినప్పుడు మాత్రం లేచి అతనితో యేదో రహస్యంగా మాట్లాడుతున్న సంగతి గ్రహించాను. చాలాసార్లు అతనితో కలిసి వూళ్ళోకి వెళ్ళివస్తాడు అమీర్. వొచ్చాక మరీ దిగులుగా వుంటాడు.

ఆ కుర్రాడు మీరాని చూస్తే నాకు సరదా. అమీర్తో మాట్టాడుతో వుంటే యెందుకో అతన్ని పిలిచి పలకరించి కబుర్లు చెప్పాలనిపించేది. అట్లాంటి తమ్ముడు వుంటే బావుండును, కొడుకు వుంటే బావుండును అనుకుంటాను కాని నన్ను అనుమానంతో, విరోధంతో భయంతో చూసే వాడు. దాని వల్లనే నాకు తోచింది. నాకు వ్యతిరేకమైన పని యేదో తలపెడుతున్నాడని, అమీర్కి బోధిస్తున్నాడని. నేనతనికి విరోధం యెందుకు కావలసి వచ్చింది? నేనేం చేశాను? పైగా మీరావల్ల అమీర్ మనసు చెడిపోతున్నట్లు కనబడుతోంది.

వ్యవహారం ముదురుతోంది. అమీర్ని అడిగితే లాభంలేదు. ఎన్ని ప్రశ్నలడిగినా

దాస్తున్నాడు. మీరా దగ్గిర్నించే నేను తెలుసుకోవాలి.కాని మీరా చెపుతాడా? నా వంక అంత కోపంగా చూసేవాడు! కాని అమీర్ క్షేమం కోసం నేను ఆ ప్రయత్నం చెయ్యాలి.

ఆ సాయంత్రం యేరు వొంటరిగా దాటి యిసికలో నడుస్తో అవతలి గట్టుకి చేరుకున్నాను. సూర్యుడు మైదానం చివరి భూమిని తాకుతున్నాడు. చిన్నగాలిలో గడ్డి నా పాదాలకేసి వొంగింది. ఇసిక గుంటల్లోకి పిచ్చికలెగిరి చెట్లమీద కూచుని నన్ను చూసి విసుక్కుంటున్నాయి. చాపల ఆశని వొదిలి నీలపు పిట్టలు గూటికి ప్రయాణం కట్టాయి. కొంగలబారు నా తల మీద వెడుతో లోకంలో నా వొంటరితనాన్ని గాఢంగా స్ఫురింప చేసింది. ఒక్కడూ పాడుకుంటూ మీరా వొస్తున్నాడు నన్ను చూసి ఆశ్చర్యపడి ఆగి, చప్పున తలొంచుకొని నన్ను దాటి వెళ్ళిపోవాలని చూశాడు. పిలిచి ఆపి దగ్గరికి వెళ్ళాను ముందే.

'నాతో చెప్పవా?' అని అడిగాను.

'సిగ్గుపడి తెప్పరిల్లి 'ఏమిటి?' అన్నాడు.'

'ఆ సంగతి – నువ్వు తెచ్చే కబురు.'

'ఏం లేదు.'

అని వెళ్ళబోతున్నాడు. చిరునవ్వుతో అతనివంక చూస్తో అతని భుజాలమీద చేతులు వేసి, దగ్గరికి వొంగి. నా కళ్ళల్లో మార్దవత్వాన్ని కల్పించి 'నాతో చెప్పవా?' అన్నాను సొగసుగా.

తడబడపడ్డాడు. "ఏం లేదు. ఏం లేదు" అని మెల్లగా తనలో తను అనుకున్నాడు. అతని గడ్డంకింద చెయ్యేసి కళ్ళల్లోకి చూస్తో "నాతో చెప్పాలి. నన్ను చూస్తే నీకెందుకు విరోధం? నేనేం చేశాను? నాకేదో ఆపద కలిగిస్తున్నావు. నా అమీర్ మనసుని పాడు చేస్తున్నావు. ఇంత మంచివాడవలె కనబడుతున్నావే..... ఇంత అందంగా వున్నావే..... నువ్వు ఇంకోళ్ళని, దిక్కులేని స్త్రీలని క్షోభ పెట్టడం న్యాయమేనా? నీకే అక్క వుంటే యిట్లా యేడిపిస్తావా?"

నా కళ్ళు నీళ్ళతో నిండాయి.

'నేనేం చేశాను?' అన్నాడు మెల్లిగా.

'ఏం చెయ్యకపోతే, చెప్పు.'

అమీర్ రహస్యం యింకొకరికి చెపుతున్నానే అని భయం ఒకమూల, నా కళ్ళు చూసి భరించలేకపోవడం ఒక మూల. కదిలే నీళ్ళలో శాంతి ప్రతి ఫలిస్తున్నట్టుంది అతని మొహం. కాని అమీరే జయించాడు. మాట్లాడక తప్పించుకోవాలని చూస్తున్నాడు. అతని కళ్ళలో సౌందర్యారాధన నాకు కనబడ్డదిగావును జయిస్తానని రూఢిగా తెలిసింది.

ఎందుకంటే ఒక పురుషుడు అందులో అమీర్ వంటి రసికుడు. ప్రేమించిన తరువాత స్త్రీకి తన సౌందర్య మహిమ గోచరించకుండా వుండదు.

'అబ్బాయీ, ఇట్లా చూడు. నా బాబువి కాదూ! నాతో చెప్పవా?' అని మార్దవంగా అని, "చెప్పాలి. చెపుతావు, నాకు తెలుసు" అని చిన్న చిరునవ్వుతో కులికాను.

వెంటనే నాకు సిగ్గేసింది, నా ఆకర్షణని అట్లా వుపయోగించడం! కాని నా ఆనందమే భగ్నమౌతోవుంటే! మీరా యెడల అన్యాయమనిపించింది. కాని నీళ్ళలో మునిగే మనిషి ఏం ఆలోచిస్తుంది? వశ్యుడైనాడు. కదలలేక నా వంక చూస్తో నిలబడి చెప్పేశాడు. అమీర్‌తో మాత్రం చెప్పవద్దని బతిమాలాడు.

"ఆ వూరి తోళ్ళసాయేబు కూతురిమీద అమీర్‌కి మనసు కలిగింది. ఆ పిల్ల అతన్ని నిరాకరిస్తోంది. మీరా ఆ అమ్మాయి బంధువు. ఇద్దరికి రాయబారం నడుపుతున్నాడు. ఈ సంగతి చెప్పి మీరా నన్ను అక్కడే వొదిలేసి తప్పించుకున్న లేడిపిల్లలాగు గంతేసి వెళ్ళిపోయాడు.

నేను యింటివేపు మళ్ళీ, మెల్లిగా యోచిస్తో నడుస్తున్నాను. భూమి దోవని చీకట్లో దాచుకుంది. తాటిచెట్టు పూనిన దానివలె గాలిలో మెల్లిగా వూగుతోంది. కీచు కీచుమనే మైదానపు శబ్దాలతో తాటాకుల చప్పుడు కలిసింది. ఏదో రొద మొదలుపెట్టింది.

చివరికి నా గతి యిట్లా అయిందా? యింక యేం కాను? అమీర్ని ఆకర్షించే శక్తి పోయింది నాకు, అనే తలపు నన్ను బాధపెట్టింది. నా ఆనందానికీ, జీవనానికీ వున్న పట్టు వొదిలింది. ఇంక పతనానికి అంతమెక్కడో? ఈ వొక్క కొమ్మనూ నమ్ముకొని, అన్ని ఆశ్రయాలను తన్నేశాను. ఇది యిట్లా ఫెళ్ళుమని విరిగింది. నేనేం కాను? ఏది దిక్కు? అమీర్ మీద అమితమైన కోపం కలిగింది. ఇట్లా వొదిలేవాడు నన్నెందుక తీసుకొచ్చినట్లు? తన సౌఖ్యమేగాని నట్టేట్లో వొదిలితే, నా జీవితమేంకావాలనుకున్నాడు?

ఏటినీళ్ళు కాళ్ళని పెనవేసుకొని తమని చూడమని ప్రాధేయపడ్డాయి. నా హృదయారాటాన్ని చల్లార్చాలని సాయంత్రపు గాలి నా పైట కింద నుంచి రాసుకుంటో వెంబడించింది. ఏం చెయ్యను?

మామయ్య అన్న మాటలే నిజమేమో! ఇట్లా శరీర ఆకర్షణకి లోబడి జీవితాన్ని వప్పగించుకొన్న దౌర్భాగ్యుల గతి యింతేగావును! ఉద్ధృతమూ, నిరాటంకమైన మోహానికి అంత మింతేనేమో! ఏ నిగ్రహమూ నియమమూ లేకుండా, యింకొకరి భార్య అని యోచించకుండా నన్ను కోరిన అమీర్, నన్ను వొదిలి యింకొర్ని మోహించడంలో ఆశ్చర్య మేముంది? ఎంత అసహ్యంగావున్నా సంఘ నిర్మితమైన సంసారంలో, కొంత శాశ్వతత్వం కాలంవల్ల యేర్పడి, ఛేదించడానికి సాధ్యంకాని బంధనాలున్నాయి ఇక్కడా!

వెర్రిదాననైనావా? మామయ్యే చివరికి వివేకవంతుడా–" ఇట్లా అనుకుంటో గుడిసె చేరుకున్నాను.

సమస్త ప్రపంచమూ అంధకారమైనట్టూ, లోకంలోని విచారమంతా తనని బాధిస్తున్నట్టూ నేనూ, నా వొంటరితనమూ; తనకేమీ సంబంధము లేనట్టూ గుడిసె మూలపడుకున్న అమీర్ని చూసేటప్పటికి నా బాధ, న్యూనతా, భయమూ, నిరాశా - అన్నీ నా మనసుని వుద్రేకింప చేశాయి. రోషంతో నోటికి వచ్చినట్టు తిట్టేశాను. లేచి కూచుని చూస్తున్నాడు. వెంటనే స్ఫురించింది. ఆ తురకవాడు యీ తిట్లు తిని వూరుకోడనీ, నన్ను చచ్చేట్లు తంతాడనీ. కాని నా నాలుక వుధ్రుతాన్ని నా భయం ఆపలేకపోయింది. నేనింక తిట్టలేక అతని నిశ్చలత్వాన్ని చూసి ఆశ్చర్యపడి ఆగాను. అమీరట్లానే కూచున్నాడు. నేను కూచున్నాను. గాలికి మా గుడిసె ఆకులు గల గలమన్నాయి. ఆరిపోయ్యే నిప్పులు గాలికి రేగి యెర్రగా మెరిశాయి. నక్క కూసింది నక్షత్రమొకటి జారింది. నా ప్రక్కన యేడుపు గుక్క వినబడ్డది. అమీరేడుస్తున్నాడు. నా మనసు కరిగిపోయి, అతని దగ్గరికి వెళ్ళి అతని తలను నా కదుముకొని 'దానిమీద నీకంత మనసా?' అన్నాను. మళ్ళీ యేడ్చాడు. ఆ నిమిషాన అతనిమీద యెంత దయ కలిగింది? బలమైన మొగవాడి కఠిన హృదయాశ్రువులలో కరిగి చల్లారింది నా కోపమంతా. ఆ రాత్రంతా అమీర్ని కావిలించుకుని పడుకుని, యేం చెయ్యాలో నిశ్చయించుకున్నాను.

మర్నాడు మధ్యాహ్నం మీరా అమీర్తో మాట్లాడుతో వుండగా నేను యేరుదాటి జీడిమామిడి పొదలో కూచున్నాను. మీరా అట్లాగే తిరిగి వెళ్ళాలి. నా దిగులంతా పోయింది. అమీర్కి ఇదివరకంతా యిచ్చిన ఆనందం - అది నాకూ ఆనందమే. కాని, యిప్పుడు నా బాధని ఆనందంగా మార్చి అతని ఆనందంలో నేను ఆనంద పడబోతున్నాను. గొప్ప సంతోషంతో నావొళ్ళు పులకరించింది. ఆకుల నీడలో వుడత లాడుకుంటున్నాయి. జముడుకాకి మూలుగుతోంది, ఆకుల్లోంచి ఎండా నా గోరుమీద పడి మెరుస్తోంది. మీరా వొస్తున్నాడు. అట్లా జుట్టు మొహంమీద పడుతో, ఏమీ దిగులు నెరగని, కల్మషమెరగని చూపుతో, ఆకాశాన్నీ, చెట్లనీ చూసుకుంటో వెళ్ళే అతన్ని చూస్తే ఎంతో ముద్దొచ్చింది. పిలిచి, పక్కన కూచోపెట్టుకుని, ఆడుకోవాలనిపించింది కాని కిక్కురమనకుండా కూచున్నాను. దూరానికి పోనిచ్చి వెనక బయలుదేరాను. ఊరుదాపుకు వచ్చేవరకు అతను నన్ను చూడలేదు. అక్కడ ఎందుకో వెనక్కి తిరిగాడు. ఆశ్చర్యంతో నా కోసం ఆగాడు.

'ఏమిటిది?'

'పద'

'ఎక్కడికి?'

'నా సంగతెందుకు? నువ్వు వెళ్ళు.'

'ఎందుకు వొస్తున్నావు?'

'నా యిష్టం.'

పాపం. నా గొంతుమార్చి యిట్లా కఠినంగా మాట్లాడితే చాలా నొచ్చుకున్నాడు. చప్పున వెనక్కి తిరిగి మైదానంవేపు నడుస్తున్నాడు.

నేను వెనుకనే వెళ్ళి అందుకుని 'ఎక్కడికి' అన్నాను.

'నా సంగతెందుకు నువ్వెళ్ళు'

'ఎందుకు వెడుతున్నావు?'

'నా యిష్టం.'

'మరి వూళ్ళోకి వెళ్ళవూ?'

'ఇది మా వూరు కాదు'

ఇద్దరమూ పకాలున నవ్వాము.

'రా మరి' అన్నాను గోముగా.

'ఎందుకో చెప్పు'

'దాని యింటికి'

అతని మొహంమీద భయమూ, కోపమూ కమ్మాయి, తామర పుష్పంమీద దుమ్ము పడ్డట్టు.

'నీతో చెప్పినందుకు యిట్టా చేస్తావా?' చాలా కష్టంగా అన్నాడు.

'నేనేమీ చెయ్యను. నీకుగానీ, అమీర్‌కిగాని యేమీ అపకారం చెయ్యను.'

'అయితే ఎందుకు'

'చెప్పుతాగా'

'ముందు చెప్పు'

'నన్ను నమ్మవూ? నా మాట నమ్మలేవూ?' అని గడ్డం పట్టుకు వూయించాను. కరిగిపోయినాడు. ఆలోచించాడు. వెనక్కి మళ్ళాడు పాపం అనిపించింది. మీరాని అన్యాయం చేస్తున్నానా? నా పనికోసం నా స్వలాభం కోసం అతన్నీ, అతని రమ్యస్వభావాన్నీ నిర్భయంగా ఉపయోగించుకుంటున్నానా? కాని ఆలోచించటానికి వ్యవధి లేదు.

ఆ వూళ్ళోకి వెళ్ళడం, మళ్ళా ప్రజల్ని చూడడం అదే మొదటి సారి. కాళ్ళు వొణికాయి. అందరూ నన్ను చూసి నవ్వుతున్నట్టే వుంది నా మనసుకి కుమ్మరి యిల్లు దాటి, కోమటి అంగడి ముందునుంచి, మొరిగే కుక్కల్ని తప్పించుకుంటో వెళ్ళాను.

వూళ్ళే, ప్రజలే, రోడ్లే కొత్తగా వున్నాయి నాకు.

ఆమె అందమయింది. అందం కంటె గాంభీర్యమెక్కువ. భారీ. ఆమె ముందు నేను చిన్నపిల్లలా గున్నాను. ఆ పెద్ద కళ్ళల్లో, బలుపు బుగ్గల్లో రాజఠీవి వుంది. మాట్లాడాను బతిమాలాను. ఆశ్చర్యపడ్డది. మొదట నన్ను నమ్మలేదు. నమ్మించాను. ఆమెకి అమీర్ మీద ప్రేమలేదు గాని అభ్యంతరం లేనట్టు తెలుసుకున్నాను. తన మర్యాద కెక్కడ నష్టం వొస్తుందో ననేదే మొదటి భయం – “బికారివాడు. వాడితో నాకెందుకు?’ అని విసుక్కుంది.

‘డబ్బు కావాలా?’

‘అది కాదు. అట్లాంటివాడితో – దరిద్రుడితో నాకు సావాసమని తెలిస్తే నలుగురు నవ్వుతారు. చులకనై పోతాను.’

ముఖ్యం యిదివరకంతా నేను గోలచేస్తాననే భయపడ్డది నేనే బతిమాలేప్పటికి ఆమె అభ్యంతరం చాలా వరకు పోయింది.

మర్నాడు సంజ మసకలో అమీర్ని ఆమె యింటికి తీసికెళ్ళాను. నేనూ ఆ గదిలోనే వొకమూల తల తిప్పేసుకు కూచున్నాను. తలుపులూ, కిటికీలు అన్ని బిగించాము.

ఎంత ప్రయత్నించినా చెవులు మూసుకోలేక పోయినాను. మొదట బాధపడ్డాను. నా వశం కాకుండా యీర్ష్యపడ్డాను. దాన్ని అమీర్ ముద్దు చెయ్యడమూ, నన్ను పిలిచిన రహస్యపు మాటలు దాంతో పలకడమూ, అట్లాంటి కాంక్షతో బరువెక్కిన కంఠమే మళ్ళీ వినడమూ నాకు మరణబాధని కలిగించింది. కాని నాకు త్వరలోనే తెలిసిపోయింది ఆ వ్యవహారం అట్టే కాలం సాగదని. మొదట్లో, మొత్తానికి. మొహంతో అతనిని చూస్తో కూచుంది. అమీరంత రసికుడు కోరి దగ్గర చేరితే, కరగని దాని హృదయం రాయా, లోహమా అని ఆశ్చర్యపడ్డాను. అది నన్ను తృణీకరించినట్టే కోపమొచ్చింది నాకు.

ఇంటికి వెళ్ళేటప్పుడు అమీర్ ఆ సంగతే యెత్తలేదు. నేను చేసిన త్యాగానికి ఒక్కరవ్వ కృతజ్ఞతా చూపలేదే అని నాకు చాలా బాధ కలిగింది. మీరా మాత్రం మర్నాడు పొద్దున్నే వొచ్చి, నా చేతుయి పట్టుకుని.

‘ఎంత గొప్పదానివి!’ అని కళ్ళ నద్దుకున్నాడు.

అట్లా పదిరోజులు గడిచింది. దాని యింటినుంచి యిద్దరమూ ఒకరిపక్కన ఒకరం చీకట్లో నడుస్తో వూరివీధులకీ, దీపాలకీ దూరమౌతో తుమ్మల్లోంచి మెల్లిగా ఒక్కమాట లేకుండా నడిచి వొచ్చేవాళ్ళం. ఊరుదాటగానే, తాత్కాలికంగా అతను లోకంలో ఇతరులతో కలిసినా; ఆ మైదానంలో, వొంటరితనంలో అమీరెప్పటికీ నావాడేనని ధైర్యం కలిగేది. ఒకరోజు యింటికి చేరగానే అమీర్ నామీద యెంతో ప్రేమా, కృతజ్ఞతా చూపాడు. అప్పుడు నాకెట్లా అనిపించేదంటే – అతన్ని చూడగానే యెట్లా అయిపోయేదంటే నా మనసు 'అతని కోసం, అతని సంతుష్టి కోసం ఏం చెయ్యగలను? ఇంకా యేం చెయ్యగలను? ఏ త్యాగం నావల్లనౌతుంది? ఏ స్త్రీలను అతనికోసం తీసుకురాగలను? నా ప్రాణాన్ని, మానాన్ని దేన్ని అర్పించను? నేనెటువంటి బాధలుపడి అతనికి ఆనందం కలిగించను? అని ఊరికే తపన పడేదాన్ని. నా హృదయంలో మండే ప్రేమాధికారాన్నీ యెట్లాగో అతనికి అర్థమయ్యేట్టు చెయ్యాలనిపించేది. వూరికే కావలింతలవల్ల వ్యక్తమౌతుందా ప్రేమ? అంతా సర్వమూ త్యాగం చేసి యేమీ అతనినుంచి నేను అనేది లేకుండా నా అహాన్ని చంపుకుంటేనేగాని?

నేననుకున్నట్టే పన్నెండోరోజు సాయంత్రం నేను అతన్ని ఆమె దగ్గరికి రమ్మంటే

'రాను.... ధూ..... ధాం.....' అన్నాడు.

ఆలోచించాను – అమీర్ దాన్ని యెట్లాకోరాడా? యింత స్వల్పంలో విసుక్కునేవాడు అంత తీవ్రమైన బాధ యెందుకు పడ్డాడా అని. మొగవాళ్ళు యెంత యెదిగినా పసి పిల్లలే యీ విషయంలో అనిపించింది. వాళ్ళకు కలిగిన బాధ యేమిటో, యెందుకో, వాళ్ళ వాంఛల కర్థమేమిటో తెలుసుకోలేరు. వారిని ప్రేమించే స్త్రీలు వారి తల్లులై వారి నర్థం చేసుకోవాలి. మొగవాళ్ళకి అట్లాంటి మార్పులు సహజంగా కావాలనిపిస్తాయి గావును. స్త్రీనెంత ప్రేమించినా, ప్రేమ యెక్కువైన కొద్దీ దాన్ని భరించలేక.... అనుకొన్నాను. కొందరు స్త్రీలు మొదట్లో నావలె మూఢులై తమ పైని మొగవారి మనసు పోయిందని యేడుస్తారు. అమీర్ హృదయం నాదైనప్పుడు అతనెందరు స్త్రీలతో వుంటే నాకేం? అతని కానందం కలిగిస్తున్నాననే ఆనందం కన్న వున్నతమైన దేమున్నది నాకు? అమీర్ నాకంత సౌఖ్యమిచ్చాడే నేనీ చిన్న సౌఖ్యాలతనికి సమకూర్చలేనా?

తరువాత నాలుగు రోజులకి ఒక రాత్రి చీకట్లో పడుకుని అమీర్ తన మోచేతిమీద ఆనుకుని, నా మొహం వెతుక్కుంటున్నాడు. కొండల్లో నక్కలు కూస్తున్నాయి. మిణుగురులు యెగురుతున్నాయి. గడ్డిలో అప్పటి దాకా వెలిగిన కొండమంటలు చల్లారి

చీకటి నెక్కువ చేశాయి. ఆ చీకట్లో నల్లని ఆకారం మావేపు నడిచి వొచ్చింది. అమీర్ చెయ్యి కింద నా బుజం వొణికింది.

'అమీర్.'

ఆ దూదేకుల మనిషి! తురక!

అమీర్ నన్ను చప్పున వొదిలి, లేచి కూచున్నాడు. నేను దూరంగా జరిగి చీరె కోసం వెతుక్కున్నాను. ఆమె వొచ్చి అమీర్ దగ్గిరిగా కూచుంది. నేను లేచి యేటి దగ్గిరికి వెళ్ళి, నీటి వొడ్డునే యిసుకలో కూచున్నాను. ఏటి ప్రవాహంలో చుక్కలు పువ్వుల్లాగ కొట్టుకొని పోతున్నాయి. ఇసికలోంచి యీడ్చుకుంటోపోయే గాలి చప్పుడూ. గులకరాళ్ళ మీద దొర్లే నీళ్ళ గలగలా వినబడుతున్నాయి. వొంటరిగా కూచున్న నన్ను రాత్రీ ఏరూ గుర్తుపట్టాయి. నా ముందరి పెద్ద ఆకాశం. విస్తీర్ణ మైదానం చీకట్లో ఆ మూల ప్రేమించుకునే వాళ్ళిద్దరూ - అంతా యీశ్వరుడి సౌందర్యాన్ని నాకు దగ్గిరగా తీసుకొచ్చాయి. నా హృదయం ఆనందంతో నిండింది. అమీర్ కోసం నేను ఆ నిమిషాన చేసిన త్యాగం పరమేశ్వరుడి కరుణను నా మీద వర్షింపచేసిందేమో అన్నంత ఔన్నత్యాన్ని కలిగించింది. నాకింకే కావాలి లోకంలో! నా ప్రేమని, నా గతినీ, నా ఆనందాన్ని తలుచుకున్నన్నాళ్ళు, నా హృదయం మండి, అమీర్ని తలుచుకున్నప్పుడల్లా ద్వేషంతో వుడికి బాధతో తపించాను. కాని ఎప్పుడు నా స్వంత సౌఖ్యాన్ని, స్వంత బాధ్యతని మరిచి అమీర్ ఆనందంతో నా జీవిత సమస్యన్ని ఐక్యం చేశానో, ఎప్పటి నుంచి నా జీవితోద్దేశ్యం అతని ఆనందానికి త్యాగమేనని నిశ్చయించుకున్నానో, ఆ నిమిషాన్నుంచి ఆ కోపమే, ద్వేషమే, అమృతంగా, మాధుర్యంగా మారి నన్ను దివ్య ప్రేమానుభవంలో ఓలలాడించింది. ఆ యిద్దర్నీ అక్కడ, నా చోట, నా మైదానంలో నా భుజమానుకున్న చోటనే ఆమె భుజం. పెదవులు అతని పెదవుల మీద వొదిలి వొచ్చిన నా ప్రేమ రెక్కలు విచ్చి నన్ను నక్షత్ర మండలంలోకి తీసుకుపోయింది. మెల్లిగా నా దృష్టీ, నా దృష్టి వెంట నా ఆత్మా, మైదానపు చీకట్లో ప్రసరించి, వ్యాపించి, ఆక్రమించుకుని అంతా తానై కొండలమీదనుంచి కొండ శిఖరాన మెరిసే నక్షత్ర కాంతిలో లీనమయింది. అమీర్నే కాదు - అమీర్ని, అతని ఔన్నత్యాన్నీ ప్రేమించి అతని కోసం విరహపడి ఆ అర్థరాత్రి వొచ్చిన ఆ తురకదానితో, దాని ప్రేమతో సానుభూతి కలిగింది, నా ఆత్మలో. నేనూ యే స్వల్పత్వాన్నీ యెరగని ఆ రాత్రి సౌందర్యమూ వొకటే ననిపించింది. నా వలెనే ఆ నీలాంబరం తనకింద కలుసుకునే ప్రియులకు చల్లని ఆనందాన్ని కల్పిస్తోంది. అమీర్నించి నా ప్రేమ త్యాగపు వక్షాలమీద విస్తీర్ణమై. లోకాన్నంతా ఆవరించింది. మన బాధతో యింకొకరికి ఆనందాన్ని కల్పించామనే జ్ఞానంకన్నా గొప్ప ఆనందం లోకంలో లేదు అనిపించింది.

నా ఆత్మనంతా ఆ విస్తీర్ణపు అంధకారంలో కలిపి నన్ను నేనే మరిచి కూచున్న నన్ను, వెనకనే రెండు చేతులు కావిలించుకున్నాయి. నా జుట్టులోనుంచి వొచ్చి నా మెడని రెండు పెదవులు ముద్దు పెట్టుకున్నాయి.

'ఎందుకు వొచ్చేశావు, నన్ను దాంతో వొదలి?'

'పాపం. నీమీద యెంత యిష్టం లేకపోతే, బంధువుల్నీ, మర్యాదనూ, యీ అర్ధరాత్రి తన యింటినీ వొదిలి వస్తుంది?'

'నా కఖ్ఖర్లేదది.'

'దాని కోసం నువ్వుపడ్డ బాధ జ్ఞాపకం లేదూ?'

'అయితే–'

'దానికిప్పుడట్లా వుండదూ? మూలనున్నదాన్ని లాక్కొచ్చి, మనసు లాగి నువ్విప్పుడు వొదిలేస్తే–'

కొంచెం వూరుకున్నాడు.

నువ్వు రోషపడక, దానివేపు మాట్లాడటం నాకు బావుండలేదు. కోపంతో తగూలాడితే, నిన్ను ఓదార్చాలనిపిస్తోంది..... ఈసారి వొస్తే దాన్ని తన్నేస్తాను. దానికి సిగ్గూ, గిగ్గూ యేమీలేదు.'

మొగవాళ్ళ హృదయం యెంతలో కఠినమౌతుందో, కాని స్త్రీలట్లా అమీర్ని ప్రేమించడం నాకు చాలా సహజంగా కనపడ్డది. ఒకవేళ నామీద ప్రేమపోయినా, నన్నూ అమీరిట్లానే అంటాడా అని భయమేసింది. జాలీ ప్రేమా యెంత దగ్గిరిగా వుంటాయి! ప్రేమ పోయింతరవాత, పోనీ జాలి కూడ చూపరు.

'అమీర్, నీకెందుకు ఆమె మీద అంత అసహ్యం కలిగింది?'

"ఏం చేస్తుందంటే! నన్నంతా నలిపేస్తుంది. నాకు వూపిరాడనీదు. నా కాలు....."

నాకు నవ్వొచ్చింది. సిగ్గుపడుతో 'నన్ను నువ్వు? అమీర్!' అన్నాను.

'కాని ఆడది.....'

ఆ చీకట్లో యేడుస్తో నన్ను తిడుతో, బెదరిస్తో వొచ్చింది. ఆ మనిషి తనూ మంచిదే. అమీర్ మంచివాడే. నేను చెడ్డదానైన్నాను.

పాపం, ఒకత్తా, వొచ్చిన దోవనే తిడుతో వెళ్ళేదాన్ని చూసి చాలా జాలేసింది నాకు. ఏం చెయ్యను, పాపం!

5

ఆనాడు శరద్రాత్రి. అమీర్ వేళ్ళు నామెడమీద శ్రుతులు నొక్కుతున్నాయి. నా జుట్టు గాలిలో అతని మొహంమీద ఆడుకుంటోంది. ఇద్దరమూ ఆ వెన్నెల ప్రపంచంలో నీడలేని ఆ కొండమీద భూసౌందర్య మీక్షింపవచ్చిన దేవతలవలె నుంచున్నాము. కిందికి కళ్ళు తిప్పితే మా చిన్ని గుడిశా, నదీ, పటాలలోని బొమ్మలవలె కనిపించాయి. ఆనందంతో నా మనసు పరవశత్వం చెందింది. వరసగా తరుముకుంటో పావురాల్లాగు తెల్లని యీకెలమబ్బులు యెగుర్తున్నాయి. మా వెనక ఆ పాతకోట వుంది. తిరిగి చూసి, దాంటో మా సైన్యమూ, మంత్రులూ, పరిజనమూ నిద్రపోతున్నట్లు మేము మాత్రం అర్థరాత్రి లేచి బైటనుంచుని మా వెన్నెల రాజ్యాన్ని పరీక్ష చేస్తున్నట్టూ; అప్పుడే లోపలికిపోయి హంస తూలికాపాన్పు పైన విశ్రమించ బోయ్యేట్టూ అనుకుని ఆ సంగతులు అమీర్తో చెపుతున్నాను. ఇద్దరమూ తురకంలో మాట్లాడుతున్నాము.

నా తురకం యేడిసినట్టే వుంది. కాని అమీర్ తురకం మాత్రం అద్భుతంగా వుంది. అట్లాంటి దర్జా రాజభాషకి తురకమే తగును.

'సార్వభౌమా! భుజబలంతో జయించి, శత్రువుల దునుమాడి, బీడు పరచిన యీ మహారాజ్యాన్ని అర్థరాత్రి నా కన్నుల పండువుగా ఒక్కసారి వీక్షింపనియ్యండి. కాని ఆ యేటి ప్రక్కనున్న చిన్న కుటీరవాసుల్ని, ఆ నిర్భాగ్యుల్ని నా ప్రార్థనను మన్నించి ప్రాణాలతో వొదిలినందుకు సమస్త రాజమస్తక విరాజిత మకుట మణిమయకాంతి తేజములైన మీ పాదాలకు నమస్కరిస్తూయున్నాను. ఆ క్షుద్ర కుటీరమున నున్న ఆ దంపతులెవరో మీరెరుగుదురా?'

'ఆ. మన అమాత్యవర్యుడు చెప్పగా వింటిని. ఆ పురుషుడు మర్యాదయు, నీతియు లేక కులాంగల చెరుపుటయే వ్రతముగాగల తుర్ష్కాధముట.'

'ఆ స్త్రీ....'

'అది సిగ్గును, అభిమానమును త్యజించిన కులట.... వారిని శిక్షింపక వదలగలనా?'

'మహారాజా! దుర్గంధమున నివసించు పురుగులవలె వారిని ఆ పాపమున బ్రతకనిచ్చుటే మహాశిక్ష.'

'రాజ్ఞీ! వారితోనేమి! తలచుకొనుటకైన తగని ఆ తుచ్ఛుల ప్రస్తావన మానుము...'

'నీ ముఖ సౌందర్యానికోడి, చంద్రుడు మేఘముల మాటున దాగుకొన్నాడు. నీ ముద్దు పెదవులు తాకి, ఆ పరిమళమువల్ల యిదేదో కొత్త పుష్పమను భ్రాంతితో అనిలుడట్టే నీ చుట్టునూ మూగుచున్నాడు. నీ చుట్టునూ వెన్నెల కొంచె మెర్రకాంతిని

పొందుటచేత సూర్యోదయమయిందా అని కోవెల మేల్కొన్నది. నీవీ ప్రపంచము నిట్లు క్షోభపెట్టుట న్యాయము కాదు. నీవు లేక చిన్నపోయి విచారగ్రస్తమయిన శయ్యాగృహాన్ని నీ నేత్ర కాంతులతో వెలిగించుము.'

'మీ నేత్ర ప్రతాపాగ్నిని చూచి భయపడి సర్వ ప్రపంచమునూ నిశ్శబ్దమయినది. చిరకాలము మేఘముల వెనుక దాగుకున్న చంద్రుడు సోమరి అని మీరా గ్రహించెదరని బయటకు పరుగెత్తి మీ కళ్ళ వంక భయంతో వీక్షించుచున్నాడు. మీ భారమును మోయలేక మన పాదముల కింద ఈ నగాధిపతి వొణుకుచున్నాడు. మీ సౌందర్య మహిమను ప్రేమించి మ్లేచ్ఛాదముని కుటీరంబున బంధింపబడ్డ యింతి విరహతాపమున యేడ్చు కన్నీళ్ళే ఆ యేరు. ఆమె నిట్టూర్పు.....'

అమీరు కొట్టవచ్చాడు. నేను పరిగెత్తాను. తొరలోనే అలసిపోయి ఆగాను. ఎందుకో అమీరు నన్ను అందుకోడమంటే భయమేసింది.

కొండ అంచున నుంచుని 'యింక వొస్తే దూకేస్తాను' అన్నాను.

'దూకు చూస్తాను' అంటూ వొస్తో వున్నాడు. నాకు నిజంగా దూకెయ్యా లనిపించింది. దూకి అతని కళ్ళల్లో బాధని చూడాలని కోర్కె కాబోలు! అతనికి నామీద వ్యథని కలిగించి, మోహపు అంతుని కనుక్కోవాలనే ఆశ గావును. తప్పించుకో చూసే నన్ను పైకెత్తి మేకపిల్లని లాగు మోస్తో తీసుకొని వెళ్ళాడు. గట్టిపడ్డ అతని దండలమీద చేతులువేసి పట్టుకుని కిలకిల నవ్వుతూ యిటూ అటూ చంటిపిల్లవలె తన్నుకుంటున్నాను. అతనికి యెదురుదెబ్బ తగిలి 'అబ్బా' అంటే కొంచెం సంతోషం వేసింది. దెబ్బ బాధతో పళ్ళు బిగించి, నన్నాడనీకుండా తన రొమ్ముకి నా ఎముకులు విరిగేట్టు వొత్తుకొని, వెళ్ళి చదనుగావున్న రాతిమీద పడుకో బెట్టాడు.

'నీ మూలంగా నాకెంత దెబ్బ తగిలిందో చూడు.' నేను పకపక నవ్వాను. ఎత్తైన ఆ ప్రదేశంలో నుంచి లోయలోకి నా నవ్వు ప్రతిధ్వనించి మూడుసార్లు నవ్వులు దూరదూరంగా వినబడ్డాయి. అమీర్ రొమ్ముపైన తల పెట్టుకొని వెన్నెలతో నిండిన దక్షిణ దిక్కుకేసి చూస్తూ శాంతంగా పడుకున్నాను.

సంపూర్ణమైన సంతుష్టితో నాచెయ్యి గరుకైన అతని చంపల్ని రాస్తూ అతని మొహం మీద జుట్టును తాకుతోంది. చక్కగా, తెల్లగా. మా వొంటినిండా, కళ్ళనిండా, గాలినిండా వెన్నెల వుక్కిరి బిక్కిరయింది. కోట గోడల కింద దాక్కున్న చీకట్లు గంభీరంగా కనపడ్డాయి. ఆ కొండ పైన నివసించి యీ వెన్నెల్ని అనేక శరత్కాలాలు అనుభవించిన రాణుల ఆత్మలు నా చుట్టూ మూగినట్లు అయింది. ఈ పర్వత రంగంమీద ఎందరు వెన్నెలలో కూడా కందగల లావణ్యంగల రాచ స్త్రీలు. ప్రియుల కోసం విరహాలు పడ్డారో,

ఎన్ని రహస్య సంకేతాల నేర్పరచుకొన్నారో, వాళ్ళలో అదృష్టవంతు లెందరు ప్రియుల్ని కలుసుకుని, శీఘ్ర రహస్య గాఢాలింగనాన్ని అనుభవించారో, ఎన్ని భగ్నమైన హృదయాలో, వెన్నెల్ని వేడెక్కించే నిట్టూర్పులో, కన్నీళ్ళో, నవ్వులో – ఏమైనారు వాళ్ళందరూ! ఇక్కడే యీ కొండచుట్టూ వేళ్ళాడుతున్నారా? నేను అమీర్ కూడా అంతేనా, అట్లానే కాలంలో మాయమైపోతామా?

అమీర్ పెదిమెలు నా ముఖాన్ని గట్టిగా ఆఘ్రాణిస్తున్నాయి. తుఫాను మొదలని నాకర్థమవుతోంది. ఇంక శాంతంగా పాల సముద్రంలో తేలే పర్వత శిఖరాలమీద నిద్రపోతున్నట్టు వున్న ఆ మధురమైన శాంతాన్నెందుకు అతను కలవరపరచడం?

'ఇంత వెన్నెలలో నిన్ను చూడాలి. నీటి చిన్ని అలలమీద వలె నాట్యమాడే వెన్నెల నీ జుట్టుమీద చిన్నచిన్న చిందులు తొక్కితేచూడాలి. అలిసి నీ వక్షాల నీడల కింద నిద్రపోతాను' అని నన్ను ఒక నిముషంలో వివస్త్రను చేసి చూశాడు ఆనంద ముద్రిత నేత్రాలతో.

అమీర్ తెలుగుదేశంలో పుట్టి, నన్ను పట్టుకుని యీ యెడార్లలో పడివుండక, యే పారసీక దేశంలోనో పుట్టివుంటే మహాకవి అయేవాడని నా ఉద్దేశ్యం.

"నల్లని గోదావరీ తరంగాల మీద చూశాను. మళ్ళీ నీ జుట్టుమీద చూస్తున్నాను, యీ వెన్నెల చిందులు" అంటాడు.

జుట్టు నా మొహం మీదపడే వొంపుని చూసి "నల్లని సముద్ర తరంగాలు వంపు తిరిగి తెల్లని నురుగుమీద పరుగెత్తుతో మీద పడేందుకు వస్తున్నట్లు భయమేస్తుంది" అంటాడు. ఆ రాత్రి మాత్రం అతను చిత్రకారుడై వుంటాడనిపిస్తోంది. నన్నట్లాచూసి పొట్ట దగ్గర చెయ్యేసి 'ఇక్కడ యీ యేత్తేమిటి? యిట్లా సాగిందేం?' అన్నాడు.

ఇంకా నాకే నిశ్చయం లేందే, యెవరూ కనిపెట్టటం సాధ్యంకాక ముందే. కళారసజ్ఞుడు అందమైన వొంపులకీ కానివాటికి నూరోవంతు భేదమయినది తెలియగల అతని కళ్ళకి తెలిసింది.

వూరికే గుడ్డిగా ప్రేమింపబడటం ఒక విషయం ప్రేమిస్తున్నారని సంతోషంగా వుంటుంది. కాని అటువంటి రసజ్ఞుడు సౌందర్యాధకుడు ప్రేమిస్తే యెందుకు ప్రేమిస్తున్నాడో, దేన్ని ప్రేమిస్తున్నాడో తెలుసుకుని ప్రేమించి ప్రేమను పొంది. అతను ప్రేమించగల సౌందర్యాన్ని కలిగి యున్నాననే జ్ఞానం గొప్ప గర్వానిస్తుంది. అమీర్ చూపుల్ని నిలిపివేయ గల నా శరీరంమీద నాకంత ప్రేమ!

'నాకోసం, నా కళ్ళని మెరిపించేందుకు నా చేతుల్ని లావణ్యవరాలతో నించేందుకు మీ వాళ్ళు. మీ బ్రాహ్మలు తపస్సులుచేసి, దేవతల్ని మెప్పించి నిన్ను కన్నారు"

అనేవాడు. ఆ అమీర్ నా అందాన్ని తప్పు పట్టా డిప్పుడు కాని నాకది బాగానే వుంది. గంతులేసే నా మనసు అతని కంఠంలోని బాధని వినదలచుకోలేదు.

'అమీర్ అది ఇంకా యెక్కువయ్యేటట్టు వుంది. లోపల ఎవరో స్థలం కోసం వెతుక్కుంటున్నారు' అన్నాను.

ఎంతో సంతోషంగా అమీర్ నన్ను మీదపడి నలిపేస్తాడో చీల్చేస్తాడో అనే భయంతో చేతులడ్డంగా పెట్టి కళ్ళు మూసుకొన్నాను. ప్రళయాన్నెదురుకోడానికి తయారౌతున్నాను. కాని అతను తలవంచుకొని ఆలోచిస్తో పెదవి కొరుకుతో నుంచున్నాడు.

'ఇంక రా యింటికి వెడదాం' అని నిరుత్సాహమైన కొత్త గొంతుకతో నెమ్మదిగా అన్నాడు. నా మనసులో రాయిపడ్డది. వెన్నెల మాయమయింది. నా అమీర్ ముఖంలోని ఆ ఒక్క నిర్ణయం అయిన చూపుతోనూ, 'ఈ ఎత్తేమిటి?' అన్న ఆ ఒక్కమాటతోనూ నా జీవితాకాశం మీద నల్లని మేఘాలు కమ్మాయి.

'చూడు. ఆ పొట్ట దగ్గిర వ్యవహారం నాకేమీ బావుండలేదు. దాన్ని ఎట్లానన్నా వొదిలించుకో –

'యేం చెయ్యను?'

'పోగొట్టుకో'

'నీ బిడ్డ అమీర్!'

'నా బిడ్డ కాదు, దెయ్యం. బిడ్డ వొద్దూ, మొద్దూ వొద్దు చంపెయ్యి.'

నేను మాట్లాడలేదు. ప్రేమకోసం అమీరుతో వచ్చేశాను ఇంక రెండో ఆలోచనే లేదు. కాని యిప్పుడా పని చెయ్యడమంటే పెద్ద భయం మొదలుపెట్టింది. దేనినన్నా చంపడం, ఎవరి డబ్బున్నా దోచుకోడం, అన్యాయంగా సాక్ష్యం చెప్పి ఖైదుకు పంపడం – యీ పనులు చెయ్యవలసి వస్తే ఎట్లాంటి పాపభయం తోస్తుంది? అట్లా వుంది. ఈ పనితో దేవుళ్ళందరికీ నా మీద కోపం వస్తుందనీ, అమీర్‌నీ నన్నూ ఎట్లానో శిక్షిస్తారనీ వొణుకు పట్టుకుంది. ఇప్పుడూ అట్లానే అనిపిస్తోంది. నిజంగా శిక్షించారేమో–

అదిగాక ఏదో ప్రేమకూడా అప్పుడే వుదయించింది. దేనిమీదనో తెలియని దానిమీద. అమీర్ పడే అసహ్యం కూడా నా యీ భయాన్ని జయించలేకపోయింది. పిల్లి తన పిల్లలకై పడే రక్షణోద్రేకం నాకప్పుడే కలిగింది. అమీర్ హంతకుడైనట్లూ, నేను ఆ అనాధ శిశువును రక్షించవలసినట్లూ, రక్షణకోసం అది నన్ను వేడుకుంటున్నట్టూ తోచిందిపుడు. ఏమైనా సరే నన్ను అమీరు ఒదిలివేసినా, నా బిడ్డను రక్షించుకోవాలని నిశ్చయించుకున్నాను, అతనెంత బతిమాలినా, నేను వొప్పుకోలేదు. నాకే అర్థంకాని, ఎన్నడూలేని మొండిపట్టు ఒకటి బయలుదేరింది నాలో. అతని మీది నా గొప్ప మోహాన్ని మింగివేయగల యింకోశక్తి నాలో పెరిగింది.

ఆ కోపంతో అమీరు అక్కడక్కడ తిరుగుతున్నాడు. నే ఒంటరిగా కొండమీద తేలే నీడల్ని చూస్తూ కూచునేదాన్ని కాని అంత వొంటరి అనిపించేది కాదు. అమీరు ఒక రోజు తాగివచ్చి నన్ను కొట్టాడు. కాని తరవాత పశ్చాత్తాపంతో ఎంతో ప్రేమ చూపాడు. ఒకనాడొక దక్షిణాది చీర తీసుకొచ్చి నా కిచ్చాడు. నేను యిదేమిటా యితనికి యీ చీరలమీది శ్రద్ధ? అనుకుంటున్నాను.

'నాకు కనబడకుండా యిది కట్టుకో' అన్నాడు. నా మొహం మీద ఉమ్మేసినట్లయింది.

నా జీవితం యేం కావాలి? విచారం గట్టిగా పట్టుకుంది. అమీర్ నాలుగైదు రోజులనుంచి అసలు కనబడడంలేదు. నేను ఆ పనిని వొప్పుకుంటేనేకాని అతనితో యింక సఖ్యంలేదని తెలియచేశాడు. నన్నీవిధంగా ఒంటరిగా నమ్మించి తీసుకొచ్చి, యెంత చెప్పినా నా భయాన్ని అర్థం చేసుకోక నన్ను యిట్లా వదిలివేసే అతని కఠినత్వానికి యెంతో కోపం వచ్చింది, యేడుపొచ్చింది. ఒక రోజు మధ్యాహ్నం పెద్ద పోట్లాటయింది–

ఆ ఆరునెలలూ తాను యెక్కడికో వెళ్ళిపోతా నన్నాడు. వెళ్ళవద్దని నే నేడ్చాను. అయితే తన మాట వినమన్నాడు. వినక పోవడానికి కారణం చెప్పమంటాడు. చెప్పడం యెట్లానో నాకు తెలీదు. మొండికేసి మాట్లాడకుండా మూల కూచున్న నన్ను చూసి పళ్ళు కొరికి కర్ర తీసుకొని బాదాడు. నేను మాట్లాడలేదు. చప్పున పెద్దగా ఏడ్చాడు.

'దీని మూలాన్నే, యీ పాడు పిశాచం మూలానే నీకూ నాకు చెడిందని' నా డొక్కలో ఒక్క తన్ను తన్నాడు. ఎందుకో అతనిమీద అంత కోపంలోనైనా అతని కాలుని ముద్దు పెట్టుకోవాలనిపించింది. అదుగో తృణీకారం కనబడుతోంది నీ ముఖంలో కాని అమీర్ని చూశావా?

కోపంలో కళ్ళు యెర్రగా రుద్రుడివలె మెరుస్తూ ఆ పెద్ద చేతులు బిగించి.. అట్లాంటివాడికి అంత ఆగ్రహం తెప్పించేటంత అదృష్టం ఎవరికి కలుగుతుంది? కోపం వచ్చింది. కాని కాని అతనిపైన గౌరవం అధికమైంది. దృఢంగా కోపం తెప్పించుకొని నిస్సంశయంగా కొట్టగలిగిన వాళ్ళని చూస్తే ఉండదూ మరి... ?

హత్య అయినాసరే, ఆత్మహత్య అయినాసరే చెయ్యమంటారు. తమ కోసమూ. నీ కోసమూ తాము చేస్తారు. యీ చిన్న భయాలూ, సందేహాలూ, పాపాలూ వాళ్ళనేమీ అంటవు. వాళ్ళకు అర్థంకావు. వాళ్ళు ప్రేమ చూపినా, ద్వేషం చూపినా దేవతలే? ఆ దేవతలకి చేసినట్లే ఆత్మార్పణం చెయ్యాలి. దేహాన్నీ, ప్రాణాన్నీ, పిల్లల్నీ అర్పించాలి, వాళ్ళ పాదపీఠాల వద్ద. ఈ చచ్చు మొగుళ్ళు అట్లాంటి త్యాగం అడిగేటంత సమర్థులు కారు. గయ్యాళిగంప భార్య రోడ్డుమీదపడి అరిస్తే నోరుమూసుకున్నాడు మావూరి కరణం. బళ్ళో

కుర్రాడితో తన కళ్ళముందు కాపురం చేస్తున్నా బయటికెక్కడకొస్తుందోనని కనిపెట్టి కడుపులో దాచుకున్నాడు హెడ్మాస్టరు. నేనే ఇంకోడి కోసం కన్నెత్తితేనా ఇక్కడే నరకడూ అమీర్? నన్నే యింకొకడు కన్నెత్తి చూస్తేనా? వాడి కళ్ళు పెరికి పాతిపెట్టడూ? పదిమంది వొచ్చి మీద పడ్డా, తనని నరికినా, నన్ను వాళ్ళకు వొదిలి పరిగెత్తుతాడా? విస్తరినిండా తుంపులు పడేట్టు తిడతారు – దొంగతనంగా బుగ్గలు మెలేస్తారు. అంతేకాని దిమ్మతిరిగేట్టు అమీర్‌మల్లే కొట్టమను యీ మొగాళ్ళని. అసలు వాళ్ళ చేతుల్లో సత్తువ ఏడిస్తేగదా: ప్రతిష్ట దేవతని పూజ చెయ్యడం తప్ప యింకేమీ చేతకాదు మన పురుషులకి.

ఆ రాత్రి పెద్దవాన. సాయంత్రంనించి యెడతెరిపి లేక కురుస్తోంది. దీపమన్నా లేని ఆ చిన్న గుడిసెలో యిద్దరమూ కూచున్నాము. ఏ నిమిషాన ఆ పై కప్పు ఎగిరిపోతుందో అనుకుంటున్నాను. జగమంతా జలమయమయినట్టూ, మేమిద్దరమూ ఆ చిన్న నావలో అనంతయాత్ర చేస్తున్నట్టు అనిపించింది. ఇంక తెల్లవారదు. తేలుతో యే లోకానికో, యే ఒడ్డునో చేరుకుంటాము అనుకున్నాను. ముందేదో అపాయం రాబోతుందనిపించింది. అప్పుడన్నా అమీర్ ఆ రాయివంటి మౌనాన్ని వొదులుతాడా: ఎంత రాత్రి అయిందో తెలీదు. అప్పుడప్పుడు యోచనలలోనూ, కునికిపాట్లలోనూ తూగుతున్న నాకు రోజులో, వారాలో జరిగిపోయినట్టు తోచింది. ఇంక ఆ చిక్కని వూపిరాడని నిశ్శబ్దాన్ని భరించలేక పిలిచాను – జీర్ణమైన ఆ గుడిశని చలిగాలి, చినుకులతో సహా, యీ మూల నుంచి ఆ మూలకి వూడ్చుకుంటూ పోతోంది.

'అమీర్:' మాటలేదు.

'అమీర్:'. అంతే–

మెల్లిగా కదులుతో, చేతులతో తడుముతో వెళ్ళాను.

నా కాళ్ళు అతనికాళ్ళకు తగిలి ముందుకు తూలిపడి చేతులమీద ఆనుకున్నాను. అతను కదలక అట్లానే పడుకున్నాడు. కోపంతో మండిపోవడం లేదుగదా? నేను మొకాళ్ళ పక్కనే కూచున్నాను. అతని శ్వాసా, వాన హోరు చప్పుడూ : ఆకాశం భగ్గుమని వెయ్యి కాగడాలతో వెలిగింది. ప్రళయం వొచ్చింది. మేమిద్దరం నాశనమనుకొని వొణికాను. పెళపెళ ఆకాశం విరుచుకు మీద పడుతూ వుంది.

'అమీర్ : చచ్చాను' అని అతన్ని కావిలించుకున్నాను.

'రాజా:' అని నన్ను గట్టిగా కావిలించుకున్నాడు.

ఏటి ప్రవాహం మోగుతోంది. గాలి గుడిశ గడ్డిలోనుంచి దూసుకుపోతోంది. మెరుపురానీ, ఉరుములురానీ ప్రళయమేరానీ యింక భయంలేదు. ఆ రెండు చేతులూ నన్ను రక్షిస్తున్నంతసేపు.

'యెన్నాళ్ళకి : మళ్ళీ యెన్నాళ్ళకి :'

దగ్గిరిగా, యింకా దగ్గిరిగా జరిగి, వొత్తుకుని, అణిగి, అయిక్యమై పోయినాను.

మాట్లాడలేనంత ఆనందంలో మునిగిపోయినాను.

'అమీర్:' 'అబ్బా భరించలేను.' అంతే.

వాన మళ్ళీ యింకా నాలుగురెట్లుగా ప్రారంభించింది. అమీర్ 'నా మాట వినవా' అన్నాడు. తన చేతులతో రొమ్ముతో నన్ను అదుముతూ–

'ఈ మెత్తని శరీరంలో ఎక్కడవుంది ఆ పట్టుదల, ఆ పెంకితనం?'

'పెంకితనం లేదు' అన్నాను.

'అవును.' పెంకితనం కాదనీ, నా శక్తిమించిన ప్రోదల్బమనీ చెప్పాలనుకుంటాను. మాటలు తెలీవు. అమీరుకు తెలిసేట్టు యెట్లా చెప్పాలో తెలీదు. మాట్లాడలేదు. కాని అతని నట్లా బతిమాలుకుంటే నా కోసం, మా ప్రేమకోసం, మా ఆనందం కోసం–

మాట్లాడలేను. నా కంఠం విచారంతో పట్టుకు పోయింది.

'నీకు నామీద ప్రేమ వున్నదన్న మాట అంతా అబద్ధం. నీకోసం నన్ను చావమను. నా రక్తమంతా కార్చమను నా తండ్రిని నరకమను వెనుతీస్తానా?'

ఉత్త ప్రగల్బాలు కావనీ, వెనుతీయడనీ నాకూ తెలుసు.

'ఇంతేనా? ఇంత క్రూరమైన దానివా? నామీద అసహ్యం పుట్టి నన్ను వొదల్చుకోడానికి చూస్తున్నావా?'

క్రూరమైన మాటలవి. కాని అమీర్ కంఠంలోని జాలి వాటికి భయంకరమైన లోతును కలిగిస్తూ వుంది –

'రాణీ! ఇంతేనా మనకి?'

రెండు వేడి కన్నీటి చుక్కలు పడ్డాయి. అవి అతని కళ్ళలోనుంచి రక్తపు చుక్క లయినట్టు భయపడ్డాను. అమీర్ కళ్ళలో నుంచి నీళ్ళా! నల్లరాతిలో నుంచి! యింక ఆగలేను. పోనీ సరేనంటా. యే త్యాగమైనా యింకా సంకోచింపగలనా?

మెల్లిగా గుండ్రంగా నా పక్క ఎముకల్ని – కాదు నా గుండెల్ని – నా ఆత్మని – తాకుతో తన చిన్న కాళ్ళతోనూ, పెదిమలతోనూ రాసుకుంటో కదిలింది. నా మోహం తిరిగింది. యేమనను? ఎట్లా? తన ప్రాణం కోసం, పాపం ఆ నోరులేని దిక్కుమాలిన ఆ చిన్నకూన తన ప్రాణం కోసం వేడుకొంటోంది?

అమీర్ బిడ్డ!

'నా చేతకాదు అమీర్!'

మొహంమీద ఉమ్మి పడ్డవాడివలె లేచాడు అమీర్. ఆకాశం మెరిసింది. అమీర్ ముఖాన నిప్పులు రాలుతున్నాయి. ఏం చేస్తాడో, యేమంటాడో అనుకుంటూ వున్నాను.

ఆ పెద్ద ఉరుము మధ్య పిడుగువలె అతని మాటలు నా చెవిమీద పడ్డాయి.

'నేను వెడుతున్నాను.'

సీత నడవికి పంపించ నిశ్చయించుకున్న రాముణ్ణి కన్నీళ్ళెంత మాత్రం కరిగించ గలవో అమీర్‌ని అంతేనని తెలుసు. ఇద్దరూ ధీరోదాత్తులు. కాని మాట్లాడకుండా యెట్లా వూరుకోను?

'యెక్కడికీ?'

'ఎక్కడికైతేనేం? ఇంక ఆర్నెల్లకి వొస్తాను.'

'అమీర్ నువ్వు కనబడక ఒంటరిగా నేనిక్కడ....'

'నీకు బియ్యమూ అవీ మీరా యిస్తాడు.'

ఇదే చివరిమాట. నేను యెంత గోలపెట్టినా, ఏడ్చినా ఒక్కమాట మాట్లాడక ఒక్కసారి నావేపు కన్నెత్తి చూడక వెళ్ళిపోయినాడు నా అమీర్, ఆ వానలో ఆ చీకట్లో, ఆ అర్ధరాత్రి!

6

అమీర్ ఒక్కరోజు కనబడకపోతే – ఒక్కరోజయినా యెట్లా బతకనా అనుకునేదాన్ని. వెళ్ళిం తరవాత నేననుకున్నంత ఒంటరిగా లేనేలేదు.

నన్ను అన్యాయం చేసి వొదిలాడే అనే దోషం, నా అభిమాన నష్టమే నన్ను బాధ పెట్టాయి. అమీర్ మీద కోపం కలిగింది. ఎట్లానన్నా అతను నాకోసమై పరితపించి బాధ పడేటట్టు చెయ్యాలనిపించింది. ఇంక అతనికి కనపడకుండా వెళ్ళిపోతే. దేంటోనయినా పడి చచ్చిపోతే? మళ్ళీ వెళ్ళి అమ్మదగ్గిరి చేరితే? ఇన్నీ అనుకున్నాను.

మీరా పదహారేళ్ళ కుర్రవాడు. చాలా నాజూకైనవాడు. తరతరాల నుంచి వొచ్చే గొప్ప వంశపు లక్షణాలు అతనిలో ఎక్కడ చూసినా కనిపిస్తాయి. ఆ వేళ యెర్రని చివర్లలో, ఆ కళ్ళ కొలుకుల తేటలో, ఆ చంపల పాల మెత్తదనపు నునుపులో, మాట్లాడేప్పటి వొంపు ధీరత్వంలో, చేతుల నెమ్మదీ, గంభీరము అయిన ఊపులో, మర్యాదలో, గౌరవంలో, ధీయుతమైన కాంక్షలో సహజంగా పుట్టిన 'నొబిలిటీ' తోస్తుంది. వందల కొలది యేళ్ళనించీ నీచమైన తలపులు లేనటువంటి వాళ్లూ. సౌందర్యాన్నే ఆరాదించి, దేహాన్నీ, ఆత్మనీ మెరుగుపెట్టి తేజస్సుతో నింపినవాళ్ళూ మీరాని కన్నట్టున్నారు. అట్లా సుందరమైన పటంలాగ, విగ్రహంవలె, ప్రపంచాత్మానందం కోసం ఉండిపోవలసిన వాడుగాని, సామాన్య మానవులవలె పనికీ వ్యవహారానికీ ఉపయోగపడవలసినవాడుగా కనబడడు. నాలుగురోజుల్లో నాకు పశ్యుడైనాడు భోజనానికీ, నిద్రకీ ఇంటికీ వెళతాడు.

తక్కిన సమయాలలో యెప్పుడూ నా కెదురుగా మాటలు చెపుతో కూచుంటాడు. నేనేమి చేస్తున్నా. ఏమి మాట్లాడుతున్నా చెవులూ, కళ్ళూ వొప్పజెప్పి ఒక్క మాటెక్కడ మాయమౌతుందో, ఒక్క చూపెక్కడ జారిపోతుందో అన్నట్టుంటాడు. త్వరలో అమీర్ నాకు జ్ఞాపకం రావడమూ, నేను విచారపడడమూ తక్కువైపోయినాయి. నా కళ్ళవెంబడి నీళ్ళచుక్క చూశాడంటే మీరా గిలగిలలాడేవాడు. నా ఆలోచనలోకి కొంచెం విచారం తోచగానే నా ముఖాకాశం మీదికి మబ్బు వచ్చిందనీ, తాను గాలిననీ, వీచి మబ్బుల్ని తరిమేస్తాననీ మాటలుచెప్పి నవ్విస్తాడు. నా వొళ్ళో పడుకుని వూరికే పాటలు పాడుతో యిటూ అటూ దొల్లుతాడు. నా కళ్ళలోపడే జుట్టుని పైకి తోస్తో, దాంతో 'సీరియస్'గా పోట్లాడతాడు. నా నవ్వును దాచుకుంటానని అల్లరి యత్నాలు చేస్తాడు. నా వేళ్ళు బొమ్మలైనట్టు గంటలకొలది ఆడుకొంటాడు. పదివేళ్ళకీ పదిముద్దు పేర్లు పెట్టాడు. వాటిని పిలుస్తాడు. మాటాడతాడు. అతని అందమైన బుగ్గలు నిమురుతో, అతన్ని కావలించుకుంటో వుడికిస్తో, నవ్విస్తో, నేను కాలం గడిపేదాన్ని. అతని ఆటలూ, స్నేహితుల అల్లర్లూ, చిన్న పిల్లలమీద చిన్నప్పటి ప్రేమలూ, అన్నీ సంతోషంగా వినేదాన్ని. ఆ చేతులు కొంచెంగా వూయిస్తో రాజఠీవితో, తల ఆడిస్తో మాట్లాడుతోవుంటే యీ నవాబు నా వొళ్ళోకెట్లా వొచ్చాడనిపించేది. ఎక్కడ నించో తెచ్చేవాడు. కూరలూ, ఫలహారాలూ, పాలూ, పళ్ళూ, ఇంటి దగ్గర తనకి పెట్టినవన్నీ దాచి నాకు పట్టుకొచ్చేవాడేమో? రోజూ సాయంత్రం పూలదండ చేతిలో లేనిది నాకు కనపడడు. నన్ను రాత్రి పడుకోబెట్టిగాని యింటికి పోడు. నాకు వొంటరిగా భయం వేస్తుందని యింటికి వెళ్ళడు, నేనెంత బతిమాలినా.

అయినప్పటికీ వెన్నెలరాత్రులు నీటికి వెళ్ళినప్పుడు చందమామ యేటి నీటిలో కనబడితే, అర్థరాత్రి నక్క అరుపుకి మెలుకువ వొస్తే, ఆరుద్ర పడమట పెద్దగా అస్తమిస్తో వుంటే అమీరులేని లోటు నన్నావరించి బాధ పెట్టేది. మీరా నన్నెంత వుత్సాహపెట్ట ప్రయత్నించినా వ్యర్థమయ్యేది.

'నిన్నింత బాధ పెడుతున్నాడు. వాడు నీ శత్రువు' అంటాడు మీరా.

'నేను పెద్దవాణ్ణయితే నాకోసం యెవరన్నా యింత బాధ పడతారా. నువ్వు అమీర్ కోసం పడుతున్నట్టు?' అన్నాడొక రోజు.

ఒకసారి యాలక్కాయలన్నీ జేబులో పోసుకొస్తే వాళ్ళ పిన్ని చూసి 'అది నీచేత దొంగతనాలు కూడా చేయించుకుంటోందా? ఉండు ఒకసారి నౌకరుని పంపి తిట్టిస్తానంది.'

ఆ మాట నాతో చెప్పడానికి అతను పడ్డ సిగ్గు.........! ఒక్కరోజు ఒక చిన్న

బాకు తీసుకొచ్చి యిచ్చి అది తల కింద పెట్టుకుని పడుకోమన్నాడు. ఎందుకంత ప్రేమ అతనికి నాపైని అనిపించేది.

ఒకనాడు మేమిద్దరమూ యేరుదాటి జీడిమామిడి గుబురులో దూరి కూచున్నాము. గాలి వచ్చి రాలిన ఆకులన్నిటినీ యిటు అటూ తోసి ఆడిస్తోంది. ఆకాశాన తెల్లని మబ్బులు వరుసగాలేచి బయలుదేరిపోతున్నాయి, మీరాకి కోపం తెప్పించడం చాలా సులభం. అతని కోపం మొహం చూడడం నాకెంతో యిష్టం. ఆ తెల్లని చర్మంలోకి యెర్రని మెరుపువచ్చి గులాబి మొహమల్ వలె ప్రకాశిస్తుంది. మీరా తన వేళ్ళతో నా పెదిమిల మీద మెల్లగా తాకుతో పాడుతున్నాడు. నేను పరధ్యానంగా వేళ్ళను తీసేశాను. వెంటనే కోపంవచ్చి తల తిప్పేశాడు. అతన్నింకా వుడికించాలని దూరంగా జరిగాను. నా వంక చూశాడు. నేను పలకలేదు. బాగా వుడుక్కుని చప్పున లేచివొచ్చి యెదురుగా వుద్రుతంగా నన్ను కావలించుకొన్నాడు. అతని మొహం బాగా యెర్రనయింది. శ్వాస నా మొహాన తుఫాను వలె కొడుతోంది. కళ్ళు తళతళ మెరుస్తున్నాయి. నా భుజంమీద రవికెను పట్టుకొన్న వేళ్ళు వణుకుతున్నాయి. కొత్త ఆవేశం తెలుస్తోవుంది తన నోటితో నా పెదిమల్ని వెతుకుతున్నాడు. చాలా మచ్చికగా వున్న పులిపిల్ల రక్తమాసించి తిరగబడినట్లయింది. భయంతో, కోపంతో 'యేమిటది మీరా?' అన్నాను. మెల్లగా పట్టు వొదిలింది. సాయింత్రపు పశ్చిమదిశవలె యెరుపుజారి మొహంలో సిగ్గు నలుపుకమ్మింది. చప్పున నన్ను వొదిలి పరిగెత్తి వెళ్ళిపోయినాడు. ఇంక రాడేమోనని భయమేసింది నాకు. కాని సాయంత్రం మెల్లగా తలవంచుకుని వచ్చి వొంగి నా కాళ్ళు పట్టుకున్నాడు.

'ఇంకెప్పుడూ చెయ్యను.'

లేవనెత్తి గట్టిగా కావలించుకొన్నాను.

'నాకట్లా బాగుండదు. ఏం?' అన్నాను.

'మరి నన్ను ఎందుకు ముద్దు పెట్టుకున్నావు?'

నా తప్పు తెలిసింది.

'మీ అక్క ముద్దు పెట్టుకోదూ? పోనీ మానేస్తాలే.

'వొద్దు, మానెయ్యవొద్దు. నాకు కోపం తెప్పించకు మరి' అన్నాడు.

అమీర్లేని సంగతి వూళ్ళో తెలీడం కొంతకాలం పట్టింది.

అతనికి పట్టిన అదృష్టాన్ని చూసి యీర్ష్యపడి నా వంక కన్నువేసి వుంచినవారు లేకపోలేదనీ మీరా పుచ్చుకున్న ముందు జాగ్రత్త వృధా కాదనీ, నా కొకనాటి రాత్రి స్పష్టమయింది. నిద్రపోతున్న నాకు ఎవరో దగ్గిరగా నడుస్తున్నట్లు తోచి మెలుకువ వొచ్చింది. చీకట్లో యింకా నల్లగా కనపడ్డది.

'ఎవరు?' అన్నాను భయంతో.

'నువ్వెవరే?'

'ఇదే మా యిల్లు. నువ్వెందుకొచ్చావు?'

'దారితప్పి –'

కంఠమే చెపుతోంది అబద్ధమని.

'వూరు అటు'

'నాకు తెలీదు. కొత్తవాణ్ణి. ఈ రాత్రి ఇక్కడ పడుకుంటాను.'

'వీల్లేదు.'

'నేను కదలలేను.'

దగ్గిరగా వచ్చి కూచున్నాడు.

'నువ్వొక్కత్తెవేనా?'

'వెళ్ళమంటే, నీకు కాదూ చెప్పేది?'

'వొక్కతెకూ భయంలేదూ? ఏం తోస్తుంది? నేను సహాయం వుంటానంటే సంతోషించక, పొమ్మంటావేం?'

'నాకేం సహాయమక్కరలేదు.'

'నీకు సహాయమక్కర లేకపోతే నాక్కావాలి.'

చప్పున నామీదికి వచ్చాడు. కంఠానికి గురిచూసిన బాకు భుజంలో గుచ్చుకుంది. కేకేసి బూతులు తిట్టుకుంటూ పోయినాడు. మర్నాటినించి మీరా ఎవత్తెనో మొగాడంతదాన్ని నాకు సహాయం పడుకోబెట్టాడు కొన్నాళ్ళు.

ఆ రాత్రి దీపావళి వెళ్ళిన పౌర్ణమి. యాడాది క్రితం ఆరాత్రి అమీర్‌తో నేను గడిపిన గడియలు ఆ చిన్నచలితోనూ, ఆ కొండలమీద వెలుగుతోనూ, అవ్యక్తమైన పరిమళంతోనూ జ్ఞాపకం వొస్తున్నాయి. వ్యర్థంగా శూన్యంగా నేను గడుపుతున్న కాలపు దుర్భరత్వం మనసుకి గాఢంగా తడుతోంది. మీరా నా వొళ్ళోపడుకొని మాట్లాడుతున్నాడుగాని అతని మాటల ధోరణి మధ్య మధ్య మరచిపోయి పరధ్యాన్నంగా వూఁ కొడుతున్నాను–

'నువ్వు వినటంలేదు.'

'కానీ.....'

'వినటంలేదు. ఏమాలోచిస్తున్నావు?'

ఇట్లాంటి వెన్నెలలో అమీర్ ఒక్క నిమిషం యిట్లా తీరుబడిగా తోచకుండా కూచోనిచ్చేవాడా?

'మాట్లాడవేం?'

'అబ్బా మధురమైన అమీరు ఆలోచనలలో మునిగి కలలన్నా కననీకుండా యీ మీరా యేమిటి గోల!'

మీరా నాకెంత ప్రేమాస్పదుడైనా, అమీర్ ధ్యాస తిరగబెట్టిందా యింక నా మనసంతా అతని ఆయత్తమై ప్రపంచాన్నే మరిపిస్తుంది.

'వుండు మీరా.'

ఆనాడు అమీర్ కొండకింద ప్రవహించే యేట్లోకి నన్ను తోస్తానని బెదిరించాడు. నేనతని మెడ పట్టుకుని వేళ్ళాడ్డమూ, నన్ను కావలించుకుని 'అమ్మా! నాదాన్ని, ప్రాణాన్ని, నేను ఒక్కరవ్వ విడుస్తానా?' అనడమూ; ఆ కొండ పెద్ద నల్లరాతి ముందు నన్ను నుంచోబెట్టి తను కొంచెం కిందికి దిగి నన్ను చూస్తో అక్కడనించే తన ఆనందాన్నీ ఆశ్చర్యాన్నీ వెలి బుచ్చడమూ; పిచ్చిపాటలు పాడుతో ఆ వెన్నెలనంతా దగ్గిరగా చేర్చి బట్టనిచేసి నాకు కట్టుకోడానికిస్తానని నవ్వడమూ; నిద్రపోతానంటే వెన్నెల వృధా అవుతుందని చంద్రుడు పచ్చగా పెద్దగా పడమర కుంగే వరకూ మాటి మాటికీ మూతపడే నా కళ్ళని బలవంతంగా తెరిచి చూపుతో వుండడమూ.

మీరా యేడీ? లేచి పిలిచాను.

ఇంటికి వెళ్ళాడా?

లేచి సగం వెతుకుతో సగం ఆలోచిస్తో తిరుగుతో వున్నాను. మీరా కూడా వెళ్ళిపోయినాడా నన్ను వొంటరిదాన్నిజేసి యీ రాత్రి? ఏటి వొడ్డున పడుకొని కనబడ్డాడు యిసికలో – 'మీరా?' కదలలేదు. లేపాను. వూయించాను. ఏడుస్తున్నాడు.

మనసుకు తట్టింది?

'నీతో మాట్లాడలేదనా? అవునా? చెప్పు. నన్ను క్షమించు. నిజంగా చాలా దిగులుపడుతున్నాను. ఎప్పుడో ఒకప్పుడు అట్లా మరుపువొస్తే యింత అగ్రహిస్తావా? లేదు. ఏం? నిజం! అట్లా అనుకుంటావా? కాదు. నిర్లక్ష్యం చేసి కాదు కాదు. కాదు–

'యేమిటి? నువ్వు నాకు చవక కాలేదు. ఎన్నటికీ కావు..... నాతో మాట్లాడవూ?

'పోనీలే అమ్మా అంత కోపమైతే.'

నాకు విసుగూ రోషమూ వొస్తున్నాయి, అమీర్‌లేని బాధ ఎక్కువవుతోంది. అంత అందమైన వెన్నెలకు బలిచేసి వెళ్ళిపోయిన నా నాధుడి క్రూరత్వం నన్ను కోస్తోంది. జీవితం దుర్భరం. జీవితం నిష్ఫలం. నాకింక ఆనందంలేదు. ఇంక ఆశలేదు. ఎందుకు బతికి? నన్ను వెక్కిరించినట్లు యీ సౌందర్యమంతా ఏమిటి?

'మీరా ఎందుకు నన్నిట్లా యేడిపిస్తావు?' మీరాలేదు.

వొంటరిగా ఆ యేటివొడ్డున కూచున్నాను. మా స్తానాలు, మా ప్రేమ, మా ఈతలు, మా సరసాలు అన్నీ ఆనందించిన యేరు నన్ను చూచి జాలిపడ్డట్టే వుంది ఆ యేరు. 'నదీ నా తల్లీ! నువ్వే నాదిక్కు' అన్నాను. ఏడుపొచ్చింది. నామీద? నా జీవితంమీద నాకు చాలా జాలి కలిగింది.

ఈ నదిలోనే పడి మునిగిపోతాను అమీరు వచ్చి యేడుస్తాడు. ఒంటరిగా యీ కొండలు, ఈ మైదానం, ఈ దుబ్బులు చూసి నన్ను పిలుస్తూ, పశ్చాత్తాపపడుతో యేడుస్తూ వెతుకుతాడు. అతని దుఃఖం తలచుకొని వెక్కి వెక్కి యేడుస్తున్నాను కాబోలు. మెల్లిగా మీరా వచ్చి నా చెంపల్ని తాకే దాకా నాకు తెలీదు.

'ఎందుకేడుస్తావు?'

అమీర్ కోసం అంటే మళ్ళీ వెళ్ళిపోతాడేమో.

'ఎందుకు వెళ్ళిపోయినావు?'

'నా మనసు మంచిదికాదు. దుష్టణ్ణి. నా సంగతి పోనీ. నువ్వేమిటి యీ రాత్రి యోచిస్తున్నావు?'

'చెపితే నీకు కోపం వస్తుంది.'

'అమీర్ని గురించేనా?'

'అవును.'

నాకు కోపమెందుకు? నాతో చెప్పు.

అమీర్ నన్నెందుకు వొదిలాడో మీరాకు తెలీదు.

కన్నీళ్ళతో, నిట్టూర్పులతో అంత సంగతీ మధ్య సిగ్గుపడుతో చెప్పాను. నిదానంగా విన్నాడు. అమీర్ని తిట్టలేదు. నా కోసం జాలిపడలేదు ఆ సంగతి మరిపించేసి నాతో ఆడుకుని నేను నిద్రపోయింతర్వాత వెళ్ళిపోయినాడు. మర్నాడు ఒకత్తె వొచ్చింది.

'ఎన్ని నెల్లు అయింది?' దాని మాట నా కర్థం కాలేదు.

రాత్రంతా అమీరు కలలుకన్నాను. పగలంతా అతను లేడనే విరహంతో మాడిపోతున్నాను. నా వికారంతో, డోకులతో, వొంటరితనంతో, విరహంతో, శూన్యభావంతో, నా మాతృభావం అడుగంటింది. నేను వెర్రిపట్టుపట్టి నా అమీర్ని వెళ్ళకొట్టానా? ఈ బిడ్డ పుడితే మాత్రం యెట్లా పెంచను? ఏం చేసుకోను? పోషణ యెట్లా? మా ఆనందానికీ, మా షికార్లకీ ఆటంకమనేకదా. అమీరు యీ కడుపు వొద్దన్నది అనుకున్నాను. ఆ పిల్లకు పాలిచ్చుకుంటో ఆ పిల్ల ఏడుపు సముదాయిస్తో. దాని మురికితోనిండి. ఆ ధ్యాసలోనే మునిగి.... ఆ బిడ్డ మా ప్రేమను నాశనం చెయ్యదా? నా కంటె దూరదృష్టి కలవాడు అమీర్. అతనికి కోపం వచ్చిందంటే తప్పా మరి!

ఇప్పుడు నన్ను అమీర్ వొదిలి వెడితేనే దిక్కుమాలిన పక్షినైనానే. ఆ పిల్లతో సహా యేనాడో నన్ను వొదిలేస్తే యిద్దరమూ యామైపోతాము? ఇప్పుడు బతుకు దుర్భరమైతే యే యేటిలోనో ముంచి అంతం చేసుకోగలను నా బాధని! అప్పుడో? అని అనుకుంటో వుండగా వొచ్చిందా మనిషి.

'నెలలేమిటి?'

'మీరాగారి అక్కగారు నన్ను పంపించారు.'

'ఎందుకు?'

తెలిసింది. వొప్పుకోనా?

కాని నా చిన్నపాపని. నన్ను నమ్ముకుని నాలో దాక్కున్న పాపని.... కాని మళ్ళీ అమీర్ రావడమూ, నేనూ అతనూ ఆ మైదానంలో పూర్వం మల్లేనే.....' 'సరే' అన్నాను.

ఒక్క మాటలో, ఒక్క తలపూవుతో యీ దుస్వప్నం చెదిరిపోతుంది. మళ్ళీ మెలుకువ వచ్చేప్పటికి, మళ్ళీ అమీర్ నా పక్కన వుంటాడు. మళ్ళీ జీవితమంతా ఆనందమయ మవుతుంది. ఈ పిల్ల లేకపోతేనేం – కాలమంతా గంతులు వేస్తో, నా ముందు నవ్వుతో పరుగెత్తుతో వుంటే! ఎంత వెర్రివాళ్ళీ మనుషులు! ఆశపడి నవ్వుల్ని చేతుల్నిండా పోగుచేసుకుని అతి ఆశతో గుప్పెట్లు తెరిచి చూసుకుంటే, భరింపలేని కన్నీళ్ళుగా మారి కనబడతాయి.

ఆ మూడురోజులూ యమ బాధపడ్డాను. ఇంక మీరా నన్నంటి పట్టుకొని నాకు పరిచర్య చేస్తో నాతో కలిసి పడ్డ వేదన, రుణం యెన్ని జన్మాలలో తీర్చుకోగలను? నానించి యేమాత్ర ప్రత్యుపకారమూ వొస్తుందనే ఆశైనా లేక నాకు చూపిన అట్లాంటి ప్రేమని పొందిన నా జీవితాన్ని తలుచుకుంటే నా వొళ్ళు పొంగిపోతుంది. నన్ను తాకుతో, నా జుట్టు దువ్వుతో, నా నోట్లో జావ పోస్తో, 'తగ్గిందా?' అని ప్రతి విషయం అడుగుతో, నా కళ్ళలోకి చూస్తో, నా చీర సర్దుతో నా పక్కన కూచుంటే, నిజంగా యింకా నాలుగురోజులు బాధతో పడుకోవాలనిపించింది.

ఆదుర్దాతో వెలవెలబొయ్యే అతని మొహం చూస్తోంటే నా బాధ మరిచి అతని బాధకై బాధపడేదాన్ని. నేనొక్క పెద్ద మూలుగు మూలిగినప్పుడల్లా అతను విలవిలలాడి హడలిపోయేవాడు. అతని కళ్ళలోని వ్యథని చూడలేక ఆ నొప్పినంతా కుక్కుకుని కళ్ళు మూసుకు పడుకుంటే, మళ్ళీ మళ్ళీ పలకరిస్తాడు. నేనెటు తిరిగితే అటు వొచ్చి కూచుంటాడు. నేను నిద్రపోతూంటే పాదాల దగ్గిర తన తల పెట్టుకుని పడుకొని నేను కదిలినప్పుడల్లా చప్పునలేచి కూచుంటాడు. నా మీరాని ఉరితీస్తారుట అతన్ని.

యామవుతుందో అతని అందం, అతని హృదయం? యే గులాబి పువ్వులకి కొత్తరంగు, యే నక్షత్రానికి కొత్తమెరుపు, ఏ మబ్బులకి కొత్త నునుపు నిస్తుందో? ఏ దేవత హృదయాలకు కొత్తజాలిని, ఏ గంధర్వుల బాహువులకు కొత్తరసన, ఏ కిన్నెరుల కంఠాలకు కొత్తసొపునిస్తుందో! మీరా! మీరా!

ఆ రాత్రి నేను పక్కమీద పడి మూలుగుతున్నాను. అంతసేపు నా పక్కమీద పడి కూచున్న మీరా కుండపట్టుకొని యేటి దగ్గిరికి వెళ్ళాడు. మీరా తెచ్చిన లాంతరు గుడిసెలో వెలుగుతోంది. గుమ్మంలో నుంచి తూలుతో నల్లని గడ్డం మనిషి వొస్తున్నాడు. వాడే ఆనాటి రాత్రి గడ్డం వాడని నాకు వెంటనే తెలిసి ప్రాణాలెగిరి పోయినాయి. వాడు తాగి వుండకపోతే నా స్థితి అర్థమై వెళ్ళేవాడేనేమో? మీరా కోసం పెద్ద కేక వేశాను. వాడు తొరగా వచ్చి నా చేతులదిమి మీదపడి అల్లరి చేస్తున్నాడు. వాడితో పెనగడానికై నా శక్తిలేదు. మూలిగాను, బతిమాలాను. యింకా రాడేం మీరా! వొచ్చినా మాత్రం యీ రాక్షసి యెదట యేం చేయగలడనే ఆలోచన తోచనేలేదు. మీరాని ముందే, బైటవాణ్ణి బైటనే యామన్నాచేసి రాలేదు కద వీడు? నా మూలాన, నాకోసం, మీరాగతి యామైంది? ఆ తలపుతో నా అవస్థని నేను మరిచిపోయి, అతనికోసం గోలపడ్డాను. నన్ను రక్షించుకునే ధ్యాసే రాలేదు. ఐనా యేం చెయ్యగలను? వాడు నన్ను కిందికి అదిమి మరీ అశక్తురాలినిగా చేశాడు. కళ్ళు తిరిగ బలహీనంతో మూతలు పడ్డాయి. ఎంత సేపయిందో, పెద్ద కేకలు వినబడి కళ్ళు తెరుచుకున్నాయి. మీరాని వాడు మెడ పట్టుకుని లాక్కెడుతున్నాడు. రక్తం కనబడ్డది, మళ్ళీ తెలివితప్పి పడిపోయినాను. లేచేటప్పుడు కంతా నిశ్శబ్దం. దీపం మాత్రం వెలుగుతోంది. మీరా లేని సంగతి మొహాన కొట్టినట్లు అయి నాకు దిమ్మతిరిగింది. ఆ రాత్రి నేను పడ్డ బాధ యీ కోర్టు వారు నన్ను ఉరితీసేటప్పుడు కూడా పడను. అంతే కావాలి అనుకుంటున్నావు. అల్లాంటి బాధ, నా మీరా, నా ప్రాణదానం జేసి, నాకోసం బలిపడ్డ మీరాకోసం పడ్డ తపన యెంత ప్రేమలోనించి వొచ్చి ఉండాలి? అది ఆలోచించు. ఆ ప్రేమ చాలదూ?

నేను పెద్ద రక్తపు మడుగులో దొల్లుతున్నాను. దాహంతో నాలిక లోపలికి లాక్కుపోతోంది. లేచి నీళ్ళ చెంబందుకోలేను. మీరా! మీరా! మీరా యేడీ! యామైపోయినాడు? చప్పున నా కాళ్ళముందు ఇందాక చూచిన పటం కనపడ్డది. ఆ రక్తం! వాడి చేతుల్లో కత్తి! వాడుపోనీ, తన దుర్మార్గం నెరవేర్చుకొనడానికైనా వెనక్కి రాకపోవడం! ఏం జరిగింది? తలుచుకున్న కొద్దీ భయమేసింది. ఎక్కడ యే నూతిలో పారేశాడో! ఇప్పుడేదో గోతిలో కత్తిపోటు తిని మూలుగుతున్నాడేమో. మధ్యాహ్నం నా మెడ చుట్టూ చేతులేసుక్కూచున్న మీరా? అక్కడైనా, ఆ బాధలోనైనా నన్నే తలుచుకుంటూ వుంటాడు

ఏమైనానో అని. నా కాళ్ళు చేతులు ఇటూ అటూ కొట్టుకొన్నాను. ఏం చెయ్యను? తీసుకురాగలిగితే ఎవరన్నా పిలవగలిగితే! తమాషా, అమీర్ వస్తే బావుండును. అతన్ని పంపిద్దును అని తోచి, యేడుపొచ్చింది. ఇంకేం మీరా? వాళ్ళ అమ్మ యెంత యేడుస్తుంది? నన్నెంత తిడుతుంది? ఆమె కన్నా తెలియజేయగలిగితే! లేవబోయినాను కింద పడ్డాను మళ్ళీ!

గుడిశ తలుపుతోంచి ఉత్తరభాద్ర కనబడుతోంది. దాని వెనుక నుంచి చంద్రవంక విచారంగా ఉదయిస్తోంది. ఆ యర్రని కాలయముడు ప్రాణులపై పంపిన మరణపాశం వలెకనపడ్డది. దానికి నా మీరా కనపడుతున్నాడు? యే గోతులోనే రక్తం కారే మీరాను చూసి కాదుగదా ఆ అరుణకాంతి. నక్క కూస్తోంది.... యే గోతిలోనో, మీరా శవాన్నా వెన్నెట్లో చూసి కాదు కదా? అయ్యో మీరా! ఆ యేరట్లా యేడుస్తుందేం, యీ రాత్రి! దాంట్లో పారెయ్య లేదు కదా మీరాని చంపి! యీ దాహం యెట్లా! లేవలేను. ఎందుకు లేవడం? యెవరి కోసం కాని యీ బాధ! యింకెవరొస్తారీవేపు మీరా పోయిన తర్వాత! యింతే! నేనింక చావవలసిందేనా? అంతే కావాలి..... అమీరు వొచ్చి చూసి తన క్రూరత్వంవల్ల యేం జరిగిందో తెలుసుకొని, పశ్చాత్తాపంతో మండిపోవాలి. కాని అతనికేం! (ఇంకెవ్వరినో తెచ్చుకుంటాడు. యిప్పటికప్పుడే తెచ్చుకున్నాడేమో!..... యీ ఘోరానికంతా అతనే కారణం? అతని కోసం) నేనీ తీవ్ర త్యాగం చేశాను. చాలా కోపం వొచ్చింది. అల్లాంటి క్రూరుణ్ణెట్లా ప్రేమించానా అనుకొన్నాను. మీరా నన్నింత ఆక్రమించుకొన్నాడు. మీరా కోసం దేవుణ్ణి ప్రార్థించాను. వాళ్ళ అల్లాను వేడుకొన్నాను..... 'మీవాడిని, మీరాను రక్షించమని. కాని అమీరుని రప్పించమని ఏడ్చినపుడు నా మొర నెవరువిన్నారు? పోనీ అమీరు రాకపోయినా సరే మీరాను రప్పిస్తే చాలునన్నాను. తన ప్రాణాన్ని నాకు ఆహుతిచేసిన ప్రణయధీరుడు నా మీరా. కాని పాపాత్మురాలిని. నా యేడుపు దేవుడు వింటాడా? యెట్లా తెల్లవారిందాకా యీ 'సస్పెన్సు'లో కాలం గడపటం! తెల్లవారితే మాత్రం! పోనీ చచ్చిపోకూడదా? దాహం యింక బతకలేను. దాహం బలవంతంగా లేచి కూచున్నాను. బట్టలన్నీ రక్తంలో తడిసివున్నాయి. ఆ రక్తం మధ్య చిన్ని చిన్ని నోరెరుగని పిల్ల? చిన్న కళ్ళు మూసుకొని, చిన్న కాళ్ళు, పొట్ట- భరించలేకపోయినాను. కళ్లు తిరిగి పడిపోయినాను గావును - మళ్ళీ మెలకువ వచ్చింది. భయమేసింది. ఆ గుడిశకి- ఆ మైదానానికి పిల్లా నేనూ! అదీ! అది కదిలితే! లేచి బైటికిపోతే! చంపినందుకు నామీద కసి తీసుకుంటే ప్రేమా దిగులూ మాయమై, భయం పట్టుకుంది. భరింపలేని దాహం! అమ్మా! ఏం బాధపడ్డానో! ఆ రాత్రి ప్రతి నిమిషమూ చస్తాననుకున్నాను. ప్రతి చప్పుడికి ఉలికిపడి వొణికాను. కాని చావను. నిద్రో! మూర్ఛో!

మృదు పాదపద్మాల చప్పుడు నా హృదయంమీద కొట్టిలేపింది. వేగుచుక్కలో నుంచి వూడిపడ్డాడు నా మీరా. పీక్కు పోతున్న నాలికతో - వొచ్చావా? నా మీరా? నువ్వేమైనావు చెప్పు?' అన్నాను.

చెప్పక 'నువ్వెట్లా వున్నావు?' అంటూ నా రక్తాన్ని చూచి పెద్ద కేకవేశాడు.

'నిన్నేం చేశాడు?'

'ఏం చెయ్యలేదు అసలు మళ్ళీ రాలేదు.'

'రాలేదు కద! ఆ రక్తమేమిటి?'

సిగ్గుతో నేను మాట్లాడలేదు.

'తాగడానికి నీళ్ళియ్యి ముందు.'

నాకు నీళ్ళిచ్చి, శుభ్రంచేసి పడుకోబెట్టాడు. నాకు వేరే చీరలేదు. దుప్పటి కప్పుకున్నాను.

అదంతా యేం చేస్తావు?'

నా చిన్ని పాపని బట్టలో లుంగచుట్టాడు.

'పారేస్తా!'

'నువ్వా! నీచేత యీ పనికూడా చేయించుకుంటున్నానా నిర్భాగ్యురాల్ని!'

'మాట్లాడకు'

వెళ్ళివొచ్చాడు.

'ఎక్కడ పారేశావు?'

'ఇంక నీకు కనబడదు.'

ఎందుకో ఆ పిల్ల దిక్కులేకుండా పారెయ్యడమంటెనే నాకు కష్టంగా వుంది.

'నువ్వేమైనావో చెప్పు. నీకేం అపాయం వొచ్చిందో అని'

"నేను యేటినించి తిరిగివచ్చి వాణ్ణిచూసి వెంటనే మీదపడ్డాను. మావాళ్ళు వాడికి బాగా తెలుసు. నన్ను లాక్కెళ్ళి చెట్టుకు కట్టేసి పోయినాడు. మళ్ళీ నీ దగ్గరికి వచ్చి యేం చేస్తున్నాడో, నువ్వేమైనావో, నీ బలహీనంతో అని నా భయం. 'ఆమెని తాకావా నిన్ను చంపే'దాకా నేను నిద్రపోనని అన్నాను. కాని కుర్రవాణ్ణి నా మాట లక్ష్యం చేస్తాడా? అని సందేహమేసింది. వాడు వెళ్ళిన నిమిషాన్నించి ఆ తాళ్ళు కొరుక్కుని యిప్పటికి వొదిలించుకున్నాను" అన్నాడు.

అతని నోరంతా రక్తమే! మెత్తని చేతులు నలిగిపోయినాయి తాళ్ళ బిగుసుతో. 'ఇంతా వోర్చుకున్నావా బాబు?' ఆ మాటలుచెప్పి నా చేతుల్లోకి తూలాడు. అట్లానే వుత్తవొంటికి అతన్నదుమ్ముకున్నాను. ఇద్దరమూ నిద్రపోయినాము. మధ్యాహ్నం దాకా.

7

రమ్మని అమీర్‌కి మీరా కబురు పంపాడు. కాని అతను వొస్తాడంటే నాకు అర్థం కాని భయం పట్టుకుంది. రాకండా వుంటేనే బావుంటుందేమో ననిపించింది. అతను రాగానే మీరాతో జరుగుతున్న యీ మధుర స్వప్నం లోంచి మెలుకువ వస్తుందని భయం.

ఇట్లా ప్రేమ మారడమూ, ప్రేమలో సందేహాలు రావడమూ, ఒకే సారి యిద్దరిమీద ప్రేమ వున్నట్లు తోచడమూ, ఆ ప్రేమే, చెరొకరిమీద చేరొక విధంగా, వేరు కారణాలవల్ల కలిగినట్టుండడమూ – ఇదంతా మీవంటి వారు వొప్పుకోరు. 'వొళ్ళు కొవ్వెక్కితే, అట్లానే వుంటుందిలే, పశుకామం' అంటారు. అట్లా ఇద్దరిమీద వుండడం అసంభవమని తమ నీతి శాసనాలతో సృష్టినే, ప్రపంచంలోని హృదయాల్నే పాలించి అదుపులో పెట్టాలని ప్రయత్నిస్తున్నట్టు వ్రాస్తారు కొందరు పుస్తకాల్లో! మీవి గాలి మాటలు. నావి రక్తపు అనుభవాలు.

వారం రోజుల కిందటేకదా. అమీర్ని అంత గాఢంగా కోరాను! యీ బాధంతా అతను రావాలనేకదా అనుకున్నాను. కాని ఆ మూడురోజుల నరకమూ నాకు మీరాని అపరిమితంగా సన్నిహిత్తుణ్ణి చేసింది. మీరా నా జీవిత వృక్షాన్నంతా పెనవేసుకున్నాడు. నేను పడ్డ యమబాధంతా మీరా అనే మంత్రంతో ఆనందమయంగా కనబడుతోంది. మళ్ళీ జబ్బుగా పడుకుంటేనేమి అనుకున్నాను. మీరా నాకు చూపిన మహాప్రేమ ప్రవాహం అవసరం లేక సన్నగిల్లింది. మళ్ళీ ఆ తీవ్రత్యాగం అవసరమై నా కోసం ప్రవహిస్తే అతని ప్రేమ ననుభవించా లనిపిస్తోంది. కాని అతని రుణం తీర్చుకోగలనా? ఏం చేస్తే తీరుతుంది.

ఒకనాటి రాత్రి మీరాని పిలిచి చెయ్యిపట్టుకుని పక్కన కూచో పెట్టుకున్నాను. 'మీరా నేను నీకు కావాలా?' అర్థంకాక నా వంక చూశాడు.

'ఆవాళ మధ్యాహ్నం.....' అర్థమయిందని నా చేతుల్లోని అతని వేళ్ళు నాకు చెప్పాయి.

అతని చంపల్లోని సిగ్గును చూచి మురుస్తో.

'నీకు కావాలిస్తే యీరాత్రి అయినా సరే'

'నీకవసరమా?'

'నాకిష్టమే' నాకు సిగ్గేస్తోంది.

'అదికాదు. నేను నీకు అవసరమా? అమీరు మల్లే కావాలా?'

ఎంత ఔదార్యమో? ఎంత లోతైన నాజూకైన స్వభావమో! అతన్ని గట్టిగా పక్కకు అదుముకుని మొహాన్ని తిప్పుకుని ముద్దు పెట్టుకున్నాను. నేను వొదిలినా అతనివేళ్ళు నా జుట్టులోనుంచి కదలలేదు "నీతో అబద్ధం చెప్పలేనోయ్. నేను అమీర్ దాన్నే అనిపిస్తుంది. నాకిష్టముండదు. నేనేం గొప్పదాన్నీ, పతివ్రతనీ అని కాదు"

'అయితే యెందుకడిగావు?' ఆ ప్రశ్న నన్ను గుచ్చుకుంది. సిగ్గుతో.

'నిన్ను సంతోషపెడదామని. యెందుకంటే నేను అమీర్ దాన్నైనా అతనిమీదకంటే నీపైనే నాకు ప్రేమ యెక్కువ.'

మాటలు తప్పించి యేవో మాట్లాడి వెళ్ళిపోయినాడు. మీరా లాంటి వాణ్ణి మళ్ళీ చూస్తానా? తురకలని గుమ్మంలోనికి రానియ్యరు పవిత్రులైన మీరందరూ.

"దీదీ, అమీరు వస్తే?" అన్నాడు ఒకరోజు.

"ఏమిటి?"

"నాకు భయంగా వుంది."

"భయం?" నాకు తెలుసు కాని అడిగాను, ఆడదాని.

"వొప్పుకోడేమో?"

"ఎందుకు మీరా?" అడిగాను కాని ఆ ప్రశ్న నన్నూ బాధిస్తోంది.

"మనమింత స్నేహంగా వుండటం."

"తప్పేముంది?"

"లేదు. కాని అతనే మనుకుంటాడో!"

"అంతమాత్రం విచక్షణ లేనివాడా?"

"విచక్షణ వుంటుందా? నాకు భయమేస్తోంది" అన్నాడు.

"భయపడకు నేనున్నానుగా....."

ఎందుకు? నిన్నేమైనా చేస్తాడని భయమా! నేను కాపాడనా?"

అమీర్ నామాట వినడా?

"నన్నా? నన్నేమి చెయ్యడు. నాకా భయమేమిలేదు. పోనీ నన్నేం చేసినా చెయ్యనీ. ఏం చేస్తేనేం? అదికాదు, నిన్ను" అంటున్నాడు మీరా.

'నన్నేమి చెయ్యడు?'

'నీకు తెలీదు.'

'నాకంటే పెద్దవాడిమల్లే మాట్లాడుతున్నావే?'

'నాకు లోకం తెలీదనా? అమీరు సంగతి తెలీదనా? నాకంటే ఏం పెద్దదానివి నువ్వు? నీకేం తెలుసు?'

నిజమే. నేనతనికన్న యేమాత్రం పెద్దదాన్ని! ఆడదాన్ని గనక అట్లా మాట్లాడుతున్నాను కాని– అన్నాడుగదా 'నీకు తెలీదు; అందులో తురకవాళ్ళ సంగతి నీకేం తెలుసు?' ఊరుకున్నాను, ఆలోచిస్తే అమీరు రక్తపు చూపులు జ్ఞాపకం వొస్తున్నాయి. మీరా కూడా ఆలోచిస్తో కూచుని అన్నాడు కదా–

"ఇదుగో. నాకంతం నులమనీ, నీమీద చెయ్యివేశాడా– అమీరు...... అందుకనే నిన్ను విడిచిపోను. నా మూలాన నిన్నేమన్నా చేస్తే – చేస్తే చంపేస్తాను. పొడిచేస్తాను గుండెల్లో?"

నేను మాట్లాడలేదు. నా పులిపిల్ల కళ్ళల్లోని నిప్పుల్ని, చంపలమీద మంటల్ని చూస్తున్నాను. నా చిన్నబాబు తక్తుమీద నుంచి మాట్లాడుతున్నాడు. "మాట్లాడవేం? అప్పుడు నా మొహం చూడను పొమ్మంటావా దీదీ?"

ఏం చెప్పను?

"మాట్లాడవా?" అన్నాడు అనుమానంతో. నేను మాట్లాడలేదు. చప్పున లేచి గుమ్మంలోకి నడిచాడు.

"నేను రాను. అమీరు వచ్చింతరువాత."

'నువ్వు రాకపోయేట్టయితే, అమీర్ రానక్కర్లేదు' అన్నాను.

ఎందు కఖ్ఖర్లేదు! నువ్వఖ్ఖర్లేదన్నా నేనూరుకుంటానా? అతనూరుకుంటాడా? పోట్లాట పోయింది. నా చూపుల్లో చప్పున స్త్రీజాతికి సహజ ఆయుధం ధరించాను. నీళ్ళు నిండాయి.

'మీరా, నన్ను వొదిలేస్తావా?'

'అమీర్‌కి కోపంవచ్చి నిన్నేమన్నా చేస్తే?'

"మీరా! ఆ ఆపదరానీ ఆలోచిద్దాము"

8

అమీర్ వొచ్చినప్పుడు మీరా లేదు. రాగానే అతని కళ్ళు నా దేహాన్ని ఆక్రమించుకుని వెతికాయి. సిగ్గుతో మెల్లిగా పక్కగా నుంచున్నాను. నా నడుం పక్కగా చెయ్యేసి నా మొహం వంకచూసి "మునుపటికంటె కూడా ఎంత బావున్నావో! నీ కళ్ళల్లో కొత్త కాంతి వెలుగుతోంది" అన్నాడు.

అవే అతని మొదట మాటలు. నేను తనకోసం చేసిన త్యాగం సంగతి యెత్తి నన్ను మెచ్చుకుని లాలిస్తాడని పడుతున్న ఆశ భగ్నమై నన్ను బాధపెట్టింది ఆ సంగతి సూచనగా ఒకటి రెండుసార్లు ఎత్తినా అతను వినదలచుకోలేదు.

అమీరు లేని నాలుగు నెలలూ, అసలు కాలంలో లేకుండా పోయినట్టే వుంది. తలచుకున్నా నాకు ఆ కాలం జరిగినట్టే తోచదు. ఎప్పుడూ మేమిద్దరమూ అనాదినించి, సృష్టి పూర్వంనించి అట్లానే కలిసి వున్నామనిపించింది. మేమిద్దరమూ లేకుండా యీ సృష్టి నిలుస్తుందనిగానీ ఆ కొండ గడ్డి అట్లా ఎత్తుగా పరిమళంగా ఎదుగుతుందని గానీ వూహించలేను.

'మనం పోయింతర్వాత యీ గుడిశలో ఎవరన్నా వుంటారో. పాడుబడి, నక్కలు కూచుంటాయో?' అని అమీరంటే.....

'మనం లేకపోవడమేమిటి?' అన్నాను.

పూర్వంమల్లేనే సంతోషంగా గడిపాము వారంరోజులు.... కాని అర్ధరాత్రి అతన్ని ఆనుకుని ఆకాశపు నలుపు లోపలికి చూసేటప్పుడు, అతను మెల్లిగా చల్లనిగాలిలో పాడుతూ కూచుండగా, వెనకినించి నేను అతని కళ్ళకేసి చూస్తే యెప్పుడో త్వరలోనే ఆ శాంతం విరిగి నా తల పగిలేట్లు బద్ధలై పడుతుందని భయం వేసింది. అంత సంతోషంలోనూ కూడా నా హృదయం 'మీరా యేడీ రాడేం' అంటోంది. అమీర్ తానా నాలుగునెలలూ యెక్కడ వున్నదీ, యేమి చేసిందీ చెప్పలేదు. నేనేం చేస్తున్నదీ అడగలేదు. గుచ్చి గుచ్చి అడుగుతాడని భయం వుంది. కాని అడగలేదని బాధగానూ వుంది.

వారం రోజులైన తరువాత గావును, బియ్యం కోసం అమీర్ వూళ్ళోకి వెళ్ళాడో లేదో, చెట్ల వెనక మళ్ళాడో లేదో, మీరా వొచ్చి నా యెదుట తల వొంచుకొని నుంచున్నాడు.

'మీరా! యిన్నాళ్ళేమైనావు.' కళ్ళంబడి నీళ్లు పెట్టుకున్నాడు.

'మీరా, ఎందుకోయ్, నా బాబూ!'

'దీదీ, అంతా ఆఖరా?'

'ఏమిటి?'

నాకర్థమయింది కాని అడిగాను.

'నీకు తెలీదూ.'

'ఏమిటోయ్ ఆ మాట? ఏమీ ఆఖరు కాదు. నువ్వు వుత్త భ్రమ పడుతున్నావు–' అంటున్నాను కాని, ఏదో మార్పు కలిగిందని నా హృదయం అదుర్తోనే వుంది. 'దీదీ! నేనీ బాధని భరించలేను. ఈ–'

'ఏమిటా బాధ! ఎందుకు?'

'నాకు తెలీటంలేదు. చాలాసార్లు ప్రశ్నించుకున్నాను అర్థం కాదు. కాని భరించలేను, మాట్లాడవేం? ఈ మూడు "రోజులూ ఆ పొద వెనక కూచుని వున్నాను – రాత్రింబవళ్ళు....."

పాపం?

'అయ్యో, మీరా. మూడు రోజులు అక్కడ వున్నావా? ఎందుకు రాలేదూ? పిచ్చి తండ్రీ! నిన్ను మరచిపోయి, నేను నా ఆనందంలోనే వున్నానా? కాని నిన్ను మరచిపోలేదు. దుర్మార్గురాల్ని నిర్భాగ్యపుదాన్ని, ఏం చెయ్యను నీ బాధని తీర్చడానికి!'

నుంచుని అతన్ని నా పక్కన కూచోపెట్టుకుని, అతని తలని గట్టిగా కావలించుకున్నాను.

'నేను నీకఖ్ఖర్లేదు నిజం కాదనకు...... నేను చూస్తోనే వున్నాను.... నీ జీవితంలో నాకు స్థలం లేదు.'

'మీరా, నువ్విట్లా అంటావని నేనెన్నడూ అనుకోలేదు. చూడు. అమీర్‌తో నేను పూర్వంమల్లే ప్రేమగా వున్నందుకేనా నీకీ బాధ? ఎందుకు వుండననుకున్నావు? వుండనని ఎన్నడన్నా అన్నానా?

'ఛా! నేననుకోలేదు. దానికి కాదు. కాని ఈ యింట్లోగానీ, హృదయంలోగాని నాకు చోటులేదు.

'వుంది. ఎన్నటికీ పోవడానికి వీల్లేకుండా వుంది. నీకేమీ సందేహం అఖ్ఖర్లేదు.'

'నిజమా, నిజమా?'

'నిజం ఇంక పిచ్చి పిచ్చి సందేహాలతో బాధపడకు రా. రా. ఆడుకుందాం పువ్వులేరుకుందాం రా.' అతన్ని లేవదీసి నవ్వించి పరిగెత్తి ఇద్దరూమూ తంగేడు పువ్వులు కోసుకుంటున్నాము. కాని నా హృదయం భారంతో మూలుగుతోనే వుంది.

'నా తలలో పెట్టు.'

'అమీర్‌కి బాగుండేందుకా?'

ఏం చెయ్యను?

'ఆ మాటలే అనకు ఇద్దరికీ బావుండేందుకే.'

తల్లో పెట్టాడు పూలను. మీరా తరహా మారింది. అతని వేళ్ళు నా మెడమీద, జుట్టు కింద చురుకు చురుకుమంటున్నాయి. పాముపిల్లకి యెంత పాలు పోస్తేనేం యెప్పుడో వొకప్పుడు పడగవిప్పక మానుతుందా? ఇలా గంటసేపు కాలం గడిపామో లేదో అమీర్ వొచ్చాడు.

'ఏం మీరా? వొచ్చావా?' అని లోపలికి వెళ్ళి పొయ్యి రాజేస్తున్నాడు. మళ్ళీ మా వేపు రాక, నవ్వుతో ఆ వూరు వొచ్చిన మందుల వర్తకుడి కబుర్లు చెపుతున్న మీరా చప్పున ఆగాడు. అంతే, కొంచెం సేపట్లో అమీరు వొచ్చి కూచున్న తరవాత అసలే మాటలు లేవు. ఆ నిశ్శబ్దం దుర్భరమయింది. దూరంగా కూచుని అమీర్ అప్పుడప్పుడు

రెప్పల కింద నుంచి దగ్గిరిగా కూచున్న మా యిద్దరి వంకా చూస్తున్నాడు. రాళ్ళతో ఆడుకుంటూ తలెత్తలేదు. మీరా చివరికి ఒక్కమాట మాట్లాడకుండా చప్పున లేచి వెళ్ళాడు. తరవాత రెండు గంటలసేపు అమీరూ మాట్లాడలేదు. యేమిటా యీ వుపద్రవం పెద్ద తుఫాను ముందట విపరీతమైన శాంతం కాదుగదా అని భయపడుతో నేను కూచున్నాను, యెండ వంక చూస్తో.

అమీర్ చప్పున 'ఆ' దీదీ యేమిటి?' అన్నాడు.

'ఏమో నాకు తెలీదు.'

'పిలిపించుకుంటో తెలీదేమిటి?'

'అది తెలుగూ కాదు. తురకం కాదు. నాకు మాత్రం ఎట్లా తెలుస్తుంది? ఏమో ముద్దుకి అట్లా పిలుస్తాడు.

'దీదీ దాదా' అని వెక్కిరింపుగా అని యింకా యేదో అనబోయి వూరుకున్నాడు అమీర్.

'దీదీ' అన్నమాట మీరా నోట్లోంచి వొచ్చినప్పటి మాధ్యుమంతా చితికిపోయింది.

మళ్ళీ రెండురోజులు మీరా కనపళ్ళేదు. అమీరు కొత్త ప్రేమతో కొత్త కాంక్షతో అన్నీ మరిచిపోయాను. కాని అమీరైనా నన్ను కావలించుకుని పడుకుని నా మొహంలోకి కళ్ళలోకి చూస్తో యేదో స్పష్టంగాని తన సందేహాన్ని నాలోపల, నా హృదయం లోపల కళ్ళలోంచి వెతుకుతున్నట్టుగా చూస్తో పరధ్యానంలో పడతాడు చప్పున మళ్ళీ నా అందంలో మైమరుస్తాడు. ఏదో తనని బాధించే అంతర శత్రువులతో పోట్లాడుతున్నట్టు బాధపడతాడు. నాకతనిపైని, అతని బాధపైని ఎంతో జాలి కలుగుతుంది. కాని అడగటం భయం. అడిగితే యేం వెళ్ళబెడతాడో? మధ్య మధ్య మీరాని మరిచిపోయినానే! ఎక్కడున్నాడో? మళ్ళీ యే పొదల వెనక తిండిలేక మాడుతున్నాడో! రాడేం? అనుకుంటోనే మళ్ళా మరచిపోతాను. మళ్ళీ యెందుకు మరిచిపోయినాను? ఎంత క్రూరురాల్ని! నాకేం అధికారముంది యింత అందంగా వుండేందుకు? అని నాలిక కొరుక్కుంటాను. కృతఘ్నురాలినా? నా సౌఖ్యం ముందు యింక యే భారాన్నీ అణగతొక్కేస్తానా? నా గుండె విపరీతమైన రాయా? ఏమో? కాని యిప్పుడు తలచుకుంటే యేమనిపిస్తుందంటే- అంతకంటే యేం చెయ్యగలుగుదును? ఎటు యేమి చేసినా, దోవలేని మహా అగాధం. ఈ జీవననదికి ఈ మహా సముద్రమే అంతం. ఎటు ప్రవహించినా అంతే నా పుట్టుక. నేను ఏ పరిస్థితులలో పడ్డానో అని నా కర్మ. యీ ప్రపంచాన్ని పాలించే మహాశక్తి. మన హృదయాన్ని నడిపించే రహస్యసూత్రం. అదే నన్నూ, అతన్నీ, ప్రేమనీ, అన్నిటినీ చిరునవ్వుతో – యిట్లా మా అల్పశక్తుల్ని. దాన్నించి తప్పించుకోవాలని చూసే మా అల్పవ్యర్థప్రయత్నాలని చూసి, చిరునవ్వుతో క్రూరంగా

నిరాఘాటంగా, సునాయనంగా దొర్లించుకుంటో పోయింది. దానికి కాళ్ళు లేవు. చెవులు లేవు, ఆత్మలేదు. ఆశక్తే నీతిలోంచి, జడత్వంలోంచి శాంతిలోంచి, మర్యాదలోంచి మిమ్మల్ని; పాపంలోంచి, నరకంలోంచి, మహాబాధలోంచి నన్నూ, అందర్నీ ఎక్కడికో ఒకచోటికేనేమో తీసుకుపోతోంది. ఊరికే మీరూ నేనూ అట్లా చేశాం. యిట్లా చెయ్యక పోయినామే అని యేడుస్తాము. అంతే నా మీదాగ్రహించి, తరుముతారుగాని, మీరు చెప్పే వేదాంతమూ అదేగా! చివరికి 'దాని ఖర్మం పొమ్మం'టారు. నేను 'మీ ఖర్మం' పొమ్మంటాను.

సాయింత్రం నేనూ, అమీర్ యేటికి స్నానానికి వెడుతో వుండగా దోవకడ్డంగా యెర్రని కండువా అంచు పాములెలె పడివుంది. అది మీరాది. దాన్ని చూడగానే కాళ్ళు వొణికాయి. మీరా చచ్చిపోయి కండువా ముక్కని అక్కడ పారేసినట్టయింది. కాని వెంటనే అది నాకోసమే వుందని గ్రహించి, ఆగాను. ఆ చుట్టు పక్కల పొదల్లోంచి 'నువ్వు వొక్కతెవూ వచ్చిందాకా యిక్కడే వుంటా' నని మీరా గొంతు వినపడ్డది. ఎంతకాలం నుంచి కాచుకొని వున్నాడో; ఎంత దొంగతనము వొచ్చింది నా మీరాకి! అని యేడుపొచ్చింది. తలవూయించి, అమీర్ వెంట నడిచాను.

చీకటిపడే సమయాన, పొయ్యి మంట దగ్గిర అమీర్ని వొదిలి వొక్కతెను యేటి వొడ్డు వేపు నడిచాను. మీరా వచ్చి చీకట్లో పక్కన నుంచున్నాడు.

'ఏమిటి మీరా?'

'రా! దూరంగా మాట్లాడదాం.'

'వెంటనే వెళ్ళాలి. అమీరు వెతుకుతాడు.'

'వెతకనీ, అందుకనే దూరంగా వెడదాం.'

'నన్నడుగుతాడు.'

'భయపడుతున్నావు కదూ?'

'ఏమి?'

'నేను ముందే చెప్పలా. యిట్లా జరుగుతుందని? అతనడగడం, దానికి నువ్వు భయపడడం, నాతో మాట్లాడడానికి వీలులేక పోవడం.'

'అతని దగ్గర రహస్యం యెందుకు? వృథాగా అనుమానం కలిగించి యేం లాభం?'

'అనుమానమేమిటి? మీరాతో వెళ్ళానను. ఏం?'

'కాని రహస్యంగా అతను వినకండా, అతను చూడకండా మనకేముంది? చెప్పు.'

'ఏం లేకపోతే మాత్రం? ఏం లేదు కనకనే మనం వొంటరిగా వుంటేనేం?'

'ఎందుకు వుండడం?'

'మరి నాతో మాట్లాడవా?'

'మాట్లాడనన్నానా? అక్కడికే రా.'

'పోనీ. యిట్లా నాతోమాత్రం తిరగకూడదా?'

'అతను కూడా వుంటేనేం?'

'వుండకపోతే నేం?'

'నేను మాట్లాడలేదు. ఆ సమస్య నాకర్థం కావటంలేదు. అమీర్ని చూస్తే భయం వేస్తోందనే సంగతి వొప్పుకోడం యిష్టంలేదు.'

'నీకిష్టం లేదనరాదూ.'

'మీరా?'

"పోనీ అతని కిష్టంలేదు, నీకు భయమును.'

ఆలోచించాను.

"మీరా! నీతో యెట్లా మాట్లాడాలో నాకు తెలీటంలేదు. ఏదో తప్పుపని చేసిన వాడిమల్లే దొంగతనంగా దాక్కుంటావెందుకు? ఎందుకు ఇంటికిరావు! రా. మాట్లాడు, ఆడుకో, స్వేచ్ఛగా వుండు. మా యిద్దరితో సఖ్యంగా వర్తించు. అందులో అమీర్ నీకు కొత్తవాడా? నాకన్నముందు అతనేకదా నీకు స్నేహం. కొత్తవాడా?

'అప్పుడు నీతోనూ షికార్లు వొస్తా, అతనితో వస్తా.... కాని మధ్య దోవలో పిలుస్తావేం, అక్కడికి వచ్చి పిలవరాదూ? ఇప్పుడతడు లేనిపోని అనుమానాలు పడతాడంటే అన్యాయమా!"

'అతనెవడు అనుమానాలు పడడానికి?'

'ఎవడైతేనేం. పడతాడు?'

'నువ్వు సహిస్తావు.'

నేను మాట్లాడలేదు. 'నువ్వక్కడికి ఎందుకు రావు చెప్పు' అన్నాను.

'నాకు బావుండదు. అతనికీ బావుండదు. మనిద్దరమే వున్నట్టుండదు.

'అది కొత్త. అంతే. నువ్వు నాలుగుసార్లు వొస్తే అదే అలవాటువుతుంది.' అతను మాట్లాడలేదు నా మాటలు అబద్ధాలని నా అంతరాత్మ అంటూనే వుంది. ఇద్దరిలో యెవరిని వొదలడానికీ చేతగాక ఒకర్నీ వొదల కూడదనే పేరాసతో, ఆ యిద్దర్నీ ప్రయత్నించి ఒకచోట చేర్చటం అనర్థకమంటోనే వుంది అంతరాత్మ. కాని నా శక్తిలో వుండే నా అహంభావం నన్ను ప్రోత్సాహపరిచింది.

కాని అహంభావమేనా? స్వార్థమేనా? కాదేమో! అమీర్ మీద ప్రేమ. నేను లేకపోతే అమీర్ యామౌతాడో అని అతని మీద జాలి. నేను లేకపోతే మీరా బతకలేదే

అని అతనిమీద జాలి. నా హృదయంలో వుండే మార్దవం కాదా నన్నీగతికి తీసుకొచ్చింది. నాకన్న కఠినాత్మురాలు, తన సౌఖ్యమే చూసుకునే దుర్మార్గురాలు తనకు నచ్చినవాణ్ణి దరిచేర్చి రెండో వాణ్ణి కఠినంగా వొదిలేసేది సౌఖ్యంగానే బతుకునుగద! వాళ్ళిద్దరిలో కూడా ఒకరన్నా సౌఖ్యపడేవారు. రెండోవారు మరచిపోయి బతికేవారు. ఈ గతిరాదు కద!

'తప్పదు. నువ్వురావాలి. అమీర్ని నీతో స్నేహంగా ఉంచడం నా భారం. ముగ్గురమూ యెంతో ఆనందంగా వుందామని ఎంతో అనుకుంటే, చివరికి యిట్లా అయిపోయింది. అమీర్ తగాదా పెడతాడేమోనని భయపడ్డాను గాని నువ్విట్లా అవుతా వనుకోలేదు' అని కోపంగా అన్నాను. నా పెదిమలు వొణకడం అతన్ని కాపాడే 'ఇంస్టింక్టుని' నాశనం చేసింది. పాపం ఏమీ తోచక కళ్ళంబడి నీళ్ళు పెట్టుకుంటో నుంచున్నాను. అమీర్ని నమ్మవొద్దనీ, నా మాటలు అబద్ధమనీ అతని అంతరాత్మ అంటోనే వుంది కాబోలు. దుష్టురాల్ని నేను, నా సౌఖ్యం కోసం అతన్ని బలవంతంగా లోబరుచుకున్నాను – నా మీరా?

పడమటి మెరుపు అతని మొహాన్ని వెలిగించింది. అప్పుడే ప్రారంభించిన గాలి అతని ముంగురుల్ని చీకట్లో వూయించింది.

'వెడతావా?' అన్నాడు.

'నువ్వో?'

'నేనింతే?'

ఆ యెడారిలో, చీకట్లో కీచుమనే శబ్దాలలో వొంటరిగా, నిస్సహాయంగా, బంధువులందర్నీ విడిచి, నాకై్తపడివున్న చిన్న నా బాబును చూసి, నా మనసు కరిగిపోయింది. దగ్గిరగా కావలించుకున్నాను.

"మీరా! మీరా! ఏదో విపరీతమైన బాధలో నువ్వు మాడిపోతున్నావు. నా దగ్గిరికి రావు. నన్ను వోదార్చనియ్యవు. ఏం చెయ్యనోయి నీకోసం."

వెక్కి వెక్కి యేడ్చాడు నా మీరా! అమీర్ని వొదిలేసి యితనితో వెళ్ళిపోనా అనిపించింది. పాపం! ఈ లేత హృదయం, యీ అమాయకత్వం, నామీది విశ్వాసం, నామీద ఆధారపడడం, ప్రాణమన్నా నాకోసం యివ్వడానికి సిద్ధం ఎట్లా వోదార్చను అతన్ని?

'నీకోసం ఏం చెయ్యను? మీరా! నువ్వు లేక నేనెట్లా బ్రతకను? ఎట్లా? నేనేం చెయ్యను? అని యేడ్చాను. నా కన్నీళ్ళు అతని నిశ్చయాన్ని కరిగిస్తున్నాయి. నేనబద్ధం ఆడ్డం లేదు. మీరానిచూస్తే అట్టానేవుంది నాకు. 'నాకు తెలుసునా ఏం చెయ్యాలో? అంధకారంలో సముద్రం మధ్యలో వున్నవాడికి తీర మెటువుంటుందో యెంత తెలుసో,

నాకంత తెలుసు కర్తవ్యం. మనమేం చెయ్యాలో తెలిసి, చెయ్యకపోతే శిక్షించవచ్చు దేవుడు. కాని యింత అజ్ఞానం, అంధకారంలో వుంటాము కద! ఎంత యోచించినా తెలీదుకద! అంతా ఐ, నాశనం చుట్టూ అల్లుకున్న తర్వాత, ఇల్లుకూలి నెత్తిమీద పడ్డతరవాత కాంతి వొస్తుంది, దోవ కనబడుతుంది. ఏం లాభం? నువ్వెందుకా సమస్యలో ప్రవేశించావు? అంటారు పతివ్రతలు.

'అమీర్ని వొదిలెయ్యనా, వెళ్ళిపోదామా యిద్దరమూ!' అన్నాను. నిజంగానే అన్నాను. ఆ మాటలు ఇప్పుడు తలుచుకుంటే, నా మాటలు అబద్ధంగాదా అని ఏడుస్తాను.

దాంతో నా బాబు మనసు కరిగిపోయింది.

స్త్రీ త్యాగానికి ఆయత్తపడితే ధీరుడైన పురుషుడు ఆ త్యాగ లాభాన్ని స్వీకరించ గలడా? ఆ మాట చాలు. తనకోసం త్యాగంచేసే స్త్రీ వుండడం పురుషుడికి అమితమైన ఆత్మ విశ్వాసాన్నియ్యాలి. కాని త్యాగాలు గ్రహించడానికి అలవాటుపడ్డ పురుషుడు అతి నీచుడు. పతివ్రతల త్యాగాల వల్ల నియమాలు నిలబెట్టుకునే గతి మీ పుణ్యధీరులకేగానీ అమీర్‌కీ, మీరాకీ గాదు.

'నేనే వస్తాను దీదీ. రేపణ్ణించి.'

"నిజంగా వస్తావా? నా పిచ్చిబాబూ. వూరికే భయపడ్డావు. అవునా?"

ఇద్దరమూ యింటివైపు చూశాము.

'కాని దీదీ, ఇదివరకు మల్లేనే నీపక్కన కూచుంటా. నీ బుజం మీద చెయ్యి వేస్తా' అన్నాడు మీరా.

'ఆ, తప్పకుండా, ఎందుకు అడుగుతావు?'

'మరి..... అమీర్ని...... చూస్తున్నా....'

'ఆ, దానికేం?' అంటున్నానుగాని నా గొంతులో అబద్ధం వినిపించలేదా నీకు. మీరా? నా బింకం కొద్దీ అనుకున్నాను. కాని నా గుండె నీరైపోతుంది. ఏం జరుగు తుందో? కాని ఫరవాలేదు. అనుకుంటో పక్కకి చూశాను మీరాలేడు. ఇంటికి వెళ్ళాను.

మర్నాడు మీరా వొచ్చేటప్పటికి అమీర్ నా తల చిక్కు తీస్తున్నాడు. మీరా తరహా మార్చాడు రావడమే అదేదో అసహజమైన సాహసంతో, వుత్సాహంతో వచ్చి నా కెదురుగా కూచుని నిర్లక్ష్యమైన కంఠంతో – 'నేనిచ్చిన దువ్వెన యేది, దీదీ!' అన్నాడు పాపం పూర్వం వలె మాట్లాడడానికి ప్రయత్నమది.

'ఇంకెందుకు? అమీర్ వొచ్చాడుగా చిక్కు తియ్యడానికి. చిక్కు తీసుకుని మాత్రం ఏం ప్రయోజనం? అన్నాను. అమీరు వంకచిరునవ్వుతో చూసి మళ్ళీ మీరా

వంక చూసి నవ్వాను. నా పని యెట్లా వుందనుకున్నావు? రెండు మహాసముద్రాల మధ్య సన్నని తాడుమీద నడుస్తున్నట్టుంది. ఏ మాట మట్లాడితే, ఏ మాట్లాడకుండా వూరుకుంటే, ఏ చూపుచూస్తే ఎవరికి కోపం తెప్పిస్తానో! ఏమర్థం చేసుకుంటారో! అబ్బా! ఆరోజుల యమబాధ! ప్రేమ యింత ప్రాణం తీస్తుందని అనుకోలేదు. కత్తిమీద సాములే కద!

అమీర్ గంభీరంగా నా జుట్టువంక చూస్తో వూరుకున్నాడు. మీరా ఇవీ అవీ గబగబా మాట్లాడుతున్నాడు. వూళ్ళో అమీర్ రావడాన్ని గురించి అనుకుంటున్నవీ, ఆ స్టేషనులో మెయిలురైలు ఆపాలని అర్జీపెట్టడం అన్నీ చెప్పాడు.

అమీరు వొదలగానే వెళ్ళి మీరా పక్కన కూచున్నాను. అమీర్ కత్తిని పదును పెడుతో, ఆ పనిలో నిమగ్నుడై వున్నాడు. మీరా యింకా దగ్గిరికి జరుగుతాడేమోనని నాకు భయంగానే వుంది ప్రతి నిమిషం. కాని అమీర్ భయంకరమైన కళ్ళు ముందుపెట్టుకుని మీరా సాహింసచలేదు - నేనింక ఆ నిశ్శబ్దం భరించలేక లేచి 'స్నానానికి వెడదాం' అన్నాను. ఎవరూ లేవలేదు. 'మీరా, నువ్వురా.'

మీరా చప్పున నుంచుని అమీర్ మొహం వంక చూస్తున్నాడు.

'అమీర్ నువ్వు కదలవేం?'

కొంచెం మాట్లాడకుండా వూరుకొని.

'వొస్తా పదండి' అన్నాడు కత్తిమీద ధ్యాసే వుంచుకుని.

ఇంకేం మాట్లాడ్డానికీ తోచక, మేమిద్దరం బైటికి నడిచాము. ఎంత దూరం పోయినా అమీర్ జాడలేదు. ఎత్తుగా పెరిగిన తంగేడు చెట్టు కింద ఆగి యెండలో మాడుతున్న గుడిశవంక చూస్తో మాట్లాడకుండా నుంచున్నాము. ఛప్పున మీరా 'లాభంలేదు, దీదీ' అని వూరుకున్నాడు. నేనూ మాట్లాడలేదు. 'అమీరక్కడ వుండగా నీతో చనువుగా వుండలేను. నా చాతకాదు' అన్నాడు. నేనేమనను?

'పోనీ తాక్కపోతేనేం మీరా. చనువుగా వుండకపోతేనేం?'

మీరా కొంచెంసేపు ఆలోచించాడు.

'అవును. తాక్కపోతేనేం? నీకేం?' అని నెమ్మదిగా అన్నాడు.

ఆ 'నీకేం?' అన్నమాటలు అతని కంఠంలో నిరాశ శూలాలవలె నాటుకున్నాయి.

'అన్యాయం మీరా. నువ్వు నన్నట్లా అనడం ఇంకా తెలుసుకోలేక పోయినావు కద. నా మనసెటువంటిదో! మన కున్నటువంటి ప్రేమకి తాకడం అవసరమా?'

మళ్ళీ ఆలోచించాడు. పాపం, ఆ చిన్నవయసులో యీ సమస్యలు' అర్థంగాని యీ బాధలు యివన్నీ ఆలోచించి, చెప్పుకోవలసిన గతి పట్టింది మీరాకి. చక్కని కను

బొమ్మల్ని ముడిచి కన్నుమూసి, ఆలోచిస్తూ నుంచున్న నా మీరాని చూస్తే నా గుండె నీరై పోతోంది.

'అవసరమని కాదు. అది అభ్యంతరం కావడమే మనకున్న ప్రేమ బంధాన్ని కాలుస్తోంది.'

అమ్మో! మీరా! ఎంత ఆలోచన వుందోయ్! అతని మాటల్లోని సత్యం నన్ను గాయపరిచి సిగ్గులో ముంచింది. ఇంక జవాబు చెప్పలేక యింటివేపు మళ్ళాను. మీరా వెనకనే వొచ్చాడు. అమీర్ కత్తి నూరుతోనే వున్నాడు. కూచున్నాను. మళ్ళీ నిశ్శబ్దం. మొదట భరించలేక అన్నం తిందాం అన్నాను. తనని పొమ్మన్నా నన్నట్టు మీరా లేచాడు.

నా తప్పు సవరించుకోడానికి 'మీరా, నువ్వురా అన్నానికి అన్నా,'

అన్నానో లేదో, నా అవివేకం మనసుకి తట్టింది. ఒకటే మూకుడు. దాంటో నేనూ, అమీర్ తిన్నాము. తరవాత రోజుల్లో దాంటోనే నేనూ, మీరా తిన్నాము. ఇప్పుడు మళ్ళీ నేనూ అమీర్ తింటున్నాము. ఆమూకుడు కన్న యింకేమీలేదు యింట్లో. ఇవ్వాళేం చెయ్యను? వెర్రిగా నుంచున్నాను ఇద్దరూ నాకేసి చూస్తున్నారు.

'రండి ముగ్గురమూ తిందాం' అన్నాను. అమీర్ కదలడు మీరా కదలడు. ఎంతసేపు నుంచున్నామో? నా కళ్ళు తిరుగుతున్నాయి. నాతల్లో ఒక్క ఆలోచనాలేదు. చప్పున నా స్త్రీత్వాన్ని వుపయోగించి నవ్వు చిమ్ముతో 'మీ యిద్దరూ పిల్లలంటో నేను కలిపి పెడతాను? ఏం?' అని వాళ్ళ వంకన్నా చూడక, వెళ్ళి అన్నమూ దోసకాయ పచ్చడీ కలిపి తీసుకొచ్చాను.

'ముందు ముద్దనాది. తరువాత అమీర్.'

'నేను తర్వాత తింటానులే' అని, కళ్ళన్నా యెత్తక, విసిరాడు మాటల్ని అమీర్ అపజయంతో గుటకలు మింగాను.

'నువ్వన్నా నా మాట వినవా?' అన్నట్లు కళ్ళు మీరా మొహంకేసి ఎత్తి ముద్ద నోటిలో పెట్టాను అతనితో మధ్య మధ్య నాలుగు ముద్దలూ నేనూ తిన్నాను. తరువాత అమీర్ దగ్గిరికి వొచ్చాను.

'అక్కడ పెట్టు' అన్నాడు కఠినంగా.

తింటున్నాను. 'చూశావా? ఎట్లానూ నేను వేరే!' అన్నట్లు చూస్తున్నాయి మీరా కళ్ళు.

మూకుడింటో పారేసివొచ్చి బైట కూచున్నాను. ఇంకా మీరా వెళ్ళడేమో, వాడి కిక్కడేమి పని అన్నట్టు తలెత్తి చూస్తాడు అమీరప్పుడప్పుడు. మీరా కూనిరాగం తీస్తో కూచున్నాడు. కాని రాగం రావడానికి యెంత ప్రయత్నం లోపల జరుగుతుందో

నాకర్థమవుతునే వుంది. నీడలతోపాటు అమీర్ ముఖంమీద క్రోధపు నీడలు కూడా దట్టమవుతున్నాయి. 'చెట్టుకింద కూచుందాం' అన్నాడో లేదో మీరా తను వెడతానని లేవబోయినాడు. ఏమనుకుంటున్నాడో అనుకుని-

'అప్పుడేనా? కూచో' అని కూచోపెట్టాను. అమీర్ తలెత్తి నావంక చూశాడు ఏదో కనిపెట్టేవాడివలె. కాని మీరాని యింకా పిలిచి, రమ్మని ఆశపెట్టి, ఏడిపించి పంపుతున్నానని నాకు దిగులేసింది. కావలసి మీరా భుజంమీద చేయి వేశాను. పదినిమిషాలలో అమీర్ లేచివెళ్ళాడు. మీరా నిద్రపోయినాడు. నేను అట్లానే యోచిస్తో దిగులుగా కూచున్నాను. అట్లానే నా కళ్ళముందే రాత్రయింది. నేలమీద నా ముందుండి నిద్రపోతున్న నా బాబు, నా నవాబుని చూసి నాకు వూరికే దిగులేస్తోంది. అమీరెక్కడ వున్నాడో, ఏయే కోపాలతో మండి పోతున్నాడో, ఏయే నిశ్చయాలతో పోట్లాడుకుంటున్నాడో! పాపం, అతనిమీద నాకు ప్రేమ పోయిందనియెంత బాధపడుతున్నాడో? యెట్లా అతనికి నా హృదయం అంతా అతనిదేనని తెలియచెయ్యడం? అతనిదేనా?

చెట్ల ఆకులు మెల్లగా వూగుతున్నాయి. పడమట చంద్రుడుదయించి అప్పుడే అస్తమిస్తున్నాడు. రెక్కలు కొట్టుకొంటో చిన్నపిట్టలు యెగిరి మాయమవుతున్నాయి. వాటి కర్థమవుతుందా నా బాధ, నా నిరాశ ఆ రాత్రి అనిపించింది. యీ మీరానించీ, అమీర్నించీ, యీ మైదానం నించీ తప్పించుకొని, బైటపడగలిగితే? ఎక్కడ? దిక్కేది? ఒకటే శరణ్యం. ఆ నల్లని రాత్రి నా ప్రాణాలని, తల్లి నా యేరు కడుపులో దాచుకోనా?

'దీదీ, దీదీ?' కలవరిస్తున్నాడు. నా చిన్నిబాబు!

'నా బాబూ. మీరా. నిన్నేం చేస్తానోకదా! నీకేగతి రాసివుందో నేను బతికివుంటే నీకే ఆపదో రాకమానదు. నేను కాళిని నీ ప్రాణం తీసుకుంటా? నన్ను వొదిలిపోరాదూ! కృతఘ్నురాలినిగా కనపడే ధైర్యం లేక నిన్ను నావెంట యీడ్చుకొంటున్నా నిన్ను తోసెయ్యలేక నాతో అగాధానికి నిన్నూ లాక్కుపోతున్నాను.'

'మీరా! నేను అమీరు దాన్ని. నువ్వు నా కఖ్ఖర్లేదని పంపితే! అప్పుడే నిజంగా నీ ప్రాణాలు రక్షించుకుంటూ నిజంగా నీ దీదీ నౌతాను? ఆ మాట అనగలనా? నా గుండె రక్తంకారి, నిన్ను పిలిచి, నా మాటలబద్ధమని చెప్పదా?

'దీదీ' మీరా లేచాడు.

'దీదీ, దీదీ, వున్నావా? నువ్వు చచ్చిపోయినట్టు కలవొచ్చింది.'

నా మోకాళ్ళు కావలించుకున్నాడు. 'దీదీ, నిజంగా మాయిద్దరి మధ్యా యీ బాధ పడలేక నువ్వు చచ్చిపోవు కద!'

నా బాధ అంతా, యిద్దరినీ సంతోషపెట్టడానికి నేను చేస్తున్న బ్రహ్మ

ప్రయత్నమంతా జ్ఞాపకం వొచ్చి యేడ్చాను. గబగబయేడ్చేశాను. నా బాబు, నా మీరా ఎన్నోవిధాల నన్నోదార్చాడు.

'నేనింక ఎన్నడూ కనబడను. వెళ్ళిపోతా. నువ్వు సుఖంగా వుండు.'

'అయ్యో! నిన్ను వొదల గలిగితే యింత క్షోభ ఎందుకు?'

'నిజంగానేనా? నిజంగానేనా? నాకోసం, నామీద జాలిపడి కాదు కదా! నన్ను పొమ్మనక పోవడం? నీ కోసమేనా?'

"ఇంక ఏం కానీ, నా గొంతులో వూపిరి వున్నంత వరకు నిన్ను వొదలను." నా మెడ కావలించుకున్నాడు.

నక్షత్ర మొకటి కిందికి జారింది.

వెంటనే వొస్తానని మీరా వూళ్ళోకి వెళ్ళాడు. అమీర్ వొచ్చి మాట్లాడకుండా కూచున్నాడు. పొద్దుటి అన్నమే తిన్నాం. నేను అమీర్ దగ్గిర కూచుని చెబుతున్నాను నా హృదయానికి కొంచెం విశ్రాంతి కలిగింది. మీరా రాలేదు. వొస్తాడేమోనని భయంగా వుంది. నక్కగాని, కుందేలుగాని చీకట్లో చప్పుడు చేసినప్పుడల్లా వులికిపడి చూస్తున్నాను. అమీర్ కనిపెట్టాడు గావుననుకుంటా. 'రా, తిరుగుదాం.'

మీరా వొచ్చి వెతుక్కుంటాడేమోనని దిగులుగానే వుందిగాని హృదయం మాత్రం యింకా విశ్రాంతి కావాలని కోరుతోంది. బైలుదేరాము.

చీకటి. కటికి చీకటి. అమీర్ బుజంమీద నుంచి, మెడమీద నుంచి చెయ్యి వేసి, నా శరీరమంతా అతని మీద ఆనించి, మోకాళ్ళ వరకు రాసుకునే చెట్లలో, గడ్డిలో, రాళ్ళలో, ఇసికలో నడుస్తున్నాము. అంతులేని ఆకాశంలో, గుర్తులేని లోకంలో, ఏమీ కనపడని అంధకార గర్భంలో యిద్దరమూ, దగ్గిరిగా హృదయాలు కొట్టుకుటో తిరుగుతున్నాము! ఎంత సేపో! అమీర్నానుకుని. అతని చేతికింద సమస్తమూ – నా బాధలు. నా సందేహాలు, భయాలూ అన్నీ మరిచి ఆ రాత్రిలో కలిసిపోయినాను.

ఎల్లాగో అతని ముందు నా హృదయాన్ని విప్పి అర్థం చేయించి నాతో సానుభూతిని చూసేట్టు చేస్తే! వెర్రి కలలు. అంత దగ్గిరగా నడుస్తున్నాము. ఒకరికింకోరు ప్రాణతుల్యులం. కాని ఒకరి సంగతి ఒంకోరం అర్థం చేసుకోము. అతని సంగతి తెలిసికూడా నేను అశక్తురాల్ని. నా సంగతి తెలుసుకోలేక అతను అశక్తుడు. ఎందుకిట్లా పుట్టామో!

అప్రయత్నంగా, మామూలు తోవనే మాకు తెలీకుండానే మాకాళ్ళు మమ్మల్ని కొండమీదికి తీసుకువెళ్ళాయి. అటు వెళ్ళి మా పాతబురుజు చివర కూచుని కాని రాము. ఎంత చీకట్లోనైనా అమీర్కి తోవ తెలుసు కళ్ళు కట్టుకుని ఆపిట్ట గోడమీద నడిచి

వెనక్కిరాగలడు. గోడ దగ్గిరగా వొచ్చామో లేదో ఏదో గోడమీదనించి కిందికి జరజర జారిన చప్పుడయింది.

'ఏదో పశువో, లేక తోడేలో?'

'పాపం చస్తుంది కాదూ?' అంటో వుండగానే, నా కంఠస్వరంతో కలిసే, కెవ్వున కేక వినపడ్డది - 'దీదీ!' అని.

'మీరా! మీరా! పడ్డావా ఆ అగాధంలో"

వొళ్ళు తెలీక పరుగెత్తాను నేను.

'మీరా! మీరా! మీరా!'

ఇంకేం మీరా! ఎక్కడ వున్నాడు? ఎందుకు అరిచాను? లాభమేమిటి? కొండలన్నీ 'మీరా నా మీరా' అని వెక్కిరించాయి.

కాని అద్భుతంగా ఆ అగాధంలోంచి హీనస్వరం - 'దీదీ' అంది.

నా చెవులు నన్ను మోసగించాయా, లేక ఏదన్నా భూతం నన్ను వెక్కిరిస్తోందా? లేక అతని ఆత్మ అరిచిందా? ఆ అగాధంలోకి తొంగిచూస్తున్నాను గావును. అమీరు చెయ్యి నా కంఠాన్ని వెనక్కి లాగింది. 'పడతావు. వొంగకు.'

అమీర్. పాపం. వెనకనే వున్నాడు.

"అమీర్! అమీర్! నా మీరా, నా మీరా, నా మీరా"

"మళ్ళీ పిలు!"

అది కోపమేనా! దడిపిస్తున్నాడా! పిలు. ఏం చేస్తానో అన్నాడా? నాకు ఒళ్ళు తెలీలేదు.

"అమీర్! బతికే వున్నాడు. ఎట్లా! అయ్యో మీరా! నేనింక బతకను. ఎట్లా బతకను మీరా లేంది!" నాలిక కొరుక్కున్నాను ఆ మాటన్నందుకు. అమీరేం చేస్తాడు? సరే. నీ మీరా దగ్గరికే పొమ్మని మెడపట్టుకు తోస్తాడా?

'మళ్ళీ పిలు' 'మీరా'

'దీదీ!'

'వున్నాడు. బతికే వున్నాడు..... అమీర్ ఏం చేస్తున్నావు?'

'వుండు.... ఎక్కడ వున్నాడో అడుగు.'

'మీరా, ఎక్కడ వున్నావు?'

"దీదీ, శలవు. మధ్యలో చెట్టుని పట్టుకుని వేళ్ళాడుతున్నాను. నా చేతులు యింక ఆగవు. పడిపోతున్నాను. దీదీ నువ్వు గొప్పదానివి నిన్ను చూస్తే.... నీ కోసం నా

ప్రాణమన్నా యిచ్చేసేవాణ్ణి, నువ్వు యింటి దగ్గిర వుంటానన్నావా లేవు అందుకని వెతుక్కుంటో"

వినలేక పోయినాను. మీరాని మరచి అమీరుతో వొచ్చినందుకే? నా కోసమే! మీరా యిట్లా అయిపోయినాడు. నాకోసమే! నా మీరాని చంపుకున్నాను. అయో! నేను దూకి చస్తే! మీరా! నా మీరా! నేను వొస్తాను మీరా! నేను చస్తా!

ఆ అగాధంల్లోంచి ఆ చీకటిలోనించి, చెట్ల గుబుర్లోంచి, ముళ్ళల్లోంచి వొచ్చింది, వస్తోంది, వుదారుడయిన నా మీరా వాణి.

'దీదీ! అమీర్ మీదనే నీ ప్రేమ. అమీరే నీకు కావాలి. నేనక్కరలేదు. నాకు తెలుసు. నేను చావడమే మంచిది.

'ఆగు రెండు నిముషాలట్లానే ఆగు.'

ఎవరది? అమీర్ కంఠం.

నాచేతులు పీక్కుపోతున్నాయి. దీదీ శలవు.'

'వొదలకు. వొస్తున్నాను.'

'చీకటిలో నా కళ్ళ కిందనించి (అమీరు మాట్లాడుతున్నాడు, కిందికి దిగుతో అగాధంలోకి దూకాడు) అమీర్, నా ధీరుడు, నా మీరా కోసం.

ఎట్లా గడిపానో ఆ నిముషాలు. అమీర్ కోసం భయం. నా మీరా కోసం ఆదుర్దా. ఆ అగాధం కింద యేం జరుగుతోందో తెలీదు. పిలిస్తే. మాట్లాడితే వాళ్ళకేం అపాయం కలుగుతుందో?

అమీర్ మీద నాకు నమ్మకం లేదు. ఎట్లా లేకపోయిందో అనుకుంటాను. నా అమీర్ నీచమైనపని చేస్తాడా? ఏమో? నీచురాల్ని నేను సందేహించాను. మీరాని రక్షించడానికే వెళ్ళాడా? తన చేతులతో చంపితే గాని కసి తీరకనా? ఇద్దరూ జారిపడి వొక్కరూ పైకి రాకపోతే ఆ చీకట్లోంచి!

మెల్లగా తీసుకొచ్చాడు. ఆ అగాధంలోంచి మెడ వేళ్ళాడి పోయే మీరాని!

'అమీర్!'

'ముందు వాడి సంగతి చూడు'

మీరాని కావిలించుకోవాలని ముందుకి వంగాను. కాని అమీర్ చేసిన త్యాగంతో మూర్ఛపడివున్న నా హృదయం అమీర్ని చూసి జంకింది.

'దీదీ.'

'నా మీరా!'

9

3న్నెల యీవాళ వొంటిగంటకే పోయింది. మనం తొందరగా వెళ్ళాలి భోజనం చేద్దాం' అన్నాడు అమీర్.

'అయ్యో మీరు పిలిచిన పదిమంది బ్రాహ్మణులూ యింకా రాకుండానే మడికట్టకుంటారా?' అని పూర్వపు వుల్లాసం తెచ్చుకోడానికి ప్రయత్నించాను. 'ఆ మాంసపు కూర చల్లారిపోదూ?'

'మిగిలిందే పెట్టు వాళ్ళకి.'

'పోనీలెండి! మూతపెట్టిపోదాం. వొచ్చి వొడ్డించుకు తింటారు' అని నవ్వుకుని లేవబోతున్నాము. మీరా వొచ్చాడు.

ఆ ఉదయం వెళ్ళిన మీరా మళ్ళీ యిదే రావడం.

భోజనం చేశాం కాని అమీర్ వుత్సాహం నశించింది. అంత కోపమున్నవాడు రాత్రి మీరా నెందుకు రక్షించాడో నాకు తెలీలేదు. అడగడానికి, అసలు మీరా సంగతెత్తడానికి భయం.

అమీరు గుడిశకి దూరంగా పచారు చేసున్నాడు. నేనూ మీరా గుడిశ ముందు కూచున్నాము. షికారు ప్రస్తావనేలేదు.

'మీరా, యిన్నాళ్ళేమయినావు?'

మీరా నా దగ్గిరిగా జరిగి, గొంతు తగ్గించి "దీదీ. నిన్ను వొదిలి నిన్ను చూడక నేను బతకలేను. నిశ్చయం" అన్నాడు.

ఆ గొంతులోంచి నాకు వినపడ్డది ఆ సంగతి. ఇన్ని రోజులూ నా బాబు ఎంత బాధపడివుంటాడో! నాకోసం. నా క్షేమంకోసం, నా సౌఖ్యంకోసం నావేపు రాకుండా వుండాలనే నిశ్చయం నిలబెట్టుకోడానికై ఎంత ప్రయత్నించి వుంటాడో! దగ్గరికి జరిగి అతని తలని నా రొమ్ముకి అదుముకుని కూచున్నాను. అమీర్ చూస్తాడని భయపడే సమయం కాదు. గాని నా పమిటతో మీరాకి వీనన వీస్తోంది. నా హృదయం అతనికి జోల పాట పాడుతోంది. నా పెదవులు అతని కన్నులకి శీతలాంజనం రాస్తున్నాయి ఆనందంతో నేనూ కళ్ళుమూశాను..... "నిద్ర వొస్తోంది. రా. పడుకుందాం" అన్నాడు అమీర్ ఉలికిపడి కళ్ళు తెరిచాను. ఆ కంఠం వినేప్పటికి అంతసేపూ అమీర్ హృదయంలో యెంత యుద్ధం జరిగి వుండాలో గుర్తించాను. నా సాహసం, మీరాని అంత దగ్గిరిగా, అతని యెదుటనే ముద్దు చెయ్యడం, దాని అర్థాన్ని గ్రహించడానికీ, పొంగే యీర్ష్యని అణుచుకోడానికీ అతను చేసిన ప్రబల ధైర్యంగాని, నిబ్బరంగాని నా దగ్గిరలేవు. నెమ్మదిగా మీరా తలని నా రొమ్ము మీద నించి దించి కటిక నేలని పెట్టి, కఠినాత్మురాల్ని. అమీర్

దగ్గిరికి వెళ్ళాను. 'రా పడుకో', అని తన పక్కన పడుకోపెట్టుకుని మీద చెయ్యేసి ఒక్కమాట మాట్లాడకుండా నిద్రపోతున్నాడు. ఏమేమో ఆలోచనలతో దూరాన కట్టేసిన తన లేగనె డొక్క లెగరేసుకుంటో చూసే ఆవు వలె మీరా వంక అప్పుడప్పుడు చూస్తో. నిద్రపోయినాను. ఒక రాత్రి లేచేటప్పటికి మీరా నా పాదాల దగ్గిర కూచుని వున్నాను. మాట్లాడబోయినాను. కాని అమీర్ లేస్తాడని భయం. కదలలేదు. నేను లేచినట్టే తెలియనియలేదు. నా పాదాలను వొళ్ళొ పెట్టుకుని తన పొడుగైన మెత్తని వేళ్ళతో తాకుతో, తన జుట్టుతో తుడుస్తో, కన్నీళ్ళతో, నిట్టూర్పులతో వాటిని తడిపి ఏడుస్తో గడిపాడు. ఎట్లా ఆపను? ఎట్లా వూరుకోను? అమీరు చేతికింద కొట్టుకునే హృదయానికి మీరాని లాక్కుని అద్దుకుంటే?

తెల్లారెప్పటికి మీరా లేడు. అమీర్ లేడు కానియెవరేమైనారనీ, యేం జరిగిందోననీ హడలు పడడం మానేసింది హృదయం. క్షోభపడి క్షోభపడి రాయైపోయింది గావును. అట్లా కొండలకేసీ, వాటి నాక్రమించుకున్న యెండకేసీ యెండని తరిమి వాటిని కప్పుతున్న మబ్బులకేసీ చూస్తోకూచున్నాను అమీర్ వొచ్చాడు. నా మీద రెండు రెవికలు పడవేసి, 'ఈవాళ నించి యివి వేసుకుని వుండు' అన్నాడు.

దవడ పగిలేట్టు కొట్టినట్టయింది నా మనసు. మధ్యాన్నమైనా అమీర్ నాతో వొక్కమాట మాట్లాడలేదు. అతను నన్ను మీరా విషయమై ప్రశ్నలు వేసి పరీక్షించి నా మాటలు నమ్మక తిట్టినా కొట్టినా, కాల్చినా కొంత భయం వొదిలిపోను. కాని వొక్కమాట లేకుండా, మబ్బులేని ఆకాశంలాగు తీక్షణంగా మౌనం పూనడం నా కమితమైన ఘోరంగా వుంది.

రాత్రి అట్లానే ఒక్కమాట లేకుండా పడుకున్నాము. ఊపిరాడకుండా ఊక్కిరి బిక్కిరి నట్టయి కళ్ళు తెరిచాను. అమీర్ చేతులు నన్ను బిగించాయి. అతని కళ్ళు భీషణంగా నా కళ్ళల్లోకి మెరుస్తున్నాయి. అతని వేళ్ళు నా బుజాల్ని పిండేస్తున్నాయి. అతని వొళ్ళు బిగుసుకుని, నా వొంటిని బిగిస్తోంది. అతని శ్వాస నన్ను కాలుస్తోంది. నా బతుకు అంతమయిందేమో? నేను చిన్నప్పుడు చదివిని కథలోని 'డెసిడిమోనా' గతి నాడు పడుతోందేమో ననుకుని వొణికాను.

'అమీర్, అమీర్, ఎందుకు? నే–'

అతని కఠినమైన పెదవులు నా పెదవుల్ని నలిపాయి. అతని ముందర పన్ను నా కింది పెదవిలోకి దిగింది. ఆ రాత్రికి మాత్రమే నేను దొరికినట్టు, ఆ వూళ్ళోని బ్రాహ్మణ కన్య, ఆ యడారిలో ఆ రాత్రికి మాత్రమే, తనకి కనబడకుండా నేను మాయ మౌతానేమో అన్నట్లు, ఆ యెడారిమధ్య ఆ వేడిగాలిలో, ఇసికలో, ఆకాశపునక్షత్రాలకాంతిలో,

తోడేళ్ళ అరుపుల మధ్య నన్ననుభవించాడు అమీర్. అతని ప్రాణం వున్నదో లేదో తెలీక, అతని రొమ్ముమీద తలపెట్టుకుని, నా జుట్టు అతనిచుట్టూ స్థలాన్ని కప్పుతూ, చిరిగిన రెవిక పీలికలు నాకూ ఇతని రొమ్ముకీ అడ్డంగా, నా చేతులు అతని మెడని కావలించుకుని నిద్రపోయినాను - చివర నిద్ర అమీర్తో.

మెల్లిగా రెండు వేళ్ళు నా చెంప మీద తగిలాయి. కళ్ళు తెరిచి నక్షత్ర కాంతిలో మీరాని గుర్తుపట్టాను. నేలకి జీరాడే నా జుట్టుని పాపం మెల్లిగా పైకెత్తి, కళ్ళకద్దుకుని మృదువుగా లాగాడు - ఎట్లా లేచి వెళ్ళనూ? నా చేతులు నా అమీర్ మెడకింద. నా జుట్టు అతని వీపు కింద. నా తల అతని రొమ్ముమీదకి. అతని కాలు నా కాలు మీద మెలిక. కదలక పడుకున్నాను. దగ్గిరికి వొచ్చి నా గడ్డం పట్టుకుని వూయించాడు. ఏమిటా సాహసం సింహం నోట్లోంచి లేడిపిల్లని తప్పించాలని? ఆశ్చర్యపోయినాను. మీరాయేనా! నాకు చాలా భయమేసింది. ఎట్లాగో తెలిసింది. అదే ఆఖరు రాత్రి యీ మైదానానికి. యీ నా లోకానికి - నా జీవితానికి - నా ఆనందానికి ఆఖరు రాత్రి. ఈ పోట్లాటలు యీ తీవ్ర సమస్యలు - యీ హృదయ ఆరాటాలు - యీ ఘోర ఆకర్షణలు అంతమయ్యే రాత్రి వొచ్చింది. నా పిల్లి పిల్ల మీరాకి అంత సాహసమా! ఏం చెయ్యను. 'రా' అంటున్నాడు. మెల్లగా వొదిలించుకున్నాను. కడపటిసారి - నా జుట్టుని - అమీరుచుట్టూ అల్లుకుని రానంటున్న నా జుట్టుని అమీరు రొమ్ముమీద పడుకున్న నా చంపల్ని - అతని మెడ నల్లుకున్న నా చేతుల్ని కఠినాత్మురాల్ని విడతీసుకున్నాను? అతను లేవలేదు. మెల్లిగా మీరా వెంట నడిచాను.

నా వంక చూస్తున్నాడు. చీకటిని చీల్చుకుని అతని చూపులు నన్ను పరీక్షిస్తున్నాయి. వెతుకుతున్నాయి. అర్థం చేసుకుంటున్నాయి. అతని విశ్వాసం, అతని నిశ్శబ్దం, అతని అడుగుల తొందర అతని చేతుల వూపులన్నీ మాట్లాడుతున్నాయి. నా తల తిరుగుతోంది. అలసట వదలక నాకళ్ళుమూతలు పడుతున్నాయి. నా హృదయం యింక బాధపడలేనని మూలుగుతోంది. నా అడుగులు తూలుతున్నాయి. మీరా ఏమిటో మాట్లాడుతున్నాడు. కాని నేను వినలేదో, వింటే మరచిపోయినానో, ఏవేవో మాటలన్నాడు దోవపొడుగూతా.

'నేనింక వూరుకోను. నిన్ను చూడకుండా వుండగలనా! నాకు కనబడకుండా తీసుకుపోతాడు. నిన్ను! నాకు తెలుసు నిన్ను చంపుతాడు. నాకు కాకుండా నువ్వు నా దానివి నేనెవ్వరికియ్యను. చూస్తూ నేనూరుకోను. నిశ్చయం. రా! నాజీవితమంతా నీ సేవలోనే గడుపుతా.

'ఎక్కడికేమిటి? ఎక్కడకన్నాను.

'మక్కాకి, బనారసుకి, లాహోరు వెడదాం. ఎక్కడికైతేనేం? నువ్వూ నేనూ కలిసి వుంటె చాలదా? వురూరుకి తిరుగుదాం. బిచ్చమెత్తుకుందాం. వాడి దగ్గిర్నించి, ఆ రాక్షసి దగ్గర్నించి, ఆ సైతాను దగ్గిర్నించి తప్పించుకుంటే చాలు. వాడు నిన్నిక తాకడానికి వీల్లేకుండా పోదాం. నా దీదీని అట్లా యేడిపించి, అట్లా నలిపేసి, చీల్చేసి నేనోర్చుకోలేను. నేనూరుకోను. నాదానివి. నన్నేడిపించకు. నన్ను చంపకు నాదానివి, నా దానివే.' అంటో తన కదుముకుంటున్నాడు.

'వుండు మీరా, యెక్కడికి యింకా?'

'దీదీ, దీదీ.... నువ్వు నాదానివి నా దానివి రా'

నన్ను కావలించుకుని ఆక్రమించుకున్నాడు. మా కాళ్ళు చీకట్లో మెలికలు పడుతున్నాయి.

"వొదులు మీరా! ఇంకరాను వుండు నాకు నిద్ర వొస్తోంది."

ముందుకు లాగాడు. నేను తూలాను. కాళ్ళు తొక్కుకుని నేను కింద పడ్డాను; సగం యిసికలో సగం నీళ్ళలో, ఎక్కడో! చీకటి, నిద్ర, అలసట. ఇంక నడవనక్కరలేదు. అంతేచాలు. నా పక్కనే, సగం నామీద, సగం నా పక్కన మీరాపడ్డాడు. అతని మీద ఒక చెయి వేసుకుని కళ్ళు మూసుకున్నాను.

'లే. వెడదాం. లే'

'ఎక్కడికి మీరా?'

'ఎక్కడికో'

'నేను రాలేను నేను రాను వుండు. నాకు నిద్ర వొస్తోంది.'

'రావూ రావూ? ఇంకా వాడి దగ్గర వుంటావా? నేను వుండనిస్తానా? నా దానివి? ఇది మీరాయేనా? నాకు తెలీదు. నాకు శక్తిలేదు. మీరా మాట్లాడుతున్నాడు. మీరా నన్ను లోబరచుకుంటున్నాడు.

'వాడేనా! వాడిదానివేనా నువ్వు? సొంతం సంపాయించాడు పాపం?'

మొన్ననేగా తనని అమీర్ మృత్యువునుంచి రక్షించాడు? అది కూడా మరిచాడు కదా మీరా? అప్పుడు మరిచాను కాని ఆ సంగతి యిప్పుడు యోచిస్తున్నాను. ఎంత తపనలో కుమలకపోతే, కృతజ్ఞతని కూడా మరుస్తాడు. ఉదారుడు నా మీరా! తక్కిన విషయాల్లో ప్రాణానికి ప్రాణమిస్తారు. స్త్రీ విషయంలో ప్రాణానికి ప్రాణం తీసుకుంటారు.

"దీదీ, దీదీ నా దీదీ, రా ఇట్లారా, నీకోసం యీ పెదిమలి కోసం. యీ చేతుల కోసం–"

ఆ రాత్రి, ఆ నీళ్ళలో, యిసికలో, చీకట్లో, మీరా నన్నుతనదాన్ని చేసుకున్నాడు. అతని మనసు నొప్పించే శక్తిగానీ, అతనిమీద అధికారం చేసే శక్తిగానీ నాకులేదు.

ఎంతసేపయిందో తెలీదు. కారణం లేకుండానే నాకు తెలివి గలిగింది. మీరా నామీద పడుకొని వున్నాడు. అతని జుట్టు నా మొహంమీద పడ్డది. అతని చేతులు నా వీపుకిందనించి, యిసికలో పాకుతున్నాయి.

అమీర్ నన్ను చేసిన గాయం మీద మీరా మెత్తని పెదిమలు. ఏదో శక్తి నా కళ్ళని విప్పిందే - అదే చీకట్లో బాగా కళ్ళువిప్పి చూసేట్టు చేసింది.

మా పక్కనే నల్లని ఆకారం. అమీర్ కళ్ళు.

చేతులో తళతళలాడే కత్తి! మా యిద్దరిమీద అది దిగుతుందని తెలిసి కళ్ళు మూసుకోబోతున్నాను - జుట్టు పట్టుకుని మీరాని పైకెత్తాడు. నా మీరాకోసం ప్రాణం హడలిపోయింది. పిల్లి నోటిలో చిక్కిన పిచ్చికలాగు కీచుమన్నాడు మీరా. చప్పునలేచి, అట్లానే మీరాని కావలించుకుని అమీర్ కత్తికి అడ్డుపడ్డాను నా బరువుతో మీరాకిందా, నేనుపైనా యిసుకలో దొర్లాము.

'వాణ్ణి వొదులు' అంది అమీర్ గొంతు బొంగురుగా!

'నిన్ను చంపిం తరవాత–'

'నిజమా–'

'నిజం'

'అరే'

కదలక, మీరాని బైటికి కనబరచక, నా రొమ్ముతో, నా జుట్టుతో, నా తొడలతో కప్పేశాను. ఎదురుచూస్తున్నా కత్తి నామీద దిగుతుందని చప్పున నిష్కారణంగా, నా ప్లీడరుగారూ, యిల్లూ, లా పుస్తకాలూ కళ్ళ ముందుకి వొచ్చాయి.

నిశ్శబ్దం. పదినిమిషాలన్నా జరిగివుండాలి. కళ్ళు తెరిచాను... ఎవరూలేరు.

లేచాను. ఇసికలో జిగురుగా కాలికి తగిలింది రక్తం...పక్కన అమీర్ పడివున్నాడు.

'అమీరు' అన్నాడు మీరా.

'మీరా పరుగెత్తు. డాక్టర్ని తీసుకురా!' అన్నాను.

మీరా సంశయిస్తున్నాడు.

'దీదీ, నాకోసం నువ్వు...'

'మీరా, పో. తొరగా.'

78 చలం నవలలు

'దీదీ నిన్నొక్కత్తైనీ...'

'మీరా, నాకు కోపం తెప్పించకు.'

మీరా పొదల వెనక మాయమైనాడు. తొర తొరగా అమీర్ని వెతికాను. వొళ్ళంతా ఎక్కడ తాకినా రక్తమే. నా ముద్దు ఉంగరాల జుట్టు, నన్ను కావలించుకుని వొత్తుకున్న రొమ్ము! ఆ బలమైన చేతులు వేళ్ళాడిపోతున్నాయి. 'అమీర్, అమీర్?' కళ్ళు తెరిచాడు.

'ఏమిటి అమీర్, యిది! ఎందుకు అమీర్ యిట్లా చేశావు? నేనేం గాను? నువ్వు లేక ఎట్లా బతకను అమీర్? నన్ను చంపు' అని ఏడ్చాను.

'నిన్ను చంపదలుచుకోలేదు. చంప వొద్దనుకున్నాను. నేనో మీరాయో ఒకరమే బతకాలి. నీకు మీరా కావాలి.'

'నువ్వు చావడమెందుకు అమీర్!'

'నిన్ను విడిచి బతకలేను.'

'విడవడమెందుకమ్మా!'

'ఆ మీరాతో నిన్ను పంచుకుంటా ననుకున్నావా? తురకబిడ్డని.'

'రా. యిట్లారా!' అని నా తలకోసం చెయ్యి యెత్తబోయి, బలం లేక కింద పడేశాడు. నేను గొల్లున ఆ చీకట్లో, అరణ్యంలో బిగ్గరగా యేడుస్తూ బరువుగా వేళ్ళాడే అతని చేతిని ఎత్తి భుజంమీద పెట్టుకున్నాను. నాతలని మెల్లిగా తన రొమ్ముమీదికి లాక్కున్నాడు. ఏమేమో మాట్లాడాను.

'అమీర్, అమీర్! నమ్ము నీ మీది ప్రేమ ఏమాత్రమూ తగ్గలేదు. మీరా విచారం చూడలేక అతన్ని నిరాకరించలేదు. కాని నువ్వేకావాలి నాకు. నేను నీదాన్నే. ఎందుకిట్లా చేశావ్ అమీర్!...' అని ఎంతో ఏడ్చాను. అమీరు మాట్లాడలేదు. మెల్లిగా అతని వూపిరి తగ్గిపోయింది. తలెత్తాను నా జుట్టు అమీరు పళ్ళసందున కరుచుకుపోయింది. అమీర్ ఇంక నాకు లేకుండా ఐపోయినాడు. బతికివున్న అమీర్ని చూసేకంటె అతని శవాన్ని చూస్తే నాకు భయం వేసింది. నేను వొంటరిగా వున్నానని అప్పుడు తట్టింది చుట్టూ చూశాను.

ఎక్కడో నేనెరగని స్థలం అది. నల్లని నీళ్ళ గుంట పక్కన నా అమీర్ పడివున్నాడు. నేను కదిలినప్పుడల్లా కప్పలు నీళ్ళలోకి దూకుతున్నాయి. తుంగలోంచి గాలి యీడ్చు కుంటూ పోతోంది. చల్లనైన అమీరు చంపలు తాకడం భయమేసింది నాకు – నా అమీరు చంపల్ని తాకడానికి ఇప్పుడు నన్ను కావిలించుకున్న అమీర్ని తాకడం, అతనివంక చూడడం భయంగా వుంది. నా అమీరుకాదు.

'అమీర్! అయ్యో. అమీర్!' అని పెద్దగా యేడ్చి నా కంఠం విని భయపడి, నేనే వూరుకున్నాను. అట్లా పిలిస్తే, అమీరు లేస్తాడేమోనని వణికాను. కాని నిజంగా అమీరు పోయినాడా? బతికి లేస్తాడేమో?

చుట్టూ కటిక చీకటి. పొదలు. దోవతెలీదు. ఆకాశంమీద మబ్బులు కప్పి, ఊపిరాడనట్టు చేశాయి. నక్కలు కూస్తున్నాయి. రావుకద, యీ శవం దగ్గిరకి! యమదూతలు రారుకదా! వెళ్ళిపోనా? ఎట్లా వుండడం అంత భయంతో! అమీర్ని. నా వంక అంత ప్రేమగా చూసే అమీర్ని నాకోసం ప్రాణమిచ్చే అమీర్ని నేను వొదిలి వెళ్ళనా? వున్నాను. వొణుకుతో కొంతసేపు యేడ్చాను. కొంతసేపు వొణికాను. కొంతసేపు అమీరు వంక చూశాను. దైవకృప వల్ల, ఇంక భరించలేక మోడునై పడివున్నాను. తెల్లవారదు. ఎడతెగనిరాత్రి అది. ఇంక అసలు లోకానికి పునఃకాంతిలేదు. ఇంతే. ఈశ్వరుడే అస్తమించాడనిపించింది. కాని నాకోసం లోకం ఆగుతుందా? మెల్లిగా తూర్పు తెల్లనై నీళ్ళు మెరిశాయి. తుంగ కదిలింది. అమీర్ మొహం కనబడ్డది. ఇంకెన్నడూ కళ్ళు తెరవని నా అమీర్ మొహం. అతని రొమ్ముమీద లోతైన గాయం. అప్పుడేడ్చాను. నా అమీర్ కోసం దిక్కులు మారుమోగేట్టు. నా గుండె పగిలేట్టు. లోకం నామీది చీకటి ముసుగుతీసి నా వొంటరితనాన్ని చూసింది.

మీరా, డాక్టరూ, పోలీసులూ వచ్చారు. మీరా చేతికి సంకెళ్ళు.

'ఇదేమిటి మీరా?'

తొర తొరగా.

'అమీర్ని చంపింది నేనేగా' అన్నాడు.

తెల్లబోయి చూశాను.

'నువ్వా!'

'కాదు, మీరా. అతనే పొడుచుకున్నాడు.'

మీరా తెల్లబోయినాడు.

పోలీసులు చిత్రంగా చూశారు.

'వీళ్ళిందరూ ఎందుకు వచ్చారు?'

'నేను డాక్టర్ని పిలిస్తే, అతను పోలీసుల్ని పిలిచాడు. నన్నడిగితే నేనే పొడిచా నన్నాను.'

'ఎందుకల్లా అన్నావు మీరా!'

'నాకు అమీర్ పొడుచుకున్నాడని తెలీదుగా!'

'తెలీకపోతే–'

'నేనే అనుకున్నా.'

'ఎట్లా అనుకున్నావు? అబద్ధం. నిజం చెప్పు.'

పోలీసుల వంక చూసి నెమ్మదైన గొంతుకతో.

'నువ్వు పొడిచా వనుకున్నా' అన్నాడు నా మీరా.

'అతనే పొడుచుకున్నాడు' అన్నాను.

నమ్మకం లేకపోవడం చూపించే చిరునవ్వు నవ్వాడు ఆ పోలీసు మనిషి.

తప్పుచేశా ననుకుని.

'కాదు, నేనే పొడిచాను' అన్నాను.

◆ ◆ ◆

అరుణ

గాలి ఆడదు; కుర్చీ యే వేపు జరుపుకున్నా వూపిరాట్టం లేదు. చొక్కాలోంచి కుర్చీ కాన్వాస్ తడిసింది. గోడలు చెమరుస్తున్నట్టు తోస్తున్నాయి. చదువుకుందామంటే దీపం చుట్టూ పురుగులు. అదీగాక సినిమా చూసిం తరవాత, కళ్ళు నెప్పులు, ఇంక అనుభవాలు తగ్గించుకోమని మధ్య వయసు యిస్తున్న సిగ్నలా?

పుస్తకం తీశాను గాని, సినీమాలో, సైగల్ "దుఖకే" అని పాడుతూ మధ్యలో నవ్విన నవ్వులోని విషాదం (bitterness) మనసుని బాధిస్తోంది. "ఏక్ స్వప్నకా దుఖకే!"

"మిస్టర్ సయ్యద్ లుక్డ్ ఎబ్రప్టలీ వైల్డ్" (Mr. Syed looked abruptly wild) అని నేను చదువుతున్న పుస్తకంలోని వాక్యం నా వెనక నించి ఎవరో చదివారు. గుండె ఆగింది. ఆ కంఠం యెవరిది? రెండేళ్ళ మరుపులకిందినించి ఎన్నో ప్రాణాల్ని పీల్చిన సంఘటనలు జ్ఞాపకం వొచ్చాయి. తల యెత్తబోయినాను, వెనక్కి సంతోషంతో. నా చంపల్ని రెండు పెద్ద చేతులు పట్టుకుని తిరగనీలేదు. గాజులు అరవై రక రకాల గాజులు, పొడుగాటి వేళ్ళు. నా మొహాన విశ్వనాథ ఆయిల్ పరిమళాలు చిమ్ముతూ మెలికలుగా జారి; కణతల మీద జుట్టు–గంటల గంటల మోస్తరు నవ్వు–సహారాలో వొంటెల మెళ్ళో గార్డెన్ ఆఫ్ అల్లా (Garden of Allah) సినిమాలో విన్న గంటల చప్పుడు జ్ఞాపకం తెచ్చే నవ్వు - ఒక్కసారి విన్న తరవాత యింక జీవితంలో శాంతి సంపూర్ణంగా నశించిందని స్పష్టంగా తెలియచేసే నవ్వు - ఇంకెవరు?

"అరుణ."

పేరు చెప్పినా వొదలలేదు. మెల్లిగా నవ్వుతోంది. రక్తం ఆగింది. "అరుణేనా, లేక–" తలుపు గడియవేసి రాత్రికి యిల్లు భద్రం చేసుకుని వొచ్చాను. ఎట్లా వొస్తుంది లోపలికి, పైకి! చచ్చిపోయి...అవును అరుణ అట్లానే యే రైలులోనో.... యే ఆలింగనంలోనో నాటకశాలలోనో.... చచ్చిపోతుందని నా నమ్మకం. చచ్చిపోయే చివరి నిమిషాన నా దగ్గిరికి కాక ఇంకెక్కడికి వెడుతుంది - కడపటి శలవుకోసం? ఇంక కనపడనని తెలపడం కోసం?

ఆలిస్యం భరించలేను. భయమెక్కువవుతోంది. నా జుట్టుని ఆమె వేళ్ళ సందుల్నించి వొదిలించుకుంటూ, గట్టిగా వెనక్కి తిరిగాను, అరుణే! నవ్వుతోంది.

గంటలు– గంటలు–గోడలమధ్య యిటూ అటూ మోగుతున్నాయి, కాని, పెదిమలమీదకాని, కళ్ళల్లో గాని ఒక్కరవ్వ నవ్వు లేదు. ఆ శక్తి ఒక్క అరుణకే వుంది. అట్లా నవ్వేశక్తి.

పూదాశిల్కుచీరె, సినీమాస్టార్ జాకెట్, తాంబూలం.

"నువ్వేనా? మాట్లాడు."

నేను లేచి దగ్గిరికి నడిచినకొద్దీ దూరమయింది. మెల్లిగా గోడదగ్గిరిగా నీడలో కలుసుకుంది. నా కళ్ళు తిరిగాయి. పడబోయినాను.

"ఏమిటిది?"

గట్టిగా నన్ను పట్టుకుంది.

మెడ, బుజాలు, చంపలు తాకుతున్నాను సంతోషంతో.

"ఎట్లా వొచ్చావు? ఎంత భయపెట్టావు!"

"ఏం? రైళ్ళులేవా? మోటార్లు లేవా?"

"అది కాదు. తలుపు గడియవేశాను."

లోపలినవ్వు పెదిమలమీదికి పాకింది అప్పుడు. తాంబూలంతో యెర్రనైన పెదిమలలోపలి యెరుపు మీదికి. కాని కళ్ళు అగాధంగా లోపలికి తిరిగి - అరుణ కళ్ళు ఎవరివంకా చూడవు సాధారణంగా; చూసిందా ఇంక ఆ కళ్ళ లోతేమిటో తెలుసుకున్న దాకా వదలకూడదని - ఇంక విముక్తి లేదు యువకులకి, జలగుండాల్లో పడ్డట్టే - కొండశిల నోట్లో చిక్కినట్టే! వెర్రివాళ్ళు, ఆ చూపుల అంతం కనిపెట్టగలమనే ప్రతివారికీ ఆశ! రాచకన్య వేసే ప్రశ్నకి జవాబు చెప్పగలమనే శిరస్సులు వప్పచెప్పే, మూర్ఖులు జ్ఞాపకం వొస్తారు. ఇక్కడ మెడలు కాదు. హృదయాలు అంతే. కాని తలలు తెగడమే తక్కువ బాధ!

"తలుపు గడియ వేశావా? పిచ్చిముండా, యెట్లా బతుకుతావు ఇంత మతిమరుపుతో!"

"వేశాను."

"వేస్తే నేనెట్లా వొస్తాను?" అరిచింది స్కూలుపిల్లవలె. వరండా దగ్గిరకి పోయి బండివాణ్ణి సామాను పైకి తెమ్మని కేక వేసింది.

"భోజనం అయినట్టుందే!" అన్నాను.

"అయిందే."

ఇన్నేళ్ళ స్నేహంలోను, నా పేర్లు అనేకసార్లు మార్చింది. పైగా యిప్పుడు ఆడదాన్నిలాగు సంబోధించడం ప్రారంభించింది. వుత్త చెలచిత్తమేనా, లేక ఏమైనా అగాధమైన కారణం వుందా? ఆమెకీ తెలీదు బహుశా.

"అయిందే - కాని, పిచ్చీ! యెట్లా బతుకుతావు యిట్లా వొంటరిగా. నిన్ను చూసినప్పుడు పాపం, నీ బట్టలు వుతికిపెడుతూ, నీకు కబుర్లు చెపుతూ వుండిపోవా లనిపిస్తుంది కాని–" ఊరుకుంది.

"కాని–"

"ఉండనీదుగా పాడులోకం?"

"ఇంకా లోకాన్ని చూసి–"

"భయంకాదులే, పిచ్చిముండా!"

ఆలోచించాను. లోకమంటే ఆకర్షకులైన యువకులన్నమాట అని నిశ్చయించుకున్నాను.

"ఈసారి నీతో వుంటానమ్మా! పాపం! ఎన్నో రోజులు!!"

"ఎన్ని!"

"రెండేళ్ళు."

"రెండేళ్ళే!"

నాకూ తెలుసు ఆమెకీ తెలుసు, రెండేళ్ళంటే రెండు గంటలో, రెండురోజులో! నాకు తెలుసుననీ ఆమెకి తెలుసు. కాని రెండేళ్ళు వుండాలనే కోర్కె అబద్ధంకాదు ఆమెలో! వుండననే సందేహమూ ఉండక పోలేదు.

"ఈసారి చూడు వుండనేమో?"

అని నా చంపకి తన చంప ఆనించి "ఊ" అంది కంఠంలోంచి పెదవులు తెరవకుండా, గ్రేటా గార్బోమల్లె. చప్పున నన్ను వొదిలి నుంచుని,

"కలం కాయితం కావాలోయి."

నన్నట్లా వొదలడం, అంత చప్పున, నాకు యిష్టంలేదు. కాని అరుణని బతిమాలడ్డం, ఆకాశంలో యెగిరే చిలకని పిలిస్తే యెంత లాభం, అంతే. ఆమె స్వేచ్ఛగా వరాలు కురిపించాలి. ప్రార్థనలూ, కన్నీళ్ళూ పనిచెయ్యవు. కాని తనకి యిష్టమైనప్పుడు ప్రార్థనలకీ, కన్నీళ్ళకీ లొంగిపోయినాననే ఇల్యూజన్ (illusion) కల్పిస్తుంది. నేను పక పక నవ్వాను.

"ఏమిటి?" అంది ఒక కంటిమీది కనుబొమ్మని పక్కకి లాగి.

"ఉండడానికి ప్రయత్నాలా?"

మాట్టాడకుండా బుజాలుపట్టుకుని వూయించింది.

ఇష్టంలేని ప్రసంగాల్ని తప్పించే ఆమె పద్ధతుల్లో అది వొకటి. మాసిన గుడ్డల బుట్టలోనూ, గ్రామఫోను పెట్టెలోనూ, వెతికాము, కలం కాయితాలకోసం "నేనే వుంటేనా,

యిట్లా చీదరగా వుంచుతానాయిల్లు? అంతా నా ఆజ్ఞలో-నిజం చెప్పు భోజనం చేశావా యీ రాత్రి-"

"ఆ"

"ఏం వేసుకుని?"

నా మెడని వొంచి చూస్తోంది కళ్ళలోకి.

"నిజం చెప్పు, అబద్ధాలు చెప్పావా...."

పళ్ళు చూపించింది. మామూలు, ఆ బెదిరింపు మాకు, ఆ డాబామీది అమావాస్య రాత్రినించి.

"ఊ, నిజం చెప్పు మరి" ఎప్పుడూ అంతే, అబద్ధాలన్నీ తన 'మోనాపలీ'లాగు మాట్లాడుతుంది అరుణ.

"లేదు. కాని కాఫీ-"

"పో దుర్మార్గుడా!" అని నన్ను తోసేసి కుర్చీలో కూచుని రాసుకుంటోంది, అరనిమిషంలో నన్ను మరిచిపోయి అదే అరుణలో మనసుకి వెర్రెత్తించేదీ, మనసులమీద తీవ్రమైన మాయకప్పేదీ, ఆ గొప్ప ఘోరగుణమే. దేని మీద మనసు నిలిపితే అదే లోకం, తక్కిన లోకం బావురుమని ఏడుస్తుంది.

నాతోనూ అంతే.

ఇదుగో వొస్తానని - వొదలలేక వొదలలేక బండి యెక్కుతుంది. మళ్ళీ యే రెండేళ్ళకో దర్శనం - ఏ ఆరునెలలకో ఉత్తరం.

వెనకాలే వెళ్ళి నుంచున్నాను చదవా లనుకోకపోయినా, ఆమె ఉత్తరంలో రాసిన యీ వాక్యం నా కళ్ళ పడ్డది.

"దిగులుపడకమ్మా! నిన్ను కలుసుకోడానికి వీలులేకపోయింది. నాకు తెలుసు నీ బాధ! వొస్తాను! తప్పకుండా వొస్తాను, నీకు తృప్తినిస్తాను."

ఇందాక నా చంపని జారిన జుట్టు ఇప్పుడు ముందున్న కాయితంమీద పడుతోంది. ఆ వుత్తరం మర్నాడు చదువుకునే నిర్భాగ్యుడికి ఆ విశ్వనాథ్ ఆయిల్ పరిమళం గుండెల్ని పీకుతుంది.

కలం ఆ వేళ్ళ మధ్య ఉండడమే ఆనందంలాగు గంతులేస్తోంది. ఎవరికో? ఎందుకో? అడిగితే చెపుతుందేమో! కాని అడగననేగా, నా మీద అంత యిష్టం, అంత విశ్వాసం!

ఎక్కణ్ణించి వొచ్చిందో! ఎంతదూరంనించో, పాదాల మీదనన్నా దుమ్ములేదు. పాదాలమీద జీరాడే పట్టంచునించి, తలపైన నిగనిగలాడే జుట్టు పాపిడివరకు చూస్తూ నుంచున్నాను. అప్పుడే గదిలో అలంకరించుకుని బైటికి వొచ్చినదానిమల్లే వుంది.

జీవితమంతా, ముళ్ళలోంచి, దుమ్ములోంచి, ద్వేషాల్లోంచి, నిందల్లోంచి, అపనిందల్లోంచి అంత నిర్మలంగా నడిచి శుభ్రంగా, పవిత్రంగా ఉండగలిగే వారు అరుదు. తామరాకు మీది నీటిబొట్టు, ఆకుల్లోంచి కిందికిజారే వెన్నెలరేఖ! నడిచినచోటనల్లా హృదయాలమీద అడుగులు పెడుతూ వెడుతుందంటే ఒక వింతా!

తీవ్రమైన వాంఛ నా కళ్ళకి పొరలు కప్పక పోవడంచేత, ఆమె అందాన్ని చాలా స్పష్టంగా చూడగలుగుతున్నాను. ఈ మాయాప్రపంచంలో ఇంకా చిక్కని మాయ ఈ ప్రేమ మాయ – స్త్రీ వాంఛ! ఆ మోహమే ముక్కు పట్టుకుని – "తాను వలచింది రంభ," చేస్తుంది.

శాంతంగా బొమ్మనివలె చూస్తున్నాను – కాని కాంక్షే వుంటే, ఆమె నాదేనని తెలిసికూడా, – మా మొదటి స్నేహపు మొదటి రాత్రి జ్ఞాపకం వొచ్చింది. అర్ధరాత్రి బృహస్పతి కాంతి కింద డాబామీది ఆలింగనం – వొత్తుకున్న మా నగ్నవక్షాలకీ – బృహస్పతి వెల వెల కాంతికీ, మా కామోద్రేకానికీ – యీ సృష్టి జీవనోద్యమానికీ, మధ్య యేమీ అడ్డంలేని ఆ రాత్రి.

కాని కాంక్షే వుంటే – ఎంత బాధ! ఆ వుత్తరం రాయడం ఎప్పుడు ముగుస్తుందా అని విసుకు; నిలవలేక ఆమె వెనకకి వెళ్ళి ఆనుకోవడం, ఎక్కడినించి వొచ్చింది అని జెలసీ, ఎప్పుడు వెళ్ళిపోతుందో అని భయం! ఇవేం లేవు ఇప్పుడు – కాని ఆ మొదటిరాత్రి – ఆమె నా కళ్ళలోకి కాక, బృహస్పతివేపు చూడడం, ఆమె కనుపాపల్లో ఆ నక్షత్రకాంతి ప్రతిఫలించడం భరించలేకపోయినాను – ఆ రెండో పక్కన పట్టు జంపఖానా ఆమె వీపుని తాకడం సహింపలేక, అన్నివేపులా నేనే కావడానికి ప్రయత్నించాను. కాని ఆ మోహం లేకపోవడం బాధిస్తోంది నన్ను యీ రాత్రి. ఈమె ఈ రాత్రికి ముందు నే నెరక్కుండా, కొత్తగా, యింత చనువుతో, యింత అందంతోనూ వొచ్చివుంటే, కొత్తగా నేను చూస్తే – ఎంతరసం, కాంతి, ఉత్సాహం, కలిగేది జీవితంలో – యీ ఘడియలు యెంత గొప్పగా వెలిగేవి? "రూప్ నగరమే చల్ ముసాఫిర్ ప్రేమ సొధా కరిలే."

వెళ్ళి గ్రామఫోన్ మీద కె.సి.డె. రికార్డు పెట్టాను.

అరుణ తలెత్తి నవ్వింది.

"దేని సహాయం తెచ్చుకున్నావా?" అని మళ్ళీ రాసుకుంటోంది.

పాట ఆఖరయింది. వైండ్ (Wind) చేస్తున్నాను.

"వొద్దు. ఇంకేమీ వొద్దు–" అని రాసుకుంటూనే – అవును ప్రేమ సొధా కరిలే" అంటోంది.

"ఎన్ని సొధాలు?" అన్నాను.

పెదిమలమీది చిరునవ్వు నాకు జవాబు చెప్పింది.

"నువ్వు మాత్రం?" అంటూ లేచి వొచ్చి నా మెడ చుట్టూ చేతులు వేసి తల భుజంమీద పెట్టి -

"కాని యీ సౌధం - యే భూకంపం రానీ యిది కదలదు. తలుపులు గడియలు వేసుకోదు-

"ఇది, ఇది పిచ్చిముండ - వుత్త ముసాఫిర్ బంగళా - అని గట్టిగా నవ్వింది. చెవుల్లో స్వర్గద్వారాల గంటల ఘల్లుమన్నాయి.

"దిల్ ముసాఫిర్ - అంతే" అన్నాను.

"చూడు. ఈ వుత్తరం పోస్టులో పడాలి."

"ఇప్పుడా? అరమైలు-"

"నేనూ వొస్తాను."

రాదనీ తెలుసు, నేను వెళ్ళాలనీ తెలుసు.

"నువ్వెందుకులే!"

అనకముందే చెప్పులు తెచ్చి, కూచుని కాళ్ళకి పెట్టింది.

"బహుమానం?"

"ఏముంది? కొత్తది యేమియ్యను?"

జాలిగా నవ్వింది.

మెల్లిగా జాలిగా గంట మోగింది ఆకాశాన.

ఆ నవ్వుకోసం యేం చెయ్యకుండా వుండగలను - పూర్వపు మోహమంతా చల్లబడి గడ్డకడితే మాత్రమే!

"నువ్వు వొచ్చిందాకా యీ కళ్ళని తెరిచే వుంచుతాను."

మళ్ళీ వొచ్చేటప్పటికి వాకిలి గుమ్మం వెనకనించి గట్టిగా అదుముకుంది.

"చాలదా?"

ఇదంతా కొత్తగా మొదటిసారి కాకూడదా? కాని యెన్నోసారైతేనేం? ఆమె రొమ్ముకి వొత్తుకోడం? కృతజ్ఞత! ఎందరు తపస్సు చేస్తున్నారో ఆ అదృష్టం కోసం. నే నెరిగిన వాళ్ళని లెక్కపెట్టనా? మేము యెక్కుతున్న మెట్టుమెట్టుకీ ఒక్కరు చొప్పున!

"నిద్ర వొస్తోంది. పక్కలు వేసుకుందాం."

ఎన్ని బహువచనాలు! ఏమిటి సూచన?

పాపం అలిసిపోయింది. పక్కవేసి పెట్టాలి. కాని నానించి పని కావలసినప్పుడల్లా అలిసే వుంటుంది, అన్న దుర్మార్గమైన తలపు మనసులో నించి తోసేశాను.

"వుత్తరం యెవరికో చూశావా, పై పేరు?"

"ఊ-వాడెవరా అని కూడా అనుకున్నాను."

"అతను, ఆ స్టూండెంటు, నేను సుమిత్రని చూడ్డానికి కాలేజికి వెళ్ళినప్పుడు, నాకు ఆమె గది చూపించాడు. చాలా బీదవాడుగా కనబడ్డాడు. క్షయట. డబ్బు లేదట. దయగా మాట్లాడాను. నేను చేసిన తప్పు అదీ. ఆనాటినించి వుత్తరాలు కురిపిస్తున్నాడు."

"ఎందుకు?"

"ఏముంది? మొగాళ్ళకి మామూలేగా-" అని కంఠం మార్చి-

"పాపం-ఎట్లానూ బతకడు చాలా రోజులు. చదువు మానెయ్యమన్నాను. తల్లి వంటచేసి అంతవరకు చదువు చెప్పిస్తోందట కొడుకు పోషిస్తాడని గంపెడాశ!" కళ్ళ నీళ్ళు పెట్టుకుంది.

" 'నిన్ను చూస్తే జీవితానికి కొత్తవెలుగు కనపడ్డది' అని రాస్తాడు. కాని ఏం లాభం?"

ఆమె పక్క తీసుకొచ్చి విప్పాను. ఆ పచ్చని దుప్పటి మీద యెర్రని కొత్త పట్టుదిండు. ఆ పువ్వుల మధ్య వి.కె. అని రంగుల దారంతో కుట్టిన అక్షరాలు.

"ఎంత బావుందో!" అన్నాను.

"రేపు పొద్దున్నే వెళ్ళేప్పుడు నీకిచ్చి పోతాను."

"రేపు పొద్దున్నా! ఏదో రెండేళ్ళన్నావు?"

"అవునులే-వూరికే అన్నాను."

"ఏది వూరికే?"

"రావే పడుకుందాం, నిద్రవొస్తోంది." అని పక్కమీద పడి నా మెడమీద చెయ్యేసింది.

"నీకో? దిండు నాకిస్తే?"

"ఇయ్యను నీకు, నూనె చేస్తావు. ఎందుకు అంత నూనె రాసుకుంటావు? అయినా నీ కిచ్చి ఏం లాభం! రేపు సాయంత్రానికి ఆ దొడ్లో బావి దగ్గర వుంటుంది. ఏ ముష్టివాడో తీసుకుపోయి అమ్ముకుంటాడు."

"ఇయ్యవా?"

"పాపం, ఇస్తాలేవే!" అంటూ నవ్వుతోంది - కలకలమన్నాయి గుళ్ళో గంటలు.

"ఎందుకు?"

"ఈ దిండు! నేను షాపులోంచి వొచ్చేస్తూవుంటే, ఆ వూళ్ళో ఒకడు గుమ్మంలో అడ్డంగా నుంచున్నాడు. లావాటివాడు, బ్రష్షులాగు మీసాలూ వాడూ-గంటనించి

నాబండి వెనక సైకిలు తొక్కుకుంటూ వొస్తున్నాడు. నన్ను చూసి చిరునవ్వు నవ్వితే, నేనూ నవ్వాను. అంతే, వెంటపడ్డాడు. ఈ మొగాళ్ళు కుక్కలు....”

“..........బిక్కమొహం వెయ్యకు. నువ్వుకాదులే పిచ్చిముండా....

“ఏమిటి –కుక్కా, మొగవాడా? ఏది కాను నేను?”

“కుక్కే లేవే.”

“సరేలే....వాడు....” అన్నాను. ఆ ‘వాడు’ అనే వాడిమీద మండిపోతోంది గుండె.

“వాణ్ణి ఒక్క లెంపకాయ కొట్టాలనిపించింది.”

“కొట్టావా లేదా?”

“విను ముందు. తరువాత నీ కోపం. షాపు గుమ్మానికి అడ్డంగా నుంచుని ‘మరి ఆ వానిటీకేస్ (Vanity case) కొనలేదేం?” అన్నాడు.

“పన్నెండు రూపాయలు చెపుతున్నాడు” అన్నాను, షాపువాడిపై అధికారేమో ననుకుని.

“రండి” అన్నాడు. షాపులోకి వెళ్ళాం.

“ఈమె కేమి కావాలో ఇయ్యండి” అన్నాడు.

ఆ Vanity case, ఈ దిండూ, హోల్డాల్ (Hold-all) ఒకటీ, ఆ పెద్ద పర్సూ, మొహమలు జోడు, అన్నీ తీసుకున్నాను. వొచ్చేస్తూవుంటే, నావెంట తనూ నడుస్తున్నాడు.”

ఒకటే నవ్వుతోంది. గలగలా మోగాయి గుర్రం మెళ్ళో మువ్వలు.

“గుమ్మం దగ్గిర షాపువాడు ‘బిల్‌సార్’ అన్నాడు.

“ ‘ఉ, ఉ, ఉ, ఇదుగో” అంటూ పర్సు తెరుస్తున్నాడు. నేను జట్కా ఎక్కి పక్క సందులోకి తోలించి తొరగా రైలు దగ్గిరికి వొస్తున్నాను. కాని వెధవ సైకిలు కనపడుతోంది సందు చివర. ఇంతలో చంద్రశేఖరం కనపడి నమస్కారం చేశాడు, మోటారు స్టీరింగు చక్రం వొదిలి గట్లల్లోకి జారడానికి సిద్ధమయింది కారు. బండీలోంచి మోటారులో దూకి సామాను లాక్కుని ‘తొరగా వాయువేగంతో పోవాలి’ అని చెప్పేలోపల ఆ లావువాడు వొచ్చి మోటారు కిటికీలోంచి వెకిలిగా నవ్వుతూ చూస్తున్నాడు. మోటారులో రైలుస్టేషన్‌కి వొచ్చేశాను.”

“వాడు?”

“ఏమో? ఏమైనాడో! మొగాళ్ళు – ఈ మొగాళ్ళే పందులు. నువ్వు ‘కావులే.’

“ఆ వొస్తువులన్నీ యేవి?”

“ఆ చెప్పులా, శకుంతల అడిగితే యిచ్చేశాను. Hold-all చంద్రశేఖరం కారులో మరచిపోయాను. Vanity case బద్దలైపోయింది, ఈ దిండే మిగిలింది.”

90 చలం నవలలు

"వాడు - ఆ లావాటివాడు పాపం!"

ఎంతైనా మొగవాణ్ణి. మొగగుంపుమీద అభిమానం పోదు.

"కావలసిందే ఆడవాళ్ళని బాధించకుండా శాస్తి, ఇంక మాట్లాడించకు, నిద్ర వొస్తోంది. ఆ చదువు చాలు - లైటు తీసేద్దూ."

వానకురిసి అలిసిన మేఘాల్లోంచి జాలిగా చూస్తోంది చందమామ మా వంక, మా పక్కను దగ్గిరగా! నావేపు వీపుతిప్పి కళ్ళు మూసుకుని పడుకుంది. ఆమె మెడమీదికి జారుతున్న ముడీ, చీరె కుచ్చెళ్ళలోంచి కనపడే పాదాల వేళ్ళూ, శరత్కాలపు వెన్నెలా, నా వొంటరితనమూ, అన్నీ నా రక్తంలో పనిచేస్తున్నాయి. అరుణ కాక యింకెవరన్నా కాకూడదా?

పదిహేనేళ్ళ కిందట నన్ను ప్రేమించింది. ఆ పదిరోజులూ - కాదు ఆ మూడు రోజులే. కాని అప్పుడైనా ప్రేమించిందా? ఏమో మరి ప్రేమ అయితే పదిరోజుల్లో - నన్ను, చేతులు జాచి యేడుస్తోన్న నన్ను - పిల్లని మరిపించి చెరువుకి వెళ్ళే తల్లిలాగు నవ్విస్తూ వెళ్ళిపోతుందా? కాని పదిరోజుల ప్రేమ అనేది వుండకూడదా? ఆ జన్మాతమూ అనే పురాణ పవిత్రపదం పని చెయ్యడం మానదు కదా మనసుల్లో! నాకు కావలసినా అక్కర్లేకపోయినా నాకోసం కాచుకుని పడివుంటే అది ప్రేమా? లేకపోతే.......... ప్రేమించిందా? వూరికే ఆడుకుందా తన అవసరానికి....? ప్రేమ అంటే యేమిటి? ఏ అవసరమైతేనేం, శారీరకం, మానసికం, హృదయికం ఏమిటా భేదం? ఏ అవసరమైతేనేం? ఇంకొకర్ని కోరడమేగా ప్రేమ! ఉపయోగించుకోవడమేగా ప్రేమ!.... మనసు కల్పించుకున్న -

"ప్రేమ సొదా కరిలే."

ఏది ప్రేమ? ఎవరిది ప్రేమ? ఒక్కరాత్రి తృప్తిపడ్డ తరువాత, మళ్ళీ రక్తకణాలు వీర్యాన్ని సమకూర్చిందాకా, చచ్చిపోయేది ప్రేమా!! ఈ సమస్యతో కునుకు పడుతోంది.

"పిచ్చీ! పిచ్చీ! నిద్రే?"

"వూ"

"ఏమిటి ఆలోచిస్తున్నావు దగ్గిరగా వుండక? నీ పక్క యేదీ తెచ్చుకో."

"నా పక్కా?"

"ఆ-నీకో పక్కకూడానా? ఇట్లా పడుకో-"

"చెడు అలవాట్లు చెయ్యకు యీ దేహానికి."

"పోనీలే. కొంచెంసేపు యిట్లా కూచో....నువ్వూ....నువ్వూ....నా....ఏమిటోలే!" అని నా చేతిమీద వేళ్ళు వాయిస్తోంది, పక్కన కూచోపెట్టుకుని, ఆమె తలవెనక తలని

ఆనించాను ఆ పట్టుదిండుమీద. విశ్వనాథ్ ఆయిల్ పరిమళాలు కదిలిస్తున్నాయి నారక్తాన్ని. వెలవెలబోతూ వాన కన్నీళ్ళతో చూస్తున్నాడు మా వంక కిటికీలోంచి చందమామ.

మెల్లిగా నవ్వుకుంటోంది, వెల్లకిలా పడుకుని ఆ తడి వెన్నెట్లో.

"ఏమిటి?"

"మనిద్దరం యిట్లా విడిగా పడుకున్నామంటే యీ అర్ధరాత్రి-యముడు నమ్ముతాడా? ఏం లేదని చిత్రగుప్తుడు సాక్ష్యం చెప్పినాసరే-లోకం మాట అటుంచి-"

"మన పాత చిట్టా తిరగేసి చూస్తే-"

యముడు ఆ చిత్రగుప్తుణ్ణి, పాపం, ఒక్క కసురు కసురుతాడు, వీరేశలింగంగారు బాపయ్యగార్ని కసిరినట్టు. "నీకు బుద్ధి లేదు. ఇల్లాంటివాళ్ళు విడిగా పడుకుంటారా? నీకు ముసలి చత్వారమా, లేక, లంచం తిన్నావా? అంటాడు."

"కాని నీ మొహం చూస్తే వాడెన్ని గుండెలతో-"

"ఆ రాత్రి మనం పడవలో - ఇట్లాంటి గుడ్డి వెన్నెట్లో-"

"ఆ చెక్క మనిద్దరికీ సరిపోదు. సన్నం-ఒకరి పక్కన ఒకరికి చోటులేదు. అందుకని..."

"ఇద్దరమూ ఒకవేపు చేరగానే, ఆ పడవ ముసిలమ్మ లాగు వూగుతుంది, సణుగుతుంది."

"బ్రిడ్జి కిందినించి పోతూవుంటే పైన వాళ్ళు-"

"సిగ్గూ భయమూ వుండేవి కావు."

"ఈనాడు వున్నాయా?"

నా మొహం తన వేళ్ళతో మెల్లిగా తాకుతోంది.

అవును-మా మొదటి ఆకర్షణ....అప్పుడు యెంత అందంగా కనిపించేది? ఆ బుజాలు చూసినా, రొమ్ము విశాలత్వం, ఆ కంఠం కింద మొదటి మెలిక చూసినా, రక్తం అణగక, చించుకుని, ఎదురు తిరిగి, వూపిర్ని ఆపేది. ఈనాడు ఆ అందం యామయింది? అట్లానే వుంది. ఇంకా స్థిమితపడ్డది. కాని నా కళ్ళకి మాత్రం...యేం జరిగింది? ఈనాడూ ఆమె వెనక ఆ లావాటివాళ్ళు....ఆమె నడిచిన చోట్లనల్లా....కాని నా పక్కన దిండుమీద మెరుస్తోన్న జుట్టుని వూరికే చూసి, ఉపమానాలు వెతుకుతానుగాని....మునుపటి మల్లే అట్లా వేళ్ళతో చిక్కు చేస్తూ, మొహాని కద్దుకుంటో, గట్టిగా గుప్పెట్లలో పట్టి-మొహాన్ని దగ్గిరికి లాక్కోనుగదా - 'వెళ్ళిపోతా'నంటే, మొహం జుట్టులో దాచుకుని యాడవనుకదా! ఎందుకు? అభ్యంతరాలు లేక ఆమె చవక

అయిందా? కాలేదు. ఎప్పుడో యిట్లా సుందరస్వప్నంవలె వాలి యెగిరిపోతుంది. ఆమె తరువాత నేను ప్రేమించినవాళ్ళు - ఈమె అందం ముందు దిగతుడుపుకి - ఈనాడు లిల్లీ యిట్లా పక్కనవుంటే-యిట్లా శాంతంగా పండుకుంటానా? కాని లిల్లీ అందం, బట్టలు తీసేస్తేగాని కనపడదు - ఆమెని వుద్రేకింపచేస్తేనేగాని బైటపడదు. ఈమె ముందు యెందుకు ఆ లిల్లీ?

కాని - మనసు - ఇదంతా మనసు కల్పిస్తున్న ఇంద్రజాలం - కారణాలు ఎవరికి తెలుసు? దేవుడికా, సైకో ఎనాలిసిస్టులకా? ప్రేమ ఎట్లా వొచ్చింది? ఎట్లా పోయింది? శరీర సౌందర్యమా? గుణాలా? ఏమి ఆకర్షిస్తాయి! ఇక్కడ సౌందర్యమూ, గుణాలూ, అన్నీ అట్లానే వున్నాయి. ఆకర్షణ మాయమయింది. నాకేనా? నావంటి దుర్మార్గులకేనా? తక్కిన నా పతీవ్రత సోదరులకి మనసు స్వాధీనంలో వుంటుందా? ఆ సందేహాలు చిన్నతనంలోనే పోయినాయి. ఈ నీతిపరులు ఎన్ని కబుర్లు, అబద్ధాలు చెప్పీ నన్ను మోసగించలేరు. అవును - ఆకర్షణ వాళ్ళకి పోదు. అసలు వుంటేగా పోవడానికి? లావాటి లందలు-లద్దె పురుగులు, బక్కనక్కలు, రాకాసులు-సణుగుల దిబ్బలు.

అట్లాంటి భార్యలమీద ఏ ఆకర్షణాలేక - పై రొమాన్సులకి జడిసి యీర్ష్యతో కుళ్ళి, తమ మనసుల్నీ, ప్రజల్నీ, సమాధానపెట్టుకోడానికి - "శరీర సౌందర్యం ఏముంది? నాలుగురోజుల్లో నశిస్తుంది. గుణం ప్రధానం!!" అని విమర్శించుకుంటూ తిరుగుతారు. గుణం? ఏమిటాగుణం? దెబ్బలకి జడిసి వొంట వొండే గుణం-గతిలేక, దిక్కులేక, యింటి దూలాన్ని పట్టుకుని వేళ్ళాడే నిర్జీవగుణం, నగలు, చీరలు, మోసే గాడిద గుణం. ఇవీ వీళ్ళు మురిసి బోర్లపడే గుణాలు! గుణాలుచూసి మోహించేటంత అసహజ జీవులు అసలు వున్నారా ఈ లోకంలో!

ఏమైపోయింది. మా ఇద్దరి మధ్యా ఆ విపరీత ఆకర్షణ! ఆ రోజుల్లో, చిన్నతనంలో - నాలుగేళ్ళ క్రితంనించి, ఆ మొదటి ముద్దు వెన్నెల రాత్రినించి, ఆమెకోసం తపస్సు చేశాను. బతిమాలాను. కోపగించాను, ఆత్మహత్య చేసుకుంటానని బెదిరించాను. రాత్రులకు రాత్రులు ఆ నరాలబాధ పడలేక చంపుదామా, రేప్ చేద్దామా అని ప్రయత్నించాను. ఆ స్కాఫింగ్ హార్ట్‌లెస్ స్మైల్ (Scoffing heartless smile) భరించలేక, గుడ్లు పీకేద్దామా, కళ్ళు కాల్చేద్దామా అనిపించేది. అదృష్టవంతుల దగ్గర నుంచుని ప్రేమగా మాట్లాడుతోందని తోచి డైనమైట్‌తో ముక్కలుగా ఎగరకొట్టాలనుకున్నాను. మళ్ళీ ఆమె దయగల చిరునవ్వుని పొంది ఒకటే కలలు కన్నాను, మళ్ళీ నిరాశలు పడ్డాను. ఆమె చేతులు నన్ను కావలించుకోడం, ఆమె కళ్ళు నా కళ్ళలోకి ప్రేమతో చూడడం.

తలుచుకు తలుచుకు కుమిలిపోయాను. ఆమెకి తెలుసు నా దాస్యం. పనులు చేయించుకుంది. ఇతరులకి చాకిరీ చేయించింది. తిప్పింది వెర్రివాణ్ణి చేసి, వీధివీధులు, తన కొంగుకి కట్టుకుని. ఒక్క చల్లని చూపు, ఒక్క ముద్దు పేరు, ఒక్క కృతజ్ఞతా పలుకు, ఒక్క కరస్పర్శనం–ఇంతే బహుమానాలు నాకు దక్కినవి. అవి మరింత చీల్చాయి నన్ను. ఎంత తోసేసుకున్నా ఆనాటి వెన్నెల రాత్రి ముద్దు మరుపుకు రాదు. ఏదో మచ్చు చల్లినట్లు–ఏదో రాక్షసి పూనినట్టు–కోపగించాను. మరచిపోవాలని, వూరిబైట, నిర్జన గృహంలో దాక్కున్నాను. ప్రయత్నించాను, చదివాను, తాగాను. ఉత్తరాలు రాసింది. విప్పకుండా పంపేశాను. కబుర్లు పంపింది–ఆ పేరు ఎత్తవొద్దన్నాను–ఆశలు చూపింది–హేళనగా నవ్వింది–నీ లెఖ్ఖేవిటంది? కాని ఒక్క సాయంత్రం వొచ్చింది.

"రాహూ"

అప్పుడు నన్ను ఆ పేరుతో పిలిచేది.

"ఎందుకు వొచ్చావు."

"నిలవలేక."

"అబద్ధం–వెళ్ళు–వెళ్ళిపో–" గట్టిగా అరుస్తున్నాను.

పెదిమెలతో నా నోటిని ఆపింది.

"నీకోసం."

"మరి యీ రాత్రి....యీ రాత్రే...."

"ఎంత కఠినులబ్బా మొగవాళ్ళు....చూద్దాంలే."

"వీల్లేదు–ప్రమాణం చెయ్యి."

"ఈ కళ్ళ...."

ఎంత మృదు హృదయులు ఆడవాళ్ళు – ప్రేమించినప్పుడు! తరువాత మా తీవ్ర శరీరాకర్షణ, క్రూరమైన వాంఛలు, క్షమించని, దయతలచని కామం, ఒక్క నిమిషం ఒకర్ని ఒకరం విడవలేని అనురాగం....

"నామీద ప్రేమేనా నీకు?" అని అడిగాను ఓనాటి రాత్రి నీళ్ళమీద.

"ఇంకా సందేహమా? ఎంత కష్టమబ్బా ఈ మొగాళ్ళని నమ్మించడం? ఇంకా ఏం చేస్తే నమ్ముతావు?"

అవును. ఇంకా ఏం చెయ్యాలి నన్ను నమ్మించడానికి? దేవత–రాక్షసి–కామరూపిణి –ఎవరు ఏ విధంగా మోహించగలరో, అంత తీవ్రంగా, అంత రమ్యంగా, సంపూర్ణంగా, అంత వివిధాలుగా మోహించింది. ఏ స్త్రీనించి, పురుషుడు అంతకన్న కోరగలడు? కాని, యీ పశువు. యీ పురుషుడు, దేవతని, కిన్నెరని, కోయిలని, తనకి వొండి, తనకాళ్ళు

94 చలం నవలలు

కడిగి, తలంటి పోసి, తన మనసు మళ్ళితే మళ్ళీ తాను నవ్విందాకా, ఏడుస్తూ కాచుకుని కూచోమంటాడు. దాన్నే పాతివ్రత్యమూ, ప్రేమా అంటాడు.

"మరి యిదివరకు- మొన్న రాత్రివరకు-"

"ఎప్పుడూ ప్రేమించానోయి నిన్ను. లేకపోతే నిన్ను 'రాహూ' అని ఎందుకు పిలుస్తాను?"

సందర్భమేమో నాకు తెలీలేదు కాని-

"మరి, మరి....యెందుకు చూపలేదు-?"

"వాడు, ఆ పశువు, ఆ విశ్వనాథం వొప్పుకోలేదు."

విశ్వనాథం పశువా? పాపం వొడిలిపోయిన పువ్వు జ్ఞాపకం వొచ్చేది నాకు అతన్ని చూసినప్పుడల్లా - ఆ చిరునవ్వు తప్ప.

"మరి ప్రేమిస్తే...."

"నీ కర్థం కాదులే, వూరుకో."

"మరి అతన్ని ప్రేమించావా, లేదా? ఆ విశ్వనాథాన్ని."

"ఏం ప్రేమలే?...."

"ప్రేమించకపోతే...."

"అబ్బా! ప్రేమ, ప్రేమ! ప్రేమించాలెద్దూ, పోనీ, ఎందుకీగోల! నీ చేతుల్లో పడున్నాను యిప్పుడు, చాలదూ.... ఈ దినాలు, ఈనిమిషాలు-పూర్వం నేనేమైతేనేం? ఇక ముందు ఏం కాబోతేనేం? ఇది చాలదూ? ఛీ, యీ మొగాళ్ళు!" చప్పున లేచింది నన్ను దులుపుకుని.

"ఏం చేశాను?"

"ఏం చేశాను అని అడుగుతున్నాడు, ఏం చేశావా? సుందరమైన కీర్తనలో.... ఏం తాళం, ఏం రాగం? అని అడుగుతున్నావు? అనుభవించడం చేతగాక! 'ఇదివరకు ఏమైనావు! ఇక ఏమౌతావు?' ఎందుకవన్నీ! వెన్నెట్లో కూచుని 'చంద్రుడు అస్తమిస్తాడే-నిన్న ఉదయించలేదే' అని యేడ్చే నిర్భాగ్యుణ్ణి నిన్ను చూశానుగాని! స్త్రీ వొళ్ళో ఎన్నాళ్ళు కూచుంటుంది? చంద్రు డెంతసేపు వెలుగుతాడు? వెలిగితే....నిద్రపోతావు. అట్లానే నిలిస్తే యీ సౌందర్యం భరించగలవా-నాయనా?"

ఎంత వేదాంతం బోధించింది ఆ కొంచెం మాటల్లో? జన్మమంతా కృతజ్ఞుణ్ణి! కాని నా అరుణ....ఆనాడు నా చేతుల్లో, అంత కోర్కెతో నా నోటిమీద....వొప్పుకోను. నాది, అరుణ నాది....అంది హృదయం. నాడు మా ఆకర్షణ అంతా దుమ్ము అయిన తరువాత కూడా ఆ వొదుపూ, ఆ వొయ్యారం, ఆ కృతజ్ఞతా, ముద్దుపేర్లు. ఎక్కడో,

యెవరి చేతుల్లోనో, యెవరి కళ్ళల్లోనో, యెవరికో అని తలుచుకుంటూ నా కఖ్ఖర్లేని అందాన్ని కూడా యితరులకి దక్కడం సహించక బాధపడుతున్నాను.

ఈ రాత్రి మళ్ళీ అరుణవంక చూశాను. షోల్డర్ బ్లేడ్స్ (Shoulder blades) వొంపు, జుట్టూ-వీపూ కలుసుకునే చోటి నునుపు, ఆ చేతివేళ్ళ కిందినించి ఆ పిరుదులు తీసుకొనే కర్వులు నా నరాల్ని లాగుతున్నాయి; నా ఆర్టిస్టు భావాలు బాధిస్తున్నాయి లిల్లీ యీ చర్మపు మృదుత్వంతో సాటైన అందం కనపర్చగలదా? కాని లిల్లీ నాది, నా స్వంతం. యీ అరుణ? అపురూపంగా దొడ్లో నిమ్మచెట్టుమీద రెండు నిమిషాలు వాలే అడివిపిట్ట! నిద్రపడుతోంది గావును......

"పిచ్చి బాబులూ!"

....

నావేపు తిరిగి నా రొమ్ముమీద మొహంపెట్టి గోముచేసి లేపుతోంది.

"ఊ" అంటూ ఆమెమీద చెయ్యేసి పడుకున్నాను. నాకుమల్లేనే ఆమెకీ గతం కలలు వొచ్చి దయ కలిగింది కావును!

"కళ్ళు తెరు, నావంక చూడు,"

ఎందుకు వొచ్చింది? నానించి ఏం కావాలి? మళ్ళీ జీవితం ఆమెని గాయం చేసిందా? లేక ప్రణయ మార్గంలో సోపానమా నేను ఆ రాత్రికి?

"ఒక సంగతి చెప్పడం మరిచిపోయినాను, నీతో-"

కళ్ళు తెరిచాను. లేచి కూచుని దిండు నానుకుని నా చెంపల్ని పట్టుకు వూయిస్తోంది. ప్రేమా, ఆదరణా అంత చక్కగా చూపుతుంది అరుణ. నాకు నిద్రపోవాలని వుంది. కాని జన్మలో ఎన్నిసార్లు యిట్లా, యింత నాజూకుగా, వేళ్ళని చెంపలమీద వెయ్యకలవారు ఎందరున్నారు? ఈ అరుణనే ప్రేమించగలిగితే! జీవితమే అంత-మనకి రాసి లేని అదృష్టం వొళ్ళో పడితేనేం గాక, అనుభవించగలమా?

"ఏమిటి?"

నా కళ్ళని పెదిమలతో తెరుస్తోంది. ఆమె వేళ్ళు వెన్నెముకకి చక్కిలిగింతలు పెడుతున్నాయి. ఇంత రసికురాలు గనకనే, ఆమెనించి చిరునవ్వు పొందిన పురుష నిర్భాగ్యులందరూ ఊర్వశి దర్శనంపొంది పోగొట్టుకున్నట్టు, అన్ని సుఖాలూ వొదులుకుని, ఆమెకోసం వెతుక్కుంటూ తిరుగుతారు. తక్కినవారు జాడీలలో దాచుకున్న పీనిగ భార్యలు పతివ్రతలు కదా, అని సంతోషిస్తూ, అరుణవంటి స్త్రీలని తిట్టుకుంటూ సుఖపడతారు.

"చూడు, రాత్రి నాకోసం యెవరన్నా వొస్తారేమో?"

"ఈరాత్రి! ఎందుకు వొస్తారు?"

"నీకు మతి మందగిస్తోంది. ఎందుకు రాకూడదూ? నీకోసం ఎవరన్నా రాకూడదూ? మనుష్యుల్ని చూడ్డానికి రారూ యెవరూ?"

"అర్ధరాత్రి యీ కొత్తవూళ్ళో నీకోసం-"

"ఏమో రాకూడదా? వొస్తే-తలుపు కొట్టినా, పిలిచినా, మాట్లాడకు."

"ఏమీ?"

"నిద్ర అక్కర్లేదూ మనకి? ఎవరో వొకరు వచ్చి లేపుతూవుంటే నీకు తలనెప్పి రాదూ?"

"ఎట్లానూ లేపిం తరువాత-"

"మాట్లాడక నిద్రపో. నిద్ర లేకపోతే తలనెప్పి వస్తుంది. ఇట్లా పడుకో." అని నా ముఖాన్ని తనకి వొత్తుకుని మాట్లాడనీకండా చేసింది. చందనపు వాసనల్లో మైమరిచాను. కాని మనసు పూర్తిగా నిద్రపోలేదు. ఇట్లానే ఆ రాత్రి హోటలు గదిలో-చంపకపూలతో అలంకరించాము ఆ పచ్చని కొయ్యమంచమంతా. అర్ధరాత్రి మెళుకువ వచ్చి లేవబోతే, నన్ను కదలనీక, మాట్లాడనీక అట్లానే ఆ మృదు ప్రదేశాల మధ్య నా మొహాన్ని అదుముకుంది. కాని ఆనాడుకూడా మనసు నిద్రపోలేదు. ఎన్నాళ్ళు ఎన్నేళ్ళు తపించాను ఆ రాత్రికోసం? అందలేదని ఎన్ని కోపాలు! అందితే-అని ఎన్నికలలు! కాని ఆ రాత్రి అంత సుందరమైన అనుభవమూ-చివరికి యింతేనా? ఇంకేం చెయ్యను, తరవాత-ఈ అందమంతా నా చేతుల్లోనేవుంది. కాని అప్పుడు నిరుపయోగం-ఇంతకన్న యే వుపయోగమూ లేదా? చివరికి అంత రసికత్వమూ, నేర్పూ, శరీర సౌందర్యం, చిరునవ్వులూ, నేత్రాలోంచి అల్లరి చూపులూ అన్నీ చివరికి యిట్లా యీ అలసటలో అంతమా? అన్నేళ్ళు కోరిన ఆమె చేతుల మధ్యనించి కొంచెం తప్పుకుని దూరంగా పడుకోవాలనిపించింది. ఆమెకి కష్టం కలుగుతుందా? ఈ సఫలమైన ఆనందం కన్న, ఆ తీరని వేదన యెక్కువ వాంఛనీయమేమో! ఏ సుఖం కష్టాలనే అలలమీద యీ ప్రపంచం వూగుతోందో, ఆ సుఖదుఃఖ భేదం - నిజంగా ఆ భేదం వుందా? ఆనందం దొరకగానే, ఎన్నేళ్ళోపడ్డ బాధంతా పడనట్టే తోస్తుంది. కాని ఆ ఆనందం యిట్లా వేళ్ళలోంచి జారి.... యింకేముంది బాధకాక అనిపిస్తుంది. ఆ రాత్రి-ఆ పూర్వపు రాత్రి-ఆమె తెల్లారి వెళ్ళిపోతుందే, తక్కిన రాత్రినంతాకూడా మాధుర్యంతో నింపగల శక్తి యీ నరాలకి లేకపోయిందే అని దుఃఖించడంతో గడిచింది.

"వెళ్ళవొద్దు. నువ్వు నానించి వెళ్ళవొద్దు" అని ఆరాత్రి ఆమె బుజాన్ని గట్టిగా పట్టుకున్నాను. కాని వేళ్ళలో ఆ అగ్ని చల్లారిందని ఆమెకి మాత్రం తెలీటంలేదా? కొంచెం సేపటి కింద, గడ్డంకింద, పిరుదులమీద, వొళ్ళంతా తాకినచోటనల్లా ఝల్లు మనిపించిన నా వేళ్ళు!

"వెళ్ళను-పడుకో."

"నిజమా?"

"మరి బండీ రమ్మన్నావే! టెలిగ్రాం యిచ్చావే!"

"ఆ సమస్యలన్నీ నీ కెందుకు-పడుకో."

"మరి ఎప్పుడూ నా దగ్గిరే-"

"ఎప్పుడూ-ముసలివాళ్ళమై కళ్ళూ కాళ్ళూ లేనప్పుడు కూడా నీ దగ్గిరే!"

ఈ తాపమూ, ఏ తాపమూ, కలలూ లేకుండా తమ కామశేషాన్ని అమర్చుకునేందుకు సాధనం యేదో వొకదాన్ని భార్యగా అట్టిపెట్టుకుని, శాంతంగా, నిద్రపోయ్యేవాళ్ళే జ్ఞానులేమో! అనుకుంటూ నిద్రపోయినాను యీ రాత్రి.

ఎవరో తలుపు కొడుతున్నారు నిజంగానే! "ఎవరది?" అని అరిచాను.

అరుణ నా నోరు మూసింది.

"మాట్లాడకు-ఏం చెప్పాను?"

తలుపు కొడుతున్నారు.

అరుణ నా పక్కన బోర్ల పడుకుని నవ్వుతోంది.

కింద వాడెవడో పిలుస్తున్నాడు.

జుట్టులోంచి పరిమళాలు, కంఠంలోంచి నవ్వులు, పొడుగాటి వేళ్ళు నిప్పు కణికలవలె నా నోటిమీద. ఆమె మెడ వెనక వెన్నెట్లో మెరిసే మంచి ముత్యాల్ని జుట్టులోంచి చిక్కు తీస్తో వారి కేకల్ని నిర్లక్ష్యం చెయ్యాలని ప్రయత్నిస్తున్నాను.

పొరుగువాళ్ళు లేచి ప్రశ్నిస్తున్నారు.

"వెళ్ళి చూస్తాను."

"వీల్లేదు."

లేవకుండా దగ్గిరగా పట్టుకుంది. ఏం చెయ్యగలను? మొగవాణ్ణి! అబలుణ్ణి! ఆమె చేతిని, నా చంప కానించుకుని వేళ్ళు లెక్క పెడుతున్నాను. ఒచ్చినవాడు మొండి శిఖండి "ఇదేం అన్యాయం తలుపు తెరవ"రని అందర్నీ ప్రశ్నలడుగుతున్నాడు. విశ్రమించి మళ్ళీ నా పాత తలుపుమీద భీకర సమరం ప్రారంభించాడు.

"తలుపు బద్దలవుతుందేమో!"

"బద్దలు కానీ."

"ఏం లాభం? ఎట్లానూ లోపలికి వస్తాడు-అప్పుడు?"

మాట్లాడకండా నావేపు తిరిగి

"ఆ రాత్రి-వాడ బంగాళాలో, భూమి బద్దలైనా, దేవతలెత్తివొచ్చినా నన్ను విడవ

నన్నావు, జ్ఞాపకం వుందా?" అని నోటితో, కస్తూరి పరిమళాలు చల్లే నోటితో, ఆ చిన్న పళ్ళవరసతో నా నోరు మూసింది.

నేను అన్నీ మరిచి వూరుకున్నాను.

కాశ్మీరపు కుంకుమ తోటలమీది వాయుస్పర్శ ఆమె బాహువుల ఆలింగనం – మోహం వుండనీ నాకు, లేకపోనీ.

"నా మర్యాద! తెల్లారి పొరుగువారి ప్రశ్నలు" అని దూరంగా విష్పర్ (whisper) చేస్తోంది మనసు. జుట్టు, చేతులు నున్నని బరువు చంపమీద, హిమాలయ శిఖరాలు, గోదావరీ సైకత స్థలాలు, నందనవన పుష్పపరిమళాలు. బృందావనంలో వెన్నెల రాత్రులు–అన్నీ యెన్నో, కలల్లోనో, నిజంగానో....ఒళ్ళు తెలీదు.

తెల్లవారి దాసీది తలుపుకొడితే మెళుకువ వొచ్చింది. మూసుకున్న కళ్ళతోనే, కిందికివెళ్ళి గడియతీసి, పైకివొచ్చి పడుకున్నాను. ఎర్రని ఉదయకాంతితో తామరపువ్వు మధ్య పసిడిబొమ్మవలె చెక్కు చెదరక నిద్రలో, యేపాప మెరగని చిన్నపిల్లవలె చిరునవ్వులు నవ్వే అరుణ నా పక్కన. కాని అరుణకన్న సన్నిహితంగా నిద్రాదేవి కావిలించుకుంది.

ఎందుకు తెరిచాను కళ్ళని? కాని కారణం కనపడదు. కారణం వుంది. కాని వుందని ఎట్లా తెలుస్తుంది? నల్లనివాడు, జిల్లేడుపూల కళ్ళవాడు, తెల్లని సూటువాడు, యింట్లోకూడా హాట్ పెట్టుకుని వెనక దాగినవాడు నుంచుని చూస్తున్నాడు, కిటికీలోంచి మా యిద్దరివంకా–వులికిపడ్డాను.

"ఎవరు?"

మాట్లాడడు. గుడ్లురిమి చూస్తాడు.

కోపం వచ్చింది నాకు.

"ఏమిటిది? ఎందుకు పైకి వొచ్చావు?"

అరుణ మెల్లిగా కళ్ళు విప్పింది. ఆ వుదయాన అప్పుడే పక్కమీదనుంచి లక్ష్మి సముద్రంలోంచి లేచి వొచ్చినట్లు, అంత శుభ్రంగా ఏమీ చెదరకుండా కనపడ్డది. కొందరు వరం పొంది పుడతారు–ఏ అవస్థలోనైనా బట్టలువుండీ, బట్టలులేకా, నవ్వులో, యేడుపులో, మురికిలో, షోకులో, కోపంలో, మోహంలో, యెప్పుడూ ఆకర్షకంగా ఉండేందుకు. అద్దం దగ్గిరికి వెళ్ళి–తెలుసుననుకుంటా–చూడకుండానే వొచ్చినవాడెవడో – అతను తనకి కనపడేటట్టు అద్దం తిప్పి, కళ్ళుమూసి, నాలిక బైటపెట్టి వెక్కిరించింది. కల కంటున్నానా యింకా!

"కాఫీ అయిందా?" అని అడిగింది నన్ను–

రాత్రి తలుపు కొట్టినవాడు–నిద్రలేని ఎర్రజిల్లేడు కళ్ళు. వాడే వీడు నాలుగు

అడుగులు నడిచి తలుపు తోసుకుని లోపలికి వొచ్చి అరుణ చెయ్యి పట్టుకుని లాక్కుని పోతున్నాడు. అరుణ మెడతిప్పి నావంక చూసి నవ్వింది.

"చూడు. అతను....వుండు, బీస్టు!"

బీస్టు! వీడి ముద్దు పేరా? సరిపోయింది.

"చీరె సరిగా కట్టుకోనీ. కొత్తవాళ్ళు మేడమీదికి వస్తే పిచ్చితండ్రికి యిష్టం వుండదు కిందకూచో, మొహం కడుక్కుని వొస్తాను."

అని కిందికి తీసుకుపోయింది ఆ తెల్ల సూటుని. చక చకా నాగది అంతా సర్దుతోంది. నేను వెనక పంపు దగ్గిర్నించి తిరిగి వొచ్చేటప్పటికి. టీ సగం తయారయింది అప్పుడే.

"వెళ్ళాడా?"

"కింద కూచున్నాడు గుడ్లగూబ బీస్టు."

"అదేమిటి?"

"అదేదోలే, మిక్సడ్ క్రీచర్ (Mixed creature)"

"అది టీ తాగుతుందా, ఆ మిక్సడ్ క్రీచర్? లేక ఏదన్నా కాఫీ, గంజీ, మిక్చర్ తాగుతుందా?"

"మాగ్. సల్ఫ్. అండ్ క్వినైన్ మిక్చర్ (Mag.Salph.&Quinine mixture) త్రాగుతుంది."

అరుణ కొన్నాళ్ళు నర్సుపని చేసిందట.

కాని రెండు కప్పుల 'టీ' కిందికి తీసుకుపోయింది.

వాడెవడో, ఏమిటో, అరుణని అడిగి లాభంలేదు. కానీ,

ఇంక కొంచెం వ్యవధి దొరికిందికదా అని నేను ఆన్సర్‌పేపరు కట్టలుతీసి, మార్కులు చాలా పిసినారిగా పంచుతున్నాను; నా సొమ్ము తరుగుతున్నట్టు. అరగంటలో కింద గోల, కేకలు. పరిగెత్తాను, దూకాను. 'బీస్టు' అరుస్తోంది. అరుణ అలమారు మీద చెయ్యేసి నుంచుని, తనను కానట్టు చిరునవ్వుతో చూస్తోంది – నన్ను చూసి నాకంతా తెలిసినట్టే –

"చూడు తనతోనట–నేనిప్పుడుట–ప్రయాణం కావాలిట. ఇంతదూరం వొచ్చి నాకేమీ 'రెస్టు' అక్కర్లేదూ అదీగాక...."

ఎంతకాలం గడిచినా, ఒకసారి గొప్పగా ప్రేమించిన స్త్రీ యింకోరి మోహాధీనంలో చూడగానే జెలసీ తలెత్తక మానదు.

"అదిగాక అమీరుద్దీనునికూడా రమ్మంటిని. ఆయన యామనుకుంటారు. పాపం, నేను లేకపోతే?"

అమీరుద్దీనెవరు? వీ డెవడు? వాళ్ళందరూ యిక్కడికి యెందుకు వొస్తారు? రమ్మనడానికి ఆమెకీ, యిట్లా అనడానికి వీడికీ ఏం అధికారం వుంది? ఈ ప్రశ్నల నన్నిటినీ లోపలికి నెట్టి,

"ఎందుకండీ! ఇష్టపడని ఆమెని బలవంతం చేస్తారు?" అన్నాను. వేదాంతమూ, నాగరికతా, అహింసాతత్వం, మనని ఆ గతికి తెచ్చాయి. మరి వాడు - అంత ఆశ్చర్యకరమైన అన్యాయమైన విషయం యెన్నడూ విననట్లు యెర్రని కళ్ళు పెద్దవిచేసి, బుసలు కొట్టుకుంటో-ఇంగ్లీషులో-"ఇష్టంలేదూ-నా మీద...." అని-

చూడండి యీ వికృతం అన్నట్టు చుట్టూ చూశాడు.

"ఇష్టం లేదూ? ఆ మాట అనమనండి"

నేను తిరిగి అరుణ వంక చూసేటప్పటికి పిక్చర్ (Picture) మారింది. ఆ ఇండిఫిరెన్స్ (indifference) అంతాపోయి, ఆమె కళ్ళ వెంబడి నీరు చంపలమీదనించి భుజంమీద పడుతున్నాయి. పోతన్నగారి సరస్వతి కన్నీళ్ళు వేరే డెస్టినేషన్ చూసుకున్నాయిగాని, యీనాటి స్త్రీల కన్నీళ్ళు పమిట మీదపడి, జాకెట్టులో యింకిపోతాయి. చిందడం నేను చూడలేదు. వింత వింత కన్నీళ్ళ 'డెస్టినీలు' వున్న 'భారతి' అట్టమీద భారతులు యేడిస్తే చెప్పలేను. చిందవేమో. ఆ భారతులకు రవికలు చీరెలూ తీసేశారు. ఎన్ని తీసినా ఆ 'భా' మాత్రం తియ్యరు కదా!

"లేకపోతే, మొన్నరాత్రి-" అనబోతోంది వొళ్ళు తెలీక బీస్ట్.

అరుణముఖం మారింది. కళ్ళు నిప్పులు కక్కుతున్నాయి. నీళ్ళలో నిప్పులు వెలగడం చూశాను నేనప్పుడు!

"ఏమిటి? మతి పోయిందా నీకు, వైల్ బీస్ (Vile Beast)!"

అంత వెద్ద బీస్టు నిలువునా వొణికింది హీనస్వరం పడ్డది.

"నేను పోను, నేను పోలేను, పొమ్మనకండి వెళ్ళినేనేం కాను?"

"మరి గోల చెయ్యకు. పిచ్చినాన్నకి గోల అంటే పడదు." అని వొచ్చి నన్నానుకుని, నా చెయ్యితీసి తన నడుంచుట్టూ పెట్టుకుంది. బీస్టు నాలిక తెరిచి నెమ్మదిగా పడుకుంది.

అరుణ తలమీద దువ్వడం వొక్కటే మిగిలింది.

వాన వెలిసింది కదా అని పైకిపోయి పేపర్ల కట్టలో తల దూర్చాను. తొమ్మిది దాటింది. భోజనం హోటల్నించి వొచ్చింది. అన్నం తనకి మిగలదని, కోపంతో, నరసమ్మ గిన్నెల్ని యిటూ అటూ విసిరి కొడుతోంది. అరుణవొచ్చింది. తలలో కొత్త చమేలీ పువ్వులతో సహా.

"బీస్టు ఇక్కడే తింటుందా? అన్నమేనా ఇంకేమన్నా తింటుందా?"

"తింటుంది."

"మరి స్నానం యిట్లాంటివి అవసరం లేదా?"

"ఏమో మాటలు రావు."

"అరుపులు తప్ప."

"కొంటీ!"

భోజనం దగ్గిర అంతా స్నేహం రాజ్యం చేసింది. కబుర్లు, నవ్వులు, కామం కళ్ళుకప్పని నిమిషాల 'బీస్టు' చాలా చమత్కారి. ఎన్టర్‌టెయినర్ (entertainer). వుద్యోగరీత్యా ఫారెస్టు ఆఫీసర్. వన్య మృగమన్నమాట. ఇంగ్లండ్ రిటర్డ్న (England returned). ఆ దేశంలో స్త్రీల సంగతీ అమెరికా నీగ్రోల కథలూ చెప్పి నవ్వించింది. వాళ్ళ పాటలు పాడి నాట్యం కూడా చేస్తుందిట ఆ డాన్సింగ్ బేర్.

నవ్వుతో బడికి వెళ్ళాను.

మధ్యాహ్నం వొంటిగంటకి యింటికి వొచ్చేప్పటికి అప్పుడే మూడో రంగంమీద తెరయెత్తారు. మేడమీద కొత్తకంఠాలూ, గోలా వినపడుతోంది. ఒక మహమ్మదీయుడు, పెద్ద షేర్వాణి, నల్లని గడ్డం, చక్కని మెరిసే ఛాయా, సన్నని ఒళ్ళూ కుర్చీలో కూచుని ఇంకో కుర్చీమీద కాళ్ళుపైకిపెట్టి, చుట్ట చుట్టుకొని కూచున్నవాడు కాస్తా నన్ను చూసి మెల్లిగా పడగ విప్పి లేచి, కోరలు కనపరుస్తూ, రెండు చేతులూ జోడించాడు.

"మాస్టర్ సాబ్!"

అరుణనీ, బీస్ట్‌నీ చూపిస్తూ, దీనత్వంతో, కోపంతో, జాలిగా, అధికారంతో అన్ని రసాలూ ఒలికేట్టు సుమేర్ సింగువలె హిందీలో లెక్చర్ కొడుతున్నాడు నిరర్గళంగా. నేను యింగ్లీషు పాశుపతంతో ఆ ప్రవాహాన్ని ఆపి కుశలప్రశ్నలు ప్రారంభించాను. నాకు హిందీ మాట్లాడడం ఎంత చాతవునో, ఆయనకి యింగ్లీషు అంత మాత్రమే తెలుసు. ఈయన పరుపూ, ట్రంకూ తెచ్చుకున్నాడు. ఆయన నైజాములో యింజనీరట. "ఈ బీస్ట్ యెవరు? నీ యింట్లో యేం చేస్తోంది? ఇట్టాంటి బీస్టుని ఎందుకు చేరనిచ్చావు?" అంటాడు. వాడు నా పెట్ బీస్ట్ అయినట్టు ఈ అన్యాయం విచారించరా మీరు, మీ పవిత్రపు ఘరానా యింట్లో యెందుకు వున్నాడు. వీడికేం హక్కు వుంది? వెళ్ళ కొట్టండి ఇంకా చూస్తారేం! అంటాడు నన్ను. ఆయన పేరు అమీరుద్దీను. అది అసలు పేరా ముద్దుపేరా అనుకుంటూ వుండగానే, ఇంతసేపూ పాపం 'పిచ్చిముండ'కి ఎంత కష్టమొచ్చిందా, (తనకేం సంబంధం లేనట్టు) యెట్లా తప్పించనా అన్నట్టు జాలిగా చూస్తున్న అరుణ,

"నాగన్ మీరు తొందరపడకండి. నేను రేపు నిజామాబాదు, వొస్తున్నానుగా, మీరు సాయంత్రం రైల్లో వెళ్ళండి అంటోంది.

నేను పక్కగదిలోకి వెళ్ళి టీ చేయడానికి స్టవ్ వెలిగిస్తున్నాను. అరుణ లోపలికి వచ్చి నా బుజం మీద తల ఆనించి యేడ్చింది.

"ఏమిటీ కష్టం నాకు? లోకం- ఈ వెధవ లందరూ నన్నెట్లా యేడిపిస్తున్నారో!" అంటూ.

పాపం-అరుణ అధైర్యపడిపోయింది. ఒక చెయ్యి స్టౌ మంటకి అడ్డం పెట్టి రెండో చేత్తో ఆమె వీపు తడుతున్నాను, కొత్త పసుపుపచ్చ చీనాసిల్కు చీరమీద.

"ఈ బాధలన్నీ నువ్వే తెచ్చి పెట్టుకున్నావు కద!" అని అనడానికి గుండెలేదు; గుండెరాదు. అందాన్ని హర్ట్ చెయ్యలేను. ఆ సంగతి అందానికి తెలుసు. అందుకనే అందాలు నన్నిట్లా ఆటలు పట్టిస్తాయి. అదిగాక, అంత నిస్సహాయంగా, నన్ను నమ్మి కన్సొలేషన్ (consolation) ఓదార్పు కోసం నా దరిచేరిన పిల్లని, పూర్వం ఒకప్పుడు నన్ను అంతగా ప్రేమించిన పిల్లని ఎట్లా నిందించను? జీవితంలో ఏమీ శక్తి లేకుండా ఇంత నలిగిపొయ్యే పిల్లని- ఎంత దుర్మార్గులు యీ పురుషులు!

టీ, బిస్కట్లూ వాళ్ళముందు పెట్టి రెండు గుక్కలు తాగాను. వాళ్ళ చూపులతో ఆ కప్పుల్లో టీ సల సల మంటోంది. ఇంకేం తుఫాను మళ్ళీ ప్రారంభమౌతుందోనని కోటు వేసుకున్నాను.

"వెళ్ళొద్దు, అప్పుడే!" అంది చెయ్యి పట్టుకుని సరిగా వేదవల్లిలాగు. వేదవల్లి, అంత చిన్న పిల్లా, నన్ను మీటింగులో ఒక్క మాటతో, రెండు చిన్న వేళ్ళతో, ఒక పక్క చూపుతో నన్నాపడం తలుచుకుంటూ నుంచున్నాను.

"అరుణా, మనం సికింద్రాబాద్‌లో గార్డెన్సు దగ్గిర విన్న బాండు ప్లేటు కొన్నాను. నువ్వు విని తీరాలి-" అంటున్నాడు గడ్డమ్ము.

ఆలస్యమైతే హెడ్మాస్టరు పెట్టే ప్లేటు జ్ఞాపకం వొచ్చి కదిలాను. చక్కని చేతులు గుమ్మానికి అడ్డంగా చాచి "వెళ్ళడానికి వీల్లేదు. ఎట్లా వెడతావు?" అంది అరుణ చిరునవ్వుతో, ఆ గదినీ వాళ్ళ మొహాల్నీ వెన్నెల అందాలతో కప్పుతూ, బైటనించి ఎండ ఆమెపై చేతులమీద పడి మెరుస్తోంది.

"వెళ్ళకపోతే, ఉద్యోగం పోతుంది. పోతే, వీళ్ళిద్దరూ వీధిలో పోట్లాడుకోవలసి వొస్తుంది, ఇల్లుండదు" అంటూ బుగ్గమీద కొట్టి; ఆమె చేతినెత్తి నా బుజంమీద ఆనించుకుని, ముద్దు పెట్టుకుని పరిగెత్తి ఓల్డ్ హార్స్ (old horse) మీద దూకాను.

వుండగలుగుదును. నా మీద అధికార్లు నోట్ చేసుకున్న రిపోర్టుల్లో ఇది వొకటి. కాని ఆమె కన్నీళ్ళు, వాళ్ళ తగాదాలు, ఆమె అసహాయత్వం, నా నిస్సహాయత్వం భరించలేను.

సాయంత్రం వొచ్చేటప్పటికి, లోకంతో పాటు నా యిల్లూ చల్లబడ్డది. చీట్లాడుతున్నారు ముగ్గురూ - ఆ చింతచెట్టుకింద కుర్చీ లేసుకుని, నా గ్రామఫోను మోగుతోంది. నా సిగరెట్ టిన్ను బోసినోరేసుకుని నన్ను చూసి యేడ్చింది. అరుణ నా వంక చూడనే లేదు. అమీరుద్దీన్ వెంటనే లేచి, పక్క కుర్చీలో కూచోపెట్టాడు నన్ను.

"రండి. రండి" అని నాకు కూడా ముక్కలు పంచబోతున్నాడు. చేతులోంచి 'హేండ్' కిందపారేసి. మర్యాదలో మహమ్మదీయుల్ని మించినవాళ్ళు లేరు. తలుచుకుంటే అమర్యాదలో కూడా!

'యానిమల్ ఇన్స్టింక్ట్స్' ఎంత 'రిఫైన్' కావాలో అంత రిఫైన్ ఐనాయి వాళ్ళలో. ఎంత 'రూడ్'గా వుంటాయో చూడాలన్నా వాళ్ళలోనే చూడాలి. కాని ఆ ఇన్స్టింక్ట్సుని (రిఫైన్ ఆర్ రూడ్) మించినవాళ్ళు స్వల్పం వాళ్ళలో.

మర్యాదలోనే కాదు, అనుభవంలో కూడా. అనుభవించడం-పంచేంద్రియాలతో- ఒక పర్పస్‌లాగు, డ్యూటీలాగు చూసుకుంటారు.

గొప్ప ఆధ్యాత్మికాంచలాల్ని అందుకున్న సూఫీ వేదాంతులూ, కవులూ, కూడా, ఆ ఈశ్వరుణ్ణి తమ ఆనందానుభవానికి ఒక ఆభరణంగా చేసుకున్నారా అనిపిస్తుంది.

"పిచ్చిగాడికి పేక యిష్టంలేదు." అంది అరుణ.

"ఏం?" అంది బీస్ట్.

"నాకు జ్వరమూ, చారూ, డయాఫ్రెటిక్ మిక్శ్చర్ జ్ఞాపకం వొస్తాయి" అని ముక్కలు పట్టుకున్నాను.

"అయినా టీ తాగంది యింకోపని చెయ్యడు." అని తప్పించాలని చూసింది పాపం అరుణ. నాకు పేకాట యెంత యిబ్బందో తెలుసు ఆమెకి.

"నాది 'డమ్మీ హేండ్' నేను స్టౌ వెలిగిస్తాను." అన్నాడు సాయేబు.

"ఐనా సాయంత్రం తప్ప కథలు రాసుకోడానికి వ్యవధి లేదు, పిచ్చి తండ్రికి."

"కథలు రాస్తారా మీరు మాస్టర్ సాబ్? ఈసారి నన్ను కథలో చిత్రించి తీరాలి మీరు, నన్నూ అరుణనీ, నా సంగతంతా రాత్రి చెపుతాగా?"

ఎందుకు అరుణ నన్ను ఒదిలించుకోవాలని చూస్తోంది?

లిల్లీ వొచ్చింది.

ఇందుకా పాపం, నా కోసమా, ఈ ప్రయత్నమంతా, అరుణా! ఇంతే కద లోకంలో? స్వార్ధరహితంగా మనుష్యులు కొందరు వుండగలరని నమ్మడం ఎంత కష్టం?

చప్పున అరుణ లేచి లిల్లీని కావిలించుకుంది. లిల్లీ కళ్ళు నా మీదకన్న అరుణ పసుపు చీనాసిల్కు చీరెమీద వున్నాయి. బల్లమీద పుస్తకాలు పడేసి, "టీ ఏది?" అంది.

"కాస్తున్నాడు."

"ఎవరు?"

"నాగన్"

"నాగన్???"

నాగన్ బైటికి వొచ్చాడు. నల్ల గడ్డమూ అతనూ. లిల్లీని చూడటంతోటే, "హల్లో! సో గ్లాడ్." అంటూ వొచ్చి షేకండుయిచ్చి యెగాదిగా చూస్తున్నాడు.

"ఏమిటి?" అన్నట్టు నా వంక చూసింది లిల్లీ.

"నాగన్ అంతేలే. ఆయనకి కొత్త లేదు." అంది అరుణ.

"సామాన్లు లోపల పెట్టించారా? టీ సిద్ధమవుతోంది. ఒక్క నిమిషం. ఈ లోపల విశ్రాంతి తీసుకోండి." అని లిల్లీతో అంటూ లోపలికి పరిగెత్తాడు నాగన్.

"సామాన్లేమిటి?"

"నువ్వూ వీళ్ళమల్లేనే రైలుదిగి వోచ్చావనుకుంటున్నారు ఆయన."

నాగన్ యింతలో బైటికి పరుగెత్తుకువొచ్చి, "ముక్కలు కొంచెం ఆడిపెట్టండి. వెయ్యి సలాములు." అంటూ లిల్లీ చేతిని వూయించి పోయినాడు.

లిల్లీ ఆశ్చర్యంతో నావంక చూసింది. "మానెర్స్‌లెస్ రాస్కెల్! కరుకు తురక," అని "యింకా వాణ్ణి యింట్లో వుంచారా, యింకా యిట్లాంటి ఉపద్రవాలు సంభవిస్తాయి, మీ యిష్టం" అన్నట్టు నావంక చూశాడు, బీస్టు.

ఆట అయ్యేటప్పటికి టీ కప్పులు వొచ్చాయి. అరుణ సిగరెట్ వెలిగించింది? ఒక సిగరెట్ తన స్వంతది (చార్‌మీనార్) తీసి లిల్లీ నోట్లో పెట్టాడు అమీరుద్దీన్. లిల్లీ అసహ్యించుకుంది. సిగరెట్‌నా, తననా, అని ఆలోచిస్తున్నాడు గావును అతను.

"స్నానం చేద్దుగాని రా," అని లిల్లీ చెయ్యి పట్టుకుని నవ్వుతో మేడమీదికి పరిగెత్తి తలుపు వేశాను.

అద్దం ముందుకు వెళ్ళింది లిల్లీ. లోకం ఎంత తల్లకిందులైనా మనుషులు మామూలు అలవాట్లు మానరు.

"ఎందుకు మళ్ళీ ముడి యిట్లా వేశావు?" అంటూ పిన్నులన్నీ లాగేశాను.

"మార్చబోతూవుంటేనే తొందర! మీ కిష్టమైనట్టు ఆ వదులుముడి వేసుకుపోతూ వుంటే వెక్కిరించారు బళ్ళో! మీకేం మొగవాళ్ళు!"

"మార్చకు వదిలెయ్యి, వెళ్ళేప్పుడు మర్యాదగా కట్టుకుందుగానిలే"

కిందినించి సాయేబు పెద్దనవ్వు గోడల్ని కదలిస్తోంది.

"యీవాళ...."

"ఏం?"

"ఏమిటో, నేను వెడతాను."

"ఏమిటి లిల్లీ! ఏమన్నా జరిగిందా?"

"వాళ్ళెవరు?" అంది కంఠం ఒణుకుతో.

"ఎవరో అరుణ స్నే-అరుణని యెరిగినవాళ్ళు."

"ఎందుకు వాళ్ళు?"

"వెళ్ళిపోతారులే. మనకెందుకు?"

షెమ్మీతో భయపడుతూ నుంచుని వుంది లిల్లీ!

"ఎవరో ఒస్తున్నారు," అని చప్పున చీరె నందుకుంది.

"వాళ్ళని మరిచిపో," అని కళ్ళనించి వాళ్ళని తుడిచేశాను.

"ఇంకెవరన్నా ఆ గదిలో దాక్కున్నారేమో," అని బెదురుగా చూస్తోంది చుట్టూ; షెమ్మీ వదలక కూచోపెట్టి కబుర్లు చెప్పాను. పాతాల సంగతి మాట్లాడాను, సముదాయించాను. చీరెని బుజాలచుట్టూ కప్పి నవ్వించి మరపించాను. ఒళ్ళంతా పౌడరు వేశాను. షెమ్మీ వదలదు.

"ఎప్పుడు వెళ్ళిపోతారు?"

నాకేం తెలుసు!

"రేపు."

ఆడవాళ్ళ దగ్గిర ఆనెస్టీ ఈజ్ వరస్ట్ పాలిసీ. కాని ఏం చేసినా షెమ్మీ వదలదు. కిందికి ఒచ్చేటప్పటికి చీకటయింది.

"అయిందా?" అన్నాడు బీస్టు.

నాకు ఒళ్ళు మండింది. మాట్లాడలేదు.

"పాఠం, జాగ్రఫీ పాఠం, చెప్పడం అయిందా అని అడుగుతున్నాడాయన!" అంది తెలివిగల అరుణ.

లిల్లీ కూచుంది.

"రాత్రికి ఫీస్ట్" అని చప్పట్లు కొట్టింది అరుణ.

"అప్పుడే ఆర్డర్లు వెళ్ళాయి," అన్నాడు బీస్ట్.

"తమరు తప్పకుండా మా ఆహ్వానాన్ని అంగీకరించాలి" గొప్ప మర్యాదగా చేతులుజాచి హిందీలో అన్నాడు నాగన్ లిల్లీని.

"ఏమిటి?"

"నిన్ను రాత్రి భోజనానికి వుండిపొమ్మంటున్నాడు."

"వీల్లేదు వెళ్ళాలి, ఆజ్ఞ" అంది లిల్లి.

అమీరుద్దీన్ నావంక చూశాడు.

ఈ భాషాంతరీకరణం ఒకటి నా మెడను చుట్టుకుంది.

"ఎవరు?" అన్నాడు నాగన్, చంపేట్టు చూస్తూ.

"భర్త"

"ఎక్కడ వున్నాడు?" అంటూ బీస్ట్ వృథాగా షర్టు చేతుల్ని మోచేతులమీదికి లాగింది.

"ఆమెని రోజుకి రెండు గంటలు మాత్రం ట్యూషన్ కోసం ఇక్కడికి రానిస్తాడు భర్త! మా పిచ్చిబాబుని చూస్తే భర్తలకి అమితమైన విశ్వాసం," అంది అరుణ.

"అవును. ఆయన ముఖంలోనే తెలుస్తోంది. ఆ గొప్పతనం." అన్నాడు నాగన్.

నవ్వుకుంటున్నాడా ఆ గడ్డంలో.

"పిచ్చిముండతో సాటివస్తారా, సాటి మొగవాళ్ళు!" అంది ఆమె హిందీలో.

అరుణ సహాయ నిరాకరణోద్యమంలో పనిచేసింది. జెయిలుకు మాత్రం వెళ్ళలేదు. తెలివిగా తప్పించుకుంది అంటారు కిట్టనివాళ్ళు. అంతేగాక యింట్లోంచి తప్పించుకుని, స్వేచ్ఛగా తిరగడానికి మంచి వంక దొరికింది అంటుంది పాడులోకం! కాని, అదంతా స్వేచ్ఛా సమరమే కదా, స్వేచ్ఛని వాంఛించిందని తప్పుపట్టడమెందుకు అని ఆశ్చర్యపడతాను నేను. ఐనా హృదయం దేశభక్తితో నిండిం తరువాత వేరు అనురాగాలకి స్థలమెక్కడ వుంటుంది? పూజ్యులైన వాళ్ళని, యీర్ష్యవల్ల తూలనాడు కోవడంగాని! ఏవో ఫోటోలూ, బీచి షికార్లూ అంటారు. వయసు మళ్ళిన పూజ్యుల విషయం కూడా. ఇంక అరుణని లక్ష్యం చేస్తారా, దుర్మార్గులు!

లిల్లీతో రహస్య సంభాషణ ప్రారంభించాడు బీస్ట్. ఆ చర్మాలరంగు ఏకత్వమేనా, లేక అవును - లిల్లీ వింతమృగంగా మారుతుంది. అదే ఆమెలో ముఖ్యమైన ఆకర్షణ! రక్తం పీలుస్తుందా, ఆ కళ్ళలోంచి నిప్పు చినుకులు మీద రాలతాయా? ఆ నరాల బాధతో, మెలికలతో వేళ్ళ తీవ్రమైన పట్టులో ప్రాణం పోతుందా అనిపిస్తుంది. ఒక్కొక్క స్త్రీ రతీదేవినించి ఒక్కొక్క వరం పొంది పుడుతుంది. కాని అరుణ మాత్రం పది వరాలు తెచ్చుకుంది.

ఏదో నమ్మి భర్త పంపిస్తున్నాడని చెప్పినా బుద్ధిలేక ఆ అమాయకురాల్ని తిప్పలు పెడతాడేమిటి? బీస్ట్!! అని కోపమొచ్చింది నాకు. అరుణ వ్యవహారాలు అరుణవి. కాని పాపం పిచ్చి లిల్లీ బాధ్యత నాది. భర్త యేమంటాడు తెలిస్తే?

లిల్లీని లెమ్మని తీసికెళ్ళాను యింటిదాకా. రోడ్డుమీద ఎవరూ లేనప్పుడు లిల్లీ నా పక్కకి తిరిగి-

"వాళ్ళని పంపెయ్యండి" అంటోంది ప్రతిసారీ. లిల్లీ నా పక్కన నడవదు. తను ముందు పోతుంది. నేను వెనకాల ఏమీ సంబంధం లేనట్టు నడవాలి. ఆమెకి యే అపాయమూ కలగకుండా చూస్తూ! మరి ప్రేమకి బద్ధుణ్ణి! ఏమీ విష్ణుమూర్తి భక్తికి కట్టుబడతాడు కద! భక్తులకి దాసుడుకద! ప్రేమకీ భక్తికీ అట్టే దూరంలేదు భక్తిని తప్పించుకోలేక ఆయన చేసిన నీచత్వాని కన్నానా?

లిల్లీ వెనక, రాత్రి రోడ్డుమీద నడవడం చాలా సరదా నాకు. ప్రతి ఎలక్ట్రిక్ దీపం కిందా వెలుతురు ఆమె జుట్టులో మెరుగుపూలు కల్పించడం, ఆమె నడక వొయ్యారం, ఆమె నీడ పెద్దదీ చిన్నదీ కావడం, ఆమె జాకెట్‌కింద ఆ నిటారు వీపుమీద బుజాల వెమికలు కదలడం, ఆ సాయంత్రపు అనుభవాలు జ్ఞాపకాలు రావడం, వొంటరిది ఆడది నడుస్తోంది. ఆమెవంక దొంగచూపులూ, వెనక చూపులూ, ఆకలిచూపులూ, చూసేవాళ్ళని నాకు సంబంధం లేనట్టు చూడ్డం. నా రహస్య అదృష్టానికి, వాళ్ళకి దక్కని దానికి సంతోషించడం - ఇన్నీ.

తిరిగి యింటికి వొచ్చి రోడ్డుమీద ఆగాను. ఇల్లంతా చీకటి. శబ్దంలేదు. లోపలికి వెళ్ళాలని బుద్ధి వెయ్యలేదు. పగలంతా నిద్రపోయిన భూతాలు రాత్రి కాగానే లేచి తిరుగు తున్నట్టున్నాయి. మొదటినించీ ఆ పాడుబడ్డ పెద్దయింట్లో దెయ్యాలున్నాయని నా నమ్మకం కూడానూ.

ఇంటో దీపంలేదు. వరండాలోనించి చీకట్లో తడుముకుంటూ గదిలోపల మెట్ల దగ్గిరికి వెళ్ళానో లేదో అరుణ తటాలున యెదురుగావొచ్చి నన్ను కావిలించుకుంది. నా రొమ్ము యెదురుగా ఆమె గట్టి రొమ్ము ఆవేశంతో లేచిపడుతోంది. నాకు ప్రభుత్వం వారు పర్మిషను యిస్తే ఈ కథమాని తక్కిన పేజీలన్నీ ఆమె వక్షాన్ని గురించి నింపేద్దును.

ఎందుకు? ఈమె ఖేదానికి కారణం యేమిటి?-మెల్లిగా చప్పుడు కాకుండా ఏడుస్తోంది. స్నానం చేసింది గావును. ఇంకా చెమ్మ నా బుగ్గలకి తగులుతోంది. నా మంచిగంధం సబ్బు పరిమళాలు-కొత్తగా వుతికిన చీరని చల్లనిచాకిరేవు తావులు. వాళ్ళిద్దరూ ఒకర్ని ఒకరు నరుక్కుని చావలేదు కద!

"వాళ్ళేరీ?"

వాళ్ళ సంగతే తనకు పట్టనట్టు,

"ఎక్కడికో చచ్చారు. మళ్ళీ వొస్తారు భోజనానికి!" అని విసుక్కుంది.

ఆమె అంత దగ్గిరగా నుంచోడం యీ రాత్రి నాకు కలవరం పుట్టిస్తోంది. ఆ చీకట్లో ఆమె నాకు చనువైన అరుణ కాక, యెవరో కొత్త స్త్రీవలె తోస్తోంది. నావేళ్ళు ఆమె మెడకింది నున్నతనానికి మూర్ఛలు పోతున్నాయి.

108 చలం నవలలు

ఈ రాత్రికి వాళ్ళిద్దరూ అట్లానే పోకూడదా?

"నేను నీ దగ్గిరే వుండిపోతాను. ఈ గోలలన్నీ పడలేను."

"ఉండిపో." ఈసారి 'సిన్‌సియర్ డిజైర్'తో అన్నాను మాట. "కాని వుండవు."

"మరి లిల్లీ!"

ఏదో తాను వుంటే, విల్లీకి తాను అడ్డమో, తనకి లిల్లీ అడ్డమో ఐనట్టు.

"నీకు తెలీంది ఏముంది? చిన్నపిల్లమల్లే వూరికేప్రశ్నలు మాట్లాడతావు గాని!" అన్నాను.

"ఎందుకు వుండనూ?"

అని నన్ను అడుగుతోంది.

"ఒక్కొక్కరం ఒక్కొక్క పిచ్చితో పుడతాం. ఎంత ప్రయత్నించనీ తప్పించుకోలేము. తప్పించుకున్నాం, తప్పించుకుంటున్నాం తప్పించుకోగలం, అనుకుంటాం అంతే."

"అవునులే, కాని నీతో వుండిపోతే, ఎంత శాంతంగా వుంటుంది?"

ఆమె జీవితమే అంతా! ఎప్పుడూ, శాంతి, శాంతి అని శాంతిమీద కోర్కి కాని శాంతిని ఒక నిముషం భరించలేదు.

ఎక్సైట్‌మెంట్ కోసం శాపంపొంది పుట్టింది.

నా చెంపలు రాస్తోంది.

ఎంత బావున్నాయి ఆ నిమిషాలు!!

"ఎందుకు సరిగా క్షవరం చేసుకోవు?"

"ఆ మాట అడిగేవారు లేక!"

"లిల్లీ?"

తమాషా ఆడవాళ్ళ హృదయం-ఇంతైనా యింకా ఆ పిచ్చి లిల్లీ ఆమె హృదయానికి ముల్లుగానే వుంది-రెండేళ్ళకోసారి యెక్కణ్ణించో వూడిపడే అరుణకి-నామీద యేమి ప్రత్యేకం గొప్ప ఆకర్షణలేని అరుణకి!

"లిల్లీకి నా చెంపలు అంత ముఖ్యం కావు."

"ఏమి?"

"ఏదో నే ననే వ్యామోహంలో యివన్నీ చూడదనుకుంటాను."

"చూడకేం? చేతులకే యింత గరుకుగా వుంటే పాపం!"

నవ్వింది-చిన్నగా, సిగ్గుతో, కొండలమీద గొర్రెల మెళ్ళో గంటలు టింగుమన్నాయి.

"అప్పుడు-పూర్వం-చంపలు ఎంత మెత్తగా వుండేవి! ఇంకా మీసాలు కూడా రాలేదు."

"అదీ జ్ఞాపకం వుందీ!"

"అయినా ఆ మెత్తని చిన్న వెంట్రుకలు తగిలిన చోటల్లా చక్కలిగిలి పెట్టి తిమ్మిర్లెక్కించేవి."

ఏమిటిది కావలిసే మాట్లాడుతోందా? మెల్లిగా ఆమె వేళ్ళు నా బుజాలకిందా, నా వెన్నెముకకీ చాలా నేర్పుగా నరాల్ని నొక్కుతున్నాయి. కావలిసేనా? ఏదైనా పర్పస్ వుందా? కాదు, ఆమెకి–ఆమెవలె చాతుర్యంగల స్త్రీకి–అదంతా సహజం–కోయిలకి మధురమైన కంఠంవలె, కోతికి గంతులవలె.

కాని నాలోనించి ఎప్పుడో పోయిన ఆకర్షణల్ని మేలు కొలుపుతున్నాయి ఆమె వేళ్ళు, ఆ రాత్రి.

ఎక్కడో రోడ్డుమీద దీపపు మెత్తని ఇన్‌డైరెక్ట్ కాంతి కొంచెంగా ఆమె జుట్టుమీద మాత్రం పడుతోంది. ఒకడు 'కైమా వడలో' అని కేక వేస్తున్నాడు. ఇద్దరమూ అట్లా నుంచున్నాము. ఒకర్ని ఒకరంవొదలలేక–ఏం కావాలో పూర్తిగా తెలీక – తెలిస్తే ఒకరి కొకరం సంకెళ్ళమవుతామనే భయంతో–కామంతో పరుపులమీద మండిపోవడం కన్న మధురాలు అట్లాంటి నిముషాలు?

* * *

భోజనాలు డాబామీద యేర్పాటు చేశారు. రెండు పళ్ళాలనిండా చంపకపూలు తెచ్చారు. ఆ చంపక పువ్వు మార్స్ సముద్రంపైన మెరుస్తోంది. బీస్టు ఆ పాడు సూటు పారేసి తెల్లని లాల్చీ వేసుకుని శుభ్రంగా కనపడుతున్నాడు. నేను విస్తళ్ళని భక్ష్యాలతో అలంకరిస్తున్నాను. ఈ లోగా నాగన్ అరుణని చీకటి చెట్లకొమ్మల్లో మిణుగురుపురుగుల మధ్యకి తీసుకుపోయి యేమేమిటో మాట్లాడుతున్నాడు. బీస్ట్ నా కందివ్వడంలోనూ, పిట్ట గోడనించి కిందికి ఆదుర్దాగా వాళ్ళ వంక తొంగి చూడడంలోనూ, నా వంక "మీరు వుండి కూడా ఇంత ఉపేక్ష చేస్తారేం?" అన్నట్టు చూడడంతోనూ. కాలు కాలిన పిల్లిమల్లే అన్నీ వొలకతన్నేటట్టు అన్నాడు.

"వడ్డన అయిందర్రోయ్! గణ, గణ గణా." అన్నాను బీస్టు అవస్థ చూడలేక.

చల్లనిగాలి వీస్తోంది. దూరంగా కిందినించి జట్కాల చప్పుడూ, మాదాకవళం అరుపులు వినపడుతున్నాయి, విస్తర్లో జిలేబీలతో, బకాళాభాతు గిన్నెలతో, ఆలూపలావ్ బలువులతో తేజరిల్లుతున్నాయి. చంపకపువ్వుల పరిమళం మత్తెక్కిస్తోంది.

"వాడు, ఆ తురకవాడు పరమద్రోహి, మిష్టర్. పాపం అమాయకురాలు అరుణ తను గొప్ప హృదయంతో అనుమానించక యెట్లాగో పొరబాటున వాణ్ణి నమ్మి స్నేహం

చేసింది. వాడా? నమ్మిన వాళ్ళని నాశనం చేసే మహనీయుడు. మీరన్నా కొంచెం వార్నింగ్ ఇవ్వండి."

చిన్నపిల్లలంత పిచ్చివాళ్ళు మొగవాళ్ళు-స్త్రీల విషయంలో.

కాని నా అవస్త కూడా అట్లానే వుంది-ఆ మహమ్మదీయ సోదరుడు అరుణని చీకట్లో మనాపలైజ్ చేసుకోడం. ఎందుకు ఈ స్నేహాలన్నీ అరుణకి? ఆ మాత్రం మత సాంప్రదాయాలన్నా యోచించకూడదా? ఈ కథ చదివేవాళ్ళ హిందూ హృదయాలకి ఎంత బాధగా వుంటుందో చూడకూడదా? నాకూ బీస్టుకి వున్నంత బాధావుంది. కాని లోపలే అణుచుకున్నాను. మన ఇన్స్టింక్ట్సు చేసే అడావిడి బైటికి కనపడకుండా ప్రయత్నించడమేగా నాగరికతకి ప్రథమ లక్షణం! అందమైన స్త్రీ పోతూవుంటే ఒకడు బూతుమాట బిగ్గరిగా అన్నాడు. ఇంకొకడు లోపల కోరుకుని కనుకొలికిలోంచి చూసి తలవొంచుకుని పోయినాడు. ప్రథముడికి రౌడీ అని దుర్నామమూ, ద్వితీయుడికి చాలా సత్పురుషుడూ, అన్యకాంత లడ్డంబైన మాత్రుభావం చేసే అభినవ ప్రహ్లాదుడని ఖ్యాతీ.

అయినా నా మనస్సులో మాత్రం వీ డిట్లా నాముందు యాడవకపోతే వెళ్ళరాదా. ఆ సాహేబు గడ్డం పట్టుకుని వూయించి, అరుణని మెడపట్టుకుని లాక్కు రారాదా? నా ధైర్యం లేనిపని, నేను ఏ పని చెయ్యడానికి సిగ్గుపడతానో ఆ పని యీ బీస్టు చెయ్యరాదా అనిపిస్తోంది.

"మీ ఉద్దేశ్యమేమిటి చెప్పండి? ఈ గోలలన్నీ ఐపోయింతరువాత అరుణ నాతో వొస్తుందంటారా?"

"వొస్తానని చెప్పిందా?"

"ఇదేమిటీ? ఈ మాత్రం తెలీదా మీకు." అన్నట్లు చూశాడు.

"రాక? ఎన్నిసార్లు చెప్పింది? నన్నే ప్రేమించిందండీ. నాలో ఏమీ గొప్పలేదా? అయినా-"

చాలా గొప్పవుంది అంటానని కొంచెం ఆగాడు.

"మరి ఎట్లా ప్రేమించిందో నన్ను, నేను లేకుండా బతకలేదు."

"అరుణ సంగతి మీకేం తెలుసు?" అన్నాను అతని మీద జాలిపడి.

"తెలీకేం?"

ఆలోచించాడు.

"తెలీదు లెండి. కాని ఆమె హృదయం సంగతి నాకు తెలుసు. వీడెవడో దెయ్యంలాగు పట్టి ఆమెని బాధిస్తున్నాడు గాని వీడే లేకపోతేనా?"

మాటలతో తన అదృష్టం వర్ణించలేని వాడివలే నవ్వాడు.

సృష్టి ఆదిగా స్త్రీలో పురుషుడి విశ్వాసాన్ని, ఆ విశ్వాస ఫలితాన్ని లక్షలమాట్లు చూసిన నక్షత్రాలు ఆకాశమంతా పక్కున నవ్వాయి.

ఇంకా మాట్లాడదామా, కొంచెం కళ్ళు తెరుద్దామా అనిపించింది నాకు, వలలో చిక్కుకున్న అడివిదున్నవలె తన్నుకునే ఆ మనిషిమీద జాలేసి. కాని చాలా సంస్కారం వున్న మనుషులే, ఎంతో విచక్షణతో జీవితాన్ని చూడగల మేధావంతులే, మానవ స్వభావాన్ని స్టడీ చేసిన పండితులే-స్త్రీ వ్యామోహంలో కాలుజారేప్పటికి, కళ్ళు కనపడక, గొలుసు విప్పేవాడి చెయ్యి కరిచే కుక్కల్లాగు వర్తిస్తారు. ఏం లాభం అని వూరుకున్నాను.

"చూడండి. ఏమిటి యిల్లాంటివి వొప్పుకుంటారు. ఏం మర్యాద! అట్టా వొంటరిగా చెట్ల కిందికి తీసుకుపోతాడు! స్నేహమైతే నలుగురిలో స్నేహం? ఆమె యే మెరుగును, అతనెంత దుర్మార్గుడో? అసలు ఆయన సంగతి మనకేం తెలుసు చెప్పండి-"

ఏం చెప్పను? నవ్వనా? అతని బాధని చూసి విచారించనా?

మాధాకవళంవాడు మా గుమ్మం ముందుకివొచ్చాడు.

"భోజనాలు కాలేదు, పో!" అంటోంది నరసమ్మ.

ఎవరో కొందరు తిండిలేక మాడుతున్నారనే అంతర్ధ్యాస వుంటేనేగాని, వాళ్ళకి లేక మనకి వున్నాయికదా అని తెలుసుకుంటేనేగాని, ఆనందించలేము గావును, అదీ భోజనంలో కూడా. ఆ రాత్రి వాళ్ళిద్దరూ తెచ్చిన వాటిల్లో మిగిలేవి, నలుగురు బిచ్చగాళ్ళు తినవొచ్చు.

వేస్టు! ఎంత వేస్టు! లోకంలో!

మాకు పదార్థాలు వృధా. అతనికి ఆకలి వృధా! ఏ కాస్త లోపం ఎప్పుడు కలుగుతుందోనని, ఎంత ఎక్కువగా తయారుచేసుకుంటారు, కూడబెట్టుకుంటారు? స్త్రీని అంతే! ధనాన్ని అంతే! భోజనాన్నీ అంతే!

నాగన్, అరుణా, యిద్దరూ మెల్లిగా వొచ్చి చివరి మెట్టు దగ్గర మళ్ళీ ఆగారు. మా గాస్‌లైట్ కాంతి వాళ్ళ నడుములవరకు పడుతోంది, ఫోటగ్రాఫరు వేసిన లైటువలె. బీస్టు ఫోటగ్రాఫరేమిటి తన ప్రాణమే వాళ్ళమీద నిలిపినట్టు చూస్తున్నాడు కళ్ళకిందినించి. కాని వాళ్ళిద్దరూ ఇది గుర్తించలేదు. నాగన్‌కి సరే, అరుణకూడా యితర ప్రపంచం మరిచి నట్టుంది. అతన్ని, అతని పునుగు పరిమళాన్ని, ఠీవిని, భాషలో గంభీరాన్ని అన్నిటినీ తాగుతున్నట్టున్నాయి ఆమె కళ్ళు. నాకు తెలుసు అదేమీ ఇన్‌సిన్‌సెరిటీ కాదని, సౌందర్యాన్ని చూస్తే హృదయాన్నిచ్చేస్తుంది. హృదయంతో పాటు ఇంకేమిస్తుందా అని సందేహం. దూకడానికి వుంకించే వింతమృగం లాగు పొంచాడు బీస్టు. ఎట్లా గడుస్తుందబ్బా యీ రాత్రి! చివరికి వొచ్చి కూచున్నారు. ప్రారంభించారు భోజనం.

ఒక్కరూ మాట్టాడరు. వాళ్ళిద్దరూ, ఒకరికొకరే కాని, మేమిద్దరం లేనట్టే. బీస్టు గోంగూర పచ్చడి కారంతో కాదు తన లోపల్నించి వొచ్చే పొగలతో వొగరుస్తున్నాడు. నేను కొంత ఆదుర్దా, కొంత భోజనపు రుచీ, కొంచెం లిల్లీ లేని కొరతా, కాని చాలావరకు, అరుణ, నా దగ్గిరిగా, నా వంక చూస్తూ కూచో లేదనే దిగులూ. ఏమిటది యీ రాత్రి నాకు కూడా-ఎందుకూ?

గాలిలో "టెన్షన్" ఎక్కువయింది.

ఒక్కరికీ-చాలా రుచులుగల ఫీస్టుని ఆరగిస్తున్నామో-చెత్త తింటున్నామో భేదం తెలీదనుకుంటా-అరుణ సంగతి చెప్పలేము గాని! పది రూపాయల ఖర్చు. అర్ధణా యెత్తు ఆనందం కలగలేదు ఒక్కరికీ. ఆ మదూకరం వాడు తిండిలేక యింకా అరుస్తున్నాడు వీధి చివర.

విచిత్రం జీవితపు విలువలు!

భోజనం కాగానే అరుణ చివాలున లేచి లోపలికి వెళ్ళింది. అదే మొగవాళ్ళు చేస్తే తప్పు. కాని, ఆడవాళ్ళని ఏమీ అనడానికి వీలులేదు. మొగవాళ్ళు తెలుసుకోలేని అవసరాలు, దేహ, మానసిక ఆత్మావసరాలు ఎన్నో వుంటాయనే మిస్టరీలో యిల్లాంటి చిక్కు సమయాల్ని సులభంగా దాటారు ఆడవాళ్ళు-అనాదినించి. వెంటనే అందుకోసమే కాచుకుని వున్నట్టు, నాగన్ నన్ను చెయ్యిపట్టుకుని దూరంగా తీసుకుపోయినాడు. ఎంగిలి విస్తళ్ళూ బీస్ట్ వొకటే ఐనట్టు.

"భాయీ."

ఆ బీస్ట్ ఆ సాయేబునేనా, లేక యీ రెండో ఆయన్ని కూడా యీ రాత్రే తినెయ్యనా అన్నట్టు చూస్తోంది.

"భాయీ. అరుణకి నా మీద శాశ్వతమైన అద్భుతమైన ప్రేమ వున్నదంటారా? మీ ఉద్దేశ్యమేమిటి?"

ఈ సాయేబులకి అభమూ, శుభమూ ఏమీ తెలీదు.

"ఇష్టం లాగే వుంది."

"మరి వాడు?"

"వాడా! వుత్త బీస్ట్ వాడికేం తెలీదు. వాడు-శుద్ధ పొరబాటు."

"వీడు కాదయ్యా!"

"రైల్లో ఆమెతో దిగాడు, ఆ బ్రాహ్మడు."

"బ్రాహ్మడా-యెవరు బ్రాహ్మడు?"

"యెవరైతే నాకేం? ఎందు కాబాధ?"

సాయేబు లేడు, నా ముందు. బీస్ట్ వున్నట్టుండి లోపలికి పోతున్నాడు. అతని వెనక తొరగా సాయేబు కూడా మాయమైనాడు. విరహంతో, పెరుగు అలుకుళ్ళతో గాసులైటుకింద మరీ తెల్లగా మెరిసే విస్తళ్ళకేసి చూస్తున్నాను, ఒక్కణ్ణీ. చిత్రమైన రాత్రి అది!

బ్రాహ్మడా? ఆ బ్రాహ్మ డెవడు?

అరే-సిగరెట్లూ, తాంబూలాలూ ఏవి? బుట్టలోవుండిపోయినాయి గావును. కిందికి వెళ్ళి చీకట్లో వుత్త బుట్టలు వెతికాను, లేవు. కిళ్ళీకొట్టుకుపోయి కొనుక్కుని పైకి వొచ్చేటప్పటికి ముగ్గురూ కులాసాగా కబుర్లు చెప్పుకుంటూ తిరుగుతున్నారు. కులాసాగానేనా? ఎందుకంటే నావంక చూసికూడా యెవరూ నన్ను పిలవలేదు. సిగరెట్టుమీద నాకసినంతా చూపుతో నా బాధాధూమాల్ని ఆకాశంవేపు వెదజిమ్ముతున్నాను నేను.

నాకే గనక ఆమె వంక చూసినప్పుడల్లా, ఆమె నవ్వూ, ఆమె నడక పిరుదుల వూపూ చూసినప్పుడల్లా, గుండెల్లో కలుక్కుమనకపోతే, వాళ్ళ గోలలు, వాళ్ళ తాపాలు, చూపులు, అరుణ అందం, రాత్రి శాంతం, ఎంత ఎన్‌జాయ్ చేసివుందును? కోర్కె అనేది తలెత్తగానే 'నాకు' అనే అగ్గి అంటకోగానే, అంతా బాధ తీగెలతో కీళ్ళను అల్లుకుంటుంది. యీలోకం - ఏమీ అక్కర్లేకుండా లోకాన్ని చూడడం చాలా గొప్ప అనుభవం గావును! నాటకాన్ని చూసినట్టు - మనకేం సంబంధం లేదనే సబ్ కాన్షస్నెస్‌తో.

"ఏమిటీ అట్లా చీకట్లలో దాక్కుంటున్నావు?"

చప్పున తలెత్తాను.

అరుణ పిలుస్తోంది నన్ను. వేదాంతం చెదిరిపోయింది. కిళ్ళీలు, సిగరెట్లు, పువ్వులు, ఆటలు, పాటలు, ముగ్గుర్ని కలిపి నవ్వించడం, టెంప్టింగా ఆహ్వానించడం, బెదిరించడం-రెండుగంటలసేపు అన్ని వైరాలూ మరిచి, సర్కసు మృగాలవలె ఆమె చుట్టూ ఆడాము. ఏమయింది వైరాగ్యం? ఆమె కన్నెత్తి చూడకపోతే విరాగం, చూస్తే రాగం, చాలా వైరాగ్యాలు ఇంతే.

ఆ రాత్రి ఎక్కణ్ణించి తెచ్చుకుంది లోకంలో ఆ గొప్ప ఆకర్షణని - ఆ కడపటి రాత్రి? అదంతా నా మనసు మార్పువల్ల ఆకర్షణని భావించుకున్నానా; లేక నిజంగా ఆమె యేమన్నా జన్మానికంతా ఆఖరు దినమని ఏ దేవతల్నో ప్రార్థించి వరం తెచ్చుకుందా? ఆ నిమిషాన నవ్వే ఆమెవంక చూస్తే, ఆమె కళ్ళనీ, రొమ్మునించి పొట్టమీదకీ, పర్వతం మీదనించి కిందికి జారే నదివలెపడే పమిటనీ చూస్తే చిందులుతొక్కే కుచ్చెళ్ళ వెనక పాదాల్ని చూస్తే జన్మమంతా ఈమె హస్తాల బిగువులో ఆ నవ్వు పెదిమ

తళతళలో, ఆ నల్లకళ్ళ నీడల్లో కాక, వేరే యింకో ధ్యాసలో బతకడం యెంత మూర్ఖమా అనిపించింది. ఆ రాత్రి ఆమె నాకు కావాలి–అని నిశ్చయం యేర్పడ్డది. నిన్న రాత్రంతా నన్ను చూస్తూ, నా పక్కనే గడిపింది. నేను అప్పుడు ఆమెవేపు చూడనన్నా లేదు. ఏ మొచ్చింది నాకు. ఏ పొరలు కమ్మాయి నా కళ్ళను? ఏ దెయ్యం నా మనసుని పట్టింది?–ఆమెని అన్ని గంటలు ఈ అందాన్నంతా ఉపేక్ష చేస్తూ పడుకునేందుకు నిన్న అనుకున్నాను.

విలువల్ని మనసే కల్పిస్తుంది. మనకి కావాలని కోర్కి పుట్టిందాకా ఎంత విలువైన పదార్థమైతేనేం మనకేం గొప్ప!

ఒక్క నిమిషం విడిగా చిక్కితే! కాని నాకోర్కి తెలుసునేమో, చిక్కదు.

"రహస్యం."

అని యెన్నిసార్లు పిలిచినా, పకపక నవ్వి,

"నీ రహస్యాలు తెలుసులే," అని గంతులేస్తుంది.

చివరికి డెస్పరేట్ ఐ ఓ మూల అందుకుంటే తీరా చెవి యిచ్చి నేను చెప్పక ముందే – "నాగన్ చూడు, నీ గడ్డాన్ని చీపురుకట్ట అంటున్నాడు," అని నవ్వుతో పరిగెత్తింది.

"మీకు జాతకం చెబుతాను చెయ్యి చాపండి," అన్నాడు నన్ను బీస్టు. దీపం దగ్గిర కూచున్నాం.

"పెళ్ళి లేదు. జీవితమంతా వొంటరితనం–ఈ చిన్న గీత లిల్లీ."

"చిన్నదేమండీ, చాలా బలువు," అన్నాడు నాగన్.

"ఇంతే బతుకు, ఏమీ మార్పులేదు. ఏదో పుస్తకాలు రాస్తారు. చివరికి సన్యాసులై పోతారు."

"ఏమిటి పిచ్చిముండ సన్యాసై పోతాడా?–ధనుర్మాసాలు మా యింటికి భిక్షకి, ఇప్పుడే చెప్పి పెట్టుకున్నాను, అబ్బాయ్!"

తన చెయ్యి చూపించింది.

"గొప్ప హృదయం–కాని సౌఖ్యం లేదు. ఎప్పుడూ అశాంతి."

"ఇంతేనా? జీవితం యెక్కువకాలం భరించలేనే!"

"ఉండండి. పిల్లలులేరు. పెళ్ళి అవుతుంది. వుండండి. గొప్ప అదృష్టం పడుతుంది."

"ఎప్పుడు?"

"ఎన్నేళ్ళు మీకు? అయితే యాడాది కిందటే పట్టాలిసింది. అదృష్టమంటేనా!

డబ్బు, భర్తకి గొప్ప హోదా, ఎవరో గొప్పమిని-ఇన్ఫ్లూయన్సు అక్కణ్ణించి చివరిదాకా అఖండ సాంరాజ్యం-"

"ఎవరో నవాబ్-మహారాజా....అప్పుడు మావంక చూస్తారా? యిట్లా ఆడుతున్న రాత్రి జ్ఞాపకం వుంటుందా?"

అరుణ గంతులేస్తోంది. గొప్పదశ అఖండ సాంరాజ్యం మహారాజు-నవాబు.

"పేరెల్లి రాణంట"

అంటూ గంతులేస్తోంది.

"నాగన్, నేను సంతోషం పట్టలేను. నన్నెత్తుకో!" అంటూ చిక్కకండా పరిగెత్తుతోంది.

"పిచ్చిముండా, నీకు మా రాజ్యంలో హెడ్మాస్టరు పని యిప్పిస్తానులే!"

బీస్టుగాడు మౌనంలో పడ్డాడు. ఆ రాత్రికి తన జాతకం సంగతి యోచించు కుంటున్నాడా!

నాగన్ ఆమెని గట్టిగా కావిలించుకున్నాడు స్థంభం వెనక చీకట్లో! నా రక్తం పరవళ్ళు తొక్కింది. రెండు నిమిషాలు గాఢమైన వూపిరి అంత దూరానికి నా దగ్గిరికి కూడా వినపడుతోంది.

"అబ్బా, వుండు," అంది అరుణ కంఠంలో కోపం ఎన్నడూ లేంది.

దూరంగా వెళ్ళి, ఎంతో చివర, పిట్టగోడ లేనివేపున కాళ్ళు కిందికి వేళ్ళాడేసి కూచుని కటిక చీకట్లోకి చూస్తోంది. నాగన్ వెనకాల వెడుతున్నాడు. ఆమె మెడ తిప్పకండానే,

"వొద్దు నాగన్, వొచ్చావంటే కిందికి దూకుతా" అంది.

ఆగాడు. మళ్ళీ యేమాలోచించాడో యేమిటో, లోపల నవ్వుకుంటూ వెడుతున్నాడు. ఆ తెల్లని పళ్ళలో చీకటిని చీల్చుకుంటూ అతను వెళ్ళడం యిష్టంలేదు నాకు.

"వెళ్ళకండి నాగన్, అరుణ నెరగరు. నిజంగా దూకుతుంది."

నా మాటలు నిజమా? నేనే నమ్మానా? ఏమో ఎవరికి తెలుసు?-అతను వెళ్ళకూడదు. అదీ వుద్దేశ్యం.

ఆగాడు. అరగంటయింది. ఒక్క మాట లేదు. ఏం చేస్తున్నాము? మాకు తెలుసు. ఆ పూల జాకెట్టులోంచి పొడుగ్గా, నిలువుగా, మెడదగ్గిరికి, ముడి, మెరిసే తల, కింద వెన్నెముక నించి, వొంగి పక్కలకి చాచుకున్న పిరుదులు-చూస్తున్నాము. ఆమె మాత్రం ఏమీ చలించలేదు. అంతసేపూ మేము ఒక డబ్బా సిగరెట్లు తగలేశాము ప్లేయర్స్. బీస్టు దగ్గిరికి వొచ్చింది.

"చూడండి ఏం చేశాడో సాయేబూ! ఎంతవిచారం కలిగించాడో. ఆమె ప్రాణానికి యముడిమల్లే పోగైనాడే! నేను చెప్పలా?"

నేను మాట్లాడలేదు నా ఆలోచనలో. మీ యిద్దరూ యెవరు? అరుణ నాది! అనుకుంటున్నాను పైకి అనకపోయినా,

ఎందుకు అరుణ అట్లావుంది, అంత నిశ్చలంగా. భయమేసింది. ఏం జరుగుతోంది? హైటెన్షన్‌లో వుండే మనుషుల్ని నమ్మడానికి వీల్లేదు. మెల్లిగా లేచి వెనకగా-కూచున్నాను ఆమెకి. వాళ్ళిద్దరూ వొచ్చి యింకొంచెం దూరాన చతికిలపడ్డారు. అబ్బా! ఎక్కడ పోగైనారు? వీళ్ళే లేకపోతే, మేమిద్దరం, ఆ డాబా చివర నా చెయ్యి ఆమె నడుంమీద-

"నాకేదో భయంగా వుంది," అంది రాత్రి నుద్దేశించి ఆమె.

"ఎందుకు?" మెల్లిగా మావేపు తిరిగి బాసింపీట వేసుకుంది. నిజంగానే ఆ కళ్ళలో పెద్ద భయం.

"ఏదో ఆపద రాబోతోంది."

"ఛీ, నీకా ఆపద - నేనుండగా!"

"మేం ముగ్గరం వుండగా!"

"రాకన్ మానవు...." అని చదివింది. చప్పున ఏడ్చింది.

ముగ్గురమూ ఆమె చేతుల్నీ కాళ్ళనీ పట్టుకున్నాము. ఇది నిజమా? ఎత్తా! నాటకమా? అని సందేహం కలిగింది నాకు. కాని వాస్తవమేనని అంటోంది నా వివేకం.

"నా ప్రాణాలర్పిస్తాను, నీ పాదాల, దగ్గిర," అని నాగన్.

"నా సర్వం నాశనంకానీ నీ వాణ్ణి, దేనిమీద ప్రమాణం చెయ్యను?" అని బీస్ట్.

"నన్ను గురించి సందేహమా?" అన్నాడు ఈ పీటర్.

ఎట్లా తెలుసు మాకు, కోడి కూసే లోపల మా ప్రమాణాలు ఎంతవరకు అక్కరకు వొస్తాయో! మాయ!! క్రైస్తు శిష్యులకంటె గొప్పవాళ్ళమా?

"నిజంగా-నాకోసం-నే నెవరు? విద్యావతినా అధికురాలినా....నా కెందుకు సహాయం చేస్తారు? మీ రెవరు-నే నెవరు?....కాని, నాకేం? నేను రాణిని, నవాబును, ఐశ్వర్యం పట్టబోతోంది. నాకేం లెఖ్క" అని ఒక్కదూకు బీస్ట్ బుజాల్ని పట్టుకుని దూకి, ఆడుతోంది.

"బీస్ట్" ఇంగ్లండులో యెట్లా డాన్సు చేస్తారు? రా, నాతో డాన్సు చెయ్యి, పిచ్చిముండా, బాండు ప్లేటు పెట్టు."

"లేదు."

"అయితే నువ్వే నోటితో వూదు, బాండు లాగు."

"అరుణ కిరణ ఉదయాచల చుంబిత" అని పాడాను.

చప్పున బీన్ట్సని వొదిలి–

"నువ్వే ఉదయాచలం. నేను అరుణకిరణాన్ని, నిన్ను చుంబిత చలాన్ని చేస్తాను" అని నా వొళ్ళో పడుకుని మెడమీద చేతులేసి తలనివొంచి ముద్దుపెట్టుకుని, ఒక్క గంతేసి లేచింది.

అఖ్కర్లేని వాడికి యీ వరాలేమిటి? అని ఈర్ష్యతో వాళ్ళిద్దరూ చూస్తున్నారు.

అర్ధరాత్రి అయినట్టుంది. ఆకాశంనించి భూమికి సందేశాలు వినపడేటంత నిశ్శబ్దమయింది లోకం. ఆటల్లోంచి, కబుర్లలోంచి నిశ్శబ్దంలోకి మారాయి. అందరికీ నిద్రపోవాలని వుంది. మా ముగ్గురిలో ఎవరమూ ఆ సంగతి ఎత్తం. స్వయంవరం పోటీలాగుంది. నేనుకూడా ఎరీనాలో ప్రవేశించానని వాళ్ళకి తెలీదనుకుంటాను.

"రండి" నిద్రపోదాం," అని అరుణ అనేటప్పటికి ముగ్గురమూ పోలీసు వాళ్ళలాగు లేచి నుంచున్నాము.

ఎపుడో పూర్వం ఈమెని, ఈనాడు నా చేతికి చిక్కని ఈ లావణ్యాన్ని, అనేకసార్లు నేను రాత్రులంతా నా చేతుల్లో నా రొమ్ముమీద ఆ నల్లని మెరుగుల తలని, నాకు ఎంతో దగ్గిరగా పడుకో పెట్టుకున్నానని తలచుకోడం–ఎన్నడూ ఒక్కసారైనా సరిగా, అనుభవించలేదే – అనిపించే వ్యసనం కన్న తీవ్రంగా కాల్చింది. స్త్రీల విషయంలో–అనుభవం–కొన్ని హక్కుల్ని–ఆ జన్మాంతపు హక్కుల్ని యిస్తుంది పురుషుడికి.

హాలులోకి వెళ్ళాం.

"పడుకోండి." అని గదిలోంచి మా పక్కచుట్టల్ని విసిరి బైటపడేసి, గదితలుపు వేసుకుంది.

ఇంతేనా యీ రాత్రికి నాగతి? పైగా లోపల్నించి కూనిరాగాలు తీస్తోంది. మేము తనని మరిచిపోయి నిద్రపోకండానా?

కానీ వీళ్ళిద్దర్నీ నిద్రపోనీ! నిన్న రాత్రి నా దయ కోరుతున్న పిల్ల? ఆనిక–ఎట్లా నిరాకరిస్తుంది నన్ను?

వీళ్ళిద్దరూ ఎక్కణ్ణించి దాపరించారు? వాళ్ళిద్దరూ దాపరించకపోతే, నాకీ కొత్త ఆకర్షణ కలిగేదే కాదేమో అనే సందేహం అప్పుడు కలగలేదు. ఈ రత్నపు రాళ్ళకీ, ఈ బంగారు లోహానికీ ఈ విలవ కలగడం, ఎక్కువమంది అవి కావాలని కోరడం వల్లనే నేమో!

వాళ్ళిద్దరూ కూడా? నాలాగే, "వాళ్ళిద్దరూ నిద్రపోనీ!" అనుకుంటూ వుంటారని అనుకోలేదు.

నేను, నిద్ర-కల-అరుణ పక్కలో కూచుని నిన్న రాత్రిమల్లేనే నామీద ఆనుకొని లేపుతోంది, నన్ను ముద్దుపేర్లతో. చుట్టూ చూశాను. ఎవరూ లేరు. కలగావును. ఏమైనారు. గది తలుపు అట్లానే వేసివుంది. ఎన్ని గంటలు? డాబా మీదికి వెళ్ళాను. అప్పుడే చంద్రుడు వాడిలిపోయిన చంపకంవలె సముద్రంమీద వుదయిస్తున్నాడు, పచ్చనిచాళ్ళు చేసుకుంటూ.

"ఎవరు?"

"సాబ్-భాయీ!"

"నాగన్-ఏడుస్తున్నాడు. హడలి పోయినాను, అంత పెద్దవాడూ, గడ్డంవాడూ యాడవడం.

"ఏమిటి?"

ఆ గదికేసి చూపుతాడు.

"బీస్టు-బీస్టు లోపల వున్నాడు. చూడండి ఆ అక్రమం! చాలా నీతిలేని పని," ఆశ్చర్యంతో చూస్తున్నాను "నీతి" అనే పదం విని చాలా రోజులయింది. అందులో 'నాగన్' ఆ పదాన్ని నా మొహాన వుచ్చరించడం!

"వూరుకుంటారేం? మర్యాదస్తులు మీ యింటో ఏమిటది?"

నాతో! అరుణ, నేను కావిలించుకున్న అరుణ, వెన్నెలవలె చేతికి చిక్కక, విద్యుల్లతవలె యిటూ అటూ పరిగెత్తే అరుణ, ఈ రాత్రి నాకు వెర్రి పుడుతుందేమో నామీద నాకు స్వాధీనం తప్పి ఏమన్నా చేస్తానేమో అనేట్టు బాధపడే నాతో యీ మొర!

"వాళ్ళ యిష్టం."

అదిరి పడ్డాడు.

"అదేమిటి? వాళ్ళ యిష్టమంటారు!"

వినిపించుకోక పచార్లు చేస్తున్నాను. వెంటబడ్డాడు. వీళ్ళిద్దరూ యెట్లా నశిస్తారు అని కోరుకొంటున్న నా వెంట.

"ఆమె యిష్టమంటా రేమిటి? ఏ మాత్రమూ కాదు నాకు తెలుసు. వాడిమీదా యిష్టం?"

మేడ అదిరేటట్టు నవ్వాడు అతిహేళనగా, బిట్టర్‌గా.

"ఆ గేదెమీద, ఆ రాబందుమీద! ఆ సైతానుమీద-"

ఇంక మాటలురాక ఆగాడు.

నిజమా? బీస్టు లోపల వున్నాడా? అంత నీచమా? ఆ కళ్ళు కనపడని కామమా? పువ్వుకన్న మృదువైన అరుణకి? బీస్టా!!!

నాకే చాతనైతేనా? వీళ్ళిద్దర్ని వొదిలించుకుంటే మాత్రం? అరుణ–ఎవరిది అరుణ? ఈ లోకంలో అందం ఎవరి హక్కు? ఈ విశ్వ సౌందర్యాన్ని ఎవరు దాచుకోగలరు?

"పొమ్మనండి, వాణ్ణి పొమ్మనండి!" అని నా బుజం పట్టుకుని ఏడుస్తున్నాడు. నాతో, నా ముందు. ఎట్లా చెప్పను? వాడూ వీడూ కూడా, ఇద్దరూ భస్మమైపోవాలని కోరుకుంటున్నాను.

ఇతన్ని వొదల్చుకోవాలి.

"నాగన్! అరుణని గురించి మీ అభిప్రాయమేమిటి?"

మాట్లాడలేక గుడ్లు తేలేశాడు.

"ఆమె–పుణ్యరాశి. –ఈ లోకంలోని మధుర రుతాలూ, పుష్పాలూ, అందాలూ–అన్నీ కలిసి–"

"అది కాదు. ఒక్కర్నే ప్రేమించి, వారినే నమ్మివుండే మనిషి కాదు. పురుషులు ఆమెకి ఆటవస్తువులు. ఆమె తృప్తికి ఉపకరణాలు," నా కసి తీర్చుకుంటున్నాను అరుణ మీద.

ఉరిమి చూశాడు నా వంక.

"చాలు ఇంక వొక్కమాట వొద్దు. ఆమెని, ఆ దేవిని, ఆ పుణ్యమూర్తిని, యేమన్నా అన్నారా–" పళ్ళు కొరికాడు.

నేను నోరుమూసుకుని ఎందుకన్నా మంచిదని, దూరం పోయినాను.

"నా పిచ్చిగాని, ఆ మాటలు చెప్పటం ఏం లాభం? నాకు పూర్తిగా తెలిసినా, ఏమన్నా నా వ్యామోహం తగ్గిందా?

"మీరేం చెయ్యరా? సరేలెండి. ఏమన్నా కానీండి. ఆ తలుపు బద్దలుకొట్టి–దొంగ–నక్కిపడుతున్నట్టే పడుకుని వాడు–వాణ్ణి బైటికిలాగి, గొంతు యిట్లా పట్టుకొని–" చచ్చాను. గొంతు నొక్కుతున్నాడు.

"వుండు–వుండు."

"ఎక్స్క్యూజ్ మీ సాబ్. నా వొళ్ళు తెలీలేదు. కాని వాణ్ణి వొదలను."

ఆపాను. ప్రయత్నించాను. అరుస్తాడు, జెబ్బలు చరుస్తాడు. పొరుగువాళ్ళంతా లేచేటట్టున్నారు. నేను టెంపరరీగా నిష్క్రమిస్తే మంచిది.

అరుణా! అరుణ తలుచుకుంటే వీళ్ళిద్దర్నీ కూడా ఒక కంచంలో పాలు తాగిస్తుంది. అదేమో ఆమె చూసుకోవలసిందే.

మెల్లిగా కిందికిజారి తలుపు తీసుకుని రోడ్డు పట్టాను. నిర్జనమైన వీధుల్లో యెక్కడ తిరిగానో ఎంతసేపో, ఏ ఆలోచనలూ లేవు. ఒక ఆలోచన వొచ్చిందా, దాని వెనక ఇంకోటి భయం, జెలసీ, సందేహం, ఆశ్చర్యం, అసహ్యం, నామీద నాకు జాలి, ఈ అరుణ యెట్లా స్నేహమయిందని కోపం. అటువంటి వాళ్ళని చేరతీసే మనిషిమీద ఏమిటీ వాంఛ అని నామీద కోపం.

ఈ జ్వరం, యీ తాపం, యెట్లా వొదులుతుంది? ఈ మధ్య లేనిది-నాకీ రాత్రికి యెందుకు ఈ వెర్రిమోహం కలగాలి? ఎట్లా బతకను! నిజంగా ఆ బీస్టు గదిలో చేరాడా? పుష్పానికన్న మృదువైన అరుణ శరీరాన్ని, నిన్న రాత్రి నా వంక నవ్వుతో చూస్తూ పడుకున్న అరుణ ఆ పెదవుల్ని - ఎంత అహంభావం పురుషుడికి! ప్రేమించాడా, తనంత సుందరుడూ, రసికుడూ, యోధుడూ-యింకెవరూ లేరనుకుంటాడు. కాని ఆ బాధ! ఆ రాత్రి కాల్చిన బాధ! దూరంగా పోలేను, ఆ యింటోకి వెళ్ళి, నిజాన్ని యెదుర్కోలేను. నిజంగా గదిలో వున్నాడా? వుండడం నిజమైతే ఆత్మహత్య చేసుకోవలసింది. నిన్న రాత్రి, ఆమెకి ప్రియులున్నారని నాకు తెలీదా? తెలిసినా బాధలేదు. ఈ రాత్రి యిట్లా యెందుకైనాను?

వెళ్ళాను, కాళ్ళీడ్చుకుంటూ, మేడమీద దీపాలు, కంఠాలు, ఏమిటీ కొత్తగోల? చంపాడా?

ప్రజలా? పోలీసులా? బావుంది. ఆ బీస్ట్ చచ్చిందంటే కొంత తృప్తిగానే వుంది.

నేను గుమ్మంలో అడుగు పెట్టానోలేదో, యిటూ అటూ ఇద్దరు గట్టిగా పట్టుకున్నారు. హడిలిపోయినాను. నోట అరుపుకూడా రాలేదు.

"భాయ్!"

"మిస్టర్!"

నాగన్, బీస్ట్, ఇద్దరూ! ఇద్దరి మొహాలవంకా చూశాను. ఇద్దరూ బూజం ఫ్రెండ్స్ (bosom friends) -

"ఎవరో వొచ్చారు."

"వా డెవడు అరు...."

"ఆ బొండుగాడికి అదే అధికారం?"

"అరుణ-అదేమిటి అట్లా భయపడుతుంది! భయం అంటే యెరగని-"

"మాస్టర్ సాబ్, వాళ్ళు వీల్లేదు మనయింటో."

"వీల్లేదు పంపెయ్యండి."

"పంపడం కాదు చంపేద్దాం."

"బీస్ట్ నువ్వు ఆ పంగనామాల వాణ్ణి, నేను ఆ బొండంగాణ్ణి–"

"నువ్వు ఆ ముసలిదాన్ని వేసుకో, మాస్టర్ సాబ్!"

"ఏమిటిది?" అన్నాను.

"చంపేద్దాం."

వాళ్ళతో లాభం లేదని ఆశ్చర్యపడుతూ పైకి పరిగెత్తాను.

తొరతొరగా పరిగెత్తికెళ్ళి, చీకట్లో చూడక ఏదో బస్తాకి తగిలి, బోర్లబొక్కల పడ్డాను. ఆ బస్తా మూలిగింది. దులుపుకు లేచి చూస్తే ఆ బస్తా మూలిగే ఆచార్లకింద మారింది. తెల్లగడ్డం, చేతులో రుద్రాక్షల తావళం. అంతటితో ఆయన్ని వొదిలెయ్యవచ్చు. ఎందుకంటే కథ ఆఖరయేవరకు రుద్రాక్షలు తిప్పడం తప్ప ఆయన యేమీ చెయ్యలేదు, చీకట్లో నన్ను పడెయ్యడం తప్ప.

హాలు మధ్య కూచుని వున్నారు కథానాయకులు. కుంటుకుంటూ పోయినాను. అరుణ తలెత్తి కూడా చూడలేదు. ఆమె మాటాడిన జ్ఞాపకమే లేదు. మాటలన్నీ జయరావే కానిచ్చాడు. జయరావు తల్లికూడా వుందిగాని జయరావు అన్న పదానికల్లా ఊత ఇవ్వడం తప్ప ఆమె కూడా స్వతంత్రించలేదు.

జయరావు అరుణ అధికారి. స్వంత హక్కుదారుడు, సంఘం, లా, నీతి, దేవుడు, దోవన పోయేవారు, అందరూ అతన్ని యజమానుణ్ణిగా నిలబెట్టారు. అంటే అరుణ భర్త.

అంతేగాక జయరావు మా నాన్న స్నేహితుడు. ఇంకా నన్ను కుర్రాడికిందే ట్రీట్ చేస్తాడు.

"ఏమిటిదంతా?" అన్నాడు మామూలు అధికారంతో.

ప్రశ్న వెయ్యడం ఎంత సులభం?

నేను మోకాలు చర్మం ఎంతవరకు భూదేవి తీసుకుందో చూసుకుంటున్నాను.

"ఈ వెధవకారునంతా యెక్కడ పోగుచేశావు?"

కనుకొలికి లోంచి అరుణవంక చూశాను. కొత్త పెళ్ళికూతురువలె అమాయకంగా, సిగ్గుతో, తల వొంచుకుని కూచుంది.

ఏ మాట అంటే ఎటు జారతానో! అమాయకురాలు, అబల, సుకుమారి, ఆమెకి ఏం అపాయం తెస్తానో!

"వాళ్ళు...."

"ఊ, వాళ్ళు?"

"చదువుకున్నారు, నాతో."

"ఐతే?"

ఏమంటావు? ఏం చెప్పమంటావు? అరుణా? నువ్వేం చెప్పావు? ఎందుకు పోయినాను బైటికి?

అప్పుడే విచ్చి ముఖంకేసి చూసే పువ్వుని ఎవరన్నా నలిపేస్తారా వేళ్ళల్లో! అప్పుడే నిద్రలోంచి బైటికివొచ్చి చేతిమీద కూచున్న సీతాకోకచిలక కంఠం నులుముతారా? అరుణ అంత నిస్సహాయంగా, దయని హృదయంలోంచి పిండుతో చూసింది.

"ఏం చెయ్యను మరి? కిందనే వుంచాను."

"కింద వున్నారా? ఐనా నువ్వెక్కడికి పోయినావు? యీ అర్ధరాత్రి అరుణని ఆ పశువులతో వొదిలి?"

ఏం చూశాడు? బీస్టు ఎక్కడ వున్నాడు వీళ్ళు వొచ్చినప్పుడు! ఎవరు చెపుతారు నాకు?

"మేనర్‌లెస్ ఫ్రెండ్స్" అన్నాను.

"ఏదో. చిన్నప్పటి స్నేహితుడివని నమ్మి నీ యింటికి వొస్తే బాగా చేశావు!"

"మంచివాడివి నాయనా!" అంది ముసలమ్మ.

"ఐనా, నువ్వెందుకు పెళ్ళి చేసుకోవూ?"

అరుణ పెదవుల చివర నవ్వా!

"ఆ రాచర్లవారి...."

"అమ్మా! వుండు–"

"ఇది ఎందుకు వొచ్చింది యిక్కడికి అసలు?" అన్నాడు.

ప్రశ్న బావుంది!

ఆ మెట్లమీద చప్పుడు వాళ్ళిద్దరూ వొస్తున్నారు గావును బాబూ!

"స్కాండలస్ (Scandalous) ఈ కాలంలో ఆడవాళ్ళకి ఏమీ...."

తక్కింది చేత్తో చూపించాడు.

మెట్లమీద దగ్గు! ఏం చెయ్యను!

"నెక్స్టు ట్రెయిన్"

"నాలుగింటికి."

"ఆ సాయేబు యెవడు నీ యింట్లో? వాడు మేడ మీదికి యెందుకు సగం మెట్లు దిగుతున్నాడు. నేను వొచ్చేటప్పటికి? ఆ యెలుగుబంటిగాడు నయం, మర్యాదగా వీధుల్లో వున్నాడు."

అమ్మా!

కాని, నిజంగా బీస్ట్ ఇన్నోసెంటేనా?

అమ్మ! ఎంత బరువు దించినట్టయింది. నా గుండెల మీదనించి! కాని....

ఆ పంగనామాలవాడు గొణుగుతున్నాడు–

తావళం తిప్పుతో–

"మూడయింది, బైలుదేరదాం," అని.

ఎవరూ మాట్లాడలేదు.

అరుణ మాత్రం నావంక కొంచెంగా కళ్ళెత్తి చూసింది. కొత్త పెళ్ళికూతురు తల్లివంక చూసినట్టు.

"అప్పుడే వెడతారా, రెండు రోజులు వుండండి", అన్నాను అతిథి సత్కారపూర్వకంగా, మర్యాదకోసం, ఉండరని నాకు తెలుసు. కాని తెలివికన్న, గొప్ప శక్తి నా మీద యెట్లాంటి 'జోక్సు' ప్రయోగిస్తోందో ఎట్లా తెలుసు?

"ఇక్కడా! చాల్లే! ఒక్క నిమిషం అరుణని ఈ ఇంట్లో వుండనిస్తానా?"

ఈ భర్తలంత ఫూల్స్ ప్రపంచంలో వుంటారా అనుకుంటాను. కాళ్ళ కిందినించి భూమి కొట్టుకుపోయినా, ఇంకా అధికారం తమదే ఐనట్టు మాట్లాడతారు. భార్య జారిపోయినా, భర్త అధికారాన్ని చేతుల్లోనే పట్టుకుని డాబుగా కూచుంటాడు, పారిపోయిన దొంగవాడి పై బట్టను పట్టుకు ప్రతాపాలు కొట్టే పెద్దమనిషిలాగ! పారిపోయిన గుర్రం కళ్ళెం చేత్తోపట్టుకుని కళ్ళెంకోసం గుర్రం తిరిగి వొస్తుందని ఆశపడే వెర్రిరైతులాగు!

"నేను రాను."

నిశ్శబ్దం! ఆచారి మహాశయుడు మాత్రం కొంచెం బిగ్గరిగా, "భగవతీ–" అంటో గొణిగాడు.

"ఏమిటోయ్! ఏదో రాదట!" అన్నాడు జయరావు నాతో!

ఈ ప్రశ్నలు వెయ్యడానికి నేను దొరికానా?

"రాక–" అన్నాడు భార్యవంక.

"అడుక్కు తిను," అని అందిచ్చింది, తల్లి.

"అదే నయం" అనుకున్నాను. కాని బైటికి అనలేదు.

"ఎందుకు రావు?"

మాటల్లేవు. బైట చల్లనిగాలి మొదలు.

"నిన్నేం కష్టపెట్టాను? కొట్టానా, తిట్టానా, నీకేమన్నా లోటు చేశానా? ఏ మీటింగులకన్నా ఆటంక పెట్టానా? పది రోజులకిందట అదేదో కాకినాడలో స్త్రీల మీటింగని బైలు దేరితివి. ఒక్క ఉత్తరం లేదు– నిన్న వెంకటేశం యీ వూరు రైలుస్టేషనులో నిన్ను చూశానని రాస్తే, తెలిసింది."

124 చలం నవలలు

వెంకటేశమేనా? బంధువుల్లో, మర్యాదస్తుల్లో వెంకటేశమంత వివేక వంతుడు, బుద్ధిమంతుడు, ఆదర్శవ్యక్తి లేడని ప్రతీతి. అతని పేరు వింటే ఆ రోజల్లా జబ్బుపడతాను నేను. ఆత్మహత్యకి బుద్ధి పుట్టినప్పుడల్లా వెంకటేశం జ్ఞాపకం వొస్తాడంటుంది అరుణ. మరేం లేదు. వాణ్ని ముందుచంపి, లోకానికి కడపటి వుపకారం చేసి మరీపోదామని.

వాళ్ళిద్దరూ కింద యేం చేస్తున్నారో పైకి పిలిస్తే పాపం?

"అవును, పుణ్యాత్ముడు వెంకటేశం రాసిందాకా, తెలీనే తెలీదూ!" అంది ముసలి చిలక.

"ఏం, మాట్లాడవేం? ఏం లోపం చేశాను చెప్పు?"

ఆమాటే యీ కాలంలో ఎంతమంది స్త్రీలను, అనాథలను, అమాయకుల్ని అడుగుతున్నారు, పంచాయతులలో, ఇళ్ళలో, కోరట్లలో, వీధుల్లో, పదిమందిలో? ఏం లోపమా? ఆ స్త్రీ నలుగురి ముందూ చెప్పలేని లోపాలు - ఆమెకే తెలీని లోపాలు, చెప్పినా లోపాలని లోకం వొప్పుకోని లోపాలు! ఈ కొత్త కాలంలో, కొత్త వూహల్లో, కొత్త పిలుపుల్లో, కొత్త వాతావరణంలో, ఆత్మని నలుదిక్కులకీ కొత్త ఆశలు పెట్టి అశాంతిపరిచే కొత్త కాంతుల్లో, స్త్రీని పాత గూళ్ళల్లో, తుక్కుపురాణ నీతుల్లో, నవీన జీవితానికి ఏ సంబంధమూ లేక పుచ్చిన నీతి నిబంధనల్లో, కుళ్ళిన ముసలమ్మల శాసనాల్లో, దుర్భరమైన గృహాల్లో కళ్ళుమూసి, బంధించి వుంచాలని చూసే నేర్పుగల ధూర్తలోపం. కులగిరులే, దేవతలే, భూమే మారుతూ వుంటే, స్త్రీనిమాత్రం, జీవనం తీసి శిలనిచేసి మూల దాచాలని చూసే మూర్ఖపు లోపం! వాళ్ళని చిగిరింపచేసే వసంతోత్సవం లోక కళ్యాణంగా కరుగుతూ వుంటే, తలుపులు బిగించి స్త్రీని "నా మొహం చూడు, నా బొర్ర చూడు." అని కులుకుతో యెదురుగా నుంచున్న లోపం!

ఎట్లా చెప్పుకుంటారు స్త్రీలు ఆ ప్రశ్నలకి జవాబు!

అరుణ మాట్లాడలేదు.

"ఏం? అదేదో చెప్పరాదూ?"

అనుమానం వుంది. ఏదో లోప ముందని. అదేదో ఆ మానవుడికే తెలీదు. తెలిస్తే దిద్దుకుందామనే ప్రయత్నం చేస్తాడేమో! ఎందు కిల్లాంటికష్టం తనకు ప్రాప్తించిందా, తాను ఏం చేశానా, అని విస్మయం చెందే జయరావుని చూస్తే జాలేసింది.

అంధకారంలో, దోవ తెలీక తడుముకోడమేగా జీవితయాత్ర అంటే!

"లోపం లేకపోవడమే గొప్పలోపం కావొచ్చు." అని విట్టు వేద్దామనుకున్నాను కాని ధైర్యం లేకపోయింది, ఆ ముసలమ్మని చూస్తే. కళ్ళు భ్రమింపచేసే సౌందర్యం కావాలి జయరావుకీ, తక్కిన పురుషులకీ, ఇళ్ళనీ మంచాల్నీ వెలిగించేందుకు కాని ఆ సౌందర్యం వెంటనడిచే బాధ్యతలు అఖ్ఖర్లేదు. అంగీకరించే ఉదారత్వం లేదు.

పద్మం కావాలి. భ్రమరాలు అఖ్కర్లేదు. తోలితే ఒక్కొక్కప్పుడు కుడతాయి. పద్మాన్ని దుమ్ములో జారవిడుస్తాము, లేక ఆ తొందరలో రేకుల్ని చీల్చేస్తాము.

అయ్యో ఎంత గతి పట్టిందని కనికరించి యెవరన్నా రేకుల్ని పోగుచేస్తే అపనిందలు సాగిస్తాము.

"నేను మీతో రాను."

అదే మాట!

"అవును ఎందుకు వొస్తావు? సుఖంగా తిరగడం మరిగిందానివి! నీకు మొగాళ్ళూ, షోకులూ, నీ ఆటలూ–" అంటోంది.

మొగవాడు వూరుకున్నా, ఆడది వూరుకోదు ఏసంగతినయినా మంచాల అసహ్యపు 'లెవెల్'కి లాగిందాకా!

కొడుకు అందుకున్నాడు. తల్లి 'వాల్వు' తెరిచింది. కొడుకు లోపలి కోపం దాంటోంచి ప్రవహించడం ప్రారంభించింది. ఏదో అనబోతున్నాడు – మరవలేని మాటలు – ఎన్నేళ్ళో కలిసివున్న హృదయంలో కలుకుమనే మాటలు అనబోతున్నాడు.

"పోనీ, నాలుగురోజులు ఉండనిండి ఇక్కడ, ఆలోచించుకుని వొస్తుంది." అన్నాను.

"ఇక్కడా? ఈ ఇంట్లో ఏం ఖర్మం నా భార్యకి ఇక్కడ వుండడానికి?"

తన పెద్దమేడా, మోటారూ, ఆవులూ, పట్టుకుర్చీలూ తలుచుకున్నాడు.

"ఈ రౌడీలూ, తురకాళ్ళూ."

"అదేం పాడుబుద్ధి నీకు? ఈ వెధవలందరూ నీకు స్నేహితులేమిటి? ఎటువంటి వంశం మీది? మీ తాతగారు యజ్ఞం చేశారుకదా? మీ పినమామగారు వైశ్వదేవం చేసేవాడు? నువ్వు మరీ యింత భ్రష్ఠుడివై పోయినావేం?" అంది.

"కాని యిది యెందుకు రావాలి వీళ్ళ దగ్గిరికి? దాని పుట్టినబుద్ధే లెద్దూ!" అంది మళ్ళీ.

ఆ మొగాడు స్త్రీ మీద వ్యామోహంతో తన ఆత్మనే వంచన చెయ్యాలని చూసినా తల్లి వూరుకోదు. ప్రేమగల తల్లి. ఇంకా అంటోంది.

"దాని గుణం దాని రక్తంలోనే వుంది లేద్దూ. దాని పిన్నత్తగారు – తెలుసుగా!" నాకు వొళ్ళు మండింది.

"పోనీ, వొది లెయ్యండి."

"ఎందుకు వొదలాలి?" అన్నాడు జయరావు.

"ఆమె చాలా అవినీతిపరురాలుగా! అక్రమమైన స్నేహాలు చేస్తుందిగా!"

"ఎవరన్నారు ఆ మాట!"

"నే నంటున్నాను."

"అంటే పళ్ళురాలతంతాను! అరుణ! అరుణని అంటావా ఆ మాట?"

నా యింట్లోకి వొచ్చి నన్ను తంతాననంటే! 'నా యిల్లు' అని యీనాడు జ్ఞాపకం వొచ్చిందిగాని, ఆనాడు రాలేదు. మరి యెందుకో యే జన్మలో జీవనం నెత్తిమీద కొట్టి ఆ భారాన్ని వొదులు చేసిందో, నా ఇల్లు, నా డబ్బు, నా ఆస్తి, నా భార్య-ఇట్లా యోచించడం చాలా తక్కువ నాకు.

"కోడళ్ళకి కరువేముంది యీ దేశంలో," అన్నాను.

తల్లి కళ్ళు మెరిశాయి ఆశతో. కాని మొగవాడు - కొడుకు - అరుణ గ్లామర్‌కి దాసుడు. ఏం చేసినా, అరుణ, తనముందే వ్యభిచరించనీ, వియోగాన్ని భరించలేక అమర్యాద పడలేక తాను చూడలేదని నమ్మడానికి సంసిద్ధుడైన మొగవాడు-

"అరుణ ఏం చేసింది పాపం! ఈ పిచ్చి అరుణ. ఇంకా చిన్నతనం వొదలలేదు, అల్లరిపిల్ల." అని ఆమెని విడవడమనే తలుపునన్నా భరించలేక, ఆమె బుగ్గ పట్టుకున్నాడు.

ఆ దృశ్యం భరించలేక తల తిప్పేసుకున్నాను.

రెండు నిముషాలయింది. ముసలిది వూరుకో తలుచుకోలేదు.

"రైలు టయిమవుతోంది మరి!"

మౌనం.

"బండి పిలవరా. అదే వొస్తుంది!"

"పిలు బండి."

కిందికి దిగుతూ అరుణవంక చూశాను. ఏమీ కనురెప్ప కదల్చలేదు. మెట్ల దగ్గిర నా కంపానియన్స్ ఇన్ మిజరీ companions in misery ఇద్దరూ పట్టుకున్నారు.

"ఏమయింది? ఏమయింది?"

నాకు జవాబు చెప్పే వోపిక లేదు. చెపితే వీళ్లిద్దరూ యేం గోల చేస్తారో, మాట్లాడకుండా వెళ్ళే బండిని కేకేశాను."

"వెడుతున్నారా?"

ఎంత సంతోషం, వాళ్ళకి? అరుణ వుంటుందనే వాళ్ళ ఆశ, నా కెందుకు?

తల వూయించి పైకి పోయినాను.

"వెళ్ళి వస్తామయ్యా!"

లేచారు.

"ఇంక యీ పాటికి లే."

అప్పటికి అరుణ నావంక చూసింది. నేను కళ్ళు కిందికి వాల్చాను.

"నేను రాను."

"రావూ, రావూ, ముమ్మాటికీ."

"రాను."

ఆ కంఠంలోనే తెలుసు నాకు, వాళ్ళతో వెళ్ళదని, కాని వెళ్ళక–?

భార్య భర్త పిలిస్తే వెళ్ళక? – తరవాత ఆలోచన రాదు. మహాసముద్రం.

ఎక్కడో నా విద్యని, విజ్ఞానాన్ని, నా సానుభూతిని, తర్కాన్ని, నేను కష్టపడి నిర్మించుకున్న అభిమానాన్ని, దాటి, ఎక్కడో లోపల నా పితృదేవతల రక్తం–

"బాగా జరిగింది. ఆడది హద్దుమీరి లోకంమీద పడడమా? తురకాళ్ళూ, మంగలాళ్ళూ స్నేహితులా! పో, లాక్కుపో, భర్తవి, అధీనం చేసుకో!" అంటోంది నాకు తెలీకుండా కులం నిరాకరించిన నా కులాభిమానం, మతం లేదనే నా మతాభిమానం, స్త్రీ స్వేచ్ఛకోసం పోట్లాడే పురుష అహంకారం, జెలసీ. చచ్చాయనుకున్న ఆ ముళ్ళ మొక్కల మోళ్ళన్నీ చిగిర్చాయి, ఆ రాత్రి ప్రవహించిన కుళ్ళునీళ్ళలో. కాని, అప్పుడు నాకు తెలీదు ఆ సంగతి.

సరిగా ఆ సమయానికే ఆ యిద్దరూ పైకి వొచ్చారు.

"అరగంటా అయింది," అన్నాడు బీస్టు.

నాగన్ అరుణ దగ్గిరిగా వెడుతున్నాడు.

"ఎవరు నువ్వు?" అన్నాడు జయరావు.

"క్యా? దివానా క్యా?" అన్నాడు సాహేబు.

"పద!" అన్నాడు అరుణని భర్త.

వాళ్ళిద్దరూ రావడంతో అరుణకి కొత్త ధైర్యమొచ్చినట్టుంది. ఇరవైమంది జయరావుల్ని పచ్చిగా విరుచుకుతినే సామర్థ్య మున్నట్టు కనపడే తన ఆరాధకుల్ని చూసి.

"నేను రానని ఒకసారి చెపితే చాలదా? రాను. రాను. రాను." అని గదివేపు తిరిగింది.

జయరావు, చాలా నాగరకత చెందిన మునసబు. జయరావులో ఏ మృగాలు గోండ్రుమన్నాయో!

"రావా–" అని ఆమె బుజం పట్టుకుని లాగపోయినాడు. ఒక్క చిన్న మెలికతో బుజాన్ని తప్పించింది అరుణ. జుట్టు పట్టుకున్నాడు జయరావు. ముడిలోంచి పువ్వులూ, పిన్నులూ జలజల రాలాయి. ఆడది యెదిరిస్తే భరించగల మొగాడు మొగాడా? ఒక్క చక్కని ఫుట్‌బాల్ కిక్కుతో జయరావుని గోడకేసి తన్నాడు బీస్టు.

"అచ్ఛా!" అన్నాడు మహమ్మదీయుడు. అప్పటికి ఏకమైనాయి వాళ్ళ ఫీలింగ్స్ పూర్తిగా.

ఝల్లుమని సంతోషించింది - నా హృదయం. బైటికి నిర్ఘాంతపోయి చూస్తున్నాను నేను. కాని,

"భగవతీ–" అంటున్నాడు పంగనామాలు ఆయన.

తల్లి మాత్రం కొడుకుని లేవతీస్తోంది.

కొడుకు నోట మాటలేక, చూస్తున్న వాడల్లా తటాలున,

"ఎవడు వీడు? ఎవడు వీడు? పోలీస్, పోలీస్ యెట్లా రానిచ్చావు వీళ్ళని నీ యింటికి? వీళ్ళు నీ స్నేహితులేమిటి?" అంటూ లేచాడు నా మీదికి.

కౌరవ సభలో ద్రౌపదివలె రొమ్ము వగరుస్తూ కళ్ళ నిప్పులు రాలుస్తూ నుంచుంది, అరుణ. ఆ సభలో దుశ్శాసనుణ్ణి చంపివుంటే ద్రౌపదికి వొచ్చే సంతుష్టి కనపడ్డది ఆమె కళ్ళలో కొంచెంగా.

నేను నిందాపరంగా చూశాను బీస్టు వంక.

"అరుణని-అరుణ జుట్టుని-వీడు-యీ పశువు తాకుతాడా."

కోపంగా మళ్ళీ ఏదో చెయ్యాలన్నట్టు చూశాడు అరుణ వంక జయరావు.

"ఆ నే నున్నాను జాగ్రత్త!" అన్నట్టు నాగన్ అడ్డంగా కదిలాడు కొంచెం. జయరావుని చూస్తే జాలేసింది.

"భాయీ! వీణ్ణి బయట పారెయ్యనా?" అన్నాడు నాతో నాగన్.

అరుణ నవ్వు పెదవుల్లోనే కుక్కుకోలేక పోయింది.

"ఆమె భర్త," అన్నాను.

ఆ 'భర్త' అనే పవిత్రపదం అన్ని దౌర్జన్యాలనూ, అసహ్యాలనూ, క్రౌర్యాలనూ, కడిగివేసే మంత్రాక్షరం వలె.

భర్త! ఆ మాట ముందు యిష్టాలు, ధర్మాలు, హృదయాలు, స్వేచ్ఛలు, ప్రేమలు, పాపాలు-అన్నీ తలలువొంచి తప్పుకోవలసిందే!

బీస్టు, సాహెబ్ తెల్లపోయి నావంక చూశారు. ఒక మాట లేదు. మెల్లిగా హోలు ఆ చివర కిటికీ దగ్గిరికి వెళ్ళి నుంచున్నారు, మాట్లాడకండా. అన్నిమతాలూ తలవొంచ వలసిందే ఆ భర్త అనే పదం ముందు.

అరుణ పెదవి విరిచి, కళ్ళు వాల్చింది కిందికి.

ఇప్పుడు స్పష్టంగా తెలుస్తోంది. ఇదివరకు వాళ్ళకి తెలీదు, జయరావుకి వున్న అధికారం, దేవుడూ, నీతీ, పురోహితుడూ, అరుణ తల్లీ, ఆశీర్వదించి జయరావు చేతుల్లో

పెట్టిన హక్కు యిపుడు తెలిసింది. ఆ భర్త అనే వొక్క మాటతో తమ బాధ్యతల్ని ఒదులుకుని, సంబంధాల్ని కోసేసుకుని, ధర్మపరులు, మర్యాదస్తులు, ఉద్యోగస్తులు వారిద్దరూ తప్పుకున్నారు.

"తమరు భర్తా, తెలీలేదు. క్షమించండి. ఆమెని తీసుకోండి, కోసుకోండి, మాకేం సంబంధం?" అంటున్నాయి వాళ్ళ దేహాలు, ప్రతి స్వేదనాళంలోంచీ. వాళ్ళు మాత్రం భర్తలు కారా? కాబోరా? సంసారపు వాక్కుల్ని పునాదుల్ని ప్రశ్నించి ఎదురు తిరిగితే ఆడది? వాళ్ళ భార్యలమీద హక్కులు నిలవాలా? లేదా?

అదే మొగాళ్ళకీ మొగాళ్ళకీ వుండే కన్వెన్షన్ అదే ఫెయిర్ ప్లే. ఆ 'ప్లే'లో ఆడది చేరదు. అన్నీ మొగవాళ్ళ క్లబ్బులు.

"రావుటే?"

అన్నాడు జయరావు.

అరుణవంక చూశాను. నావంక చూసింది.

"నా ఆరేశిన చీరా, దువ్వెనా ఏవీ?"

"నన్నడుగుతుందేం?"

అమ్మా! జయరావు నిట్టూర్పు విడిచాడు.

గదివేపు వెడుతోంది. బుజం మీదనించి నావంక వక్కసారి చూసి నా బుద్ధి మాంద్యాన్ని కూడా చీల్చింది ఆ చూపు. అర్ధమయింది. వెంటనే వెళ్ళాను.

చీకటి గదిలో మరీ చీకటిమూల నా స్కూలు కోటు పక్కన వెతుకుతోంది. చప్పున నా మెడమీద చేతులేసి,

"నేను వెళ్ళను నేను చచ్చిపోతాను వెడితే, నేను వెళ్ళను. నన్ను పంపకు," అని యేడ్చింది.

"వెళ్ళక-"

ఎన్ని కథలు రాస్తేనేం? కలలు కంటేనేం? కబుర్లు చెపితేనేం? కోతలు కోస్తేనేం? భార్య భర్తతో వెళ్ళనని యెదురుతిరిగి గతిలేదని శరణుచొస్తే-

"వెళ్ళక-!!"

నా మర్యాద? నా గౌరవం?

"ఇక్కడే వుంటా. నీతో."

"అతను గోల చేస్తాడు."

"చెయ్యనీ. నన్ను రక్షించు. జ్ఞాపకం తెచ్చుకో ఆ మధ్యాహ్నం-"

అన్యాయం, నన్నట్లా యిరికించడం. కాని వుంటే మాత్రం నాకేం శాంతి? ఈ గుంపులు? ఈ కొత్తవాళ్ళు, తురకాళ్ళు, మాలాళ్ళు-

అంతా యెవరు ఆలోచించినా, యెంత ఆలోచించినా, 'నాకేం వొరుగుతుంది. నాకేం వొరగదు' అనే కదా? 'ఆమె కెట్లా వుంటుంది?' అని కాదు.

ఆ చీకట్లో, ఆ టెన్షన్‌లో మాటలు లేకుండానే మొహాలు కనపడకుండానే నా యోచనలు ఆమెకి తెలుస్తున్నాయి గావును-

"ఎవరూ వొద్దు నాకు. నీ సేవచేస్తూ ఆ మూల పడి వుంటా. ఇంక యెక్కడికీ పోను యెవరినీ చూడను. లిల్లీకి-"

అరుణా, అరుణా! ఎంత నీచగతికి దిగావు? గర్వంతో గడ్డం యెత్తి లోకాన్ని ధిక్కరించే నువ్వు? ఆకాశాన యెగిరే గరుడుడివి-ఇదేమిటి? అని కుంగిపోయింది నా హృదయం.

ఇదేమిటి? ఒక భర్త బెదిరింపుతో ఏమిటి ఇట్లా ఐపోయినావు?

కాని-ఆ భర్తా, పోలీసుల రక్షణా, ఆర్డర్డ్ సొసైటీ వుండబట్టేకద, ఆమె ఆ ఆటలాడింది!

స్వేచ్ఛ, స్వేచ్ఛ అంటాంగాని, మనని బంధించి నిలబెట్టే యీ దేశం, సంఘం, కట్టుబాట్లు మర్యాదలు, ఈ నాచురల్ లాస్, ఫిజికల్ లాస్, సోషల్ లాస్ సరిగా పని చేస్తున్నంతసేపే, మన స్వేచ్ఛా వాదాలూ ప్రయాణాలు-శరీరం సరిగా పని చేస్తున్నంతసేపే అపత్యాలూ శరీరపు నిబంధనలకి యెదురుతిరగడాలూ! గంతులూ!

"వుండవోయీ." అన్నాను.

నా భీరుత్వమా, నా విజ్ఞానమా, ఏది ప్రోత్సహించింది ఆ మాటని! స్త్రీకి నరకంగా వున్నా సంసారమే స్వర్గమని! ఎంత యముడైనా భర్తకన్న మిత్రుడు లేడని!

చప్పున వొదిలి బైటికి వెళ్ళింది.

నేను కదలలేక, ఆ పక్కమీదనే కూలబడ్డాను.

నా నీచత్వం నాకు అప్పుడే తెలుస్తోందనుకుంటా! కాని మెదడు పని చెయ్యడం లేదు.

"అరుణ వెళ్ళకూడదు. నాకు కావాలి," అనే బాధ వొక్కటే కణతలలో కొట్టుకుంటోంది.

కాని వుంటే, నా దగ్గిరే వుంచుకుంటే మాత్రం నాకు దక్కుతుందా? నా ఆసరా చూసుకుని లోకమంతా తిరుగుతుంది.

'నా' అనేది మనసును వొదలదు కదా!

నేను గదినించి బైటికి వొచ్చేటప్పటికి ఆ ఐదు నిమిషాల్లో దృశ్యం మారింది. జయరావు చేతివేళ్ళను పట్టుకొని, మలయ మారుతంతో ఆమె జుట్టు అతని మొహానికి తగులుతో మాట్లాడుతోంది అరుణ.

"దూడకి, తల్లివి నల్లమచ్చలు ఏమన్నా వొచ్చాయా? తోటంతా గంతులేస్తోందా? చూడాలని వుంది పిచ్చిముండని–"

నిన్ను కాదు అన్నట్టు హేళనగా నన్ను చూసింది.

"నా సపోటా మొక్కని తినెయ్యలేదు కద! వెనకపాక పెంకు నెయ్యడం అయిందా? నేను లేకపోతే ఎవరు కత్తిరిస్తున్నారు గులాబీ మొక్కల్ని?"

అతను అమితమైన ఆనందంతో ఆమెలో లీనమైపోయినాడు. వీళ్ళిద్దరూ జన్మంలో యెప్పుడన్నా తగూలాడారా! అనుకుంటారు చూసినవాళ్ళు.

నేను డాబామీదికి వెళ్ళాను. రెండు నిమిషాల్లో అందరూ కిందికి దిగుతున్నారు. ముందు జయరావు, తరువాత అరుణ–వెనక అత్తగారు, తావళం తిప్పుతో ఆచార్లు–జయరావు సామాను పట్టుకుని బీస్టు, అరుణ సామాను పట్టుకుని నాగన్.

అరుణ తలెత్తలేదు. నావంక చూడలేదు. ఒక్కసారి పెద్ద గాలి వీచింది.

కోడి కూసింది. కింద బండి కదిలింది.

నేను నిట్టూర్పు విడిచి, హాల్లోకి వెళ్ళాను. హాలు మధ్య అరుణ తలలోనించి పడ్డ చంపకపూలు.

ఇల్లు బావురుమని యేడ్చింది. సంతోషమంతా అరుణ కొంగున కట్టుకు తీసుకుపోయింది. పైకి వొస్తున్నారు, నాగన్, తరవాత బీస్టు–అబ్బా వీళ్ళుకూడా పోకూడదూ? వాళ్ళ చేతుల్లో సామాన్లు, వెనక ఆచార్లు–వెనక తల్లి, జయరావు–అతని బుజాన్ని ఆనుకుని అరుణ.

"ఏం లాభం వెళ్ళి. రైలు వెళ్ళిపోయి వుంటుంది. నెక్స్ట్ ట్రెయిన్" అన్నాడు జయరావు వుత్సాహంగా.

"పదింటికి."

"పడుకుందాం కొంచెం సేపు."

పక్కలు పరిచాము. జయరావు గదివేపు చూశాడు. అరుణవేపు చూశాడు. అరుణవేపు చూశాను. నా రక్తం గుండెలనించి ఒక్కసారి తలకెక్కింది.

అరుణ ఒక్కత్తె గదిలోకి వెళ్ళి తలుపులేసుకుంది. నా హృదయం శాంతించింది. నేనోమూల కన్ను మూస్తున్నానో లేదో, జయరావు వొచ్చి నా పక్కన కూచున్నాడు. ఏమేమిటో మాట్లాడాడు. నాకు నిద్ర వొస్తోంది వొదలడు.

"నిజం చెప్పు. అరుణ వీళ్ళందరితోనూ–అంత నీచపు పనులకి వొడిగట్టిం దంటావా?"

"ఛా." అన్నాను.

అంటే అర్థం, హంస బురదని కెలికితేనేం, హంసకి ఆ బురద యెంతమాత్రం అంటుతుంది? అన్నమాట.

"ఏమోలే, ఐనా నా కెందుకు? ఇల్లాంటి వ్యవహారాలు తలుచుకున్నప్పుడు–నాకు నిశ్చయమైన రుజువు లేదులే! కాని వొదిలేద్దాం దాన్ని దాని గతికి అనిపిస్తుంది. కాని అది లేని యిల్లే శ్మశానంలాగుంటుంది. ఎట్లాంటి దైతేనేం, పిచ్చిపిల్ల–దాన్ని వొదల్లేను. దాని పాపం దానిది!"

కాని నిద్రరాదు. అన్యాయం చేశాను. దిక్కులేక శరణు చొచ్చిన అరుణని. ఆజన్మాంతమూ ఆమెని కోరుతూనే వున్నాను - కాని యెన్నడూ, యే సహాయమూ నానించి అడక్క అవ్యాజంగా, సంశయరహితంగా, తన దివ్య సౌందర్యాన్ని నాకు వరంగా యిచ్చిన అరుణ ఏ కష్టబాధలోనో, యే నిరాశలోనో, యే భయంవల్లనో, ఎన్నడూ ఫెయిల్ కాని మిత్రుణ్ణని. ఒక్క సహాయం అడిగితే, నిరాకరించాను. ఎట్లా తెలియచెయ్యను? ఇప్పుడెట్లా? వెళ్ళేలోపల వ్యవధి దొరుకుతుందా? అప్పుడు.......? ఉండిపోతుంది. మళ్ళీ జయరావు చెయి చేసుకుంటాడు. నే నడ్డంపోవాలి–తగాదా, ముసలిది ఏడుపు, వూరి పెద్దమనుషులు, మా బడికమిటీ మెంబరు, పంచాయతీ, సరే భర్తతో వుండకపోతే నువ్వు వొదిలెయ్యమని నాకు ఆజ్ఞ పెట్టడం. 'ఆమెకి నామీదే యిష్టం' అనగలనా? వుద్యోగం? ఆమె నన్ను వొదలదట. ఈ యింటోంచి వెళ్ళదట! నేనేం చెయ్యను అననా? ఏదీ పాలుపోకముందే కొంచెం కునుకు పట్టింది. అరుణ నవ్వుతో నుంచుంది నా ముందు. నా కళ్ళముందు. ఈ అరుణకాదు, యీ కాపరంతో, యీ వాంఛలతో చిరాకులతో నలిగిన అరుణ కాదు. పద్ధాలుగేళ్ళ బాలిక అప్పుడే పమిటలకి ఉత్తరీయాలు వేస్తోంది. ఇంకా చాతకాదు. పమిటి జారితే లాక్కునే సిగ్గు కూడా లేదు. వొల్లు ఝల్లుమని మెళుకువ వొచ్చింది. ఎన్నేళ్ళయింది?

అది వెన్నెల రాత్రి అందరం డాబామీద పడుకున్నాము. జయరావు–ఇంకా కొత్త–ఆ రాత్రి. కార్యం తంతు కాకముందే అరుణని తన దగ్గిరికి పంపమన్నాడు. అరుణ గజగజ వొణికింది. తల్లి జాలిపడి నిరాకరించింది. కోపంతో డాబామూల పడుకుని గుర్రు కొడుతున్నాడు.

అందరూ నిద్రపోతున్నారు. నిద్రరాదు. ఆ వెన్నెల్ని చూస్తే వెర్రి. పిట్టగోడ దగ్గిర నుంచుని కృష్ణకేసి చూస్తున్నాను. సీతానగరం కొండల చీకట్లు ఏదో ఆశకొలిపి బాధిస్తున్నాయి. పెద్దయినాక పిల్లలు "మామయ్యా, కొండెక్కుదాం," అంటే "ముళ్ళు, రాళ్ళు. ఎందుకు ఇక్కణ్ణించి చూడండి" అంటాము.

కాని చిన్నతనంలో, అదంతా–ఇంద్రజాలం–కొండలు–తెలీని, అందని, ఆశపెట్టే స్వర్గద్వారాలు–స్త్రీ శరీరాలవలెనే.

నా పక్కనే గంధం పరిమళమూ, తలలో మరువం పరిమళమూ కలుపుతో వొచ్చి నుంచుంది అరుణ.

కొయ్య నిచ్చనకేసి చూపింది మాట్లాడకుండా! యెక్కాము. ఆ నిచ్చెన యెక్కగలడా ఆ పొట్టతో జయరావు!

కూచోమని సౌజ్ఞ చేసింది. ఆనందం, కారణంలేని ఆనందం పట్టలేక నవ్వింది. తల నా బుజంమీద ఆనించి మెడమీద ఒక్క చెయ్యి వేసింది. ఆకాశాన్నించి పూలు వర్షించాయి. కాని నరాల్లో కోలాహలం.

ఆమె పెదవులమీద ముద్దు పెట్టుకున్నాను. కొంచెంగా పెదవుల్ని కదిలించింది. నా పెదవుల కింద నా జన్మకి అది మొదటి ముద్దు. ఆమెకీ అంతే ననుకుంటా. ఆ ముద్దు తరువాత యెన్నేళ్ళొస్తేనేం? ఇంక సంబంధం విడుతుందా? అట్లా కూచున్నాము చాలా సేపు. అంతకన్న ఏమి చెయ్యాలని నాకు తోచలేదు; ఆ కొత్త యవ్వనంలో.

మళ్ళా నాలుగేళ్ళకి అరుణని జయరావు ఇంటో చూసినప్పుడు - యెదిగి పుష్పించిన ఆమె అందాన్ని చూసి వెర్రిపడి, ఆ రాత్రి పరిచయపు కన్టిన్యుయేషన్ని క్లెయిమ్ చేశాను. ఒక్క చూపుతో ఒక్క తల వూపుతో నన్ను సులభంగా దూరాన వుంచింది. కోపంతో మర్నాడే వెళ్ళిపోయినాను.

ఇక వెర్రి పుట్టింది నాకు. ఏదో సందర్భపడలేదు గాని, అరుణ నాకు దక్కకుండా వుండడానికి వీల్లేదు. ఆ రాత్రి ఆ ముద్దుని కొంచెం పెదిమల్ని - ఎందుకు కదల్చాలీ?

తిరిగి, తిరిగి ప్రయత్నించాను. లాభంలేదు - చివరికి ఆనాడు ఆ వొంటరి యింటో ఒక అపురూప సంఘటనవల్ల అసాధారణ అదృష్టంవల్ల నా కోర్కెని సాధించు కున్నాను.

నిద్రపట్టింది గావును నాకు.

"పిచ్చిబాబూ. పిచ్చిబాబూ."

అరుణ నిజంగా యెదురుగా నుంచుంది. ఈనాటి నలిగిపోయిన పిచ్చి అరుణ.

"మాట. లేచిరా."

లేచాను. అందరూ నిద్రపోతున్నారు జయరావు తప్ప. జయరావు ఏమీ అనడు నామీద చాలా నమ్మకం.

ధీరుల్ని, ఆజానుబాహుల్ని, సురూపుల్ని, అర్జునుల్ని, మన్మధుల్ని, కిరాతార్జునుల్ని ప్రేమిస్తారు - ఆడవాళ్ళు అంటారా కవులూ, మనుషులూ? పూర్వమేమోగాని ఈనాడు అట్లాలేదు లోకం. ముఖ్యంగా ధనాన్ని, అధికారాన్ని ప్రేమిస్తున్నారు స్త్రీలు ఈ దేశంలో,

తరవాత ఏమీ ఆకర్షణ లేక, నిస్సహాయులు లాగు కనపడే అర్భకుల్ని, కురూపుల్ని ప్రేమిస్తున్నారు.

నమ్మాడు జయరావు నన్ను. అదిగాక రాత్రి దొంగల్ని పట్టడం సులభం కాని, పగటి దొంగలు పట్టుబడరు. దొంగిలిస్తున్నారో, అరువు తీసుకుంటున్నారో నిర్ణయించలేరు స్వంతదార్లు.

మెట్లకి అడ్డంగా పర్వతంలాగు ఆచారి పడుకుని వున్నాడు. నల్లగా నెల్లూరి పంగనామాల పందికొక్కు జ్ఞాపకం వొచ్చింది నాకు-కొంచెం తెనాలిది కూడా. మెట్లమీదే.

"వా డెవడు?"

"వాడా-వెధవ! ఈ మొగవాళ్ళు-థూ!!! నిన్ను కాదే పిచ్చిముండా!"

"ఏమిటా జపం?"

పెద్దగా నవ్వింది. నవరాత్రుల జేగంటలు మోగాయి నా చెవుల్లో.

"నన్ను చూస్తేనే ఆ జపం?"

"ఆ మంత్రం యేమిటో తెలుసా?"

"ఏదో భగ-"

"అదే ఆ సందర్భమే! భగవతీ భిక్షాందేహి!"

"ఆ భగవతి-నే నుట! భిక్ష యేమిటో ఆలోచించుకో!"

"వాడా"

"వాడే! ఓసారి నన్నూ, ఆ కుమారస్వామినీ, వొంటరిగా చూశాడు బావిదగ్గర, ఆనుకుని నుంచోడం. మెల్లిగా చిన్నచిన్న బెదిరింపులు ప్రారంభించాడు, జయరావుతో చెపుతానని. మొహాన నవ్వాను. చెప్పాడు. ఆయన చెప్పిన వాణ్ణే ఇంటోంచి వెళ్ళకొట్టడానికి సిద్ధమైనారు. ఆనాటినుంచి యేం చాతకాక యీ జపం ప్రారంభించాడు. ఆ యింట్లోట, నేను కలకాలం కాపరం చెయ్యాలిట."

బాదంచెట్టు కింద అరుగు దగ్గిరికి వెళ్ళాము. ఆకాశం కొంచెం యెర్రబడ్డది. కోయిల అరుస్తోంది.

"చూడు వ్యవధిలేదు. విను. నన్ను సిగ్గులేని దాన్ని అనుకోకు. ఏం? ఎందుకంటే మామూలు ప్రణయాలకీ, వ్యవధి లేదు. చూడు రాత్రంతా నేను కావాలని గోలపడ్డావు కాదూ?"

వొప్పుకున్నాను.

"ఎందుకు?"

"అంటే?"

"మొన్న రాత్రి లేంది-"

"అదే ఆశ్చర్యం-కాని యెంత కావాలనిపించావు? ఈ గోలలే రాకపోతే పిచ్చెక్కి నిన్నేం చేసేవాణ్ణో!"

"ఎందు కనుకున్నావు? నేను కోరుకున్నాను, నువ్వు నన్ను కాంక్షించాలని. ఎందుకా? కొంటెతనం? మొగవాడు యెందుకు అంత సుఖంగా నిర్లక్ష్యం చెయ్యాలి? అని ఉడుకుమోతుతనం."

ఆశ్చర్యంతో చూశాను.

అబద్ధాల యింద్రజాలంలో శృంగార మాయలో తేలిపోయే అరుణ యిట్లా మాట్లాడుతోంది.

"అట్లా చూడకు. మాయా, అబద్ధం అన్నీ తెగిపోయినాయి యీ జీవితానికి. వాస్తవం, సత్యం, యెంతసేపు గ్రహించడం? - బుద్ధుడు అన్నాళ్ళు తంటాలుపడి చివరికి జ్ఞానం కలగడం రెండు నిమిషాలు. రమణ మహర్షికి ఎంత కాలం పట్టింది విరక్తి కలగడానికి."

ఇవన్నీ యెప్పుడు చదివింది.

"నీకు కూడా వైరాగ్యాన్ని కలిగిస్తున్నానా? వీల్లేదు. తెల్లారిందాకా నువ్వు నా మాయలోనే బతకాలి."

ఒక్క వూపుతో. మంత్రం పెడుతున్న దానికిమల్లే, జుట్టుని ముడినించి వొదిలించి నా కళ్ళమీద కప్పింది విశ్వనాధ ఆయిల్ పరిమళాలు వెదజల్లుతో.

"కావాలా నేను యింకా?"

నా నోటిమీద పెదవుల్ని ఆనించింది. ఇంకా రాత్రి తాంబూలంతో తియ్యనైన పెదవుల్ని అట్లానే నా నోట్లోకి మాట్లాడుతోంది.

"మొగవాళ్ళు మమ్మల్నేదో ఆకర్షిస్తున్నామనీ, బంధిస్తున్నామనీ కులుకుతారు. మమ్మల్ని! వెర్రివాళ్ళు! పాపం నన్ను కోరావు-అవునా? నువ్వా కోరింది? నవ్వింది. నోట్లోంచి నా తల లోపలంతా నవ్వులు. చెవులంతా గంటలు-చెర్చి అల్లరిగంటలు! నాలుగువేపులా పరుగెత్తి మారుమోగాయి.

నా తల నట్లానే బలువుగా అరుగుమీదికి వొంచి తన బలువుతో నా మీద పడుకుంది.

ఇంక వొళ్ళెరగను.

నా నరాలన్నీ గుమిగూడి ఆమెని పెనవేసుకున్నాయి.

"నేను పిరికి వెధవని. ఇందాక భయపడ్డాను. ఏమైనా కానీ, నువ్వు నాతోనే వుండు - వెళ్ళకు. నా దగ్గిర్నుంచి వెళ్ళకు."

అప్పుడు మాట్లాడలేదు. నవ్వుతో–

"పిచ్చిముండా?"అని నా కళ్ళని ముద్దు పెట్టుకుంది.

తల తిరిగింది. భూమి, ఆకాశమూ, చెట్లూ ఇట్లా ఒక్క గొప్ప కాంతితో ఆ శాంతిలో ఏకమైపోయినాయి. అట్లా ఆమె మొహం నా మొహంమీద అనుకుని ఆమె చేతులు నన్ను దగ్గిరికి లాక్కుంటూ యింక విడిపడడం లేకండా యిద్దరమూ రాళ్ళమై పోతే–

* * *

బాగా యెర్రబడ్డది లోకం. పడమటివేపున కొండల వంటి మబ్బులు అగ్నుల్ని కక్కుతున్నాయి ప్రపంచంమీద. చామ ఆకుమీది నీటబొట్టు పెద్ద కెంపులాగు మెరుస్తోంది.

"తరుణారుణసే రంజిత ధరణీ–" అని పాడాను, అరుణకి చూపుతో.

"ఈ అరుణ, తరుణ కాదు." అని పెదవి విరిచింది.

అరుణ జుట్టు చల్ల గావుంది. గోరింకలు రెండు చెత్తని కెలుకుతున్నాయి నిద్రకళ్ళతో.

గాలి ఆమెని తాకి, నా వొళ్ళోకి వొచ్చి నా చంపల్ని అదిమింది. పక్కన దానిమ్మచెట్టు మీది యెర్రని పువ్వుల్ని చూసి వాటితో ఆడుకోడానికని ఎగిరింది. బాగా ఎర్రపడ్డది లోకం.

"బాధ పరిహార మయిందా?"

సిగ్గుతో ఆమె తొడలలో మొహాన్ని దాచుకున్నాను.

"ఇంక శలవు."

"ఎక్కడికి?"

"తెలీదా?"

"వొద్దు, నాతో–"

"నీతోనా పిచ్చిముండా?"

"వుండాలి."

"చూడు వుంటే నీకు వెర్రెత్తిస్తాను. నీకు నిమిషం విశ్రాంతినివ్వను. అంత మంచివాడవా? స్వార్థం యెరగని వాడివా? నువ్వు కూడా.... చూడు మొగాళ్ళే... మొగాళ్ళే ఏమిట్లే, అందరునూ నాకు, నాకు అంటూ దాచుకుంటారేం? కరుచుకుని పీక్కుని చీల్చుకుంటారేం? ఏదో తినేదీ అయిపోయేదీ అయితే అనుకోవచ్చు. తమ యింట్లో పెద్ద దీపం పొరుగింటి గోడమీద పడుతూందని. కిటికీలు మూసుకుంటారు, తమకి గాలి

రాక చచ్చినా సరే. వాళ్ళకి కాంతి - తమ కాంతి స్వంతం అక్కర్లేక మిగిలింది - అదిమాత్రం ఇంకోళ్ళ కెందుకు పోవాలి? కొందరు దీపం ఆర్పేసుకునే వాళ్ళు కూడా వున్నారు మహానుభావులు. కసితో నేలకేసి బద్దలుకొట్టేవారు, ఛీ పాడు లోకం మళ్ళీ అందమంటే మొగాళ్ళకి ఎంత కక్కుర్తి! కంట బడితే చాలు" అంది.

"అందమైన స్త్రీలని హక్కుదార్లు దాచుకోడం వల్ల వొచ్చిన ఫలితం" అన్నాను, దాచుకోడానికి స్త్రీ లేని నేను నా బతుకంతా అన్విల్లింగ్ పబ్లిక్ చారిటీ unwilling public charity మీద గడుస్తోందనే కృతజ్ఞతకూడా లేకుండా.

"ఏ స్నేహితుడి కళ్ళలోనో ఆరాధనని చూసి, అప్పుడు జ్ఞాపకం తెచ్చుకుంటారు, భార్య అందమైనదని. అక్కణ్నించి అనుమానాలు మొదలు. ఈ అందానికి అధికార్లు కావడం ఎంత నీచం-ఎంత బాధ-యెంత యీర్ష్య-కాని ఆ బాధంతా పడతామంటారు. ఒక్కరవ్వ అనుభవించరు. కాని వొదలదరు.

"ఈ మొగాళ్ళు అందం తమకి దక్కకండాకళ్ళబడిందా 'కుయ్యి, కుయ్యి,' మని వెంటపడతారు. సోడాలు, చీరెలు, ఫలహారాలు, చెయిన్లు, చోకలెట్లు, పర్సులు వర్షిస్తాయి, ఆమె దోవ పొడుగునా. చస్తున్న ములసిదానికి చంటిబిడ్డ పాలకోసం దేవుళ్ళాడే తల్లికి. కానీ రాలదు, ఛీ వెధవ అందం."

నా మొహంవంక చూసి నా ఆలోచనలని అర్థం చేసుకుంది. అంత దివ్యదృష్టి వొచ్చింది ఆమెకి, ఆ వుదయాన, సూర్యోదయం ముందు.

"అవును, ఎందుకా? భరించలేను, మొగవాడు, ధీరుడు, బలశాలి. అట్లా నా కోసం బాధపడుతో ప్రాధేయపడితే భరించలేను. పరమ అసహ్యం నాకు వాళ్ళని చూస్తే. కాని వాళ్ళనించి ఏదో గొప్పగా, యీ పాడుశరీరాన్ని దాచుకుంటే నా మీద మరింత అసహ్యం."

మళ్ళీ చూసింది నా వంక లోతుగా.

"అవును; పాడుశరీరం కాక - అదంతా నీ కళ్ళు. నీ మొహం కల్పించుకున్న యింద్రజాలం. నీ రక్తంలోని ఉడుకు-నిజం చెప్పు, ఇందాకటంత వాంఛనీయంగా, అద్భుతంగా కనపడుతున్నానా నీకిప్పుడు?"

"ఆ"

"ఆ" అని వెక్కిరించింది.

"ఇందాకనే ఐతే ఇంతసేపు నిదానంగా మాట్లాడనిచ్చే వాడివా నన్ను. మాయలూ, మర్యాదలూ మానెయ్యి. ఈ వుదయం యీ వొక్క వుదయం హృదయాలు విప్పి నిజం మాట్లాడుకుందాం."

"తరువాత మరి నాతో."

"తరువాత మాయో, వాస్తవమో, నిద్రో, కలో – ఎవరికి తెలుసు?"

"వెళ్ళిపోతావా? నన్ను నమ్మవా?" నా కళ్ళంబడి నీళ్ళు.

"నా కోసం దుఃఖించకోయ్! నేను బాగానేవుంటాను. కాని నువ్వూ? నేనింక కనపడనేమో! నీకు కనపడనీరేమో! నువ్వూ! పిచ్చిముండా, యింత పిచ్చిముండవి ఎట్లా బతుకుతావు, నేను లేక! నిన్ను చూస్తే నాకెంత జాలి! చూడు, నిన్ను ఎట్లా సంతుష్టి పెడదామా అనిపిస్తుంది."

నా అహంభావం గాయపడ్డది. ట్యూషనుకి వొచ్చే విల్లీ హృదయాన్ని ఆకర్షించగలిగాననే అహంభావం.

"జాలిచేతనా?"

"ఇదుగో– ఆ తర్కాలన్నీ మరిచిపో. మాటలు, మాటలు, జాలీ, ప్రేమా, మోహం, వాంఛా! మాటలు – ఉత్తమాటలు. ఎవరికి తెలుసు భేదాలు అసలు వున్నాయా? ఏదో హృదయంలో ఆరాటం తెలియచేసే విధం తెలీక మాటలు. పనిలేని మాటలు. మాటలు రాని మృగాలు ఒకదాన్నొకటి చక్కగా అర్థం చేసుకుంటా యనుకుంటాను... మరియింక వెడతాను. మొహం చూడనీ; మళ్ళీ యెప్పుడు?"

"నేను వొస్తాను మీ వూరు"

"వొస్తే యేం లాభం?"

"ఏమి?"

"అంతా నిశ్చయమై పోయింది. నిశ్చయం చేశారు.... అందుకనే ఆఖరుసారి జన్మానికి చివరిసారి నీదగ్గిరికి వొచ్చాను. నీ మీది కృతజ్ఞతను చూపుకోడానికీ, నీ ప్రేమరుణం తీర్చుకోడానికి. నువ్వే – నిజంగా పిచ్చిముండవి. ఈ లోకానికి తగవు, యీ పాడులోకానికి, నీ మీది ఎంత జాలి, ఎంత యిష్టం – ఎట్లా చూపను? నీ కట్లా అనిపిస్తుందా? ఎట్లా చూపడం? మన ప్రేమ! ఎంతైనా యీ చేతులూ, పెదిమలూ, కళ్ళూ, వీటిని మించి నా మనసులో ఆత్మలో కొట్టుకునే అసలు నీ మీది యిష్టాన్ని చూపలేను కద! యిట్లా తప్ప...."

"అది సరే, నువ్వేమౌతావు?"

"తెలీదు కాని భవిష్యత్తు నిశ్చయం చేశారు."

"ఎవరు?"

"నా అధికార దేవతలు, నా అదృష్ట దేవతలు. నాకే ముంది యీ శరీరంగాక? ధనమా, గానమా, దేనితో యీ లోకాన్ని నాదిగా ఆకర్షించుకోగలను? నా సౌందర్యం

ఒకటే నాకు దేవత లిచ్చిన వరం. ఆ వరాన్ని ఉపయోగించి నప్పుడల్లా లోకం నన్ను కరిచింది. కాని, యీ అంధకారంలో ఆకాశం కొంచెంగా తెరుచుకుంది. కొత్తవిధం ఆనందానికి కొత్తద్వారం. కొంచెంగా తెరిచారు. ప్రయత్నిస్తాను. ఈ శరీరాన్ని యీ మొద్దుని, భారాన్ని అతిక్రమించి ఎగరడానికి చూస్తాను, నేనేం చెప్పలేను."

ఆకాశం వంక చూస్తోంది. కళ్ళు నీళ్ళతో నిండాయి.

ఏం చెయ్యను సహాయం?

"వాళ్ళిద్దరూ?"

పోనీ అదన్నా ఆమెని కదులుస్తుందేమో!

"వాళ్ళిద్దరూ-చూడు ఆ మబ్బు వెనకనించి చిమ్మే ఆ కిరణాలు - వాటిల్లో రెండు కిరణాలు వాళ్ళ ప్రేమే" ఆగింది.

నాతో మాట్లాడ్డంలేదు. తన ఆత్మకి తను బోధించుకుంటోంది.

"ప్రేమా-ప్రేమ విచిత్రం. నాకేనో అందరికీనో! చూడు ఆ కిరణాలన్నీ ఒక్కటీ వృధాపోక, నా కళ్ళలోకి రావాలనిపిస్తుంది. ప్రతి మానవుడూ, ప్రతి అందమూ, అన్నీ నా కోసమే - నా ఆనందానికే - నా లోపలికే అన్నీ, అన్నీ యీ ప్రపంచమంతా-"

"అంతాకూడా నాది! నా స్వంతం, నా హక్కు అనిపిస్తుంది. కాని యీ దేహం అడ్డం నుంచుంటుంది. అత్తగారి మల్లే "నా ద్వారా నా వుత్తరువు మీద-" అంటుంది. దేహమంటే కోర్కెల పుట్ట. చాతగాక, స్వేచ్ఛలేక, అన్నీ అక్కడ అర్పిస్తాము. దాన్ని కామం, జారత్వం, లోలత్వం, చంచలత్వం, అంటుంది లోకం. నాకింకా ఆకర్షించగల దేహమన్నా వుంది కాని"

"కాని-"

చప్పున నా వంక చూసింది. వొంటరిగా దొంగతనం చేసేవాణ్ని ఎవరో పలకరించినట్టు....

"ఏం లేదు." అని లేచి నించుని ఆలోచించింది, చప్పున - "నీతో ఒక రహస్యం చెపుతా. నేనింతవరకు ఎవర్నీ ప్రేమించలేదు. ఇప్పుడు తలుచుకు చూసుకుంటే! నాహృదయంలో గొప్ప ప్రేమ వుంది. ప్రేమించాలనే ఆశ అపారంగా వుంది. అందువల్లనే యివన్నీ. కాని నా ఆదర్శమే అతి వున్నతం. నా పురుషుడే ఒక్కడే నా కలల్లో బతుకుతున్నాడు, నిరంతరం నాకేసి చేతులు జాస్తో. ఈ మనుషుల్ని చూస్తే, వాళ్ళ లోపాలు, దేహ లోపాలూ, గుణలోపాలూ, అన్నీ కనపడతాయి. ఒక్కటి చూడు! అబ్బా! ఎంత వికృతం. ఎంత నీచం. ఆ నిమిషాన మొగాడి స్వరూపం. రోడ్డుమీదకుక్కల్ని చూడమూ, అదే జ్ఞాపకమొచ్చి నవ్వు ఆపుకోలేను. తననెంతో మోహించి చేతులో

చిక్కాననుకుని కులుకుతున్న మొగాడు ఆశ్చర్య పడతాడు నా నవ్వుచూసి. నాకు మనుషుల్లో ఒకరికీ ఒకరికీ భేదం నశించింది. అందరూ అంతే. ఏం చేస్తారు పాపం! అంతకన్న చాతకాదు. మనుష్యత్వాన్ని అతిక్రమించాలని ప్రయత్నిస్తారు కొందరు నీబోటివాళ్లు. కాని, పాపం చేత కాదు. శరీరం ఒక్కటే ప్రేమ సాధనం. ఏ నీచుడై తేనేం? భర్త ఐతేనేం, బ్రాహ్మడై తేనేం, ఆ మహమ్మదీయుడైతేనేం? ఏదో కాలక్షేపానికి! ఎవరికో ఒకరికి తృష్ణతీర్చడం. కాని యీ మొగాళ్ళు – చూశావుగా రాత్రి? అదీ రకం!

"రాహూ, ఎవరినన్నా కొంచెమన్నా ప్రేమించానా అంటే నిన్నే. అందుకనే నీ పాదాలవద్దే నిష్క్రమిస్తున్నాను."

"రాహు" అని నన్ను గట్టిగా, అతి జాలిగా, తన ప్రాణమంతటితోనూ కావలించుకుంది.

ఆమె లేవడంతోటే ముంచుకుపోయినట్టు పక్క మేడ మీద నించి గ్రామఫోను వినపడ్డది–

"సునో ముసాఫిర్ బాజతు ధంకా!

కిం మతలబ్ మే సోతాహై"

ఆకాశవాణిని విన్నట్టు నుంచుని ఒక్క నిమిషం విన్నది.

"సునొ–బాజతు ధంకా! – ఇంక టైమ్ లేదు" అని పరిగెత్తి మేడమీదికి వెళ్ళింది. వెనకనే నేనూ వెళ్ళాను.

"రైలు టయిమయింది, లేవండి, లేవండి." నవ్వుతో గంతులేస్తో అరిచింది.

అందరూ కళ్ళు నులుముకుని ఆశ్చర్యంతో చూస్తున్నారు.

"ఇంకా ఆరుకాలేదు అప్పుడే ఏమిటయిము? పడుకో!" అని కళ్ళు మూసుకున్నాడు జయరావు. "మన రైలు పదకొండింటికి." అని మూలిగింది ముసలమ్మ.

"భగవతీ" అన్నాడు బిగ్గరగా పంగనామాలు. తావళంకోసం వెతుకుతో.

"సునో ముసాఫిర్ బాజతు ధంకా. అందరిదీ ఒకటే రైలుకాదు. కొందరి రైలు మూడింటికి, కొందరిది ఆరింటికి, కొందరిది పదింటికి. నా రైలు ఆరింటికే వొచ్చింది. గుడ్ బై ఆల్ అని గంతులేస్తో గదిలోకి వెళ్ళి పడుకుంది.

ఏ తొమ్మిదింటికో లేచారు. మొహాలు, దొడ్లు, సామాన్లు, బళ్ళు, ఇడ్డెనులు, కాఫీలు, రాత్రి కోపాలన్నీ పోయినాయి. బీస్ట్, సాయేబూ, జయరావూ అందరమూ ఒకటే బల్ల దగ్గిర.

అరుణమాత్రం ఎంతసేపటికి రాదు.

అంతలా వెతికాము. ఎక్కడా లేదు. ఎంత వెతికినా లేదు. ఏ సామానూ పోలేదు.

ఒక్కరూ కదలరు. వారంరోజులు వెయిట్ చేశాం నా దుఃఖంతో నశిస్తో, నేను బడికి వెళ్ళి పనిచేస్తో, వాళ్ళందరికీ సప్లయిలు.

అంతే. ఈ నాటికీ కనపళ్ళేదు.

ఏమయిందా? అదే సమస్య. చచ్చిపోయిందా? ఎవరమూ నమ్మలేము. చచ్చిపోవడం, ఆనందంతో వూగే జీవితాన్ని ఎందుకులే అని తృణప్రాయంగా త్యజించి జీవిత జలధి లోతు ఎంత వుందో అని దూకగలగడం మహాసాహసం. ఈ మామూలు అత్తగారిమీద కోపమొచ్చి, బావిలో దూకడాలు కాదు. కాని ఆత్మహత్య ఎప్పుడూ అపజయ చిహ్నమే! ఎంత జారుడుగా వున్నా, సర్పాలు చుట్టుకున్నా, వొద్దనించే కొలవగలవారు అంతకన్న ధీరులు. వొప్పుకోము, అరుణ జీవితానికీ, భర్తలకీ భయపడ్డదని, ఏం జరిగిందో, భర్తని నిరాకరించి ఆ గదిలోకి వెళ్ళి తలుపు వేసుకున్న నిమిషానికీ, మళ్ళీ వొచ్చి అద్భుతంగా నన్ను లేపి తోటలోకి తీసుకువెళ్ళిన నిమిషానికీ, మధ్య, ఆమె ఆత్మలో – ఎవరికి తెలుసు?

ప్రతి సంవత్సరమూ నేను, బీస్ట్, నాగన్, ఇంకా నలుగురూ ఆ రోజు సాయంత్రమే కలుసుకుని, షాంపెయినులో అరుణ రసికత్వాన్ని తలుచుకుంటూ, రాత్రి గడుపుతాము. ఎంత పని వున్నాసరే, ఎంత దూరానవున్నాసరే.

కాని అరుణ చచ్చిపోలేదు. నాకు తెలుసు, మబ్బుల్లో, చిన్నబిడ్డల లేతమడమలమీద, కందిన ప్రియురాలి పెదవిమీద, రోజా పువ్వు రేకుల్లో, పద్మాల నడుమ, తాగిన మా కళ్ళ కొలుకుల్లో, ఎరుపుజీరల్లో నశించలేదు.

జీవితంలో యీ దేహానికి నా శృంగారభావాలకి యెట్లా స్వర్గద్వారాలు తెరిచిందో, అట్లానే నా ఆత్మకీ, నా అధ్యాత్మిక సందేహాలకీ ఎప్పుడో, ఏ ఆశ్రమం నించో, స్వర్గద్వారాలు తెరుస్తుందని నా నమ్మకం.

✦ ✦ ✦

బ్రాహ్మణీకం

సుందరమ్మ వంశం చాలా పూర్వాచారపరాయణ భూయిష్టం. లోకమంతా, యేవిషయాలు వుత్తమూఢ నమ్మకాలంటాయో, వాటిల్లో వాళ్లకి అమితమైన విశ్వాసం. వారానికి ఒకసారన్నా వాళ్లింటో ఎవరికో ఒకరికి ఒక్క దెయ్యమన్నా కనపడి తీరుతుంది. అందులో ఆ దెయ్యాలన్నీ దుష్టమైనవి. పూర్వంనించీ కూడా ఆ వంశానికి భయంకర శాప మున్నదనీ, మగవాళ్లు చావడమూ, ఆడవాళ్లు వితంతువులు కావడమూ నిశ్చయమని, వాళ్ళకి గట్టినమ్మకం. ఆపత్తులు వాళ్ళకి మామూలైపోయినాయి.

ఆ వంశంలో చచ్చినవాళ్ళ కెవరికీ ఊర్ధ్వలోక నివాసంగాని, పునర్జన్మలు గాని వున్నట్టు లేవు. అందరు ఆ యింటి చుట్టపక్కలే, చూర్లనూ, చెట్లనూ, పట్టుకు గబ్బిలాల వలె వేళ్లాడుతూ వ్యూహాల ప్రకారం, జ్యోతిషాలలోనూ, సోదెలలోనూ, పూనడాలలోనూ తమ సంతతివారితో సంభాషిస్తూ, తమ కోర్కెలు తెలుపుకుంటూ, తమ కోపాలకీ, శాపాలకీ, కారణాలు వివరించుకుంటూ వుంటారు.

"ఏడేళ్ల తొమ్మిది నెలల మూడురోజుల వెనక మీరు అట్లు వొండుకుని, నాకు అట్లు యిష్టమని తెలిసివుండికూడా, నాకు పెట్టక, అన్నీ వారే తిన్నారు. అందువల్ల నాకు కోపం కలిగి, నీ ముదిమనమడు నాలుగేళ్ళప్పుడే అట్లు తిని చావాలని శాపం పెట్టాను." అంటుంది ఒక చచ్చిన ముత్తవ.

"నువ్వు చుక్కల చీరెలు నాలుగు కొనుకున్ని కూడా, ఒక్కటన్నా నాపేర ముత్తైదుకి పెట్టుకున్నావు కావు. కనక నీ కూతురికి చీరెకట్టే యోగ్యతలేకండా చేశాను," అంటుంది ఒక మేనత్త.

ఈ శాపాలకి శాంతులు చెయ్యడంతో సరిపోతుంది బతికి వున్నవాళ్ల ధనమూ, శక్తీ, కాలమూ.

మొత్తానికి ఆ యింట్లోవాళ్లు బతికివున్న మనుషులతోకన్న, చచ్చినవాళ్లతో ఎక్కువకాలం గడుపుతారు. ఎవరు ఇంటికి వొచ్చినా, మూలుగులూ, ఏడుపులూ, భయాలూ, వ్యసనాలూ, తప్ప యింకేమీ కనపడకపోవడంచేత, బంధువులకు వాళ్ళయింటికి వొచ్చి వుండడం దుస్సహం.

కాని ఆ గృహము పావనమైనది. సమస్తకాలమూ, పురాణపఠనమూ, మంత్ర జపమూ, యాగమూ, పూజా; వీటిలోనే నిమగ్నులై వుండేవారు స్త్రీపురుషులు.

ప్రయాణమూ, వార్తాపత్రికలూ, కలహమూ, సంస్కారమూ, ఇవి ఎన్నడూ ఆ వైపులకు రావు. నీచభావాలూ, భౌతికకాంక్షలూ, యీర్ష్యా, ఆపేక్షా, వీటి నెరగనే యెరగరు. దేహాలూ, గదులూ, భోజనమూ, శుచీ, మనసూ, ఆలోచనలూ వున్నతాలుగా వుంచుకోడం అలవాటై పోయింది. ఆ యింటి చుట్టూగాని, వాళ్ల పాత్రలలోని జలమే, ఒక విధమైన నిర్మలమైన పరిమళాన్ని కలిగివుండేది.

ఆ వంశం వాళ్ళందరూ గర్విష్టులు, అధికారవంతులు, ప్రపంచ సంబంధం పెట్టుకోరు. కాని పొలము కాపులు, కరణాలు, పండితులు, అందర్నీ అధికారవంతంగా, లక్ష్యంగా, తక్కువగా చూసి మాట్లాడడం అలవాటయింది. ఆ వూరివారు ఇచ్చిన గౌరవమే అట్లా మార్చింది వాళ్లని. ఇతరులతో పని పెట్టుకోరు, యాచించరు - తమ సౌఖ్యాలను, ధనాన్ని, పొలాలను వొదులుకున్నారు గాని, లౌకికాధికారుల్ని ఒక్కర్నీ యాచించలేదు.

తరతరాలనించి శిష్టాచారపరులై, నియమాలు తప్పని నిర్మలమైన అభ్యాసాలు కలిగి, భక్తిలో, భయంలో పితృదేవతల్నీ, ఉచ్ఛదేవతల్నీ పూజించే వైదిక సాంప్రదాయం కలిగిన వుత్తమ బ్రాహ్మణ వంశంలో పుట్టడంచాత, ఆవంశం వారందరూ ధ్యానించే దేవతల సౌందర్యమంతా సుందరమ్మలో మూర్తీభవించిందా అని తోస్తుంది. ఆమె అందమంతా కదలని, నవ్వని, నిబ్బరపు శాంతవిగ్రహపు సౌందర్యం లాగున వుంటుంది. మాటలూ, నవ్వులూ, గంతులూ లేక, నెమ్మదిగా చందమామవలె, చల్లగా ఆ చీకటి యింటో, శబ్దం లేకండా, తిరుగుతూ వుంటుంది. పుట్టినప్పటినించీకూడా, ఆమె కళ్లల్లో అపారమైన ఖేదం తోస్తుంది. కళ్ళు కోలగా శాస్త్రాలలో వర్ణించినట్లు, నల్లని కనుబొమ్మల కింద, పరుచుకుని, కణతలమీద పడే జుట్టుని తాకుతూ వుంటాయి. కనుపాపలు - తెల్లని మబ్బు కింద సగం మాయమయే చంద్రుడివలె దిగులు కొల్పుతో పైరెప్పలకింద సగం అణిగి వుంటాయి. పసితనంలో కూడా ఆమె ఎక్కువ విలాసాలు చూపకపోయినా, ఆమెని చూడడమే ఆనందం, ఆమె నడకలే నవ్వులు, ఆమె ముఖకాంతులే ముచ్చట్లు.

పెళ్ళి ఐన దాకా కూడా సుందరమ్మ తనయిల్లు తప్ప ప్రపంచ మెరగదు. శాస్త్రాలు, వేదాంతాలు, పురాణాలు తప్ప వేరే విజ్ఞానము ఆమె మనసులో లేదు. పూజలతో, కర్మకలాపాలతో మునిగిన ఆ పల్లెటూరు కుటుంబంలో, కాలమాగిపోయింది. దేశమంతా కాలచక్రానికీ, కర్మానుభవానికీ లోబడి తిరిగిపోయి, మారిపోతూ వుంటే, ధ్రువనక్షత్రం లాగు ఆవంశం పురాతనత్వంలో, అట్లానే నిలిచిపోయింది. మోటార్లు, వితంతు వివాహాలు, లెజిస్లేటివ్ కౌన్సిళ్ళు, సగంవరకు మీసాలు, ఆంధ్రోద్యమాలు, వీటి మోత దూరంనించి, ఏదో పాతాళలోకంనించి కొంచెం కొంచెం వినపడుతూ వుంటుంది, ఆయింట్లో వాళ్ళకి.

సుందరమ్మ ముఖ్యమైన సుగుణమూ, ఆమె లోపమూకూడా భూతదయ. తాను యెంత స్వంత విచారాన్నైనా భరించగలదు. కాని ఎవరిలోనైనా, చివరికి చీమ నీళ్ళలో పడినా, తాను సహాయం చెయ్యకుండా వుండలేదు. సహజమైన యీ దయవల్ల ఆమె అనాచారాలకి దిగి తన బంధువులకి చాలా విషాదం కలిగించిన సమయాలు అనేకమున్నాయి.

ఎనిమిదో యేటనే మేనత్త కొడుకుకీ సుందరమ్మకీ పెళ్ళి చేశారు. పెళ్ళి కాగానే అతను మైసూరు సంస్కృత విద్యాభ్యాసానికై ఆరేళ్ళు అక్కడేగడిపి వొచ్చినందువల్ల సుందరమ్మ అతన్ని చూడనేలేదు. అతను మైసూరునించి సరాసరి మామగారి యింటికి వొచ్చి కార్యము చేసుకుని, భార్యని తనతో తీసుకునివెళ్ళాడు. సుందరమ్మ భర్త, పండితుడు, సౌమ్యుడు, రసికుడు. శృంగార కావ్యాలలోని వర్ణనలు పఠించినప్పుడల్లా, వాటి అన్వయం కన్న వ్యాకరణంకన్న వాటి సౌందర్యం మీదనే దృష్టినివుంచి పుట్టింట్లో పెరుగుతున్న భార్యని తలచుకునేవాడు. లోకాన్ని చూసినవాడు, కాని తన శాస్త్రములో విశ్వాసం చెడనివాడు. సుందరమ్మని చూడగానే అతనికి ఏకాగ్రత యేర్పడ్డది. వాళ్ళవూళ్ళో మూలనున్న యింటిని డాబాగా మార్చి, ఒకటేగది కట్టించాడు. ఆ గదిలో భార్యతోకూడా మాయమై ప్రపంచంతో సంబంధం కల్పించుకోడం మానివేశాడు.

ఎర్ర కలవవలె విచ్చిన ఆమె అందాన్ని చూచి అతను సమ్మోహనుడైనాడు. ఎరుపు నునుపులోనించి క్రమంగా తెలుపు నీడలోనికి మారే ఆ మెత్తని దేహకాంతులూ, యెర్రగా కస్తూరి పరిమళంతో కూడిన పెదవులూ, ప్రియుడిముద్దుల నెరగక నిద్ర పోతున్నట్లు, పొడుగైన కనుబొమ్మల కింద మూర్ఛలు పొయ్యే కళ్ళూ, నున్నని రాళ్ళమీద నించి దొర్లే ప్రవాహంలాగ మెరిసే భుజాలమీద నించి వేళ్ళాడే జుట్టూ, నాజూకైన కంఠం చివర పెద్ద పువ్వువలె వికసించిన మొహమూ, ఆమె ఠీవీ, నిదానమూ, బలువూ, తులసీదళాలూ, కర్పూరమూ, కుంకమూ, కలిసి ఇంకగా ఏర్పడ్డ దేహపరిమళమూ – యీ ఆభరణాలతో వొచ్చింది సుందరమ్మ అతని యింటికి. కాళిదాసు వర్ణనలూ, శంకరుడిదేవీ స్తవమూ, తన ప్రత్యేక స్వప్నాలూకలిసి, మూర్తీభవించినట్టు తోచింది సుందరమ్మ.

అతని తల్లీ, సన్యాసం పుచ్చుకుని సంసారాన్ని దయార్ద్ర హృదయులకు వొదిలి వెళ్లిన మేనమామ భార్యా పిల్లలూ, అతని బంధువులు. కనక అతని సేవ అతి సౌఖ్య ప్రదంగా జరుగుతుంది.

ఆపైన గదిలోనినుంచి వాళ్ళకి, మామిడి చిగుళ్ళమీది మంచుబొట్లూ, కాంతిలో కనబడకుండా దూసుకుపొయ్యే చిలకల రంగులూ, పచ్చని నేలమీద నీడలుపడేస్తో

పయనమయ్యే మబ్బులూ తప్ప యింకేమీ కనిపించవు. కోయిల కంఠమూ, జెముడుకాకి మూలుగూ, యాలపిట్టల కూతలు, కలుపు కూలీల పాటలూ తప్ప యింకేమీ వినిపించవు. అవన్నీ చూశారో లేక ఒకరి నొకరు చూసుకోడంలో ప్రమత్తులైనారో, ఆ శబ్దాలన్నా విన్నారో, లేక అలిసి మూర్ఛలుపోయి, అన్నిటికీ అతీతులైనారో! మొదట్లో వెన్నెల రాత్రులు తోటలోకి దిగివొచ్చేవారు. తరవాత మానేశారు. కొన్నాళ్ళు ఉదయాన వొంటిగంటకి భోజనానికి దిగేవారు. అదీ మానేశారు. సుందరమ్మే భోజనం పైకి తీసుకెడుతోంది. భోజనం వొండిపెట్టడం తప్ప కిందివాళ్లకీ పైవాళ్ళకీ సంబంధం లేదు. కొత్తగా వొచ్చిన మైసూరు పండితుడి స్వారస్యము గ్రహిద్దామనీ, అపరూపమైన బంధువుణ్ణి ఆదరిద్దామనీ, తాము సాగుచేసే పొలాల అధికారిని చూడాలనీ, వొచ్చిన జనమంతా కిందనే తిరిగిపోతున్నారు. వాళ్ళకేం జవాబు చెప్పాలో అతని తల్లికి తెలీటం లేదు.

పుట్టింటినించి తల్లీతండ్రీవొస్తే, ఒక నిమిషంకంటె ఎక్కువ మాట్లాడడానికి సుందరమ్మకి వ్యవధి లేకపోయింది. ఎవరువెళ్ళి తలుపు కొట్టినా తియ్యరు. కొట్టడానికి ఎవరికీ ధైర్యం లేదు. విననట్టే వుంటారు; వినబడదో! సుందరమ్మ కిందికి వొచ్చిందా, ఒక్క నిమిషం ఆగదు, అతను యీలోపల మాయమౌతాడనో, విరహం భరించలేక మూర్ఛ పోతాడనో–మాటాడదు. ఏడుస్తున్న చంటిపిల్లని వొదిలివచ్చిన తల్లివలె, పైకి పరిగెత్తుతుంది. కిందికి నవ్వులూ, పరుగులూ, పాటలూమాత్రం వినబడతాయి. అప్పుడప్పుడూ పూలూ, గంధమూ, కస్తూరీ, తప్ప యింకే అవసరాలులేవు పైవాళ్లకి.

ఇట్లా రెండేళ్లు గడిచినై.

ఒకరోజు పొద్దున్న సుందరమ్మ మేడదిగివొచ్చి, అత్తగారితో – "మీ కొడుక్కి జబ్బుగా వుంది" అంది.

నెలరోజులకిందనుంచి, కొడుకో కోడలో భోజనం తగ్గించారని ఆమెకి తెలుసు. కొడుకుమీది ప్రేమచేత, అతను తినగా వొదిలిన పదార్థాలున్న కంచాన్ని పరీక్షించి, అతని సాన్నిధ్యాన్ని కల్పించుకోవాలని ప్రయత్నించేది ఆమె. కాని ఆనంద భోజనం చేస్తున్నారేమో. ఇంక యీ భౌతికాహారం అఖ్కర్లేదేమో, కొద్దిరోజుల్లో ఇదీ సంపూర్ణంగా విసర్జిస్తారు గావుననుకుంది ఆమె. బతికివున్న యిరవైసంవత్సరాలలోనూ ఆమె భర్త ఆమెకున్న చాదస్తాన్నీ, నిశ్చయశక్తినీ, మూర్ఖాన్నీ, మనోబలాన్నీ, సంసారసుఖమనేపేరుకింద నాశనం చేశాడు. కనక పురుషుడంటే చాలా భయం, ఆలోచనలేని భక్తీ ప్రశ్నించని అడకువా చూపుతుంది.

వారంరోజులైనా కొడుకు జబ్బు తగ్గలేదు, వియ్యంకుడికి కబురంపింది. మేడ తలుపులు తియ్యక తప్పిందికాదు. ఆయనవొచ్చి, అల్లుడిలో మార్పుచూసి చాలా భయపడి

చప్పున ఆయుర్వేదవైద్యుణ్ణి తీసుకొచ్చి మందిప్పించాడు. పదిహేనురోజుల్లో స్వస్తత కనపడ్డది. కాని ఆ వైద్యుడు "రోగి భార్యతో రెండునెల్లవరకు కాపరం చెయ్యకూడ" దన్నాడు. తండ్రి సుందరమ్మని తనతో తీసికెడతానన్నాడు. అల్లుడు వీల్లేదన్నాడు; కూతురూ రానంది. పత్యం మాత్రం చేస్తామని వొప్పుకున్నారు. కాని ఆ రాత్రి కింద పడుకున్న కూతురు తెల్లారేప్పటికి మేడమీద తలుపు బిగించుకుని వుండడం చేత, తండ్రిదడిసి, కూతుర్ని బలవంతంగా ప్రయాణంచేసి తీసికెళ్ళాడు.

సుందరమ్మ తండ్రితో వెళ్ళిందన్నమాటేగాని ఇంటిదగ్గిర, ప్రాణాలన్నీ అత్తవారింటో వొదిలి వొచ్చినదానివలె, కదలక, మాట్లాడక, ఓమూల కూచుంది. కళ్ళనీళ్లు పెట్టుకుంది, మరీ బతిమాలి అడిగితే "నేను లేంది, ఆయన బతకరు," అంటుంది. నాలుగోరోజు రాత్రి ఎవరో లేచి చూసేప్పటికి, అల్లుడు సుందరమ్మ పక్కలో వున్నాడు. ఆ రాత్రికి రాత్రి అన్ని మైళ్లు నడిచి వొచ్చాడట - పొద్దున్నే మామగారు చివాట్లేశారు. అతను మాట్లాడకుండా విని చిరునవ్వుతో "ఈవిషయం మీకర్థం కాదులెండి." అన్నాడు.

"ఇంటోంచి పొమ్మని యెట్టా అంటారు? సుందరమ్మని అందరి మధ్యా పెట్టుకు పడుకున్నారు. కాని పగలు ఒకర్ని వొకరు వదలరే! మాటిమాటికీ సుందరమ్మని పిలిచి పనులు చెప్పారు. కాని ఎంతసేపని ఎన్నిసార్లని కాపాడగలరు? పనికాగానే అతని దగ్గిరికి ప్రతిసారీ పరిగెత్తుతూ వుంటే! ఒక రాత్రివేళ దొడ్లో చప్పుడయింది. మామగారు గేదె యీనిందేమోనని వెడితే, తెల్లగా దెయ్యాలు రెండు కనబడ్డాయి. మంత్రంనీళ్లు మీద చల్లబోతే కూతురూ అల్లుడూగా మారారు. మర్నాడు రాత్రి సుందరమ్మని తల్లి పక్కలో పడుకో బెట్టుకుంది. కాని రాత్రివేళ లేచి వెళ్లిపోయింది సుందరమ్మ. తండ్రికి చాలా కోపమొచ్చింది.

"ఇంతమాత్రం జ్ఞానం లేకపోతే యెట్లా?"

"నీకు అర్థం కాదు, నాన్నా!"

"నిజంగానే అర్థం గావటంలేదు. ఆరోగ్యం చెడగొట్టుకుని ఏం బావుకుందామని! అతని మీద నిజమైన ప్రేమవుంటే అతన్ని రక్షించడమే ముఖ్యంగా పెట్టుకుంటావు. ఇది పిచ్చి."

"ఆయన నిలవలేరు. నేనేం చెయ్యను?"

"బుద్ధి చెప్పు."

"నా చాత కాదు."

మర్నాడు రాత్రి అల్లుడే వొచ్చి తల్లీ, కూతురూ పడుకున్న మంచం పక్కన కూచున్నాడు. సుందరమ్మ రానంటుంది, అతను మాత్రం వెళ్లడు. ఇంక ఇంటోవాళ్లందరికీ

విసుగెత్తి ఏమనడానికీ తోచక, అసహ్యమేసి, ఈ కొత్తజబ్బుకన్న ఆ పాతజబ్బే నయంగా కనపడి, ఎవరికర్మ ఎట్లా ఉందో అట్లా జరుగుతుందని వూరుకున్నారు. ఐదోరోజున అల్లుడు మళ్ళీ పక్కవేశాడు, కాని భార్యని వొదలలేదు.

తండ్రి మళ్ళీ సుందరమ్మని గట్టిగా చివాట్లు పెట్టాడు.

"ఏమే, నీ మొగుడికి బతకాలని లేదా యేమిటి? ఏదో వొకటి చెప్పండి, బోలెడు డబ్బుపోసి ఆ మందులు కూడా కర్చెందుకు?"

సుందరమ్మ పెద్దగా యేడ్చింది.

"లాభంలేదు, నాన్నా! ఆయన నాకు దక్కరు. ఆ సంగతి ఆయనకీ తెలుసు. జాతకంలో ఇంతకన్న ఆయుస్సులేదు. ఆయనికి నేను కనపడకపోతే మరీ కొట్టుకుంటారు, ఆ నిమిషాన్నే ప్రాణంపోతున్నట్టు. కనపడితే సరేసరి. కాని నాన్నా, నా కర్మ ప్రకారం జరుగుతుంది. నువ్వు వూరికే చింతపడి ఏం లాభం? నాగతి తప్పించడం నీతరమా?"

ఏమంటాడు? చిన్నప్పణ్ణించీ తను మాట్టాడినవీ, తరతరాలనించీ వంశంలో నమ్ముతున్నవీ, జాతకాలూ, కర్మా, ఆ మాటలు మరి కూతురు కూడా నేర్చుకుని, విశ్వసించి జవాబు చెపితే ఏమంటాడు?

పదహారో రోజున అల్లుణ్ణి భూశయనం చేశారు?

అతనికి ఏమీ బాధ లేదు. నిండు స్పృహలో వున్నాడు. కాని నూనె ఆఖరైన దీపంవలె కుంగిపోతున్నాడు. ఇంకా ఒక చెయ్యి - మీదపడి యేడ్చే సుందరమ్మ మేడ మీదనే వుంది. అందర్నీ పొమ్మని సౌంజ్ఞ చేశాడు.

"యాడవకు, కాలగతికి మనమేం చెయ్యలేము. ఈ రెండేండ్ల స్వర్గం తరవాత చావంటే నాకు వ్యసనం లేదు. నిన్ను వొదలడమే నా విచారమల్లా. కాని నిన్ను వొదలను. నాచావు తరవాత కూడా. నిన్నే అంటిపెట్టుకుని వుంటాను. ప్రతినిమిషం నీతోనే వుంటాను. నీ జన్మానికంతా నేనే నీభర్తని" అన్నాడు.

"నేను మీవెంటనే వొస్తున్నా!" అంది.

కాని అతను మాట్టాడలేదు. మామగార్ని పిలిచాడు.

"మీరు నాకొకటి వాగ్దత్తం చెయ్యాలి. నేను పోయినా దానిలో నివసించ బోతున్నాను. దాని అందాన్ని అమితంగా ప్రేమిస్తున్నాను. దాన్ని వికారం చెయ్యవొద్దు. చెయ్యనని ప్రమాణం చెయ్యండి. కనపడకపోయినా దానికి భర్త వుండనే ఉంటాడు" అని అత్తమామల చేత ప్రమాణం చేయించుకున్నాడు.

"మీ కూతుర్ని ఏ అఘాయిత్యం చెయ్యకుండా కాపాడండి. ఇదిగో, చావు సహజంగా వొస్తే రానీ, మనం కలుసుకుందాము. కాని బలవంతంగా ప్రాణం తీసుకున్నావా, నువ్వు నాకు అందవు. చచ్చిన నన్ను మళ్ళీ హత్య చేసినట్టే."

భర్త పోయిం తరవాత సుందరమ్మని బ్రతికించుకోడం చాలా కష్టమైంది. ఆర్నెల్లు పెద్ద జబ్బు పడ్డది. అందులో స్పృహలేని జాడ్యం, నయమైన తర్వాత కూడా మాట్లాడదు. తిరగదు. చీకటిలో ఓ మూల కావిడిపెట్టె మీద కూచుంటుంది, ఇరవైనాలుగు గంటలు. అక్కడ నిద్రవస్తే పడుకుంటుంది. లేచి కూచుని వుంటుంది. చీకటిలోనే యెవరితోనో, రహస్యంగా మాట్లాడుతుంది. తలుచుకు, తలుచుకు యేడుస్తుంది. నా బోటి బంధువు వాళ్ళ ఇంటికి వెడితే, ఒక మూల, సన్నగా వొదిగి, తెల్లగా, పొడుగ్గా, నల్లని పెద్ద జుట్టు, విరబోసుకొని, చీకటిలో కోలకళ్ళలో మెరిసే గుడ్లతో వెర్రిగా చూస్తూ కనబడుతుంది. అంత చీకటిలో, అంత విచారంలో, ఎంత అందంగా వుందని! ఈ లోకానికి సంబంధించిన కొవ్వూ, మాంసము కరిగిపోయి, ఆత్మకు సంబంధించిన మెరుగు శరీరంలోనూ, కాంతి కళ్ళలోనూ కనబడుతోందనిపిస్తుంది. సౌందర్యాన్ని, ముఖ్యంగా కళ్ళలో ప్రకాశించే ఆత్మ, ముఖానికిచ్చే సౌందర్యాన్ని వొదలక వెర్రిపడే నేను ఆమెను చూసి, "అక్కడే ఆ చీకటిలోనే ఆమెని చూస్తో ఆరాధిస్తో కూచోడానికి వీలవుతుందా? ఆ శరీరంలోకి, కొత్త బలాన్ని, ఆ కళ్ళల్లోకి కొత్త వుత్సాహాన్ని తెప్పించే మార్గమున్నదా?" అని తపనపడ్డాను.

కొత్తలో శ్మశానానికి పోయి, తెల్లార్లు బిగ్గిరిగా ఆతన్ని పిలుస్తూ ఏడ్చేదట.

ఇట్లా మూడు సంవత్సరాలు గడిచాయి. సుందరమ్మ ఇంకా ఆ మూల అట్లానే కూచుని వుంది. వొళ్ళంతా పాలిపోయింది. కాని, తేజస్సు ఒక రవ్వ చెడలేదు. గంభీరత యెక్కువయింది. తపశ్శాలినివలె తోస్తుంది. మాట్లాడదు. కదలదు.

2

తండ్రి చనిపోయినాడు. బతికి వున్నన్నాళ్ళు అతని ఆస్థి సంగతి యెవరికి తెలియదు. ఆయనకీ తెలీదేమో. ఆర్నెల్లల్లో అప్పులవాళ్ళు అన్నీ వేలాలు వేశారు. ఇంట్లో చేరిన వితంతువులూ, బ్రహ్మచారులూ ఎక్కడివాళ్ళు అక్కడ సద్దుకున్నారు. సుందరమ్మనీ, తల్లినీ యిళ్ళు విడిచి పొమ్మన్నారు. సుందరమ్మ భర్త ఆస్తి వుంది. కానీ దానికోసం యెవరినడగాలో, యెట్లా తెచ్చుకోవాలో తెలీదు. లోకమంటే యెరుగరు. గూడు పోయిన పిట్టల వలే దిక్కులు చూస్తో కూచున్నారు. చివరికి బెజవాడలో వున్న సుందరమ్మ మేనమామ వెంకట్రామయ్యకి ఈ సంగతి తెలిసి, తల్లినీ, కూతుర్నీ రమ్మని ఉత్తరం రాసాడు.

ఆ యింట్లో చీకటి మూలనించి కదిలి బైటకి రాదు. ఆ యిల్లే విడిచి, ఆ వూరే యెరిగిన మనుషుల్నే విడిచి, తానెన్నడూ చూడని లోకంలోకి, తల్లి తప్ప ఏ

సహాయము లేకుండా వెళ్ళాలంటే, సుందరమ్మకి చాలా భయం వేసింది. తను ఆదుకొని, జన్మంతా తనకి శరణ్యంగా వుంటుందనుకున్న యింటిని యితరులు ఆక్రమించుకొని, తమ పూజా స్థలాన్ని, తాము యితర కులాలవాళ్ళని అడుగన్నా పెట్టనీని పవిత్ర ప్రదేశాల్ని, ఇష్టం వచ్చినట్లు భక్తిలేకుండా ఉపయోగిస్తారు. తమని నమ్మి, ఆ యింటినాశ్రయించుకుని పూజలు పొందే దేవతలు పాపం, యేమవుతారు? చివర వరకూ, ఏదో అద్భుతమయిన స్థితి తటస్థిస్తుంది. ఎక్కడో ధనం దొరుకుతుంది, ఎవరో సహాయపడతారు. ఇన్నాళ్ళూ పూజలు పొందిన దేవతలు తమను యీ ఆపత్సమయంలో ఆదుకోరా అనే ధైర్యంతో ఏమీ యోచించలేదు – కాని, ఆ దేవతలనే వాళ్ళు ఉన్నారో లేరో. ఇన్ని తరాలు వూరికే వుత్త అర్థంలేని పేర్లకే, ఏమిలేని ఊహలకే, ఆ శక్తిలేని బొమ్మలకే పూజలు, ప్రార్థనలు, నైవేద్యాలు, ధనము, శక్తి, కాలము అంతా అవివేకులై ధారపోశారో? ఆ దేవతలు వున్నా వాళ్ళకి సుందరమ్మకు సహాయంచేసే శక్తి వుందో లేదో?

వాళ్ళకన్నా బలవంతులయిన దేవతలు, ఈ వంశంచేత పూజలు పొందని వాళ్ళు అపకారం సాగించారేమో!

ఇవన్నీ సుందరమ్మ ఆలోచించలేదు. విశ్వాసానికి సమన్వయం కూర్చాలని ప్రయత్నం చేస్తేనా, వూహలే గాని!

తన కర్మ యిట్లా వుంటే దేవతలేం చేస్తారనుకుంది. ఆ ఒక్క ఆలోచనతో ఆమెకి మనుషుల మీదగాని, దేవతలమీదగాని ఏ ద్వేషమూ నిరాశ తోచలేదు. కన్నీళ్ళతో ప్రతి గదినించీ, దొడ్లోనించీ, చెట్టు నించీ దేవతల ఆసనా స్థలాలనించీ శలవు తీసుకుంది. సామాను సద్దాలి సుందరమ్మ తన విచారాన్ని మరిచి తిరగాలి ఆమెకి కాళ్ళనూ, చేతుల్నీ కదిల్చే అలవాట్లే పోయినాయి. కళ్ళు కూడా కాంతిని భరించలేవు. ఆమె బైటికి వచ్చిందంటే చూడటానికని వూరంతా మూగారు.

అధికార ఐశ్వర్య పదచ్యుతి పొందిన మనుషుల మీద లోకానికి వున్న కోపం యెవరి మీదా వుండదు. తమ స్థానాన్ని నిలబెట్టుకోలేని వాళ్ళు తమకన్నా అధికులమని యిన్నాళ్ళు తమని మోసం చేశారే అనుకుంటారు. ఔన్నత్యంలో వున్నన్నాళ్ళూ ఆ మనుషులే, వాళ్ళ స్వభావంలోనే ఔన్నత్యం వుందనుకుంటారు.

అధికారమూ, ధనమూ "ఛాన్సు" వల్లగానీ అదృష్టంవల్లగాని తటస్థించిన విషయాలనుకోరు. కాని పతనం కలగగానే, వాళ్ళుకూడా తమవంటి సామాన్యులే నని తెలుసుకుని మండిపడతారు. ముఖ్యంగా అందులో, ఆ దీనత్వంలో కూడా అహంకారాన్ని పూని, తమ వద్ద ఆశ్రయించని ధీరుల్ని చూస్తే ఉగ్రత్వాన్ని దాలుస్తుంది లోకం. "పాపం!" అని పెదవులతో అని చాటుగా ఒక్కరాయి విసురుతుంది.

కాని, లోకంతో సంబంధం మానివేసుకున్న సుందరమ్మకి ఇవేమి కనబడలేదు. ఆ గుంపుముందు తలన్నా యెత్తలేదు. కాని, ఆమె తల్లి గుంపులో వాళ్ళని తిడుతోంది.

సామాను సర్దాలంటే తల్లి యేమీ వొదలక అన్నీ మూటలు కడుతోంది. రోళ్ళు, భోషాణం, వడ్ల బస్తాలు అన్నీ. సుందరమ్మకు కూడా ఏమి తెలీదు. బళ్ళవాళ్ళు వచ్చారు. సహాయానికై పొరుగువాళ్ళు వొచ్చారు. వాళ్ళని ఇంట్లోకి రానీదు. బ్రాహ్మలు కావాలంటుంది తల్లి.

"రేపణ్ణించి ఎవరు తిరుగుతారో! వాళ్ళని రానీ" అంది సుందరమ్మ, కానీ లాభం లేదు.

చివరికి కరణంవచ్చి, ఆ సామానులన్నీ తీసుకెళ్ళడానికి వీలులేదని, రైలు చార్జీ, బెజవాడలో ఇంట్లో స్థలమూ యివన్నీ మాట్లాడి ఒప్పించాడు ఆమెని. దేవతలు, దేవతార్చన సామానులూ, యెవరినీ తాకనీయలేదు. ఊరగాయ జాడీలు! అన్నీ ఒక బ్రాహ్మణ్ణి పిలిచి దానం చేశారు. పదేళ్ళ కింద పెట్టిన వూరగాయలు కూడా వున్నాయి.

సుందరమ్మా తల్లీ కలిసి దేవతల్ని బండిలో ఎక్కించారు. వీళ్ళు సరిగా బెజవాడ చేరతారా అని అనుమానంగా వుంది, వూరివాళ్ళకి.

రైలులో ఎక్కగానే వికారపెట్టింది సుందరమ్మకి. ఆ పెట్టెలో వాసనే ఘోర మనిపించింది. నిర్మలమయిన గాలి అలవాటయిన ఆమె ముక్కుకి. ఇంతలో ఒక ఆమె చుట్ట వెలిగించింది. కొంతసేపటికి ఒకామె లేవటరీ తలుపు తెరిచింది.

"ఇంకెంతసేపు వుండాలమ్మా, యీ నరకంలో మనము?"

"ఓ గంట వుండాలేమో?"

"ఎందుకూ ఆ మనిషి లోపలికి వెళ్ళింది?"

"అది పాయిఖానా దొడ్డి."

ఆ మనిషి వచ్చింది–

"మరి కాళ్ళు కడుక్కోదేం? చేతులు కడుక్కోదేం!"

వాళ్ళ వూళ్ళో స్నానం చెయ్యడం మామూలు.

"నీళ్ళేవి యిక్కడ?"

"మరి–?"

"మాట్లాడకు. అది వింటోంది."

మాటలు వినాలని ఆ సాలెమనిషి యింకా దగ్గరికి వొచ్చింది.

"కొంచెం దూరంగా కూచో. అట్లా దగ్గరికి వస్తావేం?" అంది తల్లి.

"ఏం, ఆ చోటు చాలదూ నీకు? ఇదంతా నువ్వే కొనుక్కున్నావా?"

తక్కువజాతి స్త్రీ అలా మాట్లాడటమే! సుందరమ్మ రక్తం వేడెక్కింది? స్వభావంలో వున్న అధికారగర్వం అణగక పోట్లాడింది.

పక్క స్టేషనులో ఇంకో ఆమె యెక్కి వీళ్ళ ముందుగా వెడుతోంది.

అదృష్టంలో తమకు సమానమైనా, వంశంవల్ల అధికులమని సూచించే ఆ బ్రాహ్మల్ని క్షమించదలుచుకోలేదు ఆ సాలెమనిషి.

"అట్లా వెళ్లకండమ్మా! వారు ఆ బెంచీనంతా కొనుక్కున్నారట."

"కొనుక్కోడమేమిటి?" అని వాళ్ళ పక్కనే చతికిలపడ్డది.

"ఎక్కడనించి మరియమ్మా నువ్వు!"

"ఈ వూళ్ళో కాన్పుచేసి వొస్తున్నానమ్మా!"

"ఎవరే నువ్వు?" అంది తల్లి.

"ఎవరే యేమిటి? ఏం గొప్ప!"

"మరి కానుపుచేసి స్నానం చేశావా?"

"స్నానం? అదంతా మీ బ్రాహ్మలు! కిరస్తానీలం మాకా పిచ్చి లేదు."

"ఛీ. ఛీ. కిరస్తానీవా? దీంట్లో ఎక్కావేం? ఆ మూల కూచో."

నివ్వెరపోయి చూసింది మరియమ్మ.

పెట్టెలో వాళ్లంతా ఆశ్చర్యంతో, వేళాకోళంగా చూస్తున్నారు.

"ఈ మూట యెందుకూ, పైన పెట్టండమ్మా!" అంటూ తియ్యబోయింది.

"తాకకు. తాకకు."

"మరితియ్యి."

"కింద పెట్టు."

"వుమ్ములు. అవి, మా దేవతలు."

"దేవతలు, దేవతలు! మట్టిబొమ్మలా? కొయ్యబొమ్మలా? నీ దేవుళ్ళూ నువ్వూను! పెంటలో పారెయ్యి."

అని మూటని లాగింది. సుందరమ్మ సహించలేకపోయింది. పెదిమ ఒణికింది. తన దేవతల్ని, వందలకొలది యేళ్ళనుంచి పూజించిన సుందర విగ్రహాల్ని – కంఠం ఒణికింది. కళ్ళల్లో నీళ్ళు కమ్మాయి. నుంచుని చెయ్యి జాచి –

"నువ్వు నువ్వు... మాలదానివి– నీచురాలివి... అంటుదానివి మా దేవతల్ని తాకుతావా? తాకి బతుకుతావా? నీ తలచెక్కలుగాదా? జాగ్రత్త!" అని గంభీరంగా పలికి, ఒణికి కూలబడి కళ్ళు మూసుకుంది? మరియమ్మ పక్కున నవ్వింది. కాని బండిలో

వాళ్ళంతా ఆమె ఆవేశము, ఆమె సౌందర్యము, ఆ వాక్యాలలోని వాస్తవమైన ధ్వని విని ఆశ్చర్యపడి చూశారు.

మరి ఆ దేవతలే వున్నారో, లేక సహజ శక్తులే కరుణించాయో, లేక 'ఛాన్సు' తటస్థపడ్డదో. బైటికి చూస్తున్న మరియమ్మ తలమీది కిటికీ చెక్క జారిపడ్డది. గాయమై రక్తం కారింది.

బ్రాహ్మణ ద్వేషంతో పరమత పక్షానికి ఒప్పచెప్పిన హిందూ హృదయాలన్నీ సుందరమ్మ పాదాక్రాంతాలయినాయి.

"చూశారమ్మా, దేవతల మహిమ!" అని అట్లా జరిగిన నిదర్శనపు కథలు చెప్పుకోడం మొదలుపెట్టారు. కాని, ఒక్కరూ మరియమ్మకు సహాయం చేసినవాళ్ళు లేరు.

తెనాలి స్టేషనులో 'దిగండి, దిగండి, అని అరుస్తున్నారు. అందరూ దిగారు. తల్లీ, సుందరమ్మ యింకా సామాన్లు దింపుకుంటున్నారు.

"ఇంకా ఏమిటి దింపుతున్నావూ? బండి వెనక్కి కదులుతోంది. ఏ పిల్లా, పిల్లా దిగు దిగు."

"ఇంకో మూట ఉంది అమ్మాయి, వెళ్ళవే!"

సుందరమ్మ తలుపు దగ్గరికి వొచ్చేటప్పటికే రైలు కదిలింది. "జాగ్రత్త" అంటో ఆయన జబ్బ పట్టుకోబోయినాడు. తప్పించుకు దూకింది, తాను వెల్లకిత్తలా బడ్డది, మూట రైలుసందున పడ్డది. మూటయెత్తి యివ్వడం బదులు, తిడుతున్నాడు ఆయన. లేచి నుంచుని ఆయన వంక చూసింది కోపంగా. చప్పున గొంతు తగ్గించపోయినాడు ఆయన. బాగా దెబ్బ తగిలింది. కళ్ళంబడి నీళ్ళు తిరుగుతున్నాయి. తల్లికి చెప్పలేదు. ఆమె దేవతల మూట మొయ్యలేక సుందరమ్మ బుజాన పెట్టింది. ప్రపంచాన్నే మోసే దేవతలు సుందరమ్మ బుజానికీ భారమైనారు.

ఇదేమి లోకమా, నిజమా, కలా, అని చూస్తో నుంచుంది.

"ఎక్కడికి?"

"బెజవాడ."

"వెళ్ళరేం? రైలు పోతోంది."

"ఎక్కడా? నాయనా, ఈ నాలుగు మూటలు తీసుకురా!"

"నేనా?" అంటో పోయినాడు, సుందరమ్మవంక ఆమె సిగ్గుపడేటట్టు చూస్తో.

ఎవరూ సహాయం చెయ్యరేం? వూరికేనే తిరుగుతున్నారు చాలామంది? తమ కష్టం కనపట్టంలేదూ?

బెజవాడ రైల్లో మొగవాళ్ళ పెట్టెలో ఎక్కారు. వితంతు వివాహం చేసుకున్న ఆయన తటస్థపడ్డారు. తల వెంట్రుకలున్న వితంతువుని చూసేటప్పటికి, అతని మనసు తహ తహలాడిపోయింది. ఎదురుగా కూచుని ఓ అంటుజోళ్ళ ఆయన, పనిలేక వాళ్ళని ప్రశ్న లడుగుతున్నాడు. వూరు, పేరు, గోత్రం, అత్తవారి యింటి పేరు, తాతపేరు, ఎదుటవాళ్ళ అయిష్టం గుర్తించ తలుచుకోరు. వొదలరు. ఆ ప్రశ్నలకు తల్లి మెల్లిగా జవాబు చెపుతో వుంటే, వాళ్ళ సామానులన్నీ వీధిలో పారేస్తే ఎట్లా వుంటుందో అట్లా వుంది సుందరమ్మకి. చెప్పకపోతే కోపమొస్తుంది. వెక్కిరిస్తారు. ఫార్మరు కూడా చేరాడు.

"అమ్మాయికి వైధవ్యమొచ్చి యెన్నేళ్ళు?"

"పిల్లలా?"

"నగలు వున్నాయా?"

"అత్తవారి వూరు? ఇట్లా అడిగి అడిగి ఒక్క నిమిషం సందేహించి విడిచాడు. కలవరపడుతున్న సుందరమ్మ ముఖంచూసి పక్కన వున్న చాదస్తుడు అందుకున్నాడు.

"ఆ యవ్వనం పురుషుడికి వుపయోగార్థమా?"

"కాదా?"

"ఏమీ. దేవతల కర్పణ కాకూడదా?"

"దేవతలేమిటి? పాపం. ఆ అమ్మాయి బాధ మీకేం తెలుసు?"

సుందరమ్మకి తనను చీరెవిప్పి నుంచో పెట్టినట్టయింది.

"అమ్మాయీ, నీకు చక్కని పెనిమిటిని తీసుకొస్తాను చూడూ."

"మే మట్లాంటి వాళ్ళం కామండి" అంది తల్లి. కోపమొచ్చింది ఆయనకి.

"అట్లాంటి వారమంటే, మేమేం చెడిపోయిన వాళ్ళమా?"

"ఏమో లెండి, మీ సంగతి మా కెందుకు?"

"ఈనాడు మీకు తెలీదు. చివరికి మీరే విచారిస్తారు. నా మాట వినలేదని! మీ వుద్దేశ్యమేమిటి! పునర్వివాహం పాపమనా? ఎందుకు పాపము? మొగవాడు పెళ్ళి చేసుకుంటేనో–"

అంటో మామూలు కారణాలు మొదలుపెట్టాడు. వితంతూ వివాహం, పాపం కానీ కాకపోనీ, పుటకవల్ల. అలవాట్ల వల్ల. సాంప్రదాయం వల్ల పునర్వివాహాన్ని ఏవగించుకునేవాళ్ళు వున్నారని భావన చేసుకోలేదు. స్పష్టంగా తెలిపే ఈ మాత్రపు సంస్కరణాన్ని అర్థం చేసుకోలేరేమో అనుకుంటాడు. మూఢ దేశమని తిడతాడు. కాని, తన కులాభిమానమూ, శాకాహార నియమమూ, శివార్చనా అన్నీ కూడా హేతువాదానికి

నిలబడవని అతను పరీక్షించుకోలేదు. వృధాపోయే ఆమె యవ్వనం మీద దయే గాని, అటువంటి భావమే లేని ఆమె మనసులో తాను కదిలిస్తున్న వికారాన్ని గురించి తలుచుకోడు. ఆ సౌందర్యం ఏ పురుషుడి కళ్ళనో ఆనందపరిస్తేనే కాని నిష్ప్రయోజనమనుకోవడం న్యాయమో కాదో యోచించలేదు.

అదృష్టవశాత్తూ బెజవాడ వచ్చింది. ఆమె యవ్వనాన్ని గురించి వ్యసనపడ్డ మనిషి సుందరమ్మ మూడు మూటలు మోసుకుపోతోవుంటే చూసి, ఆ లేత ఎముకలు పడే బాధను గుర్తించక, తన బావమరిదితో నవ్వుతో వెళ్ళిపోయినాడు. షికారుగా వొచ్చిన సోమయాజులు అనే కుర్రవాడు చూశాడు. సుందరమ్మని చూడగానే ఆ స్టేషనులో చప్పున దీపాలు ముట్టించినట్టు మిరిమిట్లు గొలిపాయి అతని కళ్ళు. శుష్కించిన చేతులతో ఆ మూటలు పట్టుకొని, వొంగి బాధ భరించలేక కళ్ళలో నీళ్ళు కుక్కుకునే ఆ పిల్లని చూసి, "నేను తెస్తాను" అన్నాడు బిడియంగా.

"బ్రాహ్మలా?"

"అవును,"

ఇచ్చింది. బండిదాకా తెచ్చాడు. సామానుల బండిలో పెట్టారు. ఒక్క మాట మాటాడకుండా; తిరిగి చూడకుండా సుందరమ్మ బండిలో యెక్కింది.

అట్లా ఆ బండికేసి చూస్తో, అర్థంకాని బాధని, అనురాగాన్ని, లోపల అణుచుకొంటో నుంచున్నాడు సోమయాజులు. కొందరు స్త్రీలు (పురుషులు కూడా) ఏదో తెలీని ఎన్నడో మరచిపోయినవి, కొంచెంగా స్ఫురణకు వచ్చి బాధ పెట్టేవి, యేవో సంబంధాలను, అందాలను లోపించి మరపురాని బాధని కలిగిస్తారు. పాపం, సోమయాజులు ఆమె రూపాన్ని వొదలలేక, దృష్టికి మరల్చాడు. కాని "నీ బాధ ఎట్లా పోతుంది? నీ వుద్దేశ్యము ఏమి"టంటే చెప్పలేడు. తాజ్‌మహల్‌ని, హిమాలయ శిఖరాల్ని, పండువెన్నెల రాత్రిని చూస్తే కలిగే బాధకూడా అంతేకదా!

సుందరమ్మ మనసులో సోమయాజుల్లేడు. ఎక్కడికి? ఏ యిల్లు? ఎవరుంటారు? తనని ఆదరిస్తారా? ఏ కష్టాలు ప్రాప్తిస్తాయో? తన గతి యేమవుతుందో? అనుకుంటోంది.

జీవితం ఆమూల రక్షణలోనున్న శిష్టాచారపరురాలని, సుందరమ్మని మోసగాళ్ళు, క్రూరులు, నీచులు, ఆచార రహితులు, నూతన విద్యాపండితులు, ధనాన్వేషణాపరులుండే యీ క్లిష్టమైన లోకం మధ్య పారేసింది. ఏ మాత్రమూ కరుణ లేకుండా తామర పువ్వును ముళ్ళకంచెల మధ్య పెద్ద గాలి పడవేసినట్టు.

3

వెంకట్రామయ్య పూర్తిగా పట్టణవాసాని కలవాటుపడ్డ బ్రాహ్మణుడు. ఆచారాల్ని కాలానుగుణ్యంగా మార్చుకునే బాధలన్నీ ఆయన తండ్రి కాలంలోనే జరిగిపోయినాయి. కొన్ని పనులు బ్రాహ్మణులు చెయ్యకూడని పనులని స్ఫురణకి రావడం కూడా మానేసింది ఆ యింట్లో వాళ్ళకి. దిక్కులేక వాళ్ళయింటో చేరిన పల్లెటూరి సుందరమ్మకీ, తల్లికీ యేదో కొత్త విచిత్ర లోకానికి వొచ్చినట్లుంది. కంచాలలో తినడమూ, మైలబట్టలతో పీటలమీద కూచోడమూ, స్వంతముగా క్షవరం చేసుకోడమూ, చాకలి తోడిన నీళ్ళు స్నానం చెయ్యడమూ చూసి, విభ్రాంతులైనారు. తల్లి వెంటనే, అన్నమే మాని, స్వయంగా రొట్టె కాల్చుకుని ఒక మూల తింటోంది. కాని, సుందరమ్మకి కర్మక్షీణం తప్పలేదు. మొదట్లో 'ప్రోటెస్టు' చెయ్యాలనిపించింది. కాని కొత్త యిల్లు. యెరగని మనుషులు. హక్కు లేదు, దిక్కులేదు వూరుకున్నది.

కాని 'నెసెసిటీ', ప్రాణాలు నిలుపుకోవలసిన ఆవశ్యకత. కొత్తలోకాన్ని చూసి భయం. ఇవన్నీ ఈ దేశాన్నంతా యెట్లా బలవంతంగా మార్చివేశాయో, అట్లానే సుందరమ్మనీ మార్చాయి. ఈ యిద్దర్నీ వెంకట్రామయ్యగారి కుటుంబం యెంతో ఆదరించింది. ప్రేమ చూపింది. వాళ్ళు రావడమే ఘనతగా యెంచింది. కాని వీళ్ళకోసం వాళ్ళ ఆచారాలను, రవ్వంత కూడా మార్చుకోలేదు. లోకం తలకిందులైనా, ఆఫీసు వేళకి భోజనం తయారు కావాలి. ఆయన సౌఖ్యమనే సూత్రంమీద ఈ సంసార చక్రం తిరుగుతోంది. ఏ మార్పు కావాలన్నా ఆయనకీ ఆయన సుఖానికీ 'రిఫర్' చేస్తారు. ఆయనతో చనువుగా మాట్లాడ్డానికి, ఆయన భార్యకీ, కూతురికే గుండెలులేవు, ఆయన ఆఫీసు లోకంలో యీ ఆచారాలు, సెన్టిమెంట్లు, పరిచయాలు, వ్యక్తిత్వాలు వీటికి వేటికి ప్రవేశం లేదు.

సుందరమ్మ ఆచారమంతా అలవాటేగాని, ఒక్కటీ ప్రిన్సిపుల్ కాదు. కనక కొత్త వాతావరణంతో చాలా తొందరగా 'ఎడ్జస్ట్' అయిపోయింది. కాఫీ కూడా తాగింది. జుట్టు కూడా దువ్వుకుంది. చీరెలు లేనప్పుడు ఆయన కూతురు చీరెలు కూడా కట్టుకుంది. అంత ప్రేమతో ఇస్తే యెట్లా నిరాకరిస్తుంది?

కూతురికి పదేళ్ళు. ఆమెకి చదువు చెప్పడానికని ఒక బీద ట్రెయినింగు విద్యార్థి చంద్రశేఖరాన్ని తన యింట్లోనే వుంచుకుని భోజనం పెడుతున్నాడు. అతను సంగీత విద్యార్థి కూడాను. అందుకని ఆ పిల్లకి సంగీతం చెప్పుతున్నాడు. వెంకట్రామయ్యగారు సుందరమ్మని కూడా పాఠాల దగ్గర కూచోమన్నారు. తరువాత సుందరమ్మకీ యిష్టం కలిగింది.

156 చలం నవలలు

"కమలసులోచన.... మరాళగామని.... కరిహరమధ్యే.... కస్తూరి కుంకుమ సంకలితే..." అని పాడుతోంటే ఆమెకు చిన్నతనమూ, దేవీపూజా, సహస్ర నామర్చనా, కుంకుమ పూజా, హారతులు జ్ఞాపకం వొస్తాయి.

'కచకుచధర సుమమాలా, కర సరసిజ పరిపాల సూనృతవర శుభగాత్రి... కళ్యాణీ" అని పాడుతోవుంటే శరీరం పులకరించేది. ప్రతి దినమూ తన దగ్గిరగా కూచుని పాట వింటో విశాల నిర్మల నేత్రాలను అంతర్ముఖం చేసి, ఆనందం ముఖాన వెలుగుతో వినే ఆ మంగళ విగ్రహాన్ని చూసి ఆ తేజస్సులో కొంత మొదట తన పాటవల్లననీ, తరవాత తనవల్లనేననీ మోసపోయే ఆ యవ్వనుడి విభ్రాంతిని ఆమె గ్రహించనే లేదు.

అనుభవమూ రసజ్ఞతా లేని ఆ యువకుడు తన బాధని మింగుకుని మింగుకుని, ఆమె తనకు ఏదో విధంగా తెలియజేస్తుందని ఆశపడి, పడి యింటినంతా పువ్వులతో నింపుతున్నట్టు తిరిగే ఆమె శుభ శృంగారాన్ని భరించలేక యవ్వనులకు సహజంగా తోచే మార్గాలను వుపయోగించడం ప్రారంభించాడు. మెల్లిగా సంగీత పాఠాలు కూడా స్వరజతుల్ని చేరుకున్నాయి.

"కరివరదా, మరి మరి నా అధరము గ్రోలర."

నేర్చుకునే శిష్యురాలి ధ్యాస తాళంమీదా, స్వరంమీదా వినే సుందరమ్మకి ఆ వాక్యంలో మొదటిభాగంమీదా, నేర్పే గురువుకి రెండో భాగం మీదా వుండేది "నీదు స్మరణగాక వేరే యెరుగను" అని ఆమె వంక చూస్తాడు. ఆమె యింకో అర్థంలో ఆ మాటలనే తలుచుకుంటో యెక్కడో చూస్తుంది.

మొదటినించీ పరాధీనుడూ, ఇతర్ల దయలో మెలగవలసినవాడూ కావడంచేత అతనికి ధైర్యమే నశించింది. తన పాటలతో ఆమె హృదయం మేలుకొని తనవేపు తిరుగుతుందని అతని ఆశ. కాని, ఆమె తన యెడల వాంఛ చూపకపోతే కలలోనన్నా ఆమెకు తన కోర్కె తెలపలేడు. ఆమె మనసులో ఏమి జరుగుతుందో కనిపెట్టే తెలివిలేదు.

"నిన్న మొదలు నిదుర లేదే చెలి" అన్నా, చివరికి "తొడలు తొడలు" అని పాడినా లాభం లేకపోయింది. ఆమె కొంచెం సిగ్గుపడడమో కోపపడటమో కనపడ్డా అతనికి ఆశ వుండును. ఆ భాష ఆ పిల్లకి ఎంత అర్థమౌతుందో సుందరమ్మకీ అంతే అర్థమవు తోంది. భర్త చితి మీదనే ఆమె శృంగార భావం కూడా తగలపెట్టి వొచ్చినట్టుంది.

కాచుకుని వుండగా అతని అదృష్టంవల్ల అతనికి చక్కని సమయం లభించింది. ఆ దుర్గమ దుర్గంలో ఒక్కమూల ప్రవేశ మార్గం లభించింది. ఆమె నిర్మల హృదయపద్మంలో అతి మృదువైన దళం అతని కందిండి. ఆమె స్వభావంలో వున్న ఒక మెత్తని స్థలం మీద తలవని తలంపుగా అతని వేలు పడ్డది.

అతనికి జ్వరం రావడం కారణం. కష్టాలు కూడా జీవితంలో యిట్లానే వుపకారానికి కారణాలవుతాయి. దూరదృష్టితో చూస్తే చివరికి అపకారమే పర్యవసానమవుతుందేమో! ఇతరులమీద ఆధారపడే సమాజంలో చంద్రశేఖరం, సుందరమ్మా సఖులు కావడంచాత సహజంగా పరస్పర సానుభూతి వుంటుంది. అతనికి అప్పుడప్పుడు సుందరమ్మ జావా, మందూ యిస్తోంది. గిన్నె అందించేప్పుడన్నా ఆమె వేలు తగులుతుందేమోనని ఆశ పడతాడు. కొంచెం ఆగి రెండు మాటలు మాట్లాడకూడదా? ఆమె నిలుచున్న నాలుగు నిమిషాలూ అతనికి గొప్ప ఐశ్వర్యం పట్టినట్టుంది. తాగడం ఆలస్యం చేస్తాడు. ఒకనాడు జావతాగి పెద్ద మూలుగు మూలిగాడు.

"ఏమి?"

మాట్లాడడు.

"నెప్పా?"

మాట్లాడడు.

"నయంలేదా?"

"ఎప్పటికీ నయంకాదు?"

"ఎందుకు అట్లా అనుకుంటావు. ఉత్త జ్వరానికి?"

"నాకు కుదరదు."

"కుదురుతుంది. విచారపడకు" అని వెళ్ళిపోయింది. పని లేకుండా పడుకుంటే అదే ఆలోచన. జ్వరంలో కూడా తాప జ్వరం విడవలేదు. ఎన్నో ప్లానులు వేసుకుంటాడు. ఆమె రాగానే భయం వేస్తుంది. మళ్ళీ ఆమె అసాధారణ తేజం చూస్తే విభ్రమం కలుగుతుంది. ఆమెని చూస్తో చెయ్యాలనుకున్నవన్నీ మరిచిపోయి, నోరు తడబడి వూరుకుంటాడు. ఒకసారి ఆమెని చూడగానే అతని ఆలోచన లేకుండానే కళ్ళు నీళ్ళు కారాయి. ఆమె జాలిపడ్డది.

"మీవాళ్ళెవరూ లేరా?"

"వున్నారు. వాళ్ళకి నేనక్కర్లేదు."

"పిలిపించమని చెప్పనా?"

"వొద్దు."

"మరి దిగులు పడతావెందుకు?" అని వెళ్ళిపోయింది.

కోపమొచ్చింది అతనికి. సాధారణమైన జాలి కూడా లేదే ఆ మనిషికి! కాని, కొంచెం జాలి చూపితే దాన్ని 'ఎడ్వాన్టేజ్'గా తీసుకొని, దాన్ని ప్రేమగా భావించి పీడించిన పూర్వపురుషుల దౌర్జన్యం నించి బాధపడ్డ స్త్రీల రక్తం ఆమెలో ప్రవేశించి సహజ

ముగ్ధత్వాన్ని ప్రసాదించలేదా మరి! రాత్రి సుందరమ్మ జావ తెచ్చినప్పుడు అక్కర్లేదన్నాడు. ఆమె కొంచెం బతిమాలింది.

"నాకాకలి లేదు. సయించదు. నేనిక బ్రతకను."

ఆమె సహజమైన దూరత్వాన్ని మరిచింది. మాతృత్వం విజృంభించింది. అతి దయతో "నాకోసం తాగు" అంది జాలిపడి. పాపం, వొంటరి బతుకు, ఎంత దిగులు పడిపోయినాడో అన్న భావమే ఆక్రమించింది ఆమె మనసుని.

"నీ కోసమా? ఐతే తాగుతాను. నిజంగా నేను తాగాలనే వుంటే కొంచెం యిట్లా వీపుమీద చెయ్యి వెయ్యి వికారంగా వుంది" అన్నాడు.

ఎక్కడో తప్ప సాధారణంగా పురుషుడు వొచ్చి తన చూపులతో మేల్కొలిపితేనే గాని మొదటిసారి స్త్రీత్వం నిద్రలేవదు. అందులో సుందరమ్మ వంటి పూర్వాచారపరులకు, శిష్టశిక్షణులకు, ఆరోగ్యవంతులకు, పురుషుడు వొదలగానే, మళ్ళీ కునికిపాట్లు పడుతుంది కామోద్రేకం. భర్తతో, భర్తృపూజతో, భక్తితో మిళితమైన స్త్రీకి భర్త కనబడితేగాని మనోవికారం కలగదు. తక్కినవారి ఎడల లింగభేదమే తోచదు. పురుషుణ్ణి చూసి కలవరపడి, సిగ్గుపడి యెడంగా పోయే ప్రతి స్త్రీ హృదయంలోనూ వ్యభిచారం దాక్కునే వుంది.

"వెర్రివాడా, యింతేనా? పాపం, జబ్బులో దగ్గర కూచునే వాళ్ళెవరూ లేరా? ఆ మాట చెప్పవేం?"

కామవికారంలేని స్త్రీకి, పురుషుడి మనసులో తన మీద కోర్కె వున్నట్టు తెలుసుకోవడం చాలా కష్టం. అతని మోస సంజ్ఞలన్నీ గుర్తుపట్టగల పూర్వజ్ఞానమే వుండదు ఆమె మనసులో! కాని యీనాడు, పురుషుడి సాధారణ వాక్యాలూ, మామూలు చూపులూ కూడా అపార్థాలతో స్ఫురిస్తున్నాయి నాగరికతగల పతివ్రతలకు.

ఆమె మాటలు విని సంతోషించాలో, విచారించాలో తెలీలేదు అతనికి. అతని మీద చెయ్యివేసి పట్టుకుంది.

"నా మీద చెయ్యివేసిన సంగతి యెవరికీ చెప్పకేం?"

"ఏమి?"

"బాబుగారికి తెలుస్తుంది."

"తెలిస్తే?"

"తప్పు అర్థం చేసుకుంటారు."

"ఛా!" – ఇంకా అర్థం కాలేదు. అమాయకురాలికి!

"వొద్దు. నామీద వొట్టే."

"సరేలే."

మర్నాడు రాత్రి సుందరమ్మకన్న ముందు, అతని శిష్యురాలు మందు తీసుకొచ్చి యిచ్చింది. మందు వొద్దన్నాడు కారణమడిగితే వికారమన్నాడు. సుందరమ్మ జావ తీసుకొచ్చింది.

"జావ కూడా నువ్వు తీసుకు రావనుకున్నాను."

"ఏమీ!"

"మందు యివ్వలేదుగా!"

"ఎవరిస్తే నేమి?"

"ఒకటి ఎట్లా అవుతుంది?"

"వెర్రివాడా! నువ్విట్లా పంతాలు పడతే, యెట్లా బతుకుతావు?"

ఆ జాలి మాటలతో అతని విచారమూ, నిరాశా అన్నీ పొర్లివొచ్చాయి.

"నువ్వులేనిది బతకలేను. నువ్వే నా జీవనాధారం. నీ మీద ఆశతోనే బతుకుతున్నాను నన్ను చంపు, కొయ్యి అనేశాడు ఇంకేమైనా సరే."

అని ఆమె కాళ్ళమీద పడ్డాడు. అంత జ్వరంలో కాకపోతే, ఆ మాటలనటానికి ఎన్నేళ్ళయినా అతనికి ధైర్యం వొచ్చేది కాదు.

చప్పున కళ్ళమీద పొర తొలగినట్టయింది. ఆమె కర్థమవుతోంది. కళ్ళు తిరిగాయి. భయం వేసింది, కాళ్ళు వొదిలించుకొని దూరంగా పోయింది.

"నే నేమిటి? నే నేమిటి?" అంటో లోపలికి వెళ్ళింది. అతనికి రూఢి యేర్పడ్డది ఇంకా లాభం లేదని. తప్పకుండా వెంకట్రామయ్యగారితో చెపుతుంది. ఆయన హెడ్మాష్టరు గారితో చెపుతాడు, డిస్మిస్ చేస్తాడు 'స్టెయిఫన్డ్' ముదరా యిమ్మంటారు! ఎక్కణ్ణించి తీసుకొస్తాడు? ఆ బెంగతో మోహమూ, జ్వరమూ కూడా మాయమైనాయి. ఆ ఒక్క బెంగే పనిచేస్తోంది. ఆమెని బతిమాలుకుని ఎవరితోనూ చెప్పకుండా చెయ్యాలి!

రాత్రి పదిగంటలయింది. తల్లి వంటిల్లు కడుగుతోంది. సుందరమ్మ దొడ్లో బాదం చెట్లు కింద కూచుని ఆలోచించుకుంటోంది. ఆమె భయమూ, ఆశ్చర్యమూ, కోపంగా అసహ్యంగా మారుతున్నాయి. ఏమిటి వాడి ధైర్యం? తనని, తనవంటిదాన్ని, ఆ పవిత్ర వంశస్తురాల్ని పండితుడి భార్యని, ఏమన్నాడు? ఏమనుకున్నాడు? ఆమె అభిప్రాయంలో చాలా నీచ స్త్రీలు మాత్రమే అట్లాంటి పనులు చేస్తారు. అంత నీచ స్త్రీ కింద కట్టాడు తనని. ఇక తన బతుకెందుకు? ఛీ నీచుడు, బుద్ధిహీనుడు వాడి వంక చూడకూడదు. వాడితో మాట్లాడకూడదు.

"చూడు."

చంద్రశేఖరం తూలుతో వొస్తున్నాడు. హడలిపోయి, యిదేమిటా యీ దెయ్యమిట్లా పట్టిందన్నట్లు. ఒక్కమాట లేకుండా యింట్లోకి పోతోంది.

"ఒక్కమాట ఈ మాట ఆఖరిమాట. నన్ను క్షమించాలి."

ఆమె గుమ్మం దగ్గిర ఆగింది.

"ఇందాక నేనన్న మాటలన్నీ అబద్ధం. వూరికే అన్నాను."

"సరేలే!"

"నువ్వెటువంటి దానివో పరీక్షించడానికి అన్నాను."

లోకంలో తనకిముందు వేలకి వేలు పిరికి ప్రేమికులు యీ మాటలే అన్నారని అతనికి తెలీదు.

"నమ్ముతున్నావా?"

ఆమెకు మరీ అసహ్యం యెక్కువయింది. "సరేలే వెళ్ళు"

"ఎవరితోనన్నా చెపుతావా?"

"నాకేం పని?" అని వెళ్ళిపోయింది.

నాలుగు రోజులు సుందరమ్మ అతనివేపు వెళ్ళలేదు. అతనికి భయమెక్కువయింది. చెప్పిందేమోనని ఇంట్లోంచి పారిపోదామనుకున్నాడు. కాని, లేవలేకపోయినాడు. ముసుగు పెట్టుకుని పడుకున్నాడు. ఆదుర్దాపడి డాక్టర్ని పిలిచారు. డాక్టరు 'జ్వరం లేదు పెంకితనం లాగా వుంది' అన్నాడు. పరాధీనుల్ని చూస్తే డాక్టర్లకి కూడా చులకనే కదా అనుకొన్నాడు చంద్రశేఖరం. తిండిలేకపోవడంతో మోహమూ, జ్వరమూ, విరహమూ మాయమైనాయి. కాని, పాపం, సుందరమ్మ నవనీత హృదయం తాళలేకపోయింది. తనవల్లనే అతను ఆ విధంగా లేవలేకుండా పడుకొన్నాడని దిగులుపడ్డది. ఇంకో హృదయం తనకోసం కోర్కె పడుతోందంటే, స్వయంగా యిష్టం లేకపోయినా స్త్రీ హృదయం సంతోషించకుండా వుండడం సృష్టికే విరుద్ధం. సుస్వభావులు జాలిపడి తీరుతారు. దుర్మార్గులు అదే వీలని స్వార్థాన్ని సాధించుకొంటారు.

సుందరమ్మ అతని పక్క దగ్గర నుంచుంది.

"వెర్రివాడా! ఏమిటీ పెంకితనం? ఎవరికన్నా తెలిస్తే నవ్వరా?"

మాట్లాడలేదు.

"మామయ్యతో చెప్పనా?"

అతని బలహీనత్వం ఆమె కూడా కనుక్కున్నది. మాత్ర పనిచేసింది.

"వొద్దు."

"మరి సరిగా పత్యం తీసుకుని లేచి తిరుగుతావా లేదా?"

"ఊంహు."

"ఐతే చెపుతా."

"..........."

"మరి యీ పంతమేమిటి!"

"ఇది నీకు పంతంలాగు కనబడుతోందా! నిజంగా నాకేమి సయించదు. నా బాధ యెవరితో చెప్పుకోను? దిక్కులేనివాణ్ణి! నాకు అమ్మా, అప్పా! ఇట్లానే మాడిచస్తే లోకానికే పీడ వొదిలిపోతుంది. ఇట్లాంటి వెధవని నేను బతకేం, బతక్కేం? నీకు మాత్రం యీ దయ యెందుకు? ఈ నిర్భాగ్యుణ్ణి ఇట్లా చావనీ."

ప్రతిమాటా, పాపం ఆ వెర్రి హృదయం మీద మోగుతోందని తెలుస్తోంది అతనికి. ఆమె కళ్ళలోని విచారమూ, ఆ చేతుల ఆత్రుతా, పెదిమ వణకడం, అన్నీ తెలుస్తున్నాయి. యోచిస్తోంది. ఏం మాట అంటుందో, తన అదృష్ట మెట్లా వుందోనని ఆత్రుతతో చూస్తున్నాడు.

"తప్పు అట్లాంటి వుద్దేశ్యమే ఘోరమైన పాపం. నేనెన్నటికీ వొప్పుకుంటా నని ఆశపడకు. నీకైనా చావే నయం."

నిరాశ ఆ పలుకుల్లోనే తెలుస్తోంది. ఆమె కంఠంలోని నిశ్చలత్వమే తెలుస్తోంది. కాని -

"చస్తాలే వెళ్ళు. పైగా వొచ్చి నన్ను ఏడిపించడం యెందుకు?"

"నీకు జ్వరంలో మతి చలించింది. కాకపోతే నీ దుర్మార్గం నీకు బోధపడి ఉండదు. నేనెవరనుకున్నావు? నా ప్రాణముండగా అట్టాంటిది జరుగుతుందని ఆశ పెట్టుకోకు."

లాభం లేదని తెలుస్తోనే వుంది కాని, "నా మీద ఇష్టం లేదు గావును!....... అవును, నేనేమీ ధనవంతుణ్ణా, రూపవంతుణ్ణా–"

"చాలు. ఊరుకో, ఎవరైనా సరే, మా యింటా వంటా లేదు. మా కుటుంబం సంగతి నీకు తెలీదు. ఇక్కడ దిక్కులేక చేరామని మమ్మల్ని ఏమేమిటో అనుకుంటున్నావు, అల్లాంటి వెర్రి ఆశలు పెట్టుకోకు. ఎవరైతేం – నేనేమిటి? నా మనసు మారడమేమిటి?"

కళ్ళు మెరుస్తున్నాయి, ప్రపంచాన్నే లెక్క చెయ్యక తమ దీక్షలో తపస్సులో, గర్వించి, అధికారాలనూ, ఐశ్వర్యాలనూ ధిక్కరించిన తన వంశీయపు పురుషుల తేజం ఆమె ముఖంలో తాండవమాడింది. శపించి వచ్చిన పార్వతీ దేవిలాగు, తన అద్భుత సౌందర్యం వెలుగులో నుంచునుంది, చంద్రశేఖరం విభ్రాంతుడైనాడు.

"క్షమించు ఇంకెన్నడూ అట్లా అనుకోను". అని కన్నీళ్ళు పెట్టుకున్నాడు. ఆ వొక్క మాటలో ఆమె మనస్సు కరిగి, అతని దగ్గిరిగా కూచుని మీద చెయ్యేసింది.

162 చలం నవలలు

పార్వతీదేవి వరాలియ్యడానికి సంసిద్ధురాలయింది. "నువ్వే నువ్వు నాకో తమ్ముడు," అట్లా వుండు. నాకు తమ్ముడుండాలని ఎంతో వుండేది! మా అమ్మకన్న నాకే యెక్కువ ఆశ అట్లా వుందువు గాని, ఏమి?"

కాని, ఎంత అగ్నిని మూటకట్టుకుంటోందో ఆ దయవల్ల ఆమె యెరగదు. ఒకసారి పురుష హృదయంలో మోహం మొలకెత్తిన తరువాత అది మచ్చే కనపడక ఎండకన్న యెండాలి, లేక కాలుకింద నలగనన్నా నలగాలి. కాని యిట్లా నీళ్ళుపోసి, ఇంకో తోవన తిప్పుదామంటే యెవరి తరమూ కాదని తెలీదు ఆమెకి. ఎటువంటి క్షుద్రుడికి తన హృదయ సామీప్యాన స్థలమిస్తుందో, ఆమె కెట్లా తెలుస్తుంది? ఈ సోదర ప్రేమ, పితృ ప్రేమ "అన్‌కుల్" ప్రేమ ఇట్లాంటి విభజనలన్ని మాటల్లోనేగాని, హృదయాలలో వాస్తవంలేని విషయాలని తెలుసుకోగలదా? దొంగతనానికీ, మోసానికీ ఉపయోగించే చక్కని తెరలనే సంగతి తెలీనే తెలీదు.

లోకమంటే ఏం తెలుసును? తన పుణ్య లోకాలను విడిచి, అన్యాయపు శాపం వల్ల దారితప్పి, పవిత్ర పాపలోకంలో చిక్కి, వాటి సంగతి అర్థంగాక బాధపడే ఉషాకన్యవలె, పాపం సుందరమ్మ, ప్రతి విషయంలోనూ కలవర పడుతోంది. తన వూళ్ళోనే, యింటోనే, తన ఆచారంతో, పవిత్రతతో పూజలలో, అర్చనలలో వుంటే ఇటువంటి నీచ ప్రజ ఆమె వంక కన్నెత్తి చూడటానికి వీలయ్యేదా? కాఫీకి, సన్నని చీరెలకీ, పంపు దగ్గిర నీళ్ళకి, చాకళ్ళకీ, డబ్బు బిళ్ళకీ, రైళ్ళకీ, రోడ్డు దుమ్ముకీ, సిగరెట్టు పొగల్లోకి, లేకిచూపులకీ లొంగిపోయింది గనుకనే, సామాన్య బాలికవలె తోచింది. అంత చులకనగా అతని కళ్ళకి!

"నేనింకో ఉద్దేశ్యంతో అనలేదు. నామీద దయగా వుండమన్నాను అంతే" అన్నాడు గుటకలు మింగుతో.

"మంచివాడివి."

జబ్బు నయమై లేచాడు. అప్పణ్ణించి సుందరమ్మని జలగమల్లే పట్టుకున్నాడు. ఎప్పుడూ తనకు కనపడుతో ఉండాలి. వీలైనప్పుడల్లా దగ్గిర కూచోవాలి. మాట్లాడాలి. ఎవరన్నా అట్లా వెతుకుతున్నట్లుంటే ఏమీ ఎరగనట్టు లేచిపోవాలి. చనువు తీసుకోపోతాడు, అది తమ్ముడి చనువుగా వుండదు. తదేక దీక్షతో, దిగులుతో, ఏదో తనని ద్రోహం చేసినట్టు చూస్తాడు. ఆమె సౌందర్యం ముందు దీపాన్ని తాకేందుకు వీలులేక చుట్టూ తిరిగి బతిమాలే పురుగులాగైనాడు. కాని, దీపం సహించలేకుండా వుంది.

ఇదెక్కడ భ్రాతృత్వం కొని తెచ్చుకున్నాననుకుంటోంది సుందరమ్మ. సాయింత్రం చీకటి పడుతోంది. బాదం చెట్టుకింద సుందరమ్మ కూచుంది. ఆకుల్లో సన్నని చంద్రుడు

వూగుతున్నాడు. ఎంతో శాంతంగా కూచుని ఆలోచించుకోవచ్చును కదా అనుకుంటుండగా చంద్రశేఖరం వొచ్చాడు.

"మధ్యాహ్నం రాలేదేం?"

"ఎందుకు వూరికే రమ్మంటావు?"

"ఇదేనా స్నేహం?"

"స్నేహమా?" స్నేహమైతే మాత్రం? అమ్మ అడిగితే ఏం చెప్పను?"

"ఎందుకడుగుతుందేం?"

"ఎందుకడగదు?"

"నేను బలవంతం చెయ్యడమేగాని, నువ్వు నీ అంతట రావుకదా?"

"వొస్తున్నది చాలు."

"చాలా, చాలా, ఇదేనా? ఇందుకేనా నన్ను బతికించింది! నువ్వు చెప్పినవన్నీ అబద్ధాలేనా?" అని ఏడ్చాడు. ఆమె మనసు కరిగింది.

స్త్రీ ఒక మాటవల్ల, చూపువల్ల పురుషుడికి సందిచ్చిందా, ఇంక అతని అధికారానికి, ప్రార్థనలకి, కోరికలకి అంతం వుండదు. అసలు పర్యవసానం అక్కర్లేని స్త్రీ మొదటినుంచీ విముఖంగానే వుండాలి. నిప్పు వొళ్ళోనూ వుండాలి. కాలనూ కూడదని చాలామంది మూర్ఖుల ఆశ. కోర్కెలు హెచ్చుతున్న కొద్దీ, భయాలు హెచ్చుతున్నాయి. ధైర్యం లేని కాకి బతికిన కప్పని పట్టేట్టు, కొంచె దగ్గిరకొచ్చి ఆశపెట్టేది బాగా దూరంగా జరిగేది. వొదలలేదు వొదులుకోలేదు. కావాలి, మళ్ళీ అపాయం లేకుండా కావాలి. ఇది చాలామంది ఆలోచించి కొలిచి, చేరి, సమీపించి ఇతరుల బాధ చూసి ఆనందిస్తారు. కొందరు యితరులకు బాధగా వుంటుదేమో అనేది యోచించక, తమ స్వార్థాన్నే చూసుకుంటారు. పాపం, సుందరమ్మబోటి అమాయికలు, అపాయమే వున్నదని తెలీనివాళ్ళు, గోతులో పడతారు.

ఇంకోరాత్రి దీపం దగ్గర కూచొని చదువుకుంటోంది సుందరమ్మ. అరుగు అవతల చివర కూచుని తగ్గించిన కంఠస్వరంతో చంద్రశేఖరం మాట్లాడుతున్నాడు. రాత్రి పది దాటింది. అతను నొచ్చుకుంటాడనే భయంతోనే ఆమె కూచుంది అంతసేపూ మేలుకుని.

"ఈ రాత్రి నువ్వెంతో బావున్నావు."

సుందరమ్మ మాట్లాడలేదు.

"మాట్టడవేం?"

"ఏం మాట్లాడను!"

"పోనీ, యిష్టం లేదనరాదూ?"

ఏమీ చేతకానప్పుడు పోట్లాటవల్లనైనా సామీప్యం దొరుకుతుందేమోనని ప్రయత్నిస్తారు మానవులు.

సుందరమ్మ పోట్లాడదు. మాట్లాడదు. అతనికేదో వాగ్దత్తం చేశామే, నమ్మించామే అనుకుంటుంది అతని రోదనవల్ల.

చుట్టూ చూశాడు. అతని కాంక్ష అతనికి సాహసాన్నిచ్చింది. చప్పునలేచి దగ్గిరికి వెళ్ళి కూచున్నాడు. ఆమె తల వంచుకు చదువుకుంటోంది. మీద చెయ్యి వెయ్యాలనుకున్నాడు. కానీ కోపంవస్తే ఆమెకు వున్న దయకూడా ఈ మాత్రం చనువుకూడా తప్పిపోతే! కాని నెలలనించి తాను పడుతున్న బాధ తలుచుకున్నాడు. ఎన్నాళ్ళయినా యింతేకదా! చెయ్యి ఎత్తబోయినాడు. వూరుకున్నాడు. యేమీ తోచక కూచున్నాడు. ఆమె మెడమీద పురుగు పాకుతోంది. 'పురగు' అని తీసేశాడు!

మళ్ళీ చెయ్యి అక్కడే పెట్టాడు.

దూరంగా జరిగింది.

"ఎందుకు దూరంగా వెడతావు?"

"నన్ను తాకవద్దు!"

"ఇంతలో ఏమయింది?"

"నాకు యిష్టంలేదు. అట్లా తాకితే నేను రాను."

"ఎంత బావున్నావో!"

"బావుంటే బావున్నాను."

తనకేమీ లాభం లేదని తెలుస్తోంది. కాని రోషం యెక్కువవుతోంది. అతనిమీద దయతలచి వుండకపోతే, అతను గౌరవంగా దూరంనించే పూజించి వుండును. కానీ, యిప్పుడు తనని నమ్మించి మోసం చేసినట్టు కనబడుతోంది అతనికి.

"ఒకటే పురుగులు!" అంటూ చప్పున దీపం ఆర్పి ఆమెమీద పడి చేతులతో పట్టుకుని, తన ముఖంలో ఆమె ముఖాన్ని వెతుకుతున్నాడు. ఒక్క నిమిషంలో విదిలించుకుని తటాలున లేచింది. ఇంకా మోకాళ్ళు పట్టుకుని వేళ్ళాడుతున్నాడు కాళ్ళు యీడ్చుకుని ఒదిలించుకుంది.

"ఛీ, దుర్మార్గుడా, పాపీ! ఛీ, ఛీ, పాడు బతుకు! పాడు లోకం! ఛీ, ఛీ, పాపపు లోకం!" అని అంటూ లోపలికి వెళ్ళిపోయింది.

చంద్రశేఖరం ఆమె మీద తాచు వలె పగపట్టాడు. ద్వేషానికీ, మోహానికీ చాలా సన్నిహితం. రెండూ వున్నాయి అతని మనసులో! ఆ రాత్రి శపథం తీసుకున్నాడు.

లోకాలన్నీ ఏమయినా కానీ, సుందరమ్మని అనుభవించాలనీ, లోబరుచుకోవాలనీ, "ఇప్పుడేమంటావు!" అని బిగ్గరిగా నవ్వాలనీ, తనను ప్రేమించేటట్లు చేసుకుని, తాను తృణీకరించి, ఏడిపించాలనీ చంద్రశేఖరం ఉదారత్వంలో, సహృదయత్వంలో, ఆత్మ విశాలత్వంలో, పావనత్వంలో, తేజస్సులో అందులో దేనిలోనూ ఆమె గోరుకు పోలని చంద్రశేఖరం, ఈ కృత్రిమ ప్రపంచ సహాయంతో స్త్రీని గాజుపాత్ర వలె ప్రతినిందకూ, అనుమానానికి గాయపడేట్టు అతి హీనంగా చేసి ఆమె రోదనానికి బధిరమయిన ఈ నాగరికతా సహాయంతో వశపరుచుకోవాలనీ చూశాడు.

తాను చేసిన పని యెవరితోనూ చెప్పని ఆమె ఉదారత్వమూ, తన మీద జాలిపడి యిష్టం లేకపోయినా ఆదరించిన ఆమె దయా, తన నీచత్వాన్నీ, క్షుద్రత్వాన్నీ మరచి పోగలిగిన ఆమె సౌశీల్యమూ, పురుషుడంటే కన్నెత్తని ఆమె నిర్మలత్వమూ; ఆమె సౌందర్యములోని శుభ తేజస్సూ ఏమీ అతని మనస్సును మార్చలేదు.

ఏ నింద వచ్చినా స్త్రీకదా మొదట భరించవలసింది? ఆమె తన బాధ చెప్పుకున్నా తప్పు ఆమెదే అంటారు కదా! పురుషుడు దౌర్జన్యం చేసినా పవిత్రుడే; పతిత అయ్యేది ఆమే కదా? సృష్టి తన ముద్రను ఆమె ఉదరం మీదనేకదా లిఖించేది! పురుషుడికన్నా జిత్తులలో టక్కరన్నా కావాలి. అతనికి స్థలమివ్వని పాషాణమన్నా చేసుకోవాలి హృదయాన్ని. ఎక్కడా బయటపడని మోసగత్తే, అబద్ధీకురాలన్నా కావాలి లోకంలో కీర్తి పొందాలంటే! మంచివారని కీర్తిని పొందిన స్త్రీలందరూ ఈ జాతిలో ఒకదానికి చెందినవారే. దయ, రసన, న్యాయము, సత్యము – యీ సుగుణాలే స్త్రీని అధోగతికి లాగే గుణాలు, ఇటువంటి అధోగతికి తెచ్చింది స్త్రీని యీ పాతివ్రత్యాదర్శము, ఈ పవిత్ర నిబంధనలు.

4

మళ్ళీ నెలలు గడిచాయి. తన ఆఖరు 'డెస్పరేట్' ప్రయత్నం కోసం సమయం కనిపెట్టి వున్నాడు చంద్రశేఖరం. ఆమెతో మాట్లాడడు. ఆమెవంక చూడడు. ఆమె చాలాసార్లు కనికరించి మాట్లాడాలనుకుంది. కానీ అతని కోప లక్షణాలు చూసి మానింది.

వెంకట్రామయ్య కుటుంబంవారు పెళ్ళికి వెళ్ళారు. ఆయన మేడ మీద పడుకున్నాడు. తల్లి వంటింటిలో పడుకుంది. గుమ్మాని కెదురుగా హాలులో సుందరమ్మ పడుకుంది. ఆ రాత్రి తన విజయవ్యూహం పన్నాడు చంద్రశేఖరం. తాను పూజించిన దేవతలందరూ తమ వంశాభివృద్ధి కోసం క్షేమంకోసం వాళ్ళు ఆహ్వానించిన దేవతాశీర్వచనాలన్నీ ఆమెను కాపాడుతున్నాయన్న అభిప్రాయమున్నట్టే నిద్రపోతోంది

సుందరమ్మ. ఏ కలతాలేని మనసుతో, మూసుకున్నా అందాలొలికే కళ్ళతో వూపిరితోపాటు ఒంపులుగా లేచిపడే తెల్లని నిర్మల వక్షంతో, వొంటి వొంపుల్ని వ్యక్తపరిచే సన్నని చీర కుచ్చెళ్ళతో తన జీవితాన్నంతా మార్చి, మాడ్చి రూపులేకుండా నాశనంచేసే ప్రళయం సమీపిస్తుందనే ధ్యాసే లేకుండా నిద్రపోతోంది. ఏ పిత్రుదేవతలూ కలలోనన్నా ఆమెకు హెచ్చరిక నివ్వలేదు. ఏదో రూపాన కూడా ఏ దేవతలూ ఆమెకి మెళకువ తెప్పించలేదు. ఎవరూ లేరో–వుండి సహాయం చెయ్యరో! ఈ పూజలూ, ప్రార్థనలూ, జపాలూ, మంత్రాలూ అన్నీ ఏమీలేని శూన్యంలోకి పంపుతున్నారో ప్రజలు! ఆ దేవతలూ, దయ్యాలూ, ఆత్మలూ వుండి కూడా సహాయం చేయలేవో! ఏ పాపం వల్ల యిట్లాంటి ఘోరవిపత్తు తన మీదికి తానెరగకుండా తెచ్చుకుందో! ఏమీ యెరగనిది, పరమపావనురాలు, భయపూరిత హృదయ, ఒక్క చీమకు హాని చెయ్యనిది, ఒక్క కల్మషమైన ఆలోచన లేనిది, లోక క్షేమానికై నిరంతరము దేవతల్ని యాచించేది, సుందరమ్మని, రెక్కలు విరిగిన పక్షిని పిల్లి నోటికందించే విధాత, సృష్టికర్త చంద్రశేఖరానికి ఒప్పచెప్పాడు.

అర్ధరాత్రి మెల్లిగా లేచి హాలు తలుపు దగ్గిర నుంచున్నాడు. సంతోషించాడు. ఇట్లా ఆలోచిస్తే తన గతి ఇంతేనని పురెక్కించుకున్నాడు. గుమ్మంలోకి పోయి ఆమెను చూశాడు. నిష్కారణమైన జాలి తలెత్తింది. నొక్కి చంపేశాడు. ఆమె అందాన్ని చూసి తనకు కలగబోయే సౌఖ్యాన్ని తలుచుకున్నాడు. దీప మార్పెయ్యాలా? ఆమె అరిస్తే? కాని అరిచేదైతే తనని చూడగానే యింకా అరుస్తుంది. జాకెట్టు లేకుండా ఆమెని చూడాలని వుంది. ఆ చీరె లేకుండా కూడా! కాని, ధైర్యం లేదు. వెళ్ళి చప్పుడు కాకుండా ప్రవేశించి దీపమార్పాడు. ఎన్నాళ్ళనుంచో కోరుకుంటున్న సౌఖ్యం లభించపోతోంది. ఆతృతవల్ల కొంత భాగమూ కామోద్రేకంవలన కొంతభాగమూ రక్తం కొత్త కొత్త మార్గాల, అతనెన్నడూ యెరగని విధాల ప్రవహిస్తోంది. తన మనోరథం సఫలమన్నా కావాలి, లేక ఆ ఇంట్లోంచి తన్నులుతిని లేచన్నా పోవాలి. చీకటయేటప్పటికి అతనికి ఏమీ కనబడలేదు. మంచమెటో, ఆమె యెటువుందో కూడా తోచలేదు. తల తిరుగుతోంది. ఇప్పుడు చూసిన వస్తువులే ఎంత నిగూఢమైపోయినాయో! మెల్లిగా అడుగు మీద అడుగువేస్తూ వెళ్ళాడు. మంచం తగిలింది. ఆగి చేతితో మెల్లగా యిటూ అటూ వెతికాడు. ఆమె తొడ తగిలింది. ఆమె తలని తాకి చూసుకుని, పక్కనే పడుకుని ఆమెమీద చెయ్యివేసి బుగ్గమీద ఆనుకున్నాడు. ఇంతవరకు స్త్రీ నెరగక, ఎప్పుడు యిట్లాంటి సౌఖ్యం దొరుకుతుందా అని కాచుకుని వున్న అతని నరాలు మహదానందంతో వూగులాడాయి. గొప్ప సంతోషం సంతుష్టి కలిగి భయమే మరిచి పోయినాడు.

ఆమెకి మెళుకువ వచ్చింది. చటాలున పురుగునో పామునో తోసేసినట్టు రెండు

చేతులతో నెట్టింది. కాని ముందే ఆలోచించుకున్న ప్రకారం అతను గట్టిగా తన చేతిని ఆమె నోటికడ్డం పెట్టి ఇట్లా అన్నాడు.

"నేనేమీ చెయ్యను. నామాట విను ముందు. తరవాత నీ యిష్టం వొచ్చినట్టు చెయ్యవచ్చు. బాబుగారితో చెప్పి చెప్పుతో కొట్టిస్తే పడతాను నేను యెట్లానూ పోవడానికి సిద్ధపడ్డాను. నీకు వచ్చిన అపాయం లేదు. అరవకు నా మాట వింటావంటే నా చెయ్యి తీస్తాను."

ఆమె పెనుగులాడటం మానింది. చెయ్యి తీశాడు.

"ముందు యీ చెయ్యి తియ్యి."

తీశాడు.

"నన్నంటకుండా అట్టా నుంచో."

దూరంగా జరిగి కూర్చున్నాడు.

"చెప్పు."

"నేను యెంతకాలంనించో నిన్ను మోహించాను. కాని, నువ్వు నా మీద దయ చూపలేదు. పైగా మోసగించావు. ఇంక నాకు జీవితంమీద నిరాశ పుట్టింది. నీ దయలేక నేను బతకలేను. నువ్వు వొప్పుకుంటే నా అదృష్టం. నీ పేరు చెప్పుకు బతుకుతాను. ఒప్పుకోవా - నీ ముందు ఇక్కడే చచ్చిపోతాను."

సరిగా ఆమె మనసు కరిగించగల మాటలు అతనికి తెలిశాయి. ఆలోచించ కుండానే ఆ చీకటిలో కూడా అతనికి తెలుస్తోంది. ఆమె జాలి పడుతోందని. అతని మాటల్లో వున్న సగం వాస్తవమైన బాధా గుర్తించింది. కాని తక్కిన సగం నాటకాన్ని గుర్తించలేదు. అబద్ధీకులైతేనేగాని అబద్ధాన్ని గుర్తించలేరు కాని, యింకా ఆమె శీలం ఆమె జాలికి అడ్డు పడుతూనే వుంది. నిజంగా చచ్చిపోతాడని నమ్మింది. పురాతనం నుంచి పెరిగిన సర్వ భూతదయ, పరప్రాణికోసం తన సౌఖ్యాన్ని త్యాగంచేసిన ఔదార్యం, బ్రహ్మహత్యాపాతక మహాభయం, అతిధిమోహ తృప్తికోసం శీలాన్ని అర్పించిన మహా పతివ్రతల కథలు అన్నీ ఆమె నిశ్చయాన్ని బలహీనపరిచాయి.

"తప్పు, పాపం."

తనని తృణీకరించకుండా, "ఆర్గ్యూ" చెయ్యడంలోని బలహీనత్వాన్ని కనిపెట్టాడు. ఆమె మీదికి ఒంగి కావలించుకొన్నాడు.

"పో"

"వెళ్ళను"

"అరుస్తాను"

"కానీ, నన్ను చంపించు, నేను వొదలలేను."

తప్పించుకొనే పిట్టను పట్టుకొని వేళ్లాడే పిల్లివలె పెనుగులాడాడు.

"పిలుస్తాను. నిన్ను చంపుతారు పో."

"పిలు. చంపనీ. నా ప్రాణాల్ని నీకోసం అర్పిస్తాను."

"ఎవరన్నా చూస్తే?"

ఆ మాట స్త్రీ నోటినించి వచ్చిందా, యింక భయంలేదు. ఆహ్వానంతో తుల్యమైనది. సంతోషంతో, స్వతంత్రంగా మాటాడకుండా యింకా ఆక్రమించుకొన్నాడు. చేతివేళ్ళు. ఎవరూ, ఆమె భర్త తప్ప, యెవరూ తాకని, తాకకూడని స్థలాన్ని వెతికి అపవిత్రంచేసి అనుభవిస్తున్నాయి. సృష్టి కష్టపడి నునుపు పెట్టిన మృదు భాగాలు, దేవతలకయినా చూడడానికి అర్హత వున్నదా అనిపించే భాగాలు, ఏ అందాన్ని కల్పించ గలమా అని చిత్రకారులు నిరాశ చెందే మృదుత్వమూ, లావణ్యమూ గల అవయవాలని తాకే అదృష్టం ఎట్లా సంపాయించాడో ఆ యువకుడు! ఏ పూజలు చేసి ఏ దేవతల్ని తృప్తిపరిచాడో!

ఆమె శరీరం తిరగబడి అతన్ని అభిలషించింది. ఇంకా దగ్గిరిగా కోరింది. పాపం, యింకా ఆమె ఆత్మ తిరగబడుతూనే వుంది. 'లోబడి పోతున్నావు. యింకా వెనక్కి మార్గంలేని మహాకూపంలో పడుతున్నావు. వొద్దు' అని అరుస్తోంది.

"ప్రమాణం చెయ్యి"

"నీ కళ్ళ మీద, యీ... మీద ప్రమాణం చేస్తున్నాను...."

ఆ రెండో మాట ఆమె వినలేకపోయింది.

"ఛీ" అని అతని మాటనూ, అతన్నీ విదిలించింది.

పవిత్రత హీనస్వరంతో అసహ్యపడుతోంది. కాని, ఈ దేహానికి సంబంధించిన నరాలు అతన్ని దగ్గిరగా పిలిచి ఆమె నోరు నొక్కాయి అంతే! ఆఖరు గొంతు బిగిసి ఊపిరాడలేదు. అంతరాత్మ అనేది కళ్ళు తేలవేసింది. దేహం విజృంభించి రాజ్యం చేసింది. ఆమె రెండు చేతులూ అతని నడుంమీద వేసి ఆ అల్పుణ్ణి మళ్ళీ మళ్ళీ లాక్కుంది. అతని చేతుల్నీ, బుగ్గల్నీ కరిచింది. జుట్టుని చీదరగా లాగి లాగి నరాలబాధ తీర్చుకుంది. అతన్ని ఆనందడోలికలో వూగించింది.

"వొద్దన్నావు" అని విజయభేరి మోగించాడు ఆ నీచుడు.

"మాట్టాడకు" అంది ఆమె శరీరం.

అలసి తన పక్కన సోలిన చంద్రశేఖరాన్ని చూసి అతి జాలితో కౌగలించుకో బోతోంది. కాని, ఆ మహాదృష్టం అతనికి లేదు. ఈ ప్రపంచంలో కృతజ్ఞతతో స్త్రీలు యిచ్చే బహుమానాల్లోకల్లా బహుమానమయిన ఆ కౌగిలిని స్వీకరించే ఔదార్యం అతనికి లేదు.

అతని బనియను సర్దుకుంటూ, వూడే బట్టని ఒకచేత్తో పయికి పట్టుకుని పక్కదిగి కాళ్లు తడుముకుంటో వెళ్ళిపోతున్నాడు. అతిదయతో అతనివంక ఆమె, వాన వెలిసిన తరువాత మబ్బులవంక సూర్యుడు చూసే చూపువంటి ఆమె చూపునుగాని.... తరువాత అతి తృణీకారంతో అతని వంక చూసిన వెనకచూపుగాని అతను ఆ చీకటిలో చూడలేదు....

"నువ్వు చేసిన పనేమిటి? ఆలోచించాలి, పట్టు" అంది ఆమె అంతరాత్మ.

"నోరుమూసుకో, ఐపోయిందేదో ఐపోయింది. ఇంక అది మళ్ళీ జరగబోవడం లేదు. ఇంకెందుకు ఆ ప్రస్తావన?" అంది ఆమె మనస్సు. "కాదు. ముందు నీచత్వం తెలుసుకుంటే ఏనాటికయినా మంచిది" అంది అంతరాత్మ. "నాకు నిద్ర వొస్తూంది అయినా నేనేమీ ఆ విషయం ఆలోచించదలుచుకోలేదు. ఇక పడివుండు" అని కసరి ఆమె నిద్రపోయింది.

తెల్లవారగట్ల పెద్ద భయంలో ఆమె ఉలికిపడి లేచింది. ఏదో కల వచ్చింది. జ్ఞాపకం తెచ్చుకోవాలంటే చేతకాలేదు. పక్కమీద వొణుకుతూ కూచుంది. దీపం వెలిగితే బావుండును. కాని, కాలుగాని చెయ్యిగాని కదిలించడానికి భయం. నిప్పుపెట్టె ఎక్కడ వుందో మెల్లిగా అమ్మని పిలిచింది.

"ఎందుకే?"

"నాకు భయమేస్తున్నదే."

"భయమా? యెందుకు భయం? భయమేమిటి! ఇట్లావచ్చి పడుకో..." అంది తల్లి. ఆమె కంఠం వినేప్పటికి కొంచెం భయం పోతోంది. ప్రయత్నించి మెల్లిగా లేచి వెళ్ళి తల్లి వీపువైపు పడుకుని ఆమెను కావలించుకుంది. అంతరాత్మ మళ్ళీ మేలుకుంది. "నీ తల్లి యెంత సాధ్వి? పాపం నువ్వు చేసిన నేరాన్ని ఎరుగదు గదా! ఎన్నడూ యిటువంటి నీచాలకు లోబడ్డది-కాదు కదా నీ తల్లి! నిన్ను యింత ప్రేమించి నమ్మినందుకు చివరికి యిట్లా చేశావా? దిక్కులేక - డబ్బులేక - ఇతరుల పంచను తలవొంచుకొని బతుకుతూ, ప్రాణాలన్నీ నీ మీదే పెట్టుకొని వుంటూన్న నీ తల్లిని యెంత అన్యాయం చేశావో తెలుస్తోందా?"

అంతరాత్మని తిట్టి వూరుకోమని సుందరమ్మ నిద్రపోయింది.

మర్నాడు రాత్రి సంగతి తల్చుకున్నప్పుడు భర్తా - ఆయనతో తానూ గడిపిన రాత్రులు జ్ఞాపకం వొచ్చాయి కాని, ఆ ఆలోచనల్ని తోసేసి పగలంతా పనుల్లోనూ మాటల్లోనూ గడిపింది. రాత్రి పడుకోడానికి వచ్చి పక్కచూసేప్పటికి అనాలోచితంగా పెద్ద సంతోషం వచ్చింది. అది వుత్త మంచం కాదు. దుప్పటి కాదు. జీవితానికంతా

వెలుగుయిచ్చే మహాశక్తితో పవిత్రమైంది. చూస్తో నుంచుంది వెంటనే తన ఆనందానికి భయంవేసింది ఏమిటది! ఆ పాపకార్యం–నీచకార్యం తలచుకుని సంతోషపడుతోంది తాను. ఇంక తన గతి ఏం కాను? అసలు అతను వస్తాడా?.... ఆ ఒక్కరాత్రేనని వాగ్దానం చెయ్యలేదా అతను?.... రాడు రాకపోతే తనకు తోచదు. చంద్రశేఖరం - ఆమె కామ జ్వరానికి మందివ్వగల చంద్రశేఖరం, ఆమె శరీరం ద్వారా హృదయాన్ని ఆక్రమించుకున్నాడు. అతని నీచత్వం - అతను ప్రాధేయపడడం - అన్నీ తన దేహసౌఖ్యంలో అనుభవానందంలో మరిచిపోయింది.

సాధారణంగా కవులు స్త్రీ హృదయానికి మార్గం ఆమె మనస్సు అంటారు. కాని, చాలా హృదయాలకి మార్గం రెండో చివర వుంటుంది. అందువల్లనే సామాన్య స్త్రీలంతా పెండ్లి చేసుకున్న పురుషుణ్ణి ఆరాధించడానికి వీలు అవుతోంది. స్త్రీ నిజంగానే కళ్లు తెరచి పరీక్షించి యేరుకున్నట్లయితే ఈ మొగవాళ్ళ కెవరికయినా వివాహ యోగ్యత వుంటుందా? కుక్క హృదయంలో అపారమయిన ప్రేమ అనే "ఇన్‌స్టింక్టు" వుంది. దానిని ఎవరిమీదనో వొకరిమీద కనపరిస్తేనే కాని కుక్కకి శాంతివుండదు. అందుకని ఆ మనిషి స్వభావం యెటువంటిదా అని యోచించకుండా ఒక ముద్ద అన్నం పడవేసినవాణ్ణి ప్రేమించి తనని తన్నినా వెంటబడి ఆరాధించి తన జీవితాన్ని సార్ధకం చేసుకుంటుంది. చాలామంది స్త్రీ లింతే.

పూలమొక్క తీగెసాగేసరికి దేనిమీదనో ఒకదానిమీద అది పాకాలి. పాకకుండా బతకలేదు. ముళ్ళచెట్టుగాని, చెదలుపట్టిన కర్రగాని, ఏమీ ఆధారమివ్వని రాయిగాని, దగ్గిరలోవున్న దేన్నయినాగాని ఆధారం చేసుకుని పాకుతుంది. అలాగే స్త్రీ కూడా. సంఘమో, విధో, అదృష్టమో, యజమానో, ఎవరు దేన్ని ఆధారంగా చూపితే దాన్ని వివక్షత లేకుండా గుడ్డిగా ఆధారం చేసుకుని కౌగిలించుకుంటుంది, తన యవ్వనాన్ని, తన సౌందర్యాన్ని, తన పూజ్యభావాలనీ - సమస్తాన్నీ అర్పించి ధన్యత పొందుతుంది. ఆ మోడుని వాననించి, ఎండనించి, శత్రువులనించి, కష్టాలనించి కాపాడే ప్రయత్నంలో తన శరీరాన్నీ, తన యావత్తునీ అర్పిస్తుంది. ఆ మొద్దునే అధికుడంటుంది. స్వర్గమంటుంది దైవమంటుంది.

ఆ సౌందర్యమూ, ఆ స్వర్గమూ, ఆ రసికత్వమూ తన హృదయంలోనే కాని ఆ మొద్దులో, ఆ మోడులో లేవని తెలుసుకోలేదు. ఏ వెంకటచలమో కథలురాసి కళ్ళు తెరపించేదాకా ఒక నీచుడి కాళ్ళకిందపడి దొల్లుతో అదే స్వర్గం, అదే ఆనందం అనుకొంటుంది.

అన్ని సమయాలలోనూ కళ్ళు తెరవరు. తెరవలేరు. తెరిచే శక్తి ధైర్యమూ

వుండదు. వాస్తవమైన విలువా, కాపట్యమూ తెలుసుకొంటే అక్కడ ఒక్క నిమిషం ఆ నిర్జీవ క్షుద్ర పరిస్థితులతో తృప్తిపడి బతకలేరు. గతాభిమానులయి గాయపడి తమ అల్పత్వాన్ని గుర్తించి తిరుగుబాటులో దౌర్జన్యంలో తమ కోమలత్వాన్నీ, సూన్రుత్వాన్నీ భగ్నం చేసుకొంటారు. ప్రయత్నించి, వివేకంతో, సాహసంతో, నూతనంగా జీవితనాళాన్ని మళ్ళీ చిగురింపచేసుకోగల శక్తిగలవారు అరుదు. అందువల్లనే లోకంలో ఇంత అలసత్వం, అబద్ధమూ, కపటమూ! సంస్కారమంటే, నూతనత్వమంటే ఇంత ద్వేషమా!

వొస్తాడా!... రావడానికి గుండెలున్నాయా? వాగ్దాత్తంచేసి పయిగా సిగ్గులేక భయంలేక వొస్తాడా! వొస్తే తనని యెంతో నీచురాలిగా అనుకుంటున్నా డన్నమాట! ఇష్టం లేకపోయినా శరీర సౌఖ్యానికి దాసుదాలయే రకం మనిషని తలిచాడు కాబోలు!"

అయితే ఆమె అంతరాత్మకి తెలుసు. తను శరీరంకోసం దాసురాలయే మనిషేనని. కాని, మనోవీధిలోకి ఆ తలపును రానీదు ఆమె. ఒప్పుకోదు నిజమని. ఒప్పుకొంటే ఆమెకి శాంతి వుండదు. ఆ వాస్తవం ఆమె మనసును కాలుస్తుంది. కనక, ఆ ఆలోచన నొక్కిపట్టి తప్పు అంతా చంద్రశేఖరం మీద నెట్టింది.

"ఒకవేళ మళ్ళీ వస్తాడేమో? ఎట్లా? ఒస్తేనేం, తనకి యిష్టం లేకపోతే ఏం చేయగలడు?" అని ఆలోచించలేదు. అట్లా ఆలోచించదు. "పోనీ, అమ్మ దగ్గర పడుకుంటే? అప్పుడు అతను రావడానికి వీలుండదే? రాకపోతే యెట్లా? వీల్లేదు. "ఆ ఆలోచన రాకూడదు. అవును. తనెందుకు పడుకోవాలి అమ్మ దగ్గిర. భయమా? తనకేం భయం? తనెందుకు భయపడాలి? భయపడుతున్నట్లు తెలిస్తే మరీ మితిమీరుతాడు. గౌరవమే పోతుంది. "రానీ, వాడికి బుద్ధిచెప్పాలి. వెధవ! రానీ! చెపుతా! రాకపోతే?... వస్తాడులే. వస్తే బాగా తిట్టి వాడ్ని ఏడిపించి పంపితేగాని కసి తీరదు. వస్తాడులే రాకుండా ఎట్లా వుంటాడు? రాత్రి ఎంత ఆనందించాడు! ఒదులుకోగలడా? వస్తాడు" అనే ఆలోచనలతో తన మనోవాంఛను పాతిపెట్టి తనను తానే వంచించుకొని నిద్రపోయింది.

నిజంగా వచ్చాడు.

ఆమెకి ఒళ్ళు తెలియకముందే అతను నియుక్తుడయినాడు.

పెద్ద భయంతో ఏదో ఘోర స్వప్నంలోంచి, బాగా కళ్ళు తెరిచింది.

"ఛీ, పో." అని బిగ్గరగా అంది.

"అరవకు, నేను బతకలేక వచ్చాను" అని తన పాతరాగం ప్రారంభించాడు.

"అమ్మని పిలుస్తాను."

"పిలు. నీకే నష్టం."

తనకు లోబడిన స్త్రీని, ఆమెకెంత ఘనత వున్నాసరే, తక్కిన విధాల యెంత ఆధిక్యం ఆమెకు వున్నాసరే పురుషుడు గౌరవించడు.

అతన్ని ఆమె నెట్టివేయడమూ, అతనామెనని బలవంతం చెయ్యడములో యిద్దరూ అసలు సంగతి మరిచి కుస్తీ ఆరంభించారు. ద్వేషాలు, తిట్లూ, ప్రార్థనలూ, ప్రాధేయ పడటమూ, ఒట్లూ పట్లూ జరిగాయి. స్త్రీ అంగీకారంలేంది యెంత బలవంతుడయినా పురుషుడు నిస్సహాయుడనే సృష్టి నిర్ణయం వ్యక్తమయింది.

ఓడిపోయి సిగ్గెసి స్త్రీ చేతుల్లో అపజయాన్ని భరించలేక చంద్రశేఖరం ఏడ్చాడు. అలిసి చెమటలుపోసి విసుగెత్తి ఆ పట్టుదల తనకు ఎందుకో అర్థం కాక. సుందరమ్మ చంద్రశేఖరం కన్నీళ్ళవల్ల గొప్పజాలిలో కరిగిపోయి అతన్ని చప్పున కావిలించుకున్నది. కాని, మరుక్షణమే తన మూఢత్వం, బలహీనత్వం అర్థం అయినాయి. కాని, కాలం దాటిపోయింది. లాభం లేకపోయింది.

అతని కోర్కె తీరింది. తన చేతుల్లో సుందరమ్మగాని కొయ్యబొమ్మగాని ఏదయినా ఒకటేననిపించింది. అతని కంతకు పూర్వమే పక్కన కూచుని ఆమెవంక చూశాడు. ఆమె దేహం దేహమే కానట్టూ జీవమే లేనట్టూ కప్పుకేసి చూస్తో తన స్పృహేలేని సుందరమ్మని చూసేటప్పటికి అతనికి సహితం తన నీచత్వం మనసుకుతట్టి లేచినవాడు కాళ్ళురాక అట్లానే నుంచున్నాడు.

"మాట్లాడవేం?" అన్నాడు. దెబ్బతిన్న లేడి వేటగాడివంక చూసినట్టు ఆమె అతనివేపు చూసి గుడ్లు తిప్పి కళ్ళు మూసుకుంది. "కోపమా?" అన్నాడు. ఆమె మాట్లాడలేదు. ఆమెకి పెద్ద దిగులు పట్టుకుంది. ఇంక తనకి శక్తిలేదు. తన బతుకంతా ఇట్లా పాపంలో నీచత్వంలో గడపవలసిందే. అంతే. వీడు వదలడు వదలలేదు. ఒదిలినా ఏ పురుషుడు సమీపించినా నిగ్రహించే శక్తిలేదు. ఇంతే, ఎప్పుడూ యింతే, అని మూలుగుతోంది హృదయం.

"దుఃఖమా?" అని మళ్ళా అతను అడిగాడు. మాట్లాడదు. ఆమె అతనికేమీ సంతుష్టిలేదు. ఏ అద్భుత లావణ్యాన్ని చూసి భ్రమసి అతను ఆమెను కోరాడో, ఏ అందాన్ని చేతుల్లో పట్టుకుని దాచుకోవాలనుకున్నాడో అది గాలిలో మెత్తదనం లాగు, పువ్వుల్లో లేత రంగులాగు తననుంచి తప్పించుకుంది, ఆ చీకట్లో, ఆ భయంతో ఆ సుందరమ్మయితేనేం? ఆమె తల్లి అయితేనేం? భేదం స్వల్పమే. అతని యెముకలూ, మాంసమూ చిక్కినట్టు తోచింది. ముఖ్యంగా యీ ఆనందంలేని నిర్జీవమైన సుందరమ్మ ఎందుకు? ఈ కారణం వల్లనే రహస్య వ్యభిచారంలో ఎంతో ఆనందం వుందనుకొని వూటలూరిన మానవులూ, ప్రాణాన్ని సహితం వదిలే అపాయాల్లోకి దిగే రసికులూ చివరికి దానిలోని నిస్సారాన్ని అనుభవించి చాలా త్వరలో విముఖులై నీతిబోధకులు అవుతారు.

"నీతో మాట్లాడాలి, లేచిరా" అన్నాడు చంద్రశేఖరం. ప్రశ్నార్థకంగా కళ్ళువిప్పి మూసుకుంది ఆమె. "రావాలి, తప్పదు" అని ఆమె చెయ్యిపట్టుకు లాగాడు. మాట్లాడకుండా లేచి గుడ్డిగా అతని వెంటనే నడిచింది బావి వెనుక నిమ్మచెట్టుకింద ఆగాడు. అపరిమిత మయిన చలిగా వుంది. ఆకుల్లోంచి మంచుబొట్లు పడుతున్నాయి. చంద్రశేఖరం ఏడ్పు మొదలెట్టాడు. ఆమె తనకి సంబంధం లేనట్లే నుంచుంది. తన దుఃఖం ఆమెని కదిలించలేకపోవడం తన చివర ఆయుధం కూడా వ్యర్థం అయిపోయిన మహారథుడి స్థితిని కల్పించింది. అతనికి.

"ఇంకెప్పుడూ నీ జోలికి రాను. నిన్నిట్లా క్షోభ పెట్టను. నిజం వొట్టు."

వాగ్దానాలు అతని నోట్లోనేగాని మనసులో పనిచెయ్యవు.

"మాట్లాడు. నా మాటలు నమ్ముతున్నావా, లేదా."

"సరే."

"సంతోషంగా లేదూ?"

"నీ యిష్టం. కాని, నన్నిట్లా చేస్తే నాకు బతుకుమీద నిరాశ పుడుతుంది. నీ యిష్టం." తన బలహీనత్వ రోషాన్ని కప్పేందుకు అతన్నించి మనోబలాన్ని ఎరువడుగుతోంది ఆమె. కాని ఆ మాటలు చాలు అతనికి. "ఇంక ఎన్నడూ; నమ్ము. చేసిన పాపం చాలు" పాపం ఆ మాటలు అతనే నమ్మకపోయినా సృష్టి వాటినే ఖాయపరుస్తోందని అతనికి తెలీదు. కాని, ఆమే తనని బతిమాలి వేడుకొని వోదార్చే స్థితికి రావాలని ఆఖరు యత్నం. "నీ అందాన్ని మరువలేను. ఇక్కడే వుంటే నిన్ను వదలలేను భరించలేను నిన్ను ప్రతిదినమూ చూస్తూ. నేను వెళ్ళిపోతున్నాను నా ట్రయినింగ్ – నా వుద్యోగమూ నా గౌరవమూ అన్ని వదిలిపోనీ; నేను వెళ్ళిపోతున్నాను. తప్పదు. ఇంక కనపడను యేమీ చెయ్యను!"

"వింటున్నావా?" ఇంత అధికారంతో స్ఫుటంగా మాట్లాడడం అతను యెరగడు. మళ్ళా, "వెడుతున్నాను నిన్ను విడిచి, కాని, నిన్ను వదలలేను నువ్వు నా దానివి శాశ్వతంగా నాకు నువ్వు ముడిపడ్డావు. నన్ను మరిచిపోకు. ఎప్పుడు నిన్ను కలుసుకుంటానా అని యెదురుచూస్తూ వుంటాను. నీ అందాన్ని వికారం చేసుకోకు. నువ్వు నా దానివి."

గొప్ప శోకగీతం రాస్తున్న మహాకవి హృదయంలాగా వణికింది అతని హృదయం. రంగస్థలంమీద తన వ్యక్తిత్వం మరిచిపోయిన నటుడివలె ఆమెని కావిలించుకోబోయినాడు.

సుందరమ్మ ఒప్పుకోలేదు. ఆకాశం నించి వినపడ్డట్టయింది. ఇదివరకే పొద్దుట్నుంచీ భర్తయెడల దోషం చేశాననీ, అతని ఆత్మకి కోపం వచ్చి వుంటుందనీ భయపడుతోన్న సుందరమ్మ యీ మాటలు వినడంతోనే పెద్ద కేకవేసి వెనక్కి పడి పోయింది. చంద్రశేఖరం చప్పున లోపలికిదూరి తన మంచంమీద సురక్షితంగా ముసుగు పెట్టుకొని పడుకున్నాడు. ఆ కేకకి యింట్లోవాళ్ళు లేచివస్తారని నిశ్చయంగా అతను యెంచుకున్నాడు. మంచులో ముళ్ళలో సుందరమ్మని వొదిలిపెట్టి వస్తున్న ఆలోచనే రాలేదు అతనికి. కాని, యెవరూ లేవనే లేదు. చాలాసేపు అంతా నిశ్శబ్దంగా వుంది. భయపు మడతల అడుగునబడ్డ చంద్రశేఖరపు కారుణ్యం అతన్ని బాధించి దొడ్లోకి పంపించింది. అక్కడే ఆ చెట్ల నీడలో మూర్ఛపోయిన సీతలాగా ఒంటరిగా పడివున్న సుందరమ్మని చేతుల్లో యెత్తుకొని తీసుకొచ్చి మంచంమీద పడుకోబెట్టి నిద్రపోయినాడు.

అతని అంతరాత్మ అతని ధర్మబుద్ధికీ, కరుణ స్వభావానికీ, ధైర్యానికి మెచ్చుకొని అతనికి జోలపాటలు పాడింది. తీరా మానవ స్వభావ పరిశీలనా కుశలులు పరీక్షచేసి, అతని కరుణ కాదేమో, అతని భయమేనేమో సుందరమ్మకి సహాయం చేసింది అనుకుంటారు. అంతరాత్మని 'ఈశ్వరవాణి' 'నీతి' – అని ప్రజలు నిర్ణయిస్తున్నారు. అంతరాత్మే ఈశ్వరవాణీ నీతి అయితే ఆ ఈశ్వరుడు చాలా మూర్ఖుడయి వుండాలి. ఆ ఈశ్వరుడికే అందని అగాధపు క్షుద్రత్వమూ, ఆ ఈశ్వరుడికే అర్థంగాని మహోన్నత ఉదారత్వమూ వున్నాయి మానవ హృదయంలో.

చంద్రశేఖరానికి సుందరమ్మ బతికివుందో లేదో, ఏ స్థితిలో వుందో పరిశీలించే టంత వ్యధికూడా దొరకలేదు. ఈ జరిగిన కథంతా ఎందుకు జరిపించావంటే అతను 'సుందరమ్మ మీద ప్రేమవల్లన'ని నిస్సందేహంగా అంటాడు. మర్నాడు సుందరమ్మ మంచం మీద నించి లేవలేదు. జ్వరం వచ్చింది. పిచ్చిమాటలు మాటలాడుతోంది. ఆ పిచ్చి మాటలలో తన పేరు చాలాసార్లు రావడం చూసి చంద్రశేఖరం ఎవరితోనూ చెప్పకుండా మాయమయినాడు. వెంకట్రామయ్యగారు అతని కోసం వెతికించి "ఇంతేకదా! తీరా సుందరమ్మకి జ్వరం వచ్చి యింటిలో మనుషులు లేని సమయంలో పనిచెయ్యవలసి వస్తుందని వీడు మాయమయినాడు... ఎవరినన్నా కనికరించడం బుద్ధి తక్కువ పని" అన్నారు.

5

పొద్దున్నే ప్రతిరోజు వచ్చే డోకుల్ని చూసి మొదట సుందరమ్మ తల్లి అనుమానం పడ్డది. అనుమానం ఆమెకు స్థిరమయిన తరువాత అడిగింది. సుందరమ్మ "నా ఖర్మం" అనడం తప్ప మరొక జవాబు చెప్పలేదు. ఎన్నిసార్లు యెన్ని విధాల అడిగినా, యేడ్చినా, బతిమాలినా అంతకన్న మాట్లాడదు. ఇంటిలో అందరికీ తెలిసిపోతుందని తల్లి భయం. అందుకని కప్పిపుచ్చింది. కాని, ఎంతకాలం దాచడం అనే భయం కలిగింది. ఎప్పుడెప్పుడు ఎట్లాగూ తెలుస్తుంది. తెలిసిం తరువాత యెట్లాగూ యింటిలోంచి తరుముతారు ఎక్కడికి పోవడం - యీ పిల్లని; యీ పిల్ల పిల్లని పెట్టుకుని ఎట్లా బతకడం?... కుళ్ళి యేడుస్తోంది.

తన స్థితి సుందరమ్మకి చాలరోజుల కిందటే తెలిసింది. బెంగపడి యేడ్చి లాం లేదనుకుంది. తన రక్తంలోవున్న కర్మ సిద్ధాంతాన్ని సహాయం తీసుకొని పలక్కుండా వూరుకుంది. చిన్నతనంలో అపదలు ఎక్కువ బాధపెట్టవు. మనసు యేదో ఒక సంతోషంతో వుండి అపదను మరిచిపోతుంది. చిన్నతనంలో వున్న వాళ్ళని, తమ పూర్ణ వికృత భీకర స్వరూపంతో అనుభవంలోకి రాకపోవడంవల్ల రాబోయే అపదలూ, బాధలూ భయపెట్టవు.

తన భర్తకి ద్రోహం చేశానని సుందరమ్మకి బాధ పట్టుకుంది. భర్తని అమితంగా ప్రేమించింది. అతను చచ్చిపోతే చాలా యేడ్చింది. కృతజ్ఞతవల్ల ప్రేమవల్ల, జన్మలో అతన్నీ మరిచిపోననీ, పోకూడదని అనుకుంది. అతనికి అపరాధం యెన్నడన్నా చేస్తానేమో అనే ఆలోచనే రాలేదు. చెయ్యగల పరీక్ష సంభవిస్తుందనే తోచలేదు. కాని కాలక్రమేణా అతని రూపమూ, ధ్యాసా, అతనికోసం దిగులూ, ప్రేమా మాసిపోయినాయి. ఆ మరుపు కృతఘ్నత అనీ, నీచత్వం అనీ తనని తానే నిందించుకుంది. దుష్టురాలననీ, చపలచిత్తురాలననీ, అంత ఉన్నత ప్రేమకు అనర్హురాలననీ తనను తాను తిట్టుకున్నది. తన కామోద్రేకంలో తన నియమాన్ని దాటినందుకు ఆయనకు శాశ్వతంగా చెందిన తన శరీరాన్ని- అర్థాంగాన్ని పరపురుష స్పర్శతో మలినం చేయనిచ్చినందుకు తనని తాను అమితంగా ద్వేషించుకుంటోంది.

తనను నమ్మి యింకో లోకంలో కలుసుకుంటానని వాగ్దానం చేసి చచ్చిపోయిన భర్త తన దోషాన్ని తెలుసుకుని విచారంతో కుంగిపోయినట్టు ఆమె కలల్లో, చీకట్లో, పక్క దగ్గిరా కనబడుతున్నాడు. ఏడుస్తూ చూస్తాడు. కోపంతో బెదిరిస్తాడు. పక్కచుట్టూ తిరుగుతున్నాడే అనుకుని బిగ్గిరిగా తన హృదయమంతా విప్పిచెప్పింది.

మెల్లిగా యేడ్చింది. నమస్కరించింది. క్షమించమంది. బతిమాలింది. లాభమున్నట్టు తోచలేదు. చచ్చిపోవాలని నిశ్చయించుకుంది. ఆ పరిహారం వల్లనేగాని తన పశ్చాత్తాపాన్ని తెలియజెప్పడానికి వీల్లేదు అనుకుంది. తన దగ్గిరకి వచ్చినందు కాయన సంతోషిస్తాడు. వొంటరిగా అట్లా తన వెంట తిరుగుతో వుండడు. కాని, తనని నిరాకరిస్తాడేమో! పోనీ, తన తల్లికి దుఃఖం, దిక్కులేని స్థితి వచ్చి మాడడం; అవమానం, ఇన్నీ వస్తాయి. మళ్ళా చావంటే భయం. ఆత్మహత్య అంటే ఘోరమైన పాపం అని నమ్మకం. దెయ్యాలవుతారని భయం. అయితే దానంతట చావువొస్తే బావుండును. చంపమని దేవతల్నీ, భర్తనీ ప్రార్థించింది. అపాయకరమయిన స్థలాలకు వెడుతుంది. బావి అంచున నడుస్తుంది. కత్తిపీట మీద పడబోతుంది. దీపం మీద కుచ్చెళ్ళు తగిలించబోతుంది. భయమయి వూపిరి బిగించుకుంటుంది.

మూడో నెలలో సుందరమ్మ వ్యవహారం యింటో వాళ్ళకి తెలిసి గుసగుసలు ప్రారంభించారు. త్వరలోనే వెంకట్రామయ్యగారి నోటీసులోకి వెళ్ళింది. ఆయన జీవితాల్ని గురించీ; జీవితంలో అనవసరమయినవీ, లాభంలేనివీ అయిన చిరాకుల్ని గురించి చక్కగా ఆలోచించిన మనిషి. కష్టాలు కలిగినప్పుడూ, నష్టాలు కలిగినప్పుడూ ఏడుపులూ, తిట్లూ, యితరులమీద నింద మోపడాలూ అవివేకమని ఆయనకు తెలుసు. ఒకప్పుడు బ్రహ్మ సమాజంలో పడబోయే అపాయం తప్పించుకున్నాడు. ఆచారాల మూఢత్వం అర్థవిహీనత్వం తెలుసుకున్న తరువాత వాటిని అనుసరించినా ఒకటే - అనుసరించకపోయినా ఒకటే! అనుసరించక తన బంధువులకీ స్నేహితులకీ దూరమయి తల్లికీ, భార్యకీ ఆజన్మాంతం విరోధి అయి, వాళ్ళు ప్రేమించాలనుకున్నా ప్రేమ చూపలేని స్థితిలోకి పోవడం మూర్ఖమనుకొన్నాడు. లోకాన్ని దాని తోవన దాన్ని పోనీక తన తోవకి తిప్పాలనే వెర్రి ఆశ అతన్ని పీడించలేదు.

ఈ ప్రస్తుత వ్యవహారంలో కర్తవ్యమేమిటి అని యోచించాడు. ఎవర్ని తిట్టి ఏమీ లాభంలేదు. జరిగింది జరిగింది. యవ్వనంలో పిల్ల పొరపాటు పనిచేసింది. పిల్ల అట్లాంటి ఆపదలో పడకుండా జాగ్రత్త తీసుకోకపోవడం పెద్దవాళ్ళ తప్పు. సుందరమ్మ తల్లిని పిలిచి ఆమెకు తెలిసిన విషయాలు చెప్పమన్నాడు. ఆమె వూరికే ఏడవడమూ, తన కూతురి దుర్బుద్ధిని తిట్టడమూ తప్ప ఏమీ చెప్పలేదు. ముందు కసిరి ఏడుపు మానిపించాడు. తిట్టడం మానమన్నాడు. "మీరు చూసిన విషయం చెప్పండి" అన్నాడు.

"నేనేమీ చూడలేదు. చూస్తే వూరుకుంటానా?.... అది అట్లాంటి పిల్ల కాదు దానికేదో దయ్యమో......."

"పొద్దస్తమానమూ సుందరమ్మతో వున్న మీరే చూడలేదంటే మీకు కళ్ళు

లేవన్నమాట. ఇట్లాంటిది ఒక నిముషంలో జరిగే పనికాదు. సుందరమ్మ బుద్ధిమంతురాలు, మంచి మనస్థయిర్యం కలది. అట్లాంటప్పుడు పొరబాటున తటాలున జరిగి వుండదు. ఆ పిల్లని తిట్టి ఏం ప్రయోజనం? వినండి ఇప్పుడు మనం చేయకలిగింది ఒకటే పని. దీనికి ఎవరు కారణమో వాణ్ణి తెలుసుకుని యిద్దరికీ పెళ్ళి చేద్దాము."

"పెళ్ళీ! ఏమి పెళ్ళీ!! కొంప ముంచారు."

"నేను ముంచేదేముంది? కొంప యిదివరకే మునిగింది. నేను లేవనెత్తాలని చూస్తున్నాను.... మీ గతి ఏమవుతుంది? నాకు అభ్యంతరం లేదు. కాని, నా భార్య మిమ్మల్ని ఇంటిలో నిలవనీదు. నా బలవంతంమీద వుండనిచ్చినా యిక్కడ మీ బతుకు నీచమవుతుంది. ఆ కూతుర్నీ, ఆ మనుమరాల్నీ పెట్టుకుని ఏమవుతారు మీరు? ఇకముందు ఆ పిల్ల గతేమిటి? ఎవరెవరి చేతుల్లో పడుతుందో. ఏ గతికి వస్తుందో? లోకమంటే ఎరగదే ఆ పిల్ల పాపం! లోకం సంగతి తెలిస్తే - తెలిసేటట్లు పెంచి వున్నట్లయితే యిట్లా అధోగతి పాలయ్యేదా ఆ పిల్ల! వెళ్ళండి. ఎట్లానయినా వాడి పేరు సంపాయించండి" అన్నాడు వెంకట్రామయ్య.

కాని ఆమె మళ్ళీ ఆయన దగ్గిరకు పోలేదు.

సుందరమ్మనే పిలిచాడు. "అమ్మా, రా, యిట్టా, కూచో, ఎట్లా వున్నావు?..... ఏమన్నా చదువుకుంటున్నావా? ఆ వెధవ చంద్రశేఖరం వెళ్ళినప్పణ్ణించీ ఎవరూ చెప్పేవాళ్ళే లేరనుకుంటాను" అంటూ ఆమె ముఖం వంక జాగ్రత్తగా చూస్తున్నాడు.

అనుమానం నిశ్చయమవుతోంది. వాడు మాయమవడానికి కారణం యింకేముంటుంది?

"నీకు అవస్త వచ్చిందని దిగులుపడకు. ఏడ్చి లాభంలేదు. కాని, మళ్ళీ యిట్లాంటిది జరగకుండా వివేకపడు. ఇట్లా మళ్ళా జరిగితే నాశనమయిపోతావు. ఇప్పుడు నీకు సహాయం చెయ్యాలనే ప్రయత్నిస్తున్నాను. జరిగినదానికి వీలయినంతవరకూ పరిహారం చెయ్యాలి....... మరి ఒక్క ప్రశ్నకు జవాబు చెప్పు.... ఎవరు?"

సుందరమ్మ మాట్లాడలేదు. నాలుగయిదుసార్లు బతిమాలాడు. "నన్నడక్కండి" అని నిశ్చితంగా అన్నది. ఆమె హృదయ ఔన్నత్యాన్ని అర్థం చేసుకుని వూరుకున్నాడు.

చంద్రశేఖరమే అయితే ఇంత గొప్ప ఆత్మగల పిల్లని ఆ నీచుడికి కట్టివెయ్యడానికి ఆయన మనస్సు ఒప్పలేదు. కాని, యింకో గతి యేది ఈ క్రూర ప్రపంచంలో? "ఇట్లా జీవుల్ని ఒక అధోగతి నించి యింకో అధోగతికి ఈడుస్తోంది ఈ ప్రపంచం. సుగుణాలు వున్న కొద్దీ గాయపడుతున్నారు ప్రజలు. ప్రతివారూ కన్నువేసి వాంఛించే యవ్వన శోభనూ సహజమైన స్త్రీ కాంక్షనూ కల్గించి, సృష్టి ఉద్దేశం నెరవేర్చే గర్భాన్ని కల్పించి,

178 చలం నవలలు

ఆ కారణాలతోనే అధోగతికి లాగి బహిష్కరించి, ద్వేషించేట్టు చేసి, నలిపి నరకంలో తోసేది బుద్ధీ దయా కలిగిన దేవుడేనా?" అనుకున్నాడు.

"ఆ ఈశ్వరుడికేమీ జోక్యం లేదా? మానవులే ఈ సంఘ స్థితులను కల్పించింది!..... ఆ నీచుడికి ఈ ధీరురాల్ని కట్టడం కన్న వేరుగతి లేకుండా చేసింది ఈ లోకం. పాపం. ఆ వీరేశలింగంగారి వల్ల ఈ మాత్రం మార్గం లభించింది, ఈ ఆంధ్ర లోకానికి! లేకపోతే ఏం చెయ్యాలి ఈ సుందరమ్మని, గొంతు పిసకడం తప్ప?" అని అనుకున్నాడు. ఆలోచించాడు, ఏమీ తోచలేదు.

"ప్రస్తుతం ఈ పిల్ల గతేమిటి? ఈ చేత్తోనే ఈ ఘాతుక కార్యం చెయ్యాలి కాబోలు, మార్దవాన్ని చంపుకొని కఠినత్వం వహించాలి. ఏ కార్యమయినా చక్కగా సాధించి ప్రయోజకుడు కావాలంటే, ఇతరులకు వుపయోగపడి సౌఖ్యం కలిగించాలంటే మనుష్యుడు తన అంతరాత్మనీ, కారుణ్యాన్నీ, న్యాయబుద్ధినీ, యుక్తాయుక్త వివేచననీ చంపుకోవాలి. ఏ వితంతువుల మీద దయచేత ఆ వీరేశలింగం పంతులు త్యాగం చేశాడో ఆయనే ఆ వితంతువుల్ని సర్కసు జంతువులవలె కొరడాతో పాలించక దయతలిస్తే ఒక్క వివాహం చెయ్యగలిగి వుండేవాడా? దయతలచి సామాన్య మానవత్వంతో, సౌభ్రాతృత్వంతో చూశామా – ఈ వితంతు శరణాలయాలూ, బోర్డింగులూ ఒక్కదినం నిర్వహించడానికి సాధ్యమవుతుందా?" అనుకున్నాడు.

ఇక చంద్రశేఖరాన్ని వెతికి పట్టుకుని రావడానికి నిశ్చయించుకున్నాడు. అతని పల్లెటూరు, బంధువుల పల్లెటూళ్ళూ వెతికించి చివరికి ఆయనే సరాసరి ఆ వూరి వెళ్ళాడు. చంద్రశేఖరం హఠాత్తుగా వెంకట్రామయ్యగారు కళ్ళబడేటప్పటికి నివ్వెరపోయినాడు.

"అంతా తెలిసింది" అన్నాడు వెంకట్రామయ్య.

"ఏమిటి?"

"ఇంకెందుకు? సుందరి చెప్పింది."

ఏమంటాడు చంద్రశేఖరం? గుడ్లు మిటకరించాడు.

"నువ్వు చేసిన పని న్యాయం కాదు."

అతను తల వేళ్ళాడవేశాడు.

"నేను నీకు చేసిన మేలుకి చాలా మంచి ప్రత్యుపకారం చేశావు, ఇప్పుడు నిన్ను ఖయిదులో పెట్టించగలను. నిన్ను హతమార్చగలను."

వెంకట్రామయ్యగారి సామర్థ్యంలో చంద్రశేఖరానికి అమితమయిన విశ్వాసం ఉంది. అందులో అతనికి 'లా' అంటే ఏమిటో అసలే తెలీదు. చంద్రశేఖరం వంటి వాళ్ళ ధర్మబుద్ధికి "అప్పీలు" చేసి లాభముండదని వెంకట్రామయ్యగారికి తెలుసు. వాళ్ళ పిరికితనానికి వేడి తగిలించాలి.

"నువ్వు గనక నిజంగా పశ్చాత్తాపపడితే క్షమిస్తాను" అన్నాడు.

వొణికిపోతున్న చంద్రశేఖరానికి గుండె కుదుటపడ్డది. అతను వెంకట్రామయ్యగారి కాళ్ళమీద పడి ఏడ్చి క్షమించమన్నాడు.

"నిశ్చయమేనా?"

"చిత్తం..... పరిహారం శలవీండి.... నా ప్రాణం కావాలన్నా సరే."

"నువ్వు చేసిన పని ఎంత ఘోరమో, తెలుస్తోందా?"

"ఆ"

"ఆ పిల్ల గతి ఏం కాను? జాలి లేదా?"

"ఉంది. బుద్ధి తక్కువ పని చేశాను."

"ఆ పిల్లని ఏ విధంగానన్నా రక్షించగలిగితే ఆ పని చేస్తావా!"

తన మెడ ఏదో ఉచ్చులో దూరుతోందని అనుమానం కలుగుతోంది. కాని, భయమే విజృంభించింది. "చిత్తం. అట్లాగే చేస్తాను" అన్నాడు చంద్రశేఖరం.

"ప్రమాణం చెయ్యి"

ప్రమాణం చేశాడు. "అయితే రాసి ఇయ్యి" అన్నాడు. అతను తాను చేసిన పని సంగతీ, పశ్చాత్తాపపడుతున్నాననీ రాశాడు. టీచరు ట్రెయినింగ్ కాకపోతే అతనట్లా రాసి యిచ్చేవాడు కాదు.

"సుందరమ్మని పెళ్ళి చేసుకో."

"పెళ్ళి! ఎట్లా?"

"వితంతు వివాహం."

ఏమీ అర్థం కాకుండానే "సరే"నన్నాడు చంద్రశేఖరం. బంధువుల్నీ, స్నేహితుల్నీ చూసే వ్యవధి కూడా యియ్యకుండా అతన్ని వెంటబెట్టుకుని బెజవాడకు తీసుకొని వచ్చాడు వెంకట్రామయ్య.

చంద్రశేఖరం మళ్ళీ యింటికి యెందుకు వచ్చాడో సుందరమ్మకి అర్థం కాలేదు. పెళ్ళి ముహూర్తం నిశ్చయమయి అన్ని యేర్పాట్లూ జరిగేదాకా ఆమెకేమీ తెలినీలేదు.

రోగికి యెంత బాధ కలిగించబోతున్నాడో తెలిసి యింక గతిలేక రోగికి తెలియకుండా ఆపరేషన్‌కి తయారుచేసే డాక్టరులాగా పెళ్ళికి యత్నాలు చేస్తున్నాడు. వెంకట్రామయ్య. తనకు పెళ్ళి చేస్తారని తెలిసిందన్న మాటేగాని ఆమె వుద్దేశ్యం అడిగినవాళ్ళు యెవరూలేరు. తనే కలుగజేసుకుని మాట్లాడడానికి సిగ్గు. తల్లికి అసలు ఏమీ తెలీనట్టే వుంది. వెంకట్రామయ్య అసలు కనబడడం మానివేశాడు.

ఆ చంద్రశేఖరం మీద పరమ అసహ్యం ఆమెని బాధిస్తోంది. తాను తన వాళ్ళకి

కలిగించిన వ్యసనానికి ఎంతో బాధపడుతోంది. తన గర్భంవల్ల కలగబోయే ఆపదలు కూడా క్రమగా తడుతున్నాయి. సందేహాలతో కర్తవ్యం తెలీక, సలహా యిచ్చేవాళ్ళు లేక, లోకంలో వొంటరి అయిపోయి, ఒణుకుతూ బిక్కమొగంతో సుందరమ్మ పెళ్ళికూతురయింది రెండోసారి.

పెళ్ళి కాగానే చంద్రశేఖరానికి ఆ వూళ్ళోనే బ్యాంక్‌లో వుద్యోగమిప్పించి కాపరాన్ని యేర్పరచి తన చేతులు దులుపుకున్నాడు. వెంకట్రామయ్య. పెళ్ళి కూడా తనకేమీ సంబంధం లేనట్టు దూరాన్నించే చేయించాడు.

ఇక సుందరమ్మ తల్లి ఆ వూరే వదలి యాత్రలకి వెళ్ళిపోయింది.

6

కాపరం ప్రారంభించిన వారం రోజులలో చంద్రశేఖరం తరహా మారింది. తన పోషకుడూ, ధనవంతుడూ అయిన వెంకట్రామయ్యగారి మేనకోడలు – తనకి అందని వేగుచుక్క. ఆమె ఒక్క కిరణం తనమీద ప్రసరిస్తే తన జీవితం ధన్యమవు తుందనుకున్నాడు– ఆమె తలంపులతో, సంబంధించిన భావాలన్నీ ప్రబంధాల్లోంచి ఏరుకున్నవి అతని దృష్టి ఆమె సౌందర్యం మీదా – అతని ఆశ ఆమె కరుణమీద నిలిచాయి అప్పుడు. ఇప్పుడా సుందరమ్మే అతని భార్య అయింది. తాను దూరాన్నించి చూసి, మురిసి తామరపువ్వులతో పోల్చి భ్రమసి వర్ణించిన ఆమె చేతులు తాకగానే తన వొళ్ళంతా పులకరింపజేసిన ఆమె వొళ్ళు – ఇప్పుడా చేతులే – ఆ వేళ్ళే కాయలు కాసేట్టు రుబ్బుతున్న కందిపచ్చడి రుచిమీద నిలిచింది అతని మనస్సు. ఆమె చర్మపు బంగారు నునుపుకన్న ఆమె అంట్లు తోమకపోతే దాసీదానికి ఖర్చయ్యే వెండిరూపాయి ఎక్కువ విలువగలదయింది.

అతను ఆమెని ప్రార్థించడం, ఆమె దయని పొందడం అనే భావమే పోయి తనకి ఆమె చేసే సేవలో లోపం చేస్తున్నదే. గౌరవం చెయ్యడంలేదే, తన కోపానికి ఆమె జడవడం లేదే అనే ఆలోచనలు కల్గుతున్నాయి.

ఆమె చేత యెన్ని విధాల సేవ చేయించుకోవచ్చో, ఆమె శరీరకష్టం వలన తానెంత రుచి పొందవచ్చో యోచిస్తున్నాడు.

దరిద్రుడు ఆకస్మాత్తుగా ధనవంతుడయితే దుబారాకోరన్నా అవుతాడు, లేక పిసినిగొట్టుగానన్నా మారతాడు. పదిహేను రూపాయల జీతం దొరికితే మహాభాగ్య మనుకున్న చంద్రశేఖరానికి యిరవై అయిదు రూపాయల గుమాస్తాగిరి చాలా అదృష్టంగా తోచింది. జీవితమంతా పల్లెటూరి బడిపంతులనే మహాకూపంలో నివసించడానికి సంసిద్ధుడయిన అతనికి ఈ ప్రపంచం ద్వారాలే తెరుచుకుని గొప్ప జీవితాలకూ

పదవులకూ ఆహ్వానిస్తూన్నట్టయింది. తన పాత స్కూలు టీచర్లకూ నమస్కరించే అవసరం లేకుండా వీధుల్లో దుకాణాల్లో సరిసమానంగా తిరగగలగడం అతనికి గొప్పగా వుంది. తన ఆచారాన్నీ, సనాతన పద్ధతినీ వొదులుకున్నందుకు తాను చాలా తెలివిగల పనిచేశానని ఆనందపడ్డాడు. సుందరమ్మ తోటి తన పూర్వ సంబంధంలోని సౌందర్యం మరిచిపోయి అదంతా తన పురోభివృద్ధికి తాను వివేకంగా చేసిన యత్నమని గర్వపడుతున్నాడు.

గొప్ప పదవుల్ని యితరుల అనుగ్రహం వల్ల సంపాయించినవాళ్ళు ఆ అనుగ్రహించిన ఉపకారుల్ని త్వరలో మరచిపోవడానికి ప్రయత్నిస్తారు. కృతజ్ఞతా భారాన్ని మనుష్య స్వభావం భరించలేదు. కనుక తమలో వున్న ఆధిక్యతే తమకా పదవిని యిచ్చిందని, అనుగ్రహాన్ని సంపాయించిన తమ వివేకమే తమకి సహాయం చేసిందని సమర్థించుకుంటారు. తరవాత త్వరలోనే తమ జాతకమో – అదృష్టమో తాము కొలిచిన దేవతో తమకా పదవినిచ్చిందని సమర్థించుకుని తమమీద అభిమానంచేత తమకి యితరులు సహాయం చేశారనే సంగతి మాత్రం మనస్సుల్లోంచి వొదిలించుకుంటారు. అట్లానే చంద్రశేఖరం కృతజ్ఞతను మరిచి వెంకట్రామయ్యగారు తమ విద్యుక్తధర్మ ప్రకారమే తనకు పని యిప్పించారనీ, సుందరమ్మని పెళ్ళి చేసుకోడం ఆయనకి ఉపకారమనీ, పయిగా తనే మామూలు పెళ్ళి చేసుకుంటే తాను గుమాస్తా గనుక నాలుగయిదు వేలు కట్నం వచ్చి వుండేదనీ, తనకి ఆయన ఒక్క ఐదువందలయినా, చివరికి ఒక్క బైసికిలన్నా యిచ్చాడు కాదని అనుకున్నాడు. ఎట్లాగయినా ఆయన దగ్గిర్నించి ఆ విలువ రాబట్టాలి. తనకు జన్మలో పెళ్ళికి పిల్ల దొరుకుతుందా! పాలఘాటు పిల్లను చేసుకునేట్లయితే వెయ్యి రూపాయలు యెన్నేళ్ళకి పోగవుతాయి అని తాను దిగులుబడ్డ రోజులు జ్ఞాపకం లేవు.

అదిగాక యీ వచ్చే యిరవై అయిదు రూపాయలలో సగం సుందరమ్మ చీరలకీ, భోజనానికీ ఖర్చయితే తనకు మిగిలే లాభమేమిటి? సంసారం డబ్బుమీద ఆధారపడడం వల్ల, సంసార్లకు వాళ్ళ ప్రేమ, వాళ్ళ అందం వాళ్ళ నవ్వులు అన్నీ డబ్బుల లెక్కల మీద ఆధారపడతాయి. వూరికే వచ్చే ఎండా, వెన్నెల అందంగా కనబడ్డట్టు ఎలక్ట్రిక్కు దీపాలు కనబడవు. దృష్టి అంతా ఖర్చు అవుతుందన్న డబ్బు మీదే వుంటుంది.

అట్లానే సుందరమ్మ మీద ప్రేమా, ఆమె అందంలో ఆనందం అన్నీ పోయి యెంత భోజనానికి ఖర్చు అవుతుందో, యే చీర ఆమెకు అందంగా వుంటుందో దృష్టిపోయి యెంత చవకలో చీరె కొనవచ్చుననే ఆలోచనే వస్తోంది. ఆమె తిరుగుతూ వుంటే ఆమె చక్కని బుజాలని కప్పే పమిట విసురును చూడడం బదులు దేనికన్నా పట్టుకుని చిరగదు గదా, సరిగా పక్కకి దోపుకుంటేనేం? అనుకుంటాడు.

తన తోడు-నీడ, తన భార్య-సహధర్మచారిణి, తనని నమ్మి కష్టసుఖాలు తనతో పంచుకోడానికి వచ్చిన సుందరమ్మ మీదకన్న, తనతో రహస్యంగా - అయిష్టంగా వ్యభిచారం చేసిన సుందరమ్మ మీద అతనికి గౌరవం యెక్కువ. అతనికే కాదు. అందరికీ అంతే. అది పవిత్ర వివాహ ఫలితం.

పూర్వం వివాహం కానప్పుడు మొదట్లో, "సుందరమ్మగారూ" అని పిలిచాడు. మోహించిన తరువాత "సుందరీ-త్రిలోక సుందరీ-మృదుపద్మ గంధ సుందరీ" అని సొంత కవిత్వం పెట్టాడు. పెళ్ళి అయిన కొత్తలో "ఒసేవ్-ఏమేవ్" అన్నాడు. వారం రోజులయే సరికి "గాడిదా, కళ్ళు లేవుటే ఈ పచ్చడిలో యింత కారం తగలేశావేమే నీ తెలివి తగలడ" అని యింకోరకం కవిత్వం ప్రారంభించాడు.

"గొప్ప యింటి పిల్లని చేసుకున్నప్పుడు మొదటినుంచీ అధికారం చూపకపోతే నెత్తిన యెక్కుతుంది. తరువాత భార్యకి చనువిస్తే తన చిక్కులకి అంతం వుండదు" అని, తనే లోకంలో మొదటిసారి ఆ సంగతి కనిపెట్టినట్టు అనుకుంటున్నాడు. అన్ని దిక్కులా, యెక్కడ చూసినా "నేను-నాది-నా భారం-నా స్వంతం-నా బాధ్యత" అనిపిస్తోంది. ముఖ్యంగా ఉద్యోగం, తరువాత యిల్లు - ఒకచోట బాధ్యత, యింకోచోట అధికారం. తాను ఆఫీసులో బానిస. ఇంట్లో సుందరమ్మ తన బానిస. అంటే బానిసకు బానిస. లోకమంతా ఒక సిస్టం - అధికార్లూ, తాబేదార్లూనూ. గృహమూ అంతే. ఈ ఉద్యోగం పోతే తనకు దిక్కులేదు. కనుక యే ఆజ్ఞనూ - యే పరాభవాన్నీ న్యాయంగాని అన్యాయంగాని భరించాలి. తనని మనిషిగా కాకుండా మరలాగ చూసి రాత్రింబవళ్ళూ పనిచేయిస్తే చెయ్యాలి. సాయంత్రం యింటికి పోనిస్తే, ఆదివారం ఆఫీసుకి రానక్కర్లేదంటే, అది అధికార్ల దయ.

లోకంలో చాలామంది మనుసులూ, ఆత్మలూ యిట్లా మరలో పెట్టి ఒత్తిన పుస్తకాలవలె అణిగిపోతాయి. "పని-పని-పని" యింతపని, ఆత్మల్ని పిండి, ఆనందాన్ని నశింపచేసి, మనుషుల్ని మరలుగా చేసి నీచుల్నీ, బానిసల్నీ చేసే యింతపని! ఈ ఆనందమయ జీవితంలో యింత పని అవసరముందా?.... చివరికీ అంతపనీ మనుష్య స్వభావానికే అవసరమని గొప్పవారు కూడా అనే స్థితికి వచ్చింది ప్రపంచం.

ఈ భావాన్నే చంద్రశేఖరం తన సంసారంలోకి తీసుకొచ్చాడు. తానింత కష్టపడుతూ వుంటే తానింత బానిస అయిపోతే తన కష్టార్జితం మీద ఆధారపడుతూ తన రూపాయల్ని తరుగుచేసే మనిషి తనకన్న ఎందుకు తక్కువ కష్టపడాలి? ఆమె తన మాటకి యెదురు చెప్పినట్లు తను ఆఫీసులో యెదురుచెబితే!... తన మాటల్ని నిర్లక్ష్యం చేస్తే డిస్మిస్ కదా! మరి తను యీమెని డిస్మిస్ చేస్తే?... చాలామంది

భార్యలు దొరుకుతారు. తనకిప్పుడు బాంకి గుమాస్తా పని! ఇరవై-పైగా ఐదు రూపాయల జీతం. వితంతు శరణాలయం నిండా కులుకులాడుతూ మగవాడు కనబడితే చాలునని కిటికీల్లోంచి ఆత్రంగా లోకాన్ని వెతికే కామాగ్నితో దహించుకుపోయే వితంతువులు యెంతమంది లేరు! - దీన్ని తరిమేస్తేనేం?... వెంకట్రామయ్యగారు తన పని తీసివేయించగలడా? హెడ్ గుమాస్తా - ఆయన పనినంతా చూసిపెట్టే తనబోటి గుమాస్తాను ఒదిలి పెడతాడా?

అనాథ-దిక్కులేదు-తల్లిదండ్రులు లేరు. వున్నా కనికరించరు. డబ్బు లేదు సంపాయించుకోలేదు. అది తలచుకున్నప్పుడల్లా చంద్రశేఖరానికి తన గొప్పతనము వెల్లడి అవుతూ వుంటుంది.

అధికార్ల కింద త్వరలోనే తరిఫీదయి, మజ్జిగలో చీమపడిందనీ తన చొక్కాకి కుట్టు పక్కకు వచ్చిందనీ, స్నానానికి నీళ్ళు వేడిగా లేవనీ తిడుతున్నాడు చంద్రశేఖరం సుందరమ్మని పీట తగిలితే యెందుకు ఆ పీటని దోవలో వుంచావంటాడు. "అజాగ్రత్తగా వుంటే తగలదా?" అని సుందరమ్మ అంటే ఎదురు చెప్పడం అంటాడు. ఒకరిమీద ఆధారపడడంలోనే వుంది ఈ నీచత్వం.

కొద్దిరోజుల్లోనే అతనికి సుందరమ్మ మీద అనుమానం యేర్పడ్డది. ఆమె స్వభావాన్ని గుర్తించలేకపోయినాడు. తనకు ముందు యెందర్ని మోహించిందో - తను అజాగ్రత్తగా వుంటే యింకెందర్ని మోహించి తనని మోసం చేస్తుందో అనే అనుమానం పుట్టింది. తన భార్యని యితర పురుషుడు తాకుతాడేమోనని పౌరుషమేగాక, తను కష్టపడి సంపాయించిన ఆస్తిని ఏమీ ఖర్చులేకుండా యింకోడు అనుభవిస్తాడే అనే బెంగా, లేచిపోయి తనను నవ్వులపాలు చేస్తుందేమోననే భయమూ పట్టుకుంది. ఆమెకి తనమీద యిష్టం లేకపోయినా తన దొంగవేషాలకి వెర్రిది లోబడ్డది గదా! ఇంకోడు ఆ వేషాలు వేస్తే!... ఆమెకి తనమీద ప్రేమ వున్నట్టే వుంది. లేకపోతే యెందుకు పెళ్ళి చేసుకుంటుంది? కాని, మొదటి భర్తని మరచిపోలేదా?

ఆమె అందమే అతనికి పరమ శత్రువయిపోయింది. ఎంత ముసలివాణ్ణి గాని, నీతిపరుణ్ణిగాని - ఆడవాళ్ళని సహితం "ఏమి అందమా" అని నిలుచోపెట్టగలది సుందరమ్మ ఠీవి! ఎవరు ఆ అందాన్ని మాటలతోగాని, కళ్ళతోగాని మెచ్చుకున్నా అతనికి విషాదం యెక్కువవుతోంది. పొరుగుమనిషి "ఎంత అందమయిన దానవమ్మా! మీదే వూరు?" అంటుంది. కట్టెలు వేసినవాడు ఆశ్చర్యంతో మైమరచి ఎవరో దేవతని చూసినట్టు ఆమెవంక చూస్తూ నుంచుంటాడు.

తన భార్యకి ఇంత అందం యెందుకు? తనకి పనిచెయ్యడానికి ఇల్లు

కనిపెట్టుకొని వుండడానికీ ఇంత అందం యెందుకు? ఎవరో మేడల్లో పహరాలు పెట్టుకుని దాచుకోగల వాళ్ళకిగాని తనకెందుకు ఈ అందం? దీపం పెట్టుకో డబ్బులేనివాడికి పెద్దమేడ లభించినట్టు వుంది.

తన పరువెప్పుడో కూలదోస్తుంది. ఇంత అందం ఆగదు. ఎవరన్నా కావలి వుంటే బావుండును. తన తల్లి మీద చప్పున ప్రేమ కలిగింది. అన్ననీ, తల్లిని వదలి ఎప్పటి నుంచో యెక్కడెక్కడో చదువుకున్నాడుచంద్రశేఖరం. ఇప్పుడామెని ప్రేమతో పిలిస్తే? - ఈ వివాహం ఆమె అంగీకరించలేదు. ప్రయత్నించి తీసుకురావాలి. కొంత కుదుటపడుతుంది గుండె. కాని, ఆమె భోజనం యెక్కడ చేస్తుంది?... ఈ ఆలోచనలో తల్లిమీద ప్రేమ యెక్కువయింది.

ఈ సుందరమ్మ తననీ తన బంధువుల్నీ విడదీసింది. తనను మోహంలో ముంచి మోసపుచ్చి వెలిలోకి దింపింది. తనకేమి లాభం - యీ అందం? ఎందుకిది? ఒక పండుగలేదు. అత్తవారు తీసుకెళ్ళడం లేదు. బట్టలు పెట్టటం లేదు. మోహించి అనుభవించినంత మాత్రంచేత ఆడవాళ్ళని పెళ్ళి చేసుకుంటున్నారా అందరూ?... నీతిపరుడు గనుక తాను ఒప్పుకొని పెళ్ళి చేసుకున్నాడు. సుందరమ్మ భర్త బతికివుంటే బావుండేది. అప్పుడు యీ పెళ్ళి చేసుకునే అవసరం తప్పిపోయేది. దయతలచి తాను చేసుకోకపోతే దీని గతి యేమయేది? పయిగా గొప్పదానిలాగా నీలుగుతుంది.

భార్యలో స్వేచ్ఛనీ, తన కర్థంగాక తనకి లోబడక మిగిలిన స్వభావాన్ని క్షమించలేదు పురుషుడు. ముఖ్యంగా సుందరమ్మ సహజ ధిక్కారాన్ని సహించలేకుండా వున్నాడు చంద్రశేఖరం. ఎంత గాయం చెయ్యాలా, యెట్లా తన పాదాలమీద పడి కరుణించమని యేడ్చేట్టు చెయ్యాలా అని ఆలోచిస్తున్నాడు.

సుందరమ్మకి మొదటినుంచీ యీ కాపరం కంటకంగానే వుంది. చంద్రశేఖరాన్ని చూస్తే ఆమెకు ప్రేమలేదు. అటువంటివాణ్ణి ప్రేమించటం స్వభావ విరుద్ధం. అతనితో కలిసి వుండడంవల్ల, అతని బోధనలవల్ల, బాధవల్ల, కొన్ని యేళ్ళకి క్రమంగా ఆమె స్వభావం కూడా నీచత్వం పొందితే అప్పుడు ఒకటే ఆశయాన్ని ఆరాధించడంలో యిద్దరూ ఐక్యమవుతారు. అంతవరకూ తృణీకారం ఆమె మానలేదు. అతని దౌర్జన్యం ఆమెకు కష్టం కలిగించింది. కాని, ఆశ్చర్యం కలిగించలేదు. తన వంశపు పూర్వ వనితల అణకువా, సత్ప్రవర్తనా మొదలయిన గుణాలు ఆమెలో యిమిడిపోయినాయి.

ఈ జన్మకి తన గతి యింతేనని సర్వమయిన ఆశలూ వొదులుకొని ఒక విధమయిన జడత్వం పొందిందామె. ఇదే ధర్మమనే సులభమైన నమ్మకం ఆమెకు సహాయం చేసింది. భర్త యెటువంటివాడో అనే ప్రమేయమే లేదామెకు. అగ్నికి వేడీ,

తేలుకు కుట్టే స్వభావమూ ఒకరు కల్పించినవి కావు. భర్త స్వభావమూ అంతే. అనుభవించవలసిందేగాని అనుకొని లాభం లేదు. ఇక యే ప్రయత్నమూ లేకుండా దిగులు పడకుండా నిశ్చలత్వమూ విరక్తి అనే కవచంతో వుంది సుందరమ్మ.

కాని, యెవడు మొన్నటిదాకా తనకన్న కిందమెట్టుమీద నుంచున్నాడో, తన దయకోసం తన అంగీకారం కోసం పరితపించి కాళ్ళు పట్టుకున్నాడో, వాడు యీనాడు తన అధికారయి, తనని ఆజ్ఞాపిస్తే మహారాణి లాగా ఎవడికి తాను మోహ వరాలిచ్చిందో వాడు ప్రభువయి తన హక్కయిన అమూల్యానందాన్ని లాక్కుంటే ఆమె శరీరం మీదనే ఆమెకి అసహ్యం కలిగింది. అతని అధికారమూ, అనుమానమూ, నీచపరిహాసమూ ఆమెనెంత బాధించినా పవిత్ర బ్రాహ్మణ కుటుంబాలలో అటువంటి దౌర్జన్యాలు సాధారణంగా వుంటాయని ఆమెకు తెలుసును గనుక, ఆమె 'ప్రపంచ స్వభావమే అంత' అని మాట్లాడకుండా తలవంచుకొని వూరుకొంది.

ఆచారం వల్లనూ, పెంపకం వల్లనూ, సుందరమ్మకి వితంతు వివాహం ఘోర పాపాలలో ముఖ్యమయిందని నమ్మకం, గతిలేక ఆలోచించే వ్యవధానంలేక, శక్తిలేక, తన కాశ్రయమిచ్చిన కుటుంబానికి అపకీర్తి తెస్తున్నాననే భయంతో వొప్పుకొంది. కాని, ఆ పాడుపని చేయకముందు ప్రాణం అర్పించి వుండేది. ఎక్కడో యెవరో దిక్కుమాలినవాళ్ళు, తలచనన్నా తలచకూడనివాళ్ళు, కిరస్తానులయిపోయి మళ్ళీ పెళ్ళిళ్ళు చేసుకొంటారని చిన్నప్పుడు విన్నది. వాళ్ళను చూడడం కూడా దోషమనుకొంది. గోబ్రాహ్మణ హత్యకన్న వ్యభిచారంకన్నా గొప్ప పాపమనుకొంది. చంద్రశేఖరంతోగానీ, యింకెవడితోగానీ జన్మమంతా రహస్య సంబంధానికి వొప్పుకొనేదేమో గాని వివాహానికి మాత్రం వొప్పుకొనేది కాదు. వితంతు వివాహం అంత నీచమనే అభిప్రాయంతో ఆమె పెరిగింది. ఎంతో జాగ్రత్తతో, ధైర్యంతో, విజ్ఞానంతో యోచించినవారి మనసులలో తప్ప సాధారణపు ప్రజల నీతి అభిప్రాయాలన్నీ హేతువాదం మీద ఆధారపడి వుండవు. చిన్నప్పటినుంచీ గౌరవనీయు లయిన వారు ఏ విధంగా తలస్తున్నారో, దండిస్తున్నారో ఆ పద్ధతుల మీద నీతిని గురించిన అభిప్రాయాలేర్పడుతాయి. అవి నాటుకున్న తరువాత వాటి అన్యాయమూ, హేతువైరుధ్యమూ విశదంగా యెత్తి చూపించినా కూడా గుర్తించలేదు. ఒకవేళ గుర్తించినా ప్రయత్నించి కూడా వాటి ప్రాబల్యాన్ని మనసులోకి రానిచ్చి వొదిలించుకుని తమ ప్రవర్తనని దిద్దుకోలేరు. ఒకసారి ఆచారం యేర్పడ్డ తర్వాత అది వేదకాలంలో లేదనీ, శాస్త్రాలన్నీ ఖండిస్తున్నా యనీ, సైన్సు ప్రకారం హానికరమనీ, అర్థవిహీనమనీ బోధించినా ప్రయోజనం లేదు. ఆ ఆచారం నశించాలంటే కొందరు ఆ ఆచారానికి తిరగబడి వ్యతిరేకంగా ఆచరించడమే మందు. వితంతు వివాహం

శాస్త్రసమ్మతమనీ, న్యాయమనీ రాసిన వ్యాసాలన్నిటికన్నా, ఉపన్యాసాలన్నిటికన్నా ఒక్క వివాహం జరిపించడం ఎక్కువ మార్పుని తీసుకుని వచ్చింది. ప్రజలు తాము చేసిన పనిని సమర్థించడానికి శాస్త్రాల్ని పిలుచుకుని వొస్తారు. కాని, శాస్త్రాలను ముందుగా అడిగి ఆ ప్రకారం బతకరు.

వివాహమయి తన స్థితి ఆలోచించుకోడానికి వ్యవధి దొరకగానే సుందరమ్మకి తన రక్తంలో వున్న ఆలోచనా పద్ధతులన్నీ తిరగబెట్టాయి. ఈ వివాహంవల్ల తాను ఘోర పాపం చేశాననుకుంది. తనను కనిపెట్టి వున్న భర్తకు మహాగ్రహం తెప్పించాననుకుంది. ఈశ్వరుడికే తనమీద క్రోధం కలిగింది. తన జన్మ అంతా ఆపదలమయం కాబోతోంది. ఆ విపత్తుల కన్నిటికి కారణం ఈ చంద్రశేఖరమని అతన్ని అమితంగా ద్వేషించింది. అదిగాక శరీర స్థితివల్లనైతేనేం పెళ్ళి అయినా అతనితో శరీర సంబంధం మానుకుంటే కొన్ని పరలోక ఆగ్రహాలను తప్పించుకోవచ్చుననే ఆశతోనైతేనేం, అతన్ని తన దగ్గిరికి వస్తే తప్పించు కోవాలని చూసింది. జన్మ అంతా విడిగా వుండటానికి నిశ్చయించుకుంది. పెళ్ళి అయిందన్న మాటే గాని వాళ్ళిద్దరూ ఒక్కసారయినా ప్రేమగా మాట్లాడుకోలేదు. ఒకర్నొకరు పరమ శత్రువులవలె భావిస్తున్నారు.

తనని నిరాకరించడానికి కారణం పరాకర్షణ అని నిశ్చయించుకుంటున్నా డతను. ఈ భయమంతా ఒక వేషమనుకున్నాడు. ఇటువంటి విపరీత ద్వేషాలతో ప్రారంభ మయింది వారి పవిత్ర సంసారం.

7

సుందరమ్మ గర్భానికి ఆరోనెల వొచ్చింది. గర్భవతిగా వున్న యువతికి జరగవలసిన సరదాలు, ముచ్చట్లూ, తంతులూ యేమీ జరగటం లేదు. జరగడానికి వీలూ లేదు. అనుకోడానికి పెద్దవాళ్ళూలేరు. ఖర్చు పెట్టడానికి డబ్బూలేదు. ఆమె బాధలుగానీ, యెక్కువైన ఆమె ఆకలి విషయంగానీ, రాబోయే కష్టాన్ని గురించిన ఆమె భయాలుగానీ వినేవాళ్ళు కూడా లేరు. మొదటిది వితంతు వివాహం రెండోది పెళ్ళయిన రెండు నెలలకే ఆరునెలల గర్భం, కొత్త మనుష్యులు, కొత్త కాపరం అందుచేత యిరుగుపొరుగు వారెవరూ మాట్లాడరు. ఇంటిపని అంతా సుందరమ్మే చేసుకోవాలి. ఏమి సంభవించినా సరే, చంద్రశేఖరంతో మొరపెట్టుకోడంగానీ, అతని కనికరాన్ని అన్వేషించడంగానీ, ఆమె చెయ్యదలుచుకోలేదు. శరీర కష్టం కన్నా మనోవేదన యెక్కువగా వుంది. ఏ ఆచారమూ, పండుగా లేకపోవడం కిరస్తానీగా తోచింది. ఏ పూజా లేదు. బ్రాహ్మలు రారు. దాసీది కూడా తక్కువజాతి యిళ్ళలో పనిచేస్తున్నట్టు చూస్తుంది.

ఇట్లా దేవతల్ని ఉపేక్ష చెయ్యడం వల్ల గొప్ప ఘోరాలు కలుగుతాయని ఆమె నమ్మకం. వెంకట్రామయ్యగారి యింటిలో ఆయన కాకపోయినా ఆడవాళ్ళు పూజలూ, పండుగలూ, వ్రతాలూ అన్నీ ఆచరిస్తారు. ఇప్పుడు ఆమెకు దేవతలు కలల్లో కనబడి బెదిరిస్తున్నారు.

సంఘం నుంచి విడిబడ్డవాళ్ళు సంఘానికి ఏదో వ్యతిరిక్తంగా నడుచుకుని వుంటారు. వ్యతిరిక్త ప్రవర్తన న్యాయమనీ, సంఘ మూర్ఖత్వమే తమని వెలిబరిచిందనీ విశ్వాస ముంటేనేగాని వొంటరితనాన్నీ, సంఘ నిర్లక్ష్యాన్నీ, తిరస్కారాన్నీ ప్రజలు భరించలేరు. తాము సత్యాన్ని నమ్మామనీ, సంఘానికి ఆదర్శం చూపుతున్నామనీ వుండే విశ్వాసమే వారికి బలమై, "లోన్లీ"గా వుండడం యిబ్బంది లేకుండా కాపాడుతున్నది. తమ బాధకు అర్థమూ, ప్రయోజనమూ వున్నదని సమర్థించుకోగలరు. ఇతరులు తమని దూషిస్తే ప్రజల మూర్ఖత్వమని సంస్కర్తలు నవ్వుకుంటారు గాని ఆగ్రహపడరు. తాము తమ జీవితంలో అవలంభించిన సంస్కరణం, ఆత్మ సంస్కారానికే గాక, సంఘ సంస్కారానికి వినియోగ పడుతోంది గనుక! కాని, వితంతు పునర్వివాహం వారికి చాలామందికి ఈ చిత్త సంస్కారం లేదు. చాలామంది సంఘంలో గతిలేక భార్యకోసం వెలిపడ్డవారు. చాలామంది స్త్రీలు కామాన్ని పరిపాలించుకోలేక భర్త అనే పేరుతో పురుషమృగం దొరికితే చాలునని ప్రపంచంమీద పడ్డవారు. వారి సంస్కరణంలో వారికే విశ్వాసం లేదు – కామంలో తప్ప. అందుచేత "విధవా వివాహం వాళ్ళు" అని వెక్కిరిస్తే, బాధపడతారు, ఆగ్రహపడతారు. "అవును. యేమి! వితంతు వివాహం చేసుకోగలిగిన ధైర్యం గలవారము, బలవంత వైధవ్యాన్నించి స్త్రీలని కాపాడ్డానికై సంఘ బహిష్కారాన్ని భరిస్తున్న వివాహంవల్ల సుఖం గానీ, శాంతిగానీ లాభం పొందని సుందరమ్మ ఈ బహిష్కారం వల్ల చాలా బాధపడ్డది.

స్వభావం వల్ల తన తోడివారి స్నేహాన్నీ, ప్రేమనీ అభిలషించేది ఆమె. తను చేసిన దోషం మరచి, యిరుగుపొరుగువారిని అతి ఉత్సాహంతో పలకరించి ఆహ్వానించి వారికోపం చూపులతోనూ, దొంగ తప్పించుకోడాలవల్లనూ గాయపడ్డది. లోకం వున్నది వున్నట్టు ఆమెకి నివాసయోగ్యంగానే వున్నది. ప్రజలు మంచివారుగానే వున్నారు. వారిలో లోపాలకంటే వారి సుహృద్భావమే గోచరిస్తుంది. ఆ సరళ హృదయురాలికి, వాళ్లు నవ్వి చక్కగా మాట్లాడితే చాలు, వారి జీవితమూ, అభిప్రాయాలూ యెట్లాంటివైతే తనకేం? వారిని కూడా తనను అట్లానే చూడమంటుంది. వారి క్రూరత్వానికి కారణం కనబడదు. ఈ వివాహం వల్ల తాను అసలే బాధపడుతోంది. జాలికి బదులు వారు క్రౌర్యం యెందుకు చూపుతారా అనుకుంటుంది.

పురుడికి మంత్రసాని తప్ప యెవరూ లేరు. చిన్నప్పుడు తాను చూసిన

కాన్పులూ, ప్రసవించిన స్త్రీకి కలిగిన ఆదరణా, తల్లిని కాగలిగాననే గర్వమూ, యితరులు చూపే శ్రద్ధవల్లా చదువువల్లా పూరటా, బిడ్డకి వారు చూపే గొప్పతనమూ, "ఎటెన్షన్" తలుచుకుని, తన వంటరి బతుక్కీ బాధకీ యేడ్చింది. ఆ బిడ్డ అందం ఎవరికో చూపాలని వుంటుంది. పోలికలు అందరూ గుర్తుపట్టాలనిపిస్తుంది.

"మా అబ్బాయీ మా అమ్మా ఒక పోలికేనమ్మా! తెల్లగా వుంటాడు" అంది పట్టలేక దడివెనక అంట్లు తొలుచుకునే వితంతువుతో.

"ఆహా! అవును. తెలుపులో కూడా అందం లేకపోలేదు" అని తొలవకుండానే కొన్ని గిన్నెలను తీసుకొని యింట్లోకి పోయింది.

"అప్పుడే నన్ను చూసి 'వూ' అనిందమ్మా!" అంది పొరుగింటి వంటావిడతో.

"అవును. కొందరు పిల్లలకి అట్లానే అతితెలివి. జాగ్రత్తగా వుండాలి" అంది. పత్యం చేసుకోలేక, పిల్లకి ఉపచారం చేసుకోలేక, ఎట్లా చేసుకోవాలో తెలీక బాధపడ్డది సుందరమ్మ. తనతో 'కంప్లెయింట్' చేయకపోవడం వల్ల చంద్రశేఖరానికి ఆమె కష్టాలు తెలీవు. తెలుసుకోతలచుకోలేదు. ఆమెకి మాతృత్వమెంత కొత్తో, అతనికి పితృత్వమూ అంతే కొత్త. పిల్లని సృష్టి యిచ్చింది గనుక హృదయంలో ప్రేమనీ స్తనంలో పాలనీ ఏర్పరిచింది కనుక యింక యేమీ అవసరం లేదనీ, మృగాలలో వలెనే తల్లి కూడా సహజంగానే పిల్లని జీవితానికి తయారుచెయ్యడం తెలుసుననీ అనుకుంటారు. తినాలంటే వంటా, తిరగాలంటే కట్టూ, మాట్లాడాలంటే భాషా, బతకాలంటే నీతి, ముందు నేర్చుకోడం ఎంత అవసరమో పిల్లల్ని పెంచే విధం కూడా నేర్చుకోడం అంత అవసరమేనని గుర్తించరు. భర్తని ఆకర్షించాలన్నా, స్త్రీ మృగాలకన్నా ఎక్కువ నేర్పు కలిగి వుండాలని వొప్పుకోరు.

సుందరమ్మ బారసాల చేసుకోవాలని పట్టుపట్టింది. చంద్రశేఖరం చాలా ప్రయత్నించాడు. కాని ఒక్క బ్రాహ్మడూ దొరకలేదు. ఆ వితంతు వివాహాల ఆయనకి బారసాల మంత్రాలు రావు. ఆ మంత్రాలు చదివి దేవతలని ఆహ్వానించనందుకు వారికి ఆగ్రహం కలిగిందని ఆమె భయం. ప్రస్తుత హిందూ ప్రపంచంలో వుత్త మంత్రపు శబ్దాలూ వాటితో చేసే అర్థంలేని కలాపాలూ మిగిలాయి. అసలు దేవతల్ని, వారిని చూస్తే భక్తి భయాల్నీ మరిచిపోయినారు. బారసాలలూ, పెళ్ళిళ్ళూ చావు కర్మలూ వీటికి మత సంబంధమైన అర్థం వూడిపోయింది. సంఘ సంబంధమైన అవసరమే మిగిలింది. మర్యాద కోసం, భేషజం కోసం, తక్కినవారి అమర్యాదకు దడిసీ, ఆ తంతులు నడుపుతున్నారు. ఆ కర్మలలోని మంత్రాలవల్ల ఏ దేవతల్ని ఆహ్వానిస్తున్నారో, ఏ శక్తుల్ని ప్రజ్వలింపచేయ వుద్దేశ్యపడుతున్నారో, ఏ ధర్మాల్ని, ఏ విధుల్ని పరిపాలిస్తామని

ప్రమాణాలు చేస్తున్నారో ఎవరికీ పట్టవు. అర్థంకావు. ఆ దేవతల ప్రమేయమే అక్కర్లేదు. కాని పాపం సుందరమ్మ హృదయంలో మాత్రం వారి అసలు "స్పిరిట్" వుండిపోయింది. ఆ దేవతలు తృప్తిపడి, ఆశీర్వదించాలి. పంచభూతాలు తన శిశువుని పోషించి కాపాడతామని అభయమివ్వాలి. అట్లా చెయ్యకపోతే జీవితం అపాయంలో పడుతుంది. తన బిడ్డ ఏ దేవతల సహాయమూ లేక అనాథ ఐపోయింది. మంత్రాలతో సంప్రీతుల్ని చేసి ఆహ్వానించందీ, ఆ దేవత లెందుకు ఆశీర్వదిస్తారు? ఇక ఆ బిడ్డకి తానే దిక్కు. తల్లి పనీ, దేవతల సహాయమూ అన్నీ తానే చెయ్యాలి. తాను ఏ మాత్రం ఏమరినా మహా ఉపద్రవం తటస్థిస్తుంది. ఇట్లా నమ్మి, ఆలోచించి ప్రతినిమిషమూ బిడ్డని కనిపెట్టుకొని కూచుండి, వంట తగలేస్తోంది. తక్కిన పనులకి భర్త పిలిస్తే పలకదు. మరీ గోల పెడితే "మీరే చూసుకోండి" అంటుంది. దేనికి కదలవలసి వచ్చినా ఆ బిడ్డతోనే బయలుదేరుతుంది. ఎవరన్నా ఆమె ఆదుర్దాని చూస్తే కోపమూ, నవ్వూ వస్తాయి. కిటికీలూ, తలుపులూ తెరవదు. గాలి రానీదు. ఆ బిడ్డ ఏడ్చినా భయమే, ఏడవక వూరుకున్నా భయమే. ఆవలిస్తే ఏదో భయం. ఎక్కిళ్ళు వస్తే పెద్ద జబ్బని నిశ్చయం. కళ్ళు ఎటుతిప్పినా సందేహమే. సహజంగా, కోమలంగా విజృభించి ఆవరించే సంతోషాస్పదమైన మాతృభావం యిట్లా వంకర్లు తిరిగి, ఆమెకి వెర్రులెత్తించింది. ఆ లేత తల్లికి దిక్కులేక, విద్యలేక, ధైర్యంలేక వుత్త గుడ్డి ప్రేమతో, భయాలు కల్పించుకొని బాధపడుతోంది. ఎండాకాలం నోరు ఆరుతుందని, అరగంట అరగంటకీ పాలిచ్చి అజీర్ణం తెప్పించింది. పొట్ట వుబ్బి కడుపులో నెప్పితో పిల్ల ఏడుస్తోవుంటే, సముదాయించటానికి మళ్ళీ పాలిచ్చింది. ఆ పిల్ల కుడుచుకునే "ఇన్స్టింక్టు"తో తాగి ఇంకా బాధపడ్డది. కక్కులు కలిగి, జ్వరం తగిలేప్పటికి దేవతల ఆగ్రహం ప్రారంభించిందని ఏడుపు ప్రారంభించింది సుందరమ్మ. తాను తప్ప ఆ పిల్లకి గతిలేదనీ, ముసలమ్మ ముద్దు, బంధువుల ముద్దూ తానే చెల్లించాలనీ ఎప్పుడూ ఎత్తుకునే వుంటుంది. తన పాత మురుగులు అమ్మి, ఆ పిల్లకి బరువైన మురుగులూ, గొలుసులూ, కడియాలూ చేయించి పెట్టింది. ఒక రక్షరేకు కట్టింది. జ్వరానికీ, అజీర్ణానికీ మందులు ప్రారంభించింది. ఈ దేశంలో సలహా ఉచితం. అంత చవకగా దొరికేది ఇంకేం లేదు. ఒకళ్ళూ బాధ్యత తీసుకోరు. ఇంటి గుమ్మం తొక్కరు. కానీ, గోడమీది నుంచి సలహాలు విసురుతారు అమితంగా.

"ఏవమ్మో! మీ పిల్లకి జ్వరమా? పాపం! ఏం చేస్తాం ఖర్మం! వాము తెచ్చి రసంతీసి పొంగించి పొయ్యి."

"వాము తెచ్చే వాళ్ళెవరూ లేరు!"

"లేరూ?" అంటో ఇంటోకి పోతుంది.

"మా చంటివాడికి యింతేనమ్మా! దుంపరాష్ట్రం కాల్చి బూడిద చేసి ఆ నీళ్ళు పోస్తే జ్వరం పోయింది. అట్లా చెయ్యి."

"నాకు చేత కాదు, కొంచెం చేసి పెడుదురూ."

"నాకెక్కడ తీరుబడి!" అంటో వెళ్ళిపోయింది యింకో ఆమె.

ఈ వితంతు వివాహం చేసుకున్న వాళ్ళకి చిక్కులురావడం తక్కిన వాళ్ళకేమీ విచారంగా లేదు. అట్లాంటి పాడుపనిచేస్తే ఏమవుతుంది మరి! దేవుడు లేడూ?

పాపం, తనే బజారు పోయి ఆ విషాలు కొని తెచ్చింది. రోడ్డు వెంట నడిస్తే పక్కన రౌడీలు, ఆమె ఎప్పుడు లభిస్తుందా అన్నట్లు. పోలీసులనే వాళ్ళు వున్నారుగానీ, లేకపోతే అమాంతం మీదపడి ఎత్తుకుపోమా అన్నట్లు చూస్తారు. మర్యాదస్తులూ, వుద్యోగస్తులూ కళ్ళు వోరగా వాల్చి పక్కకి చూసినట్టు చూసి తృప్తిపడతారు. ఆ చూపుల్ని వోర్చుకోలేక అసహ్యపడి ప్రపంచాన్ని తననీ తిట్టుకుని, బిడ్డ యేమైందో అనే ఆత్రుతతో యింటో కొచ్చి పడుతుంది.

ఆ మందుల్ని నూరి, పొంగించి, పొరుగువాళ్ళని ప్రశ్నించి, విసిగించి ఆ కారం రసాన్ని ఆ పసిపిల్ల నోట్లో పోస్తే, ఆ పిల్ల తన్నుకొని ఆమె వంక జాలిగా చూస్తే ఆ బాధ అర్థంగాక, గుండె తరుక్కుపోయి యేడుస్తుంది ఆ పిచ్చితల్లి.

చివరికి ఒకరోజు మధ్యాన్నం ఆ బిడ్డకి జబ్బు ఎక్కువై గడబిడ చేసింది. ఎవరూ యింట్లో లేరు. సుందరమ్మకి ఏమీ తోచక తల్లి దగ్గిర్నించి నేర్చుకున్న ఆపదోద్ధారక స్తవం ప్రారంభించింది. బిడ్డని వొదిలేసింది. ఆమె అవసరం వున్న స్థితిలో లేదు బిడ్డ. అతి దీక్షతో, విశ్వాసంతో పఠించి తన యిష్టదైవమైన పార్వతికి సహస్ర నామార్చనా, కొత్తచీరె కాన్కా మొక్కుకుంది. చంద్రశేఖరం వొచ్చేటప్పటికి కిటికీ దగ్గర కళ్ళు మూసుకు కూచుని వుంది. పిలిస్తే పలకలేదు. అతను బిడ్డ వంక చూసి డాక్టరు కోసం పరుగెత్తాడు. కాని డాక్టరు వొచ్చేటప్పటికే పిల్ల ఏడ్చి పాలు తాగుతోంది సుఖంగా. ఆయన అపాయం దాటిపోయిందని చెప్పి మందు ఏదో పంపాడు. కాని, సుందరమ్మ ఆ మందుని వాడనే లేదు.

బిడ్డకి కొంచెం కులాసా యివ్వగానే తన మొక్కు చెల్లించే ప్రయత్నం ప్రారంభించింది. చీరె కోసం పదిహేను రూపాయలడిగేప్పటికి చంద్రశేఖరం గుండె పగిలిపోయింది. అతనికి అర్థం కాలేదు.

"ఇప్పుడెందుకు అమ్మవారికీ చీరె? దానికీ, దీనికీ సంబంధమేమిటి?"

"ఆమే నయం చేసింది."

బిగ్గిరిగా నవ్వాడు. ఇంక తన ప్రార్థనా, మొక్కు సంగతీ ఆమె చెప్పతలచుకోలేదు.

"పోనీ, నాకు కావాలి. యివ్వండి."

"నీకు కావాలీ? పదిహేను రూపాయలా! రూపాయలు కోళ్ళు ఏరుకు తింటున్నాయా? నోరుముయ్యి."

తనూ, తన బిడ్డా ఇద్దరూ దరిద్రులు, ఎప్పుడైనా ధనం వొస్తుందా? జీవితమంతా ఇంతే. బిచ్చగాళ్ళు. ఈ లోకంలోకి అష్టదరిద్రులై వచ్చారు. ఇంత దరిద్రంలో, ఏమీ సహాయం చెయ్యలేని తనకి ఎందుకు పుట్టాలి ఆ బిడ్డ! కూలిది, పాకీది, కష్టపడి సంపాయించి కూడబెట్టే ఆశ వుంది వారికి! తనకి యాచకత్వం తప్ప గతిలేదు. తన అవసరమైతే అభిమానంతో వూరుకుని వుండును. కాని తన బిడ్డ మళ్ళీ రోగం వొస్తే.

అదీగాక దేవతలు వుత్త అభిప్రాయాలు కారు ఆమెకి. వాస్తవమైన వ్యక్తులు. ఈ మనుష్యులందరికన్నా ఆమెకి సన్నిహితులు. అంబను నమ్మించింది. ఆమెతో అబద్ధ మాడింది. ఆమె ఆగ్రహిస్తుంది. అంతేకాదు, 'సుందరమ్మ ఏమోననుకున్నాను. దాని మాట నమ్మి ఉపకారం చేశాను. ఇంత మోసగత్తా!' అనుకుంటుంది ఆ దేవి. ఆ దేవతలు తమ చీరల కోసం, భోజనం కోసం భక్తులమీదా ఆధారపడి వుంటారనీ, భక్తులు నిర్లక్ష్యం చేస్తే బాధపడతారనీ అనుకుంటుంది. ఏం చెయ్యాలి? మళ్ళీ మళ్ళీ చంద్రశేఖరాన్ని బతిమాలింది. పాపం, ఒకరోజు రాత్రి అతని మీద లేని మోహాన్ని చూపింది. అతన్ని లాలించి ఆనంద పరిచింది. అతను చాలా సుఖంలో వుండగా, తన సిగ్గునంతా తొక్కిపట్టి చిరునవ్వుతో "నాకా పదిహేను రూపాయలూ ఇవ్వరా!" అంది. ఒణుకుతోంది ఏం ప్రత్యుత్తరం వొస్తుందో!

"పిచ్చిపిల్లా! కష్టపడి...నేను పనిచేసి దాచుకున్న...డబ్బు కాస్తా యిట్లా ఖర్చు చేస్తే... ఎవరికోసం!... నీకోసమేగా... మన అబ్బాయికోసం. మళ్ళీ పిల్లలు పుడితే - వూరుకో... మూడు రూపాయలు......."

సుందరమ్మ కుంగిపోయింది. వొళ్ళంతా అసహ్యపడ్డది. వేశ్యాత్వం చేసినట్టయింది. చాలామంది పతివ్రతల స్థితి ఇంతే, భర్తలతో వ్యభిచారం చేస్తేనేగాని గతిలేదు. అప్పటికీ వేశ్యకి ముట్టేటంత ప్రతిఫలం కూడా దొరకదు చంద్రశేఖరం మీద భరించలేని అసహ్యం, ద్వేషం కలిగాయి ఆమెకి. ఆ సమయంలో అతన్ని చంపడానికి ఏ మాత్రమూ సందేహించి వుండదు. కాని, మర్నాటినించీ మళ్ళీ అతన్ని సేవించి, కామించి పిల్లల్ని కనితీరాలి. ఇదీ కుటుంబ చరిత్ర?

విధిలేక వెంకట్రామయ్యగారి నడిగి పదిరూపాయలు సంపాయించింది. తన చీరెలు తాకట్టు పెట్టి ఐదూ భర్తీ చేసింది. ఇవన్నీ పట్టుకుని సాయంత్రం పక్కన వున్న ఈశ్వరుడి గుడికి పోయింది. అక్కడ ఒక మూల పురాణం చెపుతున్నారు. పూజారి కూడా

అక్కడే కూచున్నాడు. పురాణంలో కూచున్న కామమ్మకోసం విటుడు దుర్గయ్య మంటపంలో కూచున్నాడు, కామమ్మకీ పూజారికీ సంబంధమున్నదని అతని అనుమానం. రెండోపక్కన గన్నేరుపొద వెనక డబ్బులు పెట్టి ఆరుగురు పేక ఆడుతున్నారు. ఒద్దంటారనే భయంతో ఇద్దరు తొడకింద బీడీలు దాచుకుని తాగుతూ వుమ్మేస్తున్నారు. ఆ ప్రదోష సమయంలో మహేశ్వరుడికి, తన వెయ్యి పేర్ల బదులు బూతులు వినబడుతున్నాయి.

ఎవరో టెంకాయ తీసుకొచ్చారని పూజారి బద్ధకంగా లేచాడు. ఇంకెవరయినా స్త్రీ అయితే యెవరూ గమనించకపోదురు. సుందరమ్మ లావణ్యం ఆ గుడి ఆవరణనంతా మతాబువలె వెలిగించింది. ఆ సాయంత్రపు టెండలో బంగారంమీద పొదిగిన రవ్వవలె మెరుస్తోంది ఆమె శరీరం. ఆరు నెలల కిందటే పిల్లని కని గుడి వెనక పారేసిన శేషమ్మ కళ్ళు వురిమి ఆమెవంక చూసింది. వితంతు వివాహం చేసుకున్న సుందరమ్మకి గుడిలో ఏం పని? పవిత్రమైన ఆలయం గడప తొక్కడానికి ఆమెకేం అధికారముంది? పూజారి ఆమె పళ్ళాన్ని అందిపుచ్చుకొని చీరెను చూసి ముగ్ధుడౌతున్నాడు. శేషమ్మ తొరగా వచ్చి, "అయ్యా సుబ్బయ్యగారూ! ఒక మాట" అంది.

పూజారి ఆమెతో అవతలకి వెళ్ళి తిరిగి వచ్చాడు.

"అమ్మా, మీరు పునర్వివాహం చేసుకున్నారట కదా! ఇది మర్యాద కాదండి" అని పళ్ళెం అక్కడే పెట్టాడు. ఆయన కోపమంతా శేషమ్మ మీదే! అన్యాయంగా చీరె దక్కకుండా అడ్డుపడ్డది. ఆ శేషమ్మ సంగతి తెలీని దెవరికి?

"కాని నేనిక్కడే నుంచుంటాను. మీరు యివి అంగీకరించండి అమ్మవారికి సమర్పించి పూజ చెయ్యండి."

అవును దానికేం అభ్యంతరం వుంటుంది? తటపటాయించాడు. ఇంతలో శేషమ్మ పురాణం దగ్గిరికి పోయి తన ఘనకార్యం వర్ణిస్తోంది. ఈ సేవవల్ల తన గౌరవం కొంత వృద్ధి పొందవచ్చు. తన మీద వున్న కొన్ని నిందలు మాసిపోవచ్చు. ఏమో, ఈశ్వరుడికి గూడా దయగలిగి, తన ప్రస్తుతపు రెండో అనుమానాన్ని నివర్తింపవచ్చు.

"పెళ్ళి చేసుకుందిగాక, తనూ ముత్తయిదువేనని కులుకుతో పళ్ళెం పట్టుకు దయచేసింది చూడండి. వీళ్ళకి సిగ్గూ, భయమూ కూడా వొదిలిపోయినాయి. ఇంక మన పంక్తికి భోజనానికీ తయారౌతారు" అంటోంది.

అందరి కళ్ళూ పూజారి మీద వున్నాయి. పురాణం శాస్త్రులు అసాధ్యుడు.

"వీల్లేదమ్మా. వీల్లేదు. తొందరగా వెళ్ళిపొండి యిక్కడినుంచి" అన్నాడు పూజారి దడిసి.

"ఇవి యిక్కడే వొదిలిపెడతాను. పోనీ...."

కొందరు పురాణంవాళ్ళు లేచి దగ్గిరికి వొస్తున్నారు - అందులో రాజమ్మ కూడా వుంది. ఆమె నోరు విప్పిందా యిక ఆ రెండు ప్రవాహాలకి అడ్డు వుండదు. "వీల్లేదు, తీసికెళ్ళండి" అన్నాడు పూజారి.

అభిమానధనయైన సుందరమ్మ, ఆ గుంపు చూపులు భరించలేక, పళ్ళెం తీసుకుని చివాలున వెనక్కిపోయింది. ఆమె అందాన్ని చూసి గుటకలేస్తూ మొగవాళ్ళు నుంచున్నారు. తమ తమ విజయాన్ని సూచిస్తూ స్త్రీలు దరహసిత వదనారవిందలై చూస్తున్నారు. పావురాలు నెమ్మదిగా మూల్గుతున్నాయి. పచ్చగన్నేరు పూలు గాలిలో కిందికి రాలాయి. భక్త పరాధీనయైన పార్వతి ఒక్కమాట లేక పెద్ద గుడ్లు పెట్టుకుని చూస్తో కూచుంది. బిక్క మొహంతో దేవతలు కూడా నిరాకరించిన తన నికృష్టపు కాన్కతో తిరిగివచ్చి ఆ పిచ్చితల్లి నిద్రపోయే తన బిడ్డవంక చూస్తో-

"నీవైనా నాకు దక్కుతావా? నన్ను ఒదిలి వెళ్ళిపోతావా? ఇంక నాకు బిడ్డలు పుడతారా? ఇంతేనా? ఎవరూ దిక్కులేక, ప్రేమించడానికి ఆధారమే లేక, యెన్ని ఏళ్ళు ఈ ఒంటరి ప్రపంచంలో బతకను? చివరికి, నువ్వు కూడా, నా ప్రాణానివి. నా వంక అంత ప్రేమగా చూసి, నా ముఖం చిన్న చేతులతో తాకే నువ్వు కూడా వెళ్ళిపోతావా?" అన్నట్లు చూస్తూ నుంచుంది. రెండు కన్నీటి చుక్కలు ఆమె పమిట మీద పడ్డాయి. పడమటి కడపటి కాంతి ఆమె నల్లగా నిగనిగలాడే జుట్టులో మెరిసింది.

వూళ్ళో ఆ చివరవున్న గుడికి మర్నాడు వెళ్ళాలని నిశ్చయం చేసుకుంది.

అక్కడ తనని యెరిగి వుండరు కద! మర్నాడు తలంటి పోసుకుంది. పూలు అన్నీ తెప్పించింది. బండి పిలిచింది. పళ్ళెంవంక చూసేప్పటికి చీరె లేదు. గొప్ప సంతోషం వచ్చింది. పార్వతీదేవి తన అవస్థని కనిపెట్టి, తానే చీరెని స్వీకరించింది. ఇంకేం అదృష్టం కావాలి. తనకి అంతకన్నా! అదేమీ ఒక వింత కాదు. ఆమెకి ఇట్లా దేవతలు తమకు కావలసినవి స్వీకరించటం పుట్టింటిలో తన చిన్నతనంలో చాలాసార్లు మామూలుగా జరిగేవి. ఎంతో ఆనందం కలిగింది. బండివాడికి అణాయిచ్చి పంపివేసి, తన బిడ్డ నెత్తుకుని ధైర్యంతో ముద్దాడింది.

రాత్రి చంద్రశేఖరంతో చెప్పకుండా వుండలేకపోయింది.

"ఆ పళ్ళెంలో ఒక చీరె పెట్టాను."

"పళ్ళెంలోనా! చీరె పెట్టావా! పెడితే?"

"పెడితే, యివాళ కనపళ్ళేదు. యేమైందో కనుక్కోండి."

ఆమె మాటల్లో సంతోషాన్ని గ్రహించలేదు అతను.

"అసలా కొత్త చీరె నీకెక్కడిది?"

అతనికి ఆ కొత్త చీరె సంగతి యెట్లా తెలుసు? చప్పున తగ్గింది. అనుమానం కలిగింది.

"కొత్త చీరె అని మీకెట్లా తెలుసు?"

ఒకవేళ రాత్రి ఆ మూలకి వెళ్ళి చూశాడేమో.

"నాకేం తెలుసు? ఎట్లా తెలుసా? పళ్ళెంలో పెట్టానన్నావుగా! కొత్త చీరేమో అనుకున్నాను. నీ కెక్కడిది?"

"నాకా! ఎక్కడిదో! కాని, ఆ చీర యేమైంది?"

"ఏమో! నాకేం తెలుసు? నన్నడుగుతావేం? ముందు అది ఎక్కడిదో చెప్పు."

ఆమె మాట్లాడలేదు. కోపం, రోషం, అసహ్యం, భయం, అన్నీ ఒక్కసారి కలిగాయి. ఆ రాత్రంతా కిటికీ దగ్గర కూచుని, గుడికేసి చూస్తూ, పార్వతిదేవితో తన గతి విన్నవించుకుంది. భర్తను తిడితే మళ్ళీ దేవతలకి కోపం వొస్తుందని భయం.

"తల్లీ! నీకు తెలుసు నా భర్త యెటువంటివాడో, అందువల్లనే నేను వాగ్దత్తం నిలుపుకోలేకపోయినాను. నన్ను కరుణించాలి" అంది.

అయినా మనసు ఆగలేదు. ఇంకో చీరె తాకట్టు పెట్టి, ఒక పట్టు రవిక బట్ట కొంది.

దేవతల పూజలంటే తమ సౌఖ్యాన్ని, ప్రాణాల్ని, కుటుంబాల్ని, సూర్యచంద్రుల్నే త్యాగం చెయ్యడానికి సంసిద్ధులైన మహారుషిపత్నుల రక్తం ఆమె నాళాలలో చిందులు దొక్కుతోంది. ఎన్నడూ లేని సాహసం అప్రయత్నంగా కనిపించింది.

రాత్రి ఎనిమిదైంది. కటికచీకటి, రోడ్డు మీద మనుష్యులు తిరగడం తగ్గారు. తన మహద్యత్నానికి గడిచిన గంటనించి ధైర్యం తెచ్చుకుంటోంది. మళ్ళీ చంద్రశేఖరం వొస్తే విఘాతం కలుగుతుంది. ఆ దేవి మీదనే భారంవేసి నిద్రపోతున్న బిడ్డకేసి ఒకసారి చూసి, కళ్ళు మూసుకుని తెరిచి, వీధి తలుపు దగ్గర వేసి చప్పున వీధిలోకి వెళ్ళింది. తల వొంచుకుని ఇటూ అటూ చూడక నడిచింది. చంద్రశేఖరం ఎదురౌతాడని ఒకటే ముఖ్యమైన భయం, సరాసరి రోడ్డుమీద నుంచి ప్రాకారంలోకి వెళ్ళి ఆగింది. చుట్టూ చూసింది. ఎవరూ కదలటం లేదు. గుళ్ళో రెండు మూడు దీపాలు దిక్కులేక వెలుగుతున్నాయి.

బైటనుంచి "ఆకలేస్తూంది, అయ్యలారా!" అని కాఫీ హోటలు గుమ్మంలో కూచున్న వారి ఆర్తనాదం వినబడుతోంది. ఒక్క నిముషం సందేహించి చటాలున లోపలికి వెళ్ళింది. పార్వతి విగ్రహం ముందు ఒక చిన్న దీపం వెలుగుతోంది. అనంతకాలాన్ని హక్కుగా గొప్ప ఆలయపు చీకట్లు ఆ చిన్ని వెలుతుర్ని మింగుతున్నాయి. తన పని సమ్మతమేనా అనే ఆలోచన కూడా లేక, కార్యసాధనే ప్రాముఖ్యమనే ఏకాగ్రతవల్ల, పమిట కొంగుతో ఆ దీపాల్ని ఆర్పింది. పట్టుబట్టను తీసి అమ్మవారి మెడను చీకట్లో స్పృశించి కప్పి బిగ్గిరిగానే చిన్న స్వరంతో, "తల్లీ! యింతకన్న నాకు శక్తిలేదు. సర్వమూ తెలిసిన దానివి. దీనినే గొప్ప చీరెగా గ్రహించి నా బిడ్డను కాపాడు" అని వొంగి ఆమె పాదాల్ని గట్టిగా పట్టుకుంది. తన నిస్సహాయత్వం తాను పొందిన నీచత్వం తన బిడ్డ అపాయాలు అన్నిటికీ కలిసి పెద్ద ఏడుపు వచ్చింది. ఆపుకోలేకపోయింది. గొల్లుమని ఏడ్చింది. ఆమె కన్నీళ్ళతో దేవి పాదాలు అభిషేకాన్ని పొందాయి.

"ఎవరది?"

చప్పున లేచి నీడవలె గర్భగుడి చీకట్లో మాయమైంది. ఎవరో వస్తున్నారు. బైటకివచ్చి చీకట్లో నుంచుంది. ఎవరూ లేరు. బిరబిరా నడిచింది బైటికి. ఎవరో వెనక వడివడిగా నడుస్తున్నారు "ఎవరూ?" అంటో సమీపిస్తున్నాడు. గాలి గోపురం కింద చీకట్లలో కలుసుకున్నాడు. నాలుగు గజాల దూరంలో రోడ్డు కాచి నడుం పట్టుకున్నాడు.

"ఎవరు? రా."

లోపలికి లాగుతున్నాడు.

"తల్లీ! పార్వతీ రక్షించు."

ఎట్లా కేకలు వేస్తుంది? గుళ్లో ప్రవేశించినందుకు శిక్షిస్తారుగావునే.

లోపలికి లాగుతున్నాడు. ఆ రెండో చెయ్యి.

హరి హరీ, యెట్లా?

"ఓరీ, చస్తావురా! నేనే పార్వతిని."

ఆ శబ్దం గర్భగుళ్ళోంచి విని, ఆ శిలావిగ్రహం నేత్రం ఆర్ద్రమైంది. నక్షత్ర కాంతితో ఆమె వున్నత శరీరం; దీర్ఘబాహువులు – బంగారు ఛాయ, గంభీర కంఠం; వొణికి పోయినాడు. వొదిలాడు. ఆమె అదృశ్యమయింది.

అవును ఆమె గర్భగుళ్ళోంచే బైలుదేరింది. పార్వతీనేమో! రాత్రి పూజారి సుబ్బయ్యకి పెద్ద జ్వరం వొచ్చి "తల్లీ తల్లీ, పాపిని క్షమించు" అని సంధిలో అరవడం ప్రారంభించాడు.

8

మూడు నెలలు గడిచాయి. బిడ్డ రోజు రోజుకూ క్షీణించుకొస్తూంది. కక్కులూ, దగ్గూ, వాటితో కూడా తల్లి ప్రేమా వృద్ధి అవుతోంది. ఆమె ప్రేమవల్ల, అధికమైన శ్రద్ధ వల్ల బిడ్డకి బాధలూ యెక్కువవుతున్నాయి.

సుందరమ్మకి యీ మాతృత్వం "ఇన్‌స్టింక్టు" ఒక పిచ్చికింద తయారైంది. బిడ్డకీ, తనకీ, సంసారానికీ, గొప్ప ఆనందం యివ్వవలసిన శక్తులన్నీ వక్రించి, విషమించి యెదురు తిరిగి ఆమె హృదయాన్ని తినేస్తున్నాయి. రాత్రులు చంద్రశేఖరాన్ని దగ్గిరికి చేరనీదు. "చేసిన పాపం చాలు ఇంక జన్మానికి అఖ్ఖర్లేదు" అని తీవ్రంగా నిరాకరిస్తుంది. అతనికీ స్త్రీ ఆవశ్యకతే కాని, సుందరమ్మ మీద ప్రత్యేకమైన ప్రేమా లేదు, ఆకర్షణా లేదు – కామం పెట్టే కలతవల్లా, తన హక్కులు పోయినాయనే చింతవల్లా, అభివృద్ధి అవుతున్న ఆగ్రహం తప్ప.

ఆ మధ్యనే ఆ వూరు ఒక దివ్యజ్ఞాన సమాజకుడు వొచ్చి, పరలోకాలలో ఆత్మల జీవితాన్ని గురించి స్త్రీలకు ప్రత్యేకం ఉపన్యాసాలిస్తున్నాడని విని సుందరమ్మ ఆశతో మీటింగుకి వెళ్ళింది. చచ్చినవాళ్ళు యెక్కడికీ పోరనీ, తాము యెవర్ని ప్రేమిస్తున్నారో వారినే అంటిపెట్టుకుని తిరుగుతారనీ, మంచీ హానీ చెయ్యగలిగిన శక్తి ఆ ఆత్మలకి వుంటుందనీ, తానూ తన సహచరులూ, దేహాన్ని యిక్కడ విడచి వెళ్ళి వాళ్ళతో కాలం గడుపుతో వుంటామని చెప్పాడు ఆయన. సుందరమ్మకి ఆ రాత్రి జ్వరం వొచ్చింది. ఆనాటినుండి మొదటి భర్త ఆమెతో వివాదం ప్రారంభించాడు. అసలు చంద్రశేఖరం తన భర్త కానేకాడనే వుద్దేశ్యంలో పడ్డది. ఒకనాటి రాత్రి అతను బలవంతం చేస్తే వొణికి, అరిచి, జుట్టు పీకి, రోడ్డు మీదికి దూకడానికి సిద్ధమయింది – అతి సాధువు, సుశీల, శాంతమూర్తి ఐన సుందరమ్మ. కాల భయంతో తనవంక చూస్తూ కిటికీమీద చెయ్యేసి వెనక్కి చూసే లావణ్యరాశిని, చూసి, భ్రమిసి, బాంకు (Bank) గుమాస్తా హృదయం సహితం భగ్గుమంది, చివరిసారి.

చంద్రశేఖరానికి వేళకి వంటకూడా తయారుకాదు. పూజలు, జపాలు, స్నానాలు, వ్రతాలు అతని ప్రాణం తీసేస్తున్నాయి. ఆ ఆచారాలూ, బిడ్డా తప్ప వేరే ప్రపంచం లేదు సుందరమ్మకి. ఈ మతాచారాలన్నిటినీ ముఖ్యంగా స్త్రీలలో, అర్థహీనమనీ, మూర్ఖమనీ సులభంగా అనేసి, యివి యెన్నాళ్ళకీ వొదలవేమో అని దుఃఖిస్తారు ఆఫీసర్లూ, దేశభక్తులూ, కాని, యీ కర్మకలాపాలే, కడగడాలే; వుండాలేగాని లోకంలో యింక వేరే విలువలేని అనేక జీవితాలకీ, ప్రాముఖ్యత వుందనే ఇల్యూషన్ (Illusion) కల్పించి,

సెల్ఫ్–ఇంపార్టెన్స్ (Self-importance) కలగచేసి ఏ గతీ, ఆనందమూ, ఆధారమూ, తృప్తిలేని బతుకుల్ని యేదో వొక విధంగా సత్వరంగా చేస్తున్నాయో తెలుసుకోరు. ఇతరమైన ఆ శక్తులన్నీ, 'ఇంటరెస్టుల్ని' కలిగించకుండా, తమ అనుకూలత కోసం, ఆఫీసులకోసం, దేశ అభివృద్ధి కోసం, తమ స్వంత అభిమానం కోసం, స్త్రీలు పాత మార్గాలను మానుకుని తమకి అనుకూలం కలిగించమంటారు. వేరే ధ్యాసల్ని స్త్రీకి కలిగిస్తే, పాతివ్రత్యపు డబ్బాల్ని తెరిచి విచ్చలవిడి చేస్తారేమోనని భయం. పూర్వపు మూర్ఖత్వాన్ని వదలాలి – స్త్రీ – నవీన విజ్ఞానాన్ని పొందకూడదు. ఇదీ ఈనాటి పురుషుడి ఆశయం.

తక్కిన ఆనందాలు తగ్గినకొద్దీ, తన వివాహం తన మర్యాదకూ కులాధిక్యతకూ కళంకం తెచ్చిందని తోచినకొద్దీ సుందరమ్మ తన ఆచార చాదస్తాన్ని ఎక్కువ చేసుకుంటోంది, సహజంగా.

విద్యా, సెక్సూ, ధనం, ఇవన్నీ కల్పించే అంతరాలకన్న ఎక్కువైనది, వున్నత మయింది, ఆత్మ ఆధిక్యతను, జన్మ ఇచ్చేట్టుంది స్త్రీ పురుషులకి. చంద్రశేఖరం భర్త గనక అధికారి. తన అధికారం నిలుపుకోడానికి ప్రయత్నిస్తాడు. కాని జన్మవల్ల సుందరమ్మ అధికురాలు, ఆమె ఆత్మ ఔన్నత్యం వల్ల దానిముందు తాను జంకుతున్నానని చంద్ర శేఖరానికి తెలీదు. తన పిరికితనానికి తాను నిందించుకున్నాడు.

చంద్రశేఖరం, ఆమెని అదమాయించే ధైర్యమూ వోపికా లేక, యింట్లో శాంతీ సుఖమూలేక, ఇంటికి రావడమే మానేసి, ఎక్కడెక్కడో రాత్రులంతా డబ్బు పెట్టి చీట్ల పేకలాడడంలో, తనకి బరువైన సంసారమున్నదనీ, యిల్లు నరకంగా వుందనీ, తనకి ఒక ఆత్మ వున్నదనీ మరిచిపోవడానికి ప్రయత్నిస్తున్నాడు.

మూడు రోజులనించి పిల్లకి మగతగా వుంది. సగం కాలం బాధతో గిలగిల లాడడం, సగం కాలం కదలకుండా పడివుండడం, ఏది నిజమో నిర్ణయించుకోలేకుండా వుంది సుందరమ్మ. ఆ పిల్ల పడే బాధ అంతా గుడ్లు తిప్పడం, చేతులు గుంజుకోడం, మెలికలు తిరగడం, ఇదంతా తను చేసిన పాపాల ఫలితంగా జరుగుతున్నాయనే గొప్ప దిగులుతో వేదన అనుభవిస్తోంది. ఎట్లా పరిష్కారం చెయ్యాలి? ఏ త్యాగంవల్ల, యే బాధ వల్ల, యే అసహ్యపు అనుభవంవల్ల తాను కాలిపోతే, ఆ పిల్లకి పరిశాంతిని కలిగించ గలదు?

పిల్లకి మందు వేయిద్దామంటే, ఆస్పత్రి డాక్టర్ని పిలిపిద్దామంటే చంద్రశేఖరం డబ్బివ్వడు. అసలు ఆ పిల్ల వంకనే చూడడు. పదేపదే యాచించడం ఆమెకి అభిమానం. బిడ్డకి కావలసిన సహాయానికై మొగవాణ్ణి యాచించే గతి ఒక యీ నాగరికపు తల్లులకే

పట్టింది. వెంకట్రామయ్యగారు కుటుంబంతో సహా కాశీ యాత్రకి వెళ్ళారు వాళ్ళనడుగుదా మన్నా.

ఆ రాత్రి పిల్లని పక్కలో వేసుకుని పడుకుంది. నోటిలో నుంచి రొమ్ముతీస్తే యేడుస్తోంది. అదిగాక అది ఒక్కటే సుందరమ్మకి మిగిలిన ఆనందం, పాలు కుడుచుకోమనే పని తల్లి రొమ్ముకి ఆనుకొని శాంతంగా కడుపు నింపుకోడం, వుత్త ఆకలి తీరడం కన్న గొప్ప తృప్తినీ,ఆనందాన్నీ యిస్తుంది పిల్లకి. అంతకన్నా గొప్ప శాంతీ, సుఖమూ కలుగుతాయి తల్లికి. ఆనందంలో కళ్ళు మూతలు పడుతున్నాయి సుందరమ్మకి. దూరంగా గోడపక్కన పడుకుని చంద్రశేఖరం నిద్రపోతున్నాడు. ఎందుకో ఇవాళ తొందరగా వొచ్చి దిగులుగా పడుకున్నాడు. ఆమెకి కొంచెంగా జాలికూడా కలిగింది అతనిమీద. కనుక్కుంటే? పాపం, తాను అతనికి జీవితం దుర్భరంగా చేస్తోందేమో, కానీ..... వొద్దు..... అతను చీట్ల పేకలో మూడున్నర ఓడడం వల్ల ఆ దిగులు పడుతున్నాడని ఆమెకేం తెలుసూ?

ఎంతసేపు నిద్రపోయిందో? కల వొచ్చింది. పిల్లలు. పిల్లలు, ఎంత మందో పసిపిల్లలు, పాలుతాగే పిల్లలు ఒక్కటే కుడుచుకుంటున్నారు. వేళ్ళు, చెవులు, భుజాలు, వీపు అంతా విద్యుల్లతవంటి ఆనందఝురులు ఝల్లుమంటున్నాయి. సౌఖ్యం భరించలేక కళ్ళు తెరిచింది. చంద్రశేఖరం ఆమె మీద ఆనుకుని అనుభవిస్తున్నాడు ఆ ఆనందమంతా. ఆశ్చర్యపడి ఆగ్రహపడి లేవబోయింది. చాలా దినాలనించి పురుష స్పర్శని మరచిన ఆమె నరాలు గొల్లుమని యేడ్చాయి. శరీరం తిరగబడి అదమాయించింది. కాని, అప్పటికీ ఆమె ఒప్పుకోక శాసించింది. నెట్టింది, తోసింది, తిరిగింది, వాడు - ఆ దుర్మార్గుడు పిల్ల మీదికి దొర్లి కిక్కురుమనిపించాడు. కాని, వొదల్లేదు. విధిలేక కళ్ళు మూసుకుంది. ఆ నిమిషాన అతని యాటిట్యూడ్ (attitude) చూస్తే తనమీద దయగా, ప్రేమగా వున్నాడనిపించింది. తరతరాలనుంచి అనాథలయిన స్త్రీల అనుభవం, భర్త అధీనలై బిచ్చమెత్తిన పూర్వీకుల రక్తం, ఆమె అభిమానాన్ని చంపి, నోరు విప్పాయి. పిల్ల వంక చూసింది. పిల్లకోసం తల్లి చేయలేని త్యాగం యేముంది అనుకుంది.

"డాక్టర్ని పిలవరా?" అంది.

"పొద్దున్న చూద్దాం" అన్నాడు దయగానే. తన శరీరత్యాగం వ్యర్థం కాలే దనిపించింది ఆ పిచ్చి తల్లికి.

కాని, పొద్దున్న సుందరమ్మ జ్ఞాపకం చేస్తే అతను వినిపించుకోకుండా వెళ్ళిపోయినాడు.

సుందరమ్మకి అతను తన మొహాన వుమ్మేసినట్టూ, రాత్రి తాను వ్యభిచారం

చేసినట్టూ అనిపించి, తనమీద తనకే అమితమైన రోత కలిగింది. డబ్బుకి దేహాన్నమ్ముకుంది. పైగా, ఆ డబ్బు కూడా యివ్వక మోసం చేసి పోయినాడు.

మధ్యాహ్నానికల్లా పిల్ల రోగం యెక్కువ కావడంతో తానా రాత్రి చేసిన పనికి దేవతలో దెయ్యాలో ఎవరో వొకరు తీవ్రంగా ఆగ్రహించి, తన పిల్లని తీసుకు పోదలుచుకున్నారని నిశ్చయించుకుంది.

వొంటరిగా బతికే సుందరమ్మకి భయాలు తీర్చేవారూ లేరు. వెర్రెత్తింది, ఆ తలపుతో, ఎట్లానన్నా డాక్టరిని పిలిపించాలి. తన దగ్గిర ఆరణాలు వున్నాయి. గుమ్మం దగ్గిర నుంచుంది. రోడ్డుమీద ఒక కుర్రాణ్ణి పిలిచి డాక్టర్ని పిలవమంది. తెల్లబోయి చూస్తో పోతున్నాడు. రెండణాలు చేతుల్లో పెట్టి డాక్టర్ని తెస్తే యింకో రెండణాలు యిస్తానంది. దాంతో ఆ కుర్రాడి హృదయం కరిగింది. ఆ నాలుగణాలతో డాక్టరు వచ్చాడు. ఎనిమా ఇమ్మన్నది. మందు వ్రాసి యిచ్చి తెచ్చుకోమన్నాడు. వాస్తవం వుట్టిపడే మొహంతో డబ్బు లేదంది. ఆమె వాలకం చూసి అతను పిచ్చిది అనుకుని మాట్లాడకుండా వెళ్ళాడు. నటన చాతగాక, ఫీలింగ్స్ (Feelings) దాచుకునే నేర్పులేక, సహజంగా చరించే మానవుల్ని పిచ్చివారనుకుంటుంది లోకం.

రెండుగంటలసేపు అట్లానే కూచుంది. చీకటి పడుతోంది. వూరి బైట చెరువు మీద సూర్యుడు కుంకం చల్లుతున్నాడు. గట్టున స్కూలు పిల్లలు బంతి ఆడుతున్నారు. వూళ్ళో వంటిళ్ళలో మళ్ళు కట్టుకుంటున్నారు. రాత్రి పొట్టలు నింపుకునేందుకు పదార్థాలు తయారుచేయడానికని. భూమి మీద కొత్త పూలు పూశాయి. ఆకాశాన పాత నక్షత్రాలు మళ్ళీ మెరిశాయి. సుందరమ్మ గది గోడమూల కిరసనాయిలు బుడ్డి వెలిగించి, పిల్లని కాళ్ళ మీద పడుకోబెట్టుకుని నల్లగుడ్లు సగం కనబడే కళ్ళవంక చూస్తో, చీకటి నీడలు కదిలే ఆ గదిలో వొంటరిగా "చిట్టీ, చిట్టీ!" అని పిలిచి 'వూ' అంటుందేమో అని తన బిడ్డ నోటిదగ్గర చెవిపెట్టి వింటోంది.

చంద్రశేఖరం చీట్ల పేకలో కుదేలుబేస్తు గెలుచుకుని, తొడలు యెగరేస్తో, శ్వాస అమితంగా పీలుస్తో, పేకముక్కలతో చాపని చావబాదుతున్నాడు.

పిల్ల కదిలి "అమ్మా!" అని యేడ్చింది. ఆ కేకతో సుందరమ్మ తన హృదయాన్ని అరగదీసి మందుగా ఆ బిడ్డకి పొయ్యలేక పోతిని కదా అని యేడ్చింది.

"ఏమే అమ్మా! ఏమే నా తల్లీ! నేనేం చెయ్యనే! దిక్కుమాలిన పాపిష్టిదాన్ని. నేను నీకేం చెయ్యనే!" అని యేడ్చింది ఒంటరిగా.

పక్కన యింట్లో పుట్టిన పండక్కి ముత్తయిదువలు తాంబూలాలు తీసుకుని నవ్వుతో వీధివెంబడి బైలుదేరారు. సుందరమ్మకి తన చిన్నతనం జ్ఞాపకానికి వొచ్చింది.

తన తండ్రిగాని తల్లిగాని వుంటేనా ఎన్ని మందులు, ఎంత ధైర్యం? ఏమైపోయింది. ఆ బ్రాహ్మణత్వం, ఆ మహాత్యం, ఆ దేవీ ప్రసన్నం. ఆ వాక్ శుచిత్వం తనకీ, తన బిడ్డకీ ఇద్దరికీ? ఏ మదం వల్ల తాను యీ మోహానికి లోబడి యీ చంద్రశేఖరంతో పాపం చేసి, ఎందుకు తానిట్టా అధోగతి పాలయింది! చేతులారా చేసుకున్న మహాపాతకానికి అనుభవించవొద్దా! కాని, యీ పిల్ల, నోరులేని యీ కూన, ఎందుకు బాధ యీ పిల్లకి! మరి తన పాపపు కడుపున పుట్టినందుకిది శాస్తి!

పిల్ల మేలుకుంది, చూస్తోంది. ఏదన్నా, యెవరన్నా చికిత్స చేస్తే బతుకుతుంది. తనకింకేముంది యీ లోకంలో ఆ చిన్న పాపగాక, తానే యీ రోగాన్ని తెచ్చిపెట్టింది. ఏ త్యాగం చాతనైనా తానే నివృత్తి చెయ్యాలి. తనకేసి చూస్తోంది.

“అమ్మవి. నువ్వు నాకేం చెయ్యలేవా? ఈ బాధని మాన్చలేవా?” అని చేతులు చాస్తోంది. ఆ కళ్ళు తనని వేడుతున్నాయి.

“నా బాధ నీ గుండె కరిగించటంలేదా? అట్లా కూచుంటావేం? నీ అభిమానం, నీ సోమరితనమే గాని, నువ్వేమీ చెయ్యలేవా, నిజంగా!” అంటున్నాయి వొణికే ఆ పెదిమలు.

అన్నాయా నిజంగా! ఏమో! మనం విన్నామనుకుంటున్న మాటలన్నీ నిజంగానే అంటున్నారా? మనమే కల్పించుకుంటున్నామా?

ఆమె అంతరాత్మ ఆ మాటల్ని, ఆ తిట్లని కల్పించుకుందా? ఏమో మన అంతరాత్మలు యీ లోకాన్నే కల్పించుకోటం లేదా?

ఇదంతా వాస్తవమైతే, అదంతా వాస్తవమే.

పిల్లని సముదాయించి పడుకోబెట్టింది. ఎవరు దిక్కు? మృత్యుదేవి హస్తాలు లేవా? తలుపు దగ్గిరవేసి పరుగుతో సమానమైన నడక ప్రారంభించింది రోడ్డువెంబడి. బళ్ళు, దీపాలు, దుమ్ము, మనుషులు అన్నీ నీడలు. ఆమె కళ్ళముందు ఏమీ కనపళ్ళేదు.

“ఇంగ్లీషు మందుల షాపెక్కడ?”

అది వొక్కటే ప్రశ్న, గోడల్ని, చెట్లని. స్తంభాల్ని అదే ప్రశ్న.

“ఇంకా వెళ్ళండి” అంటున్నారు యెవరో వొకరు.

“ఇంకానా? ఎంతదూరం? ఎంతకాలం?”

ఆమెని ఆ పడమట తోవతప్పి, యీ మనుష్య మార్గాల అంధురాలై సంచరించే ఆ సంధ్యాదేవిని వికృతంగా చూస్తున్నారు ప్రజలు. కడుపు నిండా సాయంత్రం భోజనం వేళైనా సరే, యిచ్చిన డబ్బుకి సంపూర్తిగా పోట్లాడి కాఫీ హోటల్లో మెక్కి, కిళ్ళీతో బిగించే కోమటి కుర్రాడు, ఆఫీసు నించి రొండిని మూట పెట్టుకుని సంతుష్టితో ఇంటివేపు

నడిచే గుమాస్తా, ముందు బిళ్ళ జవాను ప్రజల్ని వొత్తిగిస్తోవుంటే, హోదాగా కర్ర పట్టుకుని పక్కలకి చూసుకుంటో సాగినడిచే అధికారి, ఇంకా ఎంతసేపటికి విస్తళ్ళు వీధిలో పడతాయని ఒక కన్ను మూసి ఆలోచించే కుక్కలు - అందరూ చూస్తున్నారు. "నా సంతానం నా సంతాన" మని రోదించే జగన్మాత కడుపుమంటని కళ్ళలో ప్రతిఫలిస్తో రోడ్డు వెంట పరుగుతీసే సుందరమ్మని వింతగా.

అందరూ ఆత్మలు - అన్నీ హృదయాలు - అంతా - కరుణ - గుమ్మాల్లో కూచుని శూన్యంవేపు చూసే ముసలమ్మలు గెంతుకుంటో ఇళ్ళకి పోయే కుర్రాళ్ళు, గడ్డిమోపుల కింద వొంగిపోయే కూలిస్త్రీలు, అంతా అన్నీ, అన్నీ ఆత్మలే. అన్నీ హృదయాలే, చూస్తున్నారు వింతగా యీ వెర్రి సుందరి పరుగును.

షాపులో యెలక్ట్రిక్ దీపాలు, బుడ్లు, నీడలు, పటాలు, మనుషులు, అన్నీ అన్నీ భ్రమలు, ఆలోచనలు, మనసుమీది మసకలు ఆమెకి పిల్ల ఆత్మతోపాటు పైకి లేచిపోతున్న సుందరమ్మకి అన్నీ నీడలు, మసకలు.

చీటీ అతని చేతిలో పెట్టింది.

"ఎన్ని గొట్టాలు?"

తెల్లబోయి చూస్తోంది - వినడంలేదు... అతను మళ్ళీ "ఎన్ని గొట్టాలు?" అన్నాడు.

ఏమిటో అంటున్నాడు.

"తొందరగా వెళ్ళాలి నేను."

"ఎన్ని గొట్టాలు?"

ఏమిటిది? అడుగుతున్నాడు? ప్రయత్నించి భూమిమీదికి తెచ్చుకోవాలి మనసుని.

"ఇయ్యండి."

"ఎన్ని?"

"ఇయ్యండి తొరగా."

బెంచీలమీది సోమరి కబుర్ల విగ్రహాలు తలెత్తి చూశాయి. ఆమె వంక, ఈ లోకం వేపు దృష్టిలేని ఆ లావణ్య రేఖవంక.

"ఒకటా? రెండా?"

"తెలీదు."

విసుగెత్తింది అతనికి.

"ఒకటి రూపాయన్నర!.... ఏమి? ఇవ్వండి!"

"లేవు. రెండణాలున్నాయి."

ఆ డబ్బు పడేసింది.

ఎవరో నవ్వారు. చుట్టూ చూసింది వెర్రిగా వాళ్ళ మొహాలు చూసింది. ఇదేమిటి? తను యెక్కడ వుంది? అవును. "తొరగా యియ్యండి."

"డబ్బులు?"

"లేవు."

ఆమె వెర్రివాలకం, భయం, ఆపద, అన్నీ చూసి షాపువాడి మనసు కరుగుతోంది. కాని, యజమానుడు తంతాడు, వాడూ దరిద్రుడే! అందరూ దరిద్రులే. కొంచెం ఏ మాత్రం హృదయమున్నవాడు ప్రతివాడూ దరిద్రుడే! చుట్టూ యింత బాధ. ఇంత మృత్యువు తాండవమాడుతో వుంటే, హృదయమున్నవాడి దగ్గర లక్ష్మి ఎట్లా దాక్కుంటుంది?

"ఎట్లా? వెళ్ళి తీసుకురండి."

ఒక్క నిమిషం నుంచుంది. అది యుగమనిపించింది. ఈ లోకపు నిమిషాల లెక్క.... పగలు, రాత్రి, వారాలు, తేదీలు, అన్నీ దాటిపోయింది ఆమె ఆత్మ.... బాధ అనే అనంత కాలంలో లీనమయింది.

అయ్యో! ఒక్క యుగం దాటిపోయింది. బిడ్డ. తన బిడ్డ. లేచిందా! వెదుక్కుంటోందా చీకట్లో? "నువ్వా వొదిలావా అమ్మా?" అనుకుందా? అట్లానే బిగుసుకుంటో చచ్చిపోయిందా? తన చెయ్యిమీద లేకుండానే తన కళ్ళు భయంలేదని చెప్పకుండానే, వొంటరిగా కాలరాత్రిలోకి ప్రయాణమయిందా తన బిడ్డ? మరిచిపోయింది. మందుని, రెండణాల బిళ్ళని, తన వంక చూసే బెంచి మేజిస్ట్రేట్ రాఘవయ్యని, ఎవర్నీ చూడలేదు. చర్రున రోడ్డుమీద పడ్డది.

"ఎంత అందమైన మనిషో! వెర్రి పట్టింది."

"మద పిచ్చి!"

"వెంట వెళ్ళరా, లాభిస్తుందేమో!"

"కరిస్తే!"

"ఒరే, ఆ బుజాలూ తొడలూ చూశావురా!"

"బలే పిల్లరా!"

అంటోంది రెస్పెక్టబుల్ ప్రపంచం, ఆమె వీపు వెనక.

మళ్ళా వొచ్చిన దోవనే.... రోడ్డుమీద.... దుమ్ములో, చీకట్లో బళ్ళని, బైస్కిళ్ళని తోసుకుని, బిచ్చగాళ్ళగుండా, దీపాలు, యిళ్ళు, నక్షత్రాలు – అన్నీ నీడలు. అన్నీ మాయలు, అన్నీ మసకలు, కలలు గుండెల్లో కొరుక్కుతినే వేదన వొక్కటే నిజం, సత్యం.

శాశ్వతం వెళ్ళిపోతుంది. ఇదే ఇదే ఇల్లు, ఇదే గుమ్మం. లోపల బిడ్డ, బాధ, రోగం, మృత్యువు చీకటి. ఇదే గుమ్మం.

"చూడమ్మా!"

ఎవరు?

అతను రామయ్యనాయుడు. గవళ్ళ కులస్తుడు. తండ్రి జవాను పనిచేస్తో చదివించాడు. క్రమంగా సొంత తెలివివల్ల తాలూకాబోర్డు ప్రెసిడెంటయినాడు, లెజిస్‌లేటివ్ కౌన్సిల్‌లోకి పోవాలని ఆశయం. దయార్ద్ర హృదయుడు. ప్రజలకు చాతనయినంతవరకు మేలు చేసినవాడు. ఆనాటి సాయంత్రం మందుల షాపులో కూచున్నాడు. మందుల దగ్గిర కూచోడం అలవాటయిపోయింది. అది అతని తప్పుకాదు. ఇంకా గవళ్ళ స్వేచ్ఛ అలవాట్లని మరచిపోలేని అతని భార్య తప్పు.

సుందరమ్మ వాలకం, ఆమె కళ్ళలోని నిరాశ, పెదవుల్లోని దీనత్వం గ్రహించాడు. అతని హృదయం కరిగిపోయింది. ఉత్త గవళ్ళ రామయ్యే ఐతే ఆమెని అక్కడే పలకరించి వుండును. కాని, ఎక్సు ప్రెసిడెంటు రామయ్యకు పరస్త్రీని పలకరించడం నలుగురిముందూ మర్యాదైన పనికాదు. ఆమె వెళ్ళగానే ఇంటికి పోతానని లేచి, తెర వెనకాలికి వెళ్ళి ఆ మందు గొట్టం కొని, తొరతొరగా ఆమె వెళ్ళిన మార్గాన్నే అనుసరించి గుమ్మంలో ఆమెని కలుసుకొని పలకరించాడు చాలా సదుద్దేశ్యంతో.

"ఎవరమ్మా మీరు?"

"బ్రాహ్మలం."

ఆ ఒక్క మాట మీద సుందరమ్మ జీవిత చరిత్ర, రామయ్య జీవిత కాలం, అతని కుటుంబం అదృష్టం, ఇంకా ఆ సంబంధంగా అనేక విషయాలు తారుమారై పోయినాయి. ఆ మాటే అనక, ఇంకేదన్నా పలికివుంటే, ఆమెకింకా ఎంత మంది సంతానం కలిగేవారో, యింకా ఎన్ని కష్టాలకు సుఖాలకు లోనయ్యేదో; రామయ్య లెజిస్‌లేటివ్ కౌన్సిల్‌కి వెళ్ళడం, మంత్రి కావడం, అతని కొడుకులు డిప్టీ సూపరెంటులు కావడం, అతని కూతుళ్ళు ఐ.సి.ఎస్.ల్ని పెళ్ళిళ్ళు చేసుకోవడం, యెన్ని జరిగేవో!

ఆ వొక్క మాట! ఆ మాట ఆమె ఆ సమయాన అని తీరవలసిందేనా! ప్రపంచ చరిత్రలో అది ఇనెవిటబుల్ (Inevitable) అయిందా? ఇదివరకే ప్రపంచ సృష్టిలోనే, ఇది నిర్ధారణ అయిపోయిందా? లేక సుందరమ్మ, రామయ్యల పూర్వజన్మ కార్యఫలిత సంఘటనవల్లా? భూలోక వ్యవహారాలన్నీ కనిపెడుతో నడిపించే దేవతలు అట్లా నిశ్చయించారా ఆ నిమిషాన – నే నీ కథని ఎట్లా అంతం చెయ్యాలో యీ నిమిషాన నిర్ణయించినట్లు? లేక ఆ మాట అవసరం.సుందరమ్మ హెరిడిటీ (Heridity) వల్ల

నిర్ణయించబడ్డదా? 'బ్రాహ్మలం' అనే గర్వపు పలుకు యుగయుగాల బ్రాహ్మణ రక్తం, బ్రహ్మజ్ఞానుల అధికార యోగ్యత, ఆమె నోటిలోంచి పలికిందా? సుందరమ్మ వృత్తకులం సంగతి మాత్రమే చెప్పతలచుకుని వుండవొచ్చు. వూరుకన్న, పేరుకన్న, ఉద్యోగంకన్న, వంశంకన్న ముందు కులం సంగతి వెల్లడిచేసే యీ దేశాచారమే ఆమెని ప్రోద్బలం చేసి ఉండవొచ్చు. కాని, రామయ్యకి, ఆ పలుకుల్లో బ్రాహ్మణాధిక్యత, గర్వం, తృణీకారం, గంభీరంగా వినపడి గుండెల్లో ఝల్లుమనిపించాయి.

దానికి రామయ్య పూర్వచరిత్ర, అతని పూర్వుల మృతచరిత్ర కారణం. ఇట్లా ఒక్కొక్క అల్ప విషయం ఈ ప్రపంచంలో అన్నీ, అన్నీ, ఒకటే నిమిషాన, స్థలాన, ఒకటే కేంద్రంలో, ఒకదాన్ని ఒకటి దాటుతో కలుసుకుని లోకపు రహస్యాన్ని విడదీయ ప్రయత్నించే వేదాంతుల్ని, శాస్త్ర శోధకుల్ని, సయిన్సువారిని పజిల్‌చేసి వెర్రెత్తిస్తాయి. కర్మ, హెరిడిటీ (Heredity), చాన్స్ (Chance), ఫేట్ (Fate), చరిత్ర, యీశ్వరేచ్ఛ, సృష్టిశక్తులు అన్నీ భిన్నంగా కనబడే యివన్నీ ఏకమేనేమో! అనేక మూలలనించి అనేకమంది యీ మిస్టరీ? (Mystery) ని సాధింప చూస్తున్నారు గావును!

రామయ్యకి బ్రాహ్మలంటే కోపం, బ్రాహ్మణ వ్యక్తులమీద కాదు. ఆ కులంమీద. ఈ కోపానికి, ఆ కోపం ఈ నిమిషంలో కల్పించిన ఘోర పర్యవసానాలకీ, కృతయుగం నాటినించి వొచ్చే యీ వర్ణభేదమూ, వర్ణస్తులూ కారణం. తండ్రి జవానుగా నౌకరిచేసే యింట్లోను రామయ్య ఆ బ్రాహ్మణుల నించి పొందిన నీచత్వం అసలు పునాది. ఫలితం బ్రాహ్మణేతర సభ్యత్వం. ఫలితం బోర్డు ప్రెసిడెంటుగిరీ. దాంతో బ్రాహ్మణ ద్వేషం పాలసీ. బ్రాహ్మణేతర నాయకులవలె పూర్వకాలం బ్రాహ్మలు బ్రాహ్మణేతరులకి చేసిన ద్రోహాల్ని గురించి అతను పరిశోధన చెయ్యలేదు. అతని ద్వేషం ఇంటలెక్చువల్ (Intellectual) మాత్రమే గాక, ముఖ్యం ఎమోషనల్ (Emotional).

రామయ్యే హిందూ విజ్ఞాన చరిత్రను నిష్పక్షపాత బుద్ధితో చదివి వుండినట్టయితే ఈ బ్రాహ్మణత్వమే, ఆ ప్రత్యేకత్వమే, ఆ భేదభావమే బ్రాహ్మణ తపో ప్రయత్నాలకు, ఆధ్యాత్మిక ఆశయాలకు ఆ శుచిత్వమే, ఆ ఆచారమే యెట్లా అవసరమై, ఎన్నడూ యే దేశీయులూ అందుకోలేని ధర్మాన్నీ, కళనూ, జీవితాన్ని, సూక్ష్మ వేదాంత రహస్యాల్నీ, యోగ మంత్ర శక్తుల్నీ తమకేగాక, యేనాడో లోకాన్నంతా ఉద్ధరించగల ఆత్మతత్వాల్ని సాధించేందుకు బ్రాహ్మలకి ఎట్లా సహాయపడ్డదో తెలుసుకుని ఉండును. ఏమైతేనేం, యీ ఇన్‌ఫీరియారిటీ కాంప్లెక్స్ (Inferiority complex) తో నేత్రానందమైన కాలంలో, ఎట్లా అంతకన్న ఔన్నత్యాన్ని ప్రయత్నించగలడు రామయ్య! Creature of the times.

అతని ఆశయం ఒక్క బ్రాహ్మణస్త్రీతో సంభోగం చేయాలి. ఎందుకు అని ప్రశ్నిస్తే

ప్రత్యుత్తరం అతనికే తెలీదు నిజం. తనలో నిజంగా లేని కసిని వెళ్ళకక్కుతాడు. చిన్ననాడు, తన తండ్రి పనిచేసిన బ్రాహ్మణ గృహంలో, తాను ఆరాధించిన తన యీడుదే ఆ బ్రాహ్మణ కన్య అతన్ని చేసిన హేళనా, అతని చేత చేయించుకున్న పనులూ, ఎంతకైనా పోనీ అతనికి ఆమె మీద గల గౌరవం, యివి కారణాలని సైకోఎనలిస్టులు (Psycho analysts) అనవొచ్చు.

అతను సుందరమ్మని ఆ షాపులో చూసి వాస్తవంగా, నిర్వ్యాజంగా జాలిపడ్డాడు. అతనిలోని దైవత్వమే పాలించింది. ఒక మానవుడు హృదయమున్నవాడు రెండో మానవుడికి యిచ్చే సానుభూతినే యిచ్చాడు. కాని, ఆమె "బ్రాహ్మలం" అన్నంత మాత్రాన, యింతసేపు ఎక్కడో అడుగున దాక్కున్న కులద్వేషం, రాక్షసత్వం, అధికారాన్ని పూనింది. అతను, మనుష్యుడు కాడు. అప్పుడు దేవుడు కాడు, ఆత్మ కాదు, హిందువుడు కాడు, హిందూ దేశస్తుడు కూడా కాడు. వుత్త నాయుడైనాడు.

"బ్రాహ్మలా. ఆ....ఆ....ఆ!"

మనసు చురుకుగా పనిచేస్తోంది. ఇన్ని సంవత్సరాలనించి ద్వేషం పోసి భద్రంగా పెంచుకుంటున్న తన ఆశయం ఈనాటికి నెరవేరే సమయం వొచ్చిందా?

"ఏదీ పిల్ల?"

"మీరు డాక్టరా?" అంది జాలిగా సుందరమ్మ, ప్రతి అక్షరంలోనూ ధ్వనించే ఆశ. రామయ్య ఆ నిముషాన నాయుడే కాకపోతే, మనుషుడే అయితే ఆ కంఠంలోని నిర్మలత్వం, మాతృత్వం, దీనత్వం అతన్ని సిగ్గుతో పాతాళానికి తొక్కివేసి వుండును.

అతికష్టంతో తన హృదయాన్ని తొక్కిపట్టి, సహజ దేవత్వాన్ని నోరు నొక్కి "ఊఁ" అంటో లోపలికి వెళ్ళాడు. అబద్ధాలు ధైర్యంగా పలికే సాహసం ఇంకా సంపాయించలేదు. బోర్డు ప్రెసిడెంటైనా కూడా.

ఆ యింటి మీద తాండవించే మృత్యువుని, గోడల కెగబాకుతున్న చీకట్లనీ, బొద్దింకల్నీ, ఆ బిడ్డనీ, ఆమె దిక్కులేనితనాన్ని, ఆమె సౌందర్యాన్నీ, దేన్నీ చూడటం లేదు నాయుడు కళ్ళు. గతం వేపు తిరిగి తన కార్యదీక్షలో, తన జీవితాశయంలో లీనమై పోయినాయి. దేవతల కరుణ ఎట్లా వుందో అని ఆలోచిస్తున్నాడు.

సుందరమ్మ దేవతలు తనకై పంపిన ఈ అనాయాచిత మిత్రత్వానికై, భక్తితో, కృతజ్ఞతతో కుంగిపోతోంది.

బిడ్డ, బాధల్నీ, తల్లినీ, శుష్క శరీరాన్నీ వొదిలి ఆనందకోశంలోకి రిట్రీట్ (Retreat) అవుతోంది.

సుందరమ్మ పిల్ల వంక చూసింది. ఆశతో అతని వంక చూసింది. చీకటైంది

గాని, వెలుతురులోనే ఆమె కళ్ళని అతను చూసివుంటే, ఎంత అడుగున పడిపోయినదైనా రామయ్య మానుషత్వం, ఆ వొక్క చూపుతో, సమస్త మోహమేఘాల్ని చించుకుని, ఆమెపై ప్రసరించి వుండేది. కాని, విధి తలపెట్టినప్పుడు, సంఘటనలన్నిటినీ, ఏ విఘాతాలకీ స్థలమివ్వక, అతి నిపుణతతో, పర్ఫెక్ట్ (Perfect) గా తయారుచేస్తుంది. ఫేట్ (Fate) చేసే ప్రయత్నంలో హ్యూమన్ ఎరర్ (Human error) కి ఏమాత్రమూ ఎడముండదు.

"మరి.....మరీ" అని రామయ్యనాయుడు పెదిమలు తడుపుకుంటున్నాడు. అతనికి అనుభవం లేదు. స్త్రీలోలుడు కాడు.

"ఏమిటి?"

"నాకేమిస్తావు?"

"ఏముంది? ఏం లేదు నాకు - దిక్కులేని....." అతని చెవులు యెప్పుడో మూతలు పడ్డాయి. శబ్దం తప్ప, ఆ శబ్దంలోని మృదుత్వం, కారుణ్యం వినపడవు అతనికిప్పుడు. ఈ లోకంలో లక్షలమందికి ఎన్నడూ వినపడవు.

"నువ్వు కావాలి."

"నేనా!" అన్న అరుపును. ఆ ఆశ్చర్యాన్ని, ఆ భయాన్ని, సందేహాన్ని, ఏ దేవుడన్నా వినడా! చెవులు వున్నాయా? ఈ రోదన వినబడుతుందా? నేలమీద, పడివున్న బిడ్డకేసి చూస్తో 'నేనా!' అన్న ఆ దిక్కుమాలిన తల్లి మొర!

ఎందరో స్త్రీలు, యెందరో పతివ్రతలు, సుశీలలు అన్నారో యిట్లా 'నేనా' అని - తమకున్న మానధనాన్ని ఆశించిన పురుషుల ముందు.

ఒక్క నిమిషమే యోచించింది. ఆ మనిషి, దేవుడి వేషంలో ప్రత్యక్షమైన రాక్షసి, ఆ యిల్లు, తన కాపరం, తన పేరు, తన జీవితం, దేహం, అభిమానం. తన పిల్ల, తన శుచిత్వం, అన్నీ కలలు, మాయ మనోపటం మీద చలించే యింద్రజాలాలు. తను, తనే. తన బాధే, అదే వాస్తవం. నిన్న రాత్రి భర్త అనే పురుషుడు, ఈ రాత్రి వీడెవడో ఈ పురుషుడు, కాని, భర్తకన్న యితనే సత్యవంతుడు కావొచ్చు. ఏమైతేనేం, ఏం జరిగితేనేం? ఆలోచన లోకాన్నీ, సందేహ కాలాన్నీ అతిక్రమించింది. మృత్యువు ముందు ఆత్మ కళ్ళనించే గడప తొక్కి వూర్ధ్వ లోకాల దృష్టి నిలిపింది. ఈ దేహాన్ని కాలిస్తేనేం, అనుభవిస్తేనేం ఆ కట్టెని?

ఏమీ మాట్లాడలేదు. మౌనం అంగీకారంగా తీసుకున్నాడు నాయుడు.

ఆ చచ్చిపోతున్న పిల్ల పక్కన, కిరసనాయిలు బుడ్డిముందు కదిలే బికారి నీడల్లో, సుందరమ్మని కావిలించుకున్నాడు. దేవతలు కలలుగని, సృష్టించిన సుందరమ్మ పవిత్ర దేహాన్ని - ఆమె అందాన్ని చూడలేదు అతను. ఆమె నిర్మలత్వాన్ని గుర్తించలేదు. ఆమె

నిర్లక్ష్యంతో పని లేదు. ప్రాణమున్నదా అనే పరీక్ష కూడా లేదు అతని కసలు సౌందర్యమంటే ఏమిటో తెలీదు. స్త్రీ మనఃపూర్వకంగా యివ్వగల స్వర్గపు అంచులకన్నా అతనెన్నడూ సామీప్యానికి వెళ్ళలేదు, బ్రాహ్మణ స్త్రీ దొరికింది జీవితాశయం నెరవేరుతోంది.

ఆమె–ఇక్కడ ఈ లోకంలోనే లేదు. ఆ బిడ్డ – ఆ బిడ్డ యే సహాయమూ అందని స్థలాలూ, ఈ భూమిని మించిన Planes లోని అందాన్ని గుర్తుపట్టి తేలవేసిన గుడ్లలో – లోపల లోపల నవ్వుకుంటోంది.

సుందరమ్మ రక్తంలో కలసి జీవించిన బ్రాహ్మణ ఆత్మలు–జపాలు. శోత్రియం, యజ్ఞాలు, ఆధ్యాత్మిక సంపద, ఆధిక్య గర్వం, శూద్రుణ్ణి గుమ్మమవతల – జ్ఞానానికి అవతల – శాస్త్రాధికారానికి అవతల నుంచోబెట్టిన అధికారం "అయ్యో–అయ్యో" అని అరుస్తున్నాయి.

బ్రాహ్మలనించి అన్యాయాన్నీ, అవమానాన్నీ, తృణీకారాన్నీ వోపికతో, యుగాలు భరించిన శూద్రులు అంధకారం, మౌఢ్యం; క్రూర శిక్షలకూ, పక్షపాతాల కూపాలై నశించిన మనుశ్రుతినాటి శూద్ర ఆత్మల క్రౌర్యం; సేవలో, దాస్యంలో–కుంగి–తోవ తెలియక పెనుగులాడుతున్న వేదన; నిరాశ; బ్రాహ్మణ చేతుల్లో చిక్కి–మానాల్నీ ప్రాణాల్నీ అర్పించిన శూద్ర వనితల అవమానం–కసి– అన్నీ అతని రక్తంలో తాండవమాడుతో, తృప్తి నొంది. అనంతకాలంలోని నిద్రకై పరుగులెత్తుతున్నాయి.

తమ వంశీయురాల్ని, శుద్ధ పవిత్ర బ్రాహ్మణ రక్తాన్ని – ఆక్రమించుకుని, అపవిత్రం చేస్తున్న ఈ అధోవర్ణస్తుణ్ణి ఏమీ చెయ్యలేక చుట్టూ మూగి ఆమె ఆత్మని అన్వేషించి – ఆహ్వానిస్తున్నారు పూర్వులు ఆ మలినమైన శరీరంలోంచి లేచి రమ్మని.

* * *

"ఇవ్వండి"

"ఏమిటి?"

మరచిపోయినాడు.

అతని దృష్టి తృప్తివైపు, ఆమె దృష్టి బిడ్డవైపు.

"ఇంజక్షను యివ్వండి."

"నేను డాక్టర్ని కాదు."

ఎందుకన్నాడు ఆ మాట! ఆ బ్రాహ్మణ స్త్రీ దేహానికి చేసిన గాయం గాక, హృదయానికి శాశ్వతమైన గాయం చేద్దామనా! లేక అబద్ధమాడడం చాతగాకనా! మాట్లాడకుండా వెళ్ళిపోయే ధైర్యం లేకనా – కఠినత్వం లేకనా? ఎవరికి తెలుసు?

ఎవరు చెప్పగలరు? అతని అల్పత్వమో, అతని భీరత్వమో - అతన్ని అట్లా పలికించింది. అతనికే తెలీదేమో? అడిగినా చెప్పలేడేమో? ఆలోచించి చెప్పినా నిజం కాదేమో ఎవరు చెప్పగలరు? కార్యాలకు నిజమైన ఉద్దేశాలు కర్తలకే తెలీవు; పైగా నీతి అవినీతులని, ధర్మ అధర్మాలని - స్పష్టంగా విడతీయ బూనుకుంటారు. నీత్యాధికారులు!

సగం ఈ లోకాన్ని అప్పుడే దాటిన సుందరమ్మ ప్రాణాలు కడపటి ప్రయత్నం చేశాయి. తన శరీరానికి జరిగిన యీ తీవ్ర న్యూనతని పరిహారం చేసేందుకై అంత మన్మథ ప్రయత్నంలోనూ చలింపక గడ్డ కట్టిన సుందరమ్మ రక్తం పెద్ద ఘోషతో మేలుకుంది. హృదయద్వారాల సముద్రపు వరదవలె వొచ్చి ప్రవేశించింది. చంపలు తళతళమన్నాయి. కళ్ళు అగ్నివలె మెరిశాయి. వక్షం దీర్ఘ ఉఛ్వాసంతోటి నిండిపోయింది. నడుమూ, కంఠమూ - మహోదీవితో పైకి లేచాయి. ఈ లోకపు సంకుచిత వాసనల్ని - శరీర స్వల్ప బంధనాల్ని తెంచుకున్న ఆమె ఆత్మ అతిక్రమించి - వూర్ధ్వలోకాల జ్వలించే మహాశక్తులతో - బ్రాహ్మణ తేజస్సుతో సంబంధం కల్పించుకుంది ఆ నిముషాన.

ఆ దివ్య విగ్రహాన్ని - ఆ మహా సౌందర్యాన్ని ఒక నిమిషం కింద తన చేతుల కింద - తొడలకింద నిర్జీవమై పడివున్న కళేబరంలో ఆ నూతన విద్యుచ్ఛక్తిని చూసి, విభ్రాంతుడై, వెనక్కి నాలుగు అడుగులు వేశాడు రామయ్య.

ఏం జరగబోతోంది? చంపుతుందా? మీద దూకి చీలుస్తుందా? ఏమిటా చూపు? ఏమిటా శబ్దం లేని చలనం?

ఎవరు? సాధారణ మానవురాలేనా? రాక్షసి - దెయ్యం - మహమ్మారి - మహిషాసుర మర్దని - శక్తి కాళి -

ఇంకో కాలు వెనక్కి వేశాడు ఆమె కళ్లల్లోంచి జ్వలించే వెలుగును భరించలేక భగ్గుమని మండిపోయినాడు. నిలువునా కాలిపోయినాడు. భస్మమైనాడు.

వెనుకనే మండే దీపం అతని పంచకంటుకుందా? అతని శరీరంలోంచి - కాళ్ళ మధ్యనించి లేచిందా మంట.

సుందరమ్మా - ఏమయిందో - ఏం జరిగిందో - నిలువునా పిల్ల మీద పడి వుంది. బైట గాయం లేదు లోపల విషంలేదు.

బ్రాహ్మణ కడపటి మహత్యం బ్రాహ్మణీకం. ఈ కలియుగాన సుందరమ్మతో అంతమైంది.

✦ ✦ ✦

జీవితాదర్శం

సింహాసనాల మీద కూచుని చూస్తున్నారు బిలియర్డ్సు ఆట, వాళ్ల ముగ్గురూ. నరసింహారావు అమెరికన్ పత్రిక తిరగేస్తో ఒక బీచిపటం దగ్గిర ఆగిపోయినాడు. నీల సముద్రం, పైన రెండు మూడు మబ్బులూ, ముందు తెల్లని ఇసికా. ఆ ఇసికమీదా, అలల్లోనూ వొంటిలో చాలా భాగం కనపడుతో, ఆడవాళ్ళూ, రెండు మూడు కుక్కలూ, ఇద్దరు మొగవాళ్ళూ, పిల్లలూ ఎండలో మెరిసే నురుగులో దూకుతున్నారు. కొందరు గొడుగుల కింద తలలుపెట్టి పడుకున్నారు.

"మన దేశంలో ఇట్లాంటి బీచి ఎక్కడా వుండదేం?"

"అట్లాంటి బీచి అంటే, అట్లా బట్టలులేని ఆడవాళ్ళు ఆడుకునే బీచి అనా నీ సందేహం?" అన్నాడు లక్ష్మణసింగ్.

"కాదోయ్; అసలు ఆ ఇసికా, ఆ శుభ్రం...."

"ఏం, మద్రాసు లేదూ?"

"మద్రాసా? ఈ అందం ఎక్కడ వుంది?"

"లేకేం? నీ కళ్ళల్లో ఆ అందమంతా ఆ మనుషులవల్ల కలిగినట్టుంది. మనుష్యులు వున్నారు కాని బట్టలు లేకండా కనబడరు" అన్నాడు వెంకయ్యానాయుడు.

"వెక్కిరించకండి. ఎండా, ఆకాశం, సముద్రం-ఇంత అందంగా ఎక్కడ వుందీ?"

"ఎక్కడైనా వుంది."

"పట్టణాలు తోసెయ్యి."

"భీమ్లీ వెళ్లు."

"భీమ్లీ?"

"అవును."

"ఏమిటి విశేషం?"

వర్ణించాడు నాయుడు. అదీ వుండిపోయింది వాళ్ళిద్దరి మనసుల్లో. చైత్రమాసంలో షికారు వొచ్చారు భీమ్లీ. అనంతపురం నించీ నరసింహారావూ, లక్ష్మణసింగ్. వొచ్చిన రెండో రోజే ఒకరి మొహాలు ఒకరు చూసుకుంటున్నారు. తిరిగి వెళ్ళాక వెంకయ్యానాయుణ్ని

ఏం చెయ్యాలని ఆలోచన. కాని నాయుడు చేసిన మోసం ఎక్కడ వుందో వాళ్ళకి తెలీటం లేదు. మోసం లేదు. అందువల్లనే మోసం ఎక్కడ వుందో కనుక్కోవడం కష్టంగా వుంది. మొత్తానికి ఇద్దరికీ "ఎందుకు వొచ్చామా ఇంత దూరం" అనిపిస్తోంది. వెళ్ళి పోవాలంటే వాళ్ళకే సిగ్గుగా వుంది. రెండు నెలలకు గాని తిరిగిరామని చెప్పివచ్చి వారం రోజులకే మళ్ళీ అనంతపురంలో మొహాలు కనబర్చటం? రాజమండ్రిలో, కాకినాడలో బంధువులున్నారు. "అక్కడ వుందామా రెండు నెలలు" అని కూడా ఆలోచించారు.

కొత్త వూళ్ళో ఎవరన్నా తెలిసినవాళ్ళు వుంటేగాని తోచదు. అందులో అప్పుడే కాలేజీ ముగించిన కుర్రాడు నరసింహారావు. సింగ్ వకీలేగాని ఇంకా ఏం ప్రాక్టీస్‌లేదు. మనుష్యుల్ని పలకరించారు బీచిమీద కాని వాళ్లు రెండుమాటలు మాట్లాడి వెళ్ళిపోతారు. వాళ్ల అనంతపురంలో మనుష్యులు వేరే రకమనిపించింది.

సముద్రం అంచునే వడివడిగా నడుస్తున్నాడు ఒకతను. సూటు, బూటు, గాలిలో యెగిరే టై, సాయంత్రపు ఇంగ్లీషుటోపి, చేతిలో బెత్తం - లావుగా వున్నాడు. మెలి తిరిగిన తెల్లటి మీసాలు, సగం తెల్లటి జాతి మనిషిగావును. నడకలో, చూపులో, మాటలో అమితమైన ఉత్సాహం, స్నేహభావం. మూడు రోజులనించి ప్రతి సాయంత్రం చూస్తున్నారతన్ని సముద్రం వొడ్డున. అతను అక్కడే వున్న క్లబ్‌కి పోడు. బీచిలో ఓ చివర ప్రారంభిస్తాడు, వడివడిగా నడుస్తో. కనపడ్డ ప్రతి వాళ్ళనీ పలకరిస్తాడు. యూరోపియన్లనీ, కుట్టుకునే ముసలమ్మల్నీ, చిన్న పిల్లల్నీ. బళ్ళలో పడుకున్న బేబీలనీ, పల్లెవాళ్ళనీ, శాస్త్రుల్లనీ, యువతుల్నీ, ఒక్కొక్కరి దగ్గిరా ఎంతోసేపు ఆగుతాడు. వాళ్ళతో పరియాచకాలు ఆడతాడు. వాళ్ళని వొదిలి చాలా తొందరపని జ్ఞాపకం వొచ్చినట్లు చరచర నడుస్తాడు, ఇంకోరు కనపడ్డదాకా. యెవరితోనూ పూర్తిగా ఆగిపోడు. అందరూ అతనికి తెలుసా? లేక ఎవర్నయినా పలకరిస్తాడా? స్నేహానికి మొహం వాచిన వాళ్ళిద్దరూ చూశారు, తమని పలకరిస్తాడేమోనని. దగ్గిరికి వచ్చాడు పలకరించేట్టే! కాని మొహాలుచూసి వెళ్ళిపోయినాడు మూడు రోజులూ కూడా. ఇవాళ తామే పలకరించాలనుకున్నారు. చాలా సరదా అయిన వాడిలాగున్నాడు. అదిగాక అతన్ని చూస్తే, అతని మొహం తామెరిగిన, అంటే చూసిన మనిషి మొహంలాగుంది. ఆ గుండ్రటి గడ్డం, సూదుల్లాంటి కళ్ళూ, కణతలమీద వుంగ్రాలు తిరిగే జుట్టు, బలువైన చంపలూ. యెవరబ్బా ఇట్లాంటి మనిషి? మళ్ళీ తమకి ఎదురుగా వస్తున్నాడు. మాట్లాడాలి. కాని చొరవ చాలలేదు, ఆ నిమిషానికి. ఆ వెనక అబ్బాయితో ఆడిన అల్లరిమాటల జ్ఞాపకం నవ్వుతో వొచ్చాడు ఈసారి–

"గుడీవినంగ్" అన్నాడు.

ఇద్దరూ "గుడీవినింగ్" అన్నారు.

"వేడిగా వుందికదూ ఇవాళ?"

ఎంత సులభం అతని సంభాషణ! యెంత ప్రయత్నించినా తమకి నోట మాట రాదేం?

"వేడా! ఏం వేడి? చాలా బావుంది."

"ఏం బావుంది? ఏమీ బావున్నట్లు లేవు మీ మొహాలు! ఎక్కణ్నించి వొచ్చారు?"

ఆ మాటతో వాళ్ళ సంగతులు అతనితో చెప్పుకున్నారు.

"అనంతపురం నించా? చాలాదూరం. కొత్తగా వుండాలే పాపం!"

అతని కంఠంలో సానుభూతి, దయ. ఇబ్బందిని అర్థం చేసుకున్న హృదయం- బావురుమని ఏడవాలనిపించింది. "బంధువులున్నారా? లేరా? మరి యెక్కడ దిగారు? సత్రంలోనా? బాగానే వుంటుంది. భోజనం?"

"భోజనమా? ఈ వూరొచ్చి భోజనం చేశామంటారా? ఇదేం దేశం?" అన్నారు.

"ఆ హోటలు భోజనమేనా? బతికి వున్నారు. విచిత్రమే! పోనీ బసలో ఆ కుర్రాడు మిమ్మల్ని సరిగ్గా చూస్తున్నాడా?"

"ఎవరూ చూడనక్కర్లేదు, తిండి దొరికితే."

ఆలోచించాడు.

"మా వంటమనిషికి స్ఫోటకం. మేమూ ఇబ్బంది పడుతున్నాం. వుండండి, ఆ మూల కాఫీ హోటలుకి వెళ్ళి భోజనం పెట్టమని అడగండి. అతను మిమ్మల్ని కొట్టడానికి మీద పడతాడు. జడుసుకోక, నిలబడి, దేశికాచారి పంపాడనండి. భోజనానికి పూటకి యిరవై మూడు రూపాయలడుగుతాడు. సరేనని భోజనం చేసి ఇద్దరికీ రూపాయన్నర ఇవ్వండి, మీ మొహాన విసిరి కొడతాడు డబ్బుల్ని. మళ్ళీ దేశికాచారిని జ్ఞాపకం చెయ్యండి. తొరగా, వెళ్ళండి, పొద్దుపోతోంది. వంటకి టైముండదు అతనికి మళ్ళీ" అని వెళ్ళిపోయినాడు, వెనక్కి తిరిగి చూడకుండా. ఇంట్లో వొంటరిగా విడిచి తల్లి సినిమాకి వెళ్ళిపోయిన పిల్లల్లాగైనారు వాళ్ళిద్దరూ. అయితేనేం, అతని ధర్మమా అని హాయిగా భోజనం చేశారు ఆ రాత్రికి. వాళ్ళకి సముద్రమూ, చల్లని గాలీ, అందాల దృశ్యాలూ పట్టటం లేదు. మళ్ళీ ఆయన యెప్పుడు కనబడతాడా అనే.

"దేశికాచారి! ఎవరు? అతనా? యెక్కడో తెలుసు ఇతను" అంటున్నాడు నరసింహారావు.

"ఏమిటి? ఆ వంటమనిషికి జబ్బు రాకపోతే మనని తన ఇంట్లో పెట్టుకునేటట్లు మాట్లాడాడే!"

"మన అదృష్టం!"

"ఇక భోజనం సమస్యమాత్రం తీరినట్టే! ఏం వంటా? ఆ మైసూరు రసం చాలదా?"

మర్నాడు సాయంత్రం నవ్వుతోవొచ్చాడు. "గుడ్‌ఈవినింగ్ బాయ్స్" అనుకుంటో.

"కొంత కోపం తీరిందా భీమ్లీమీద?" అని అడిగాడు.

వాళ్ళ మనస్సుల్లో జరిగేది యెలా కనిపెడుతున్నాడు?

"అనంతపురం వాళ్ళు వొచ్చి "ఇదేంతిండి" అంటే ఈ భీమ్లీ వాళ్ళకి యెంత కోపం వస్తుందని! ఆ జిల్లాలో జొన్నకూడు తింటారని వీళ్ళ అభిప్రాయం! ఎందుకు, అనంతపురంలో దోసకాయ పప్పువంటిది వీళ్ళ జన్మలో రుచిచూసి వుంటారా? డబ్బు వున్న వాళ్ళు ఆదేశంలో తిండికోసం బతుకుతారని తెలీదు వీళ్ళకి! వాంగీభాతు అంటే అదేదో తిట్టనుకుంటారు వీళ్ళు.

తమని పొగడుతున్నాడో, యెక్కిరిస్తున్నాడో అనుమాన మయింది వాళ్ళకి.

"ఇంత అందంగా వుందా ఇక్కడ. షికారు అయిపోయే సమయానికి ఇంటిదగ్గిర బంగాళాదుంపల వేపుడూ, కొబ్బరి పెరుగుపచ్చడీ తయారౌతున్నాయికదా సరైన రుచిలో, అనే జ్ఞాపకంతో అడుగు తొందరగా పడాలి. ఇంటిదగ్గిర మధ్యాహ్నం బజ్జీలూ, టీ తీసుకుంటో వుండగా బీచి మన రాకకోసం అలంకరించుకుంటోందా లేదా అని అడుగులు తొందరగా పడాలి. అవునా?"

ఎంత ఉత్సాహం, హాయి అయిన అనుభవం ఆమాటల్లో! తెల్లబోయి చూస్తున్నారు.

"ఇంకా విప్పారలేదు మొహాలు, ఏమిటి బాధ?"

"ఎందుకు వొచ్చామా అనుకుంటున్నాము."

"ఏం?"

"ఏం తోచదు."

"అవును పాపం! సత్రం దగ్గిరా, ఇక్కడా?"

"బాగానే వుంది. కాని ఏముంది చూడడానికి?"

"కళ్ళు తెరవరాదూ?"

"అంటే?"

"భీమ్లీ వొచ్చి అలా అడిగితే నేనేం చెప్పను? బతికివుండగా ఇలాంటి అందం ఎక్కడ చూస్తారు మీరు? ఏదో చెడిపోయింది మీలో" అని ఆలోచించి "కొత్త. అవునా? ఏం తోచదు; అవును. నా భార్య వొంట్లో బాగాలేదు. వెళ్ళాలి" అని వాళ్ళని వొదిలి నిమిషంలో వేగం హెచ్చించాడు. వెళ్ళిపోతున్నాడని పెద్ద దిగులువాళ్ళకి, చప్పున లేచి అతని వెంట పడ్డారు.

"మేమూ నడుస్తాం."

"రండి, నిరాశ పడి ఈవూరు విడిచి వెళ్లిపోకండేం! రేపటిదాకానన్నా వుండండి" అన్నాడు బీచినుంచి రోడ్డుమీదికి ఎక్కుతో, చీకట్లో రోడ్డుమీద ఆగి కేకేశాడు.

"ఎందుకో ఉండమంటున్నాననుకోకండి. ఆశ్చర్యపడుతో ఊహించకండి. ఏం లేదు. ఇంతదూరం వొచ్చి, అందులో భీమ్లీకి. ఉత్త చేతులతో దరిద్రులమల్లే తిరిగి వెడతారా? భీమ్లీ వచ్చి?" అనుకుంటో వెళ్ళిపోయినాడు. ఈ మాటలు అసలు అర్థం కాలేదు. వాళ్ళకీ, ఆవాళనించి వాళ్ళకి ఓ సంగతి దొరికింది. ఆ కొత్త అతను, అతని మనో విశాలత్వం, ఆతిథ్యదృష్టి, తనలోకి ఎవరినన్నా ఆకర్షించుకునే శక్తి- ఒకటే ఆశ్చర్యం వాళ్లకి, ఈ దేశంలో ఇల్లాంటివాళ్ళున్నారా అని. పేరు దేశికాచారి అని చెప్పాడుగాని, అతను, ఇంగ్లీషులో ఇంగ్లీషు అతనిలాగు మాట్లాడుతున్నాడు. హోటలు అతన్ని దేశికాచారి ఎవరు అని అడిగితే, "దేశికాచారి ఎవరేమిటి?" అని వెళ్ళిపోయినాడు. ఇంకెవర్నీ వాళ్ళు అడగలేదు అతన్ని ప్రత్యేకమైనట్టు దాచుకున్నారు మనసుల్లో.

మర్నాడు మధ్యాహ్నం దేశికాచారి వాళ్లసత్రానికివొచ్చి కూచున్నాడు. వాళ్ళు తెలుగులో మాట్లాడినా అతనుమాత్రం ఇంగ్లీషులోనే మాట్లాడుతాడు. వాళ్ళు తెచ్చుకున్న పుస్తకాలు చూశాడు.

"ఏమిటి ఇంకా ఎడ్గార్ వాల్లస్ చదువుతున్నారా! పీటర్ చేనీ చదవండి. నాలుగైదు పుస్తకాల వరుకు భరించవొచ్చు. కథలుబావుంటాయి గాని ఇప్పుడు సైన్స్, ట్రావెల్, హిస్టరీ కూడ కథలకన్న ఆకర్షణగా రాస్తున్నాడు. చూశారా? రెండో ప్రపంచ యుద్ధం రియాక్షన్స్ ఇంగ్లీషువారి వాఙ్మయం మీద ఎట్లా వొచ్చాయంటారు? ఇంగ్లండులోకన్న అమెరికాలో స్పష్టంగా కనపడుతున్నాయి" అన్నాడు.

నోళ్లు వేళ్ళాడేసుకు చూశారు.

వాళ్ళదగ్గిర తెలుగు పత్రికలు చూశాడు.

"చలంకన్న శరత్తు ఎందుకు ఎక్కువ ఆదరణ పొందుతున్నాడో తెలుసా మీకు?, అన్నాడు, ఇంగ్లీషులోనే.

ఇట్లా మాట్లాడుకుంటో బీచికి వెళ్ళారు.

కొంచెంసేపు మాట్లాడకుండా నీళ్ల పక్కన నడిచి నవ్వాడు. ఏమిటని చూశారు వాళ్ళు.

"మీ మొహాలు" అని తనలోపల నవ్వుకుంటున్నాడు.

"నీళ్ళుపోసిన మొక్కలమల్లే అయినాయి. పాపం చాలా వొంటరై పోయినారు" అని వాళ్ళ భుజాలమీద తట్టాడు.

"మనుషులకు స్నేహం చాలా అవసరం. కాని నాబోటివాడికి మనుషులనే వాళ్ళు లేకుండా బతకడం నేర్చుకోవాల్సిన అవసరం పడుతుంది.

ఇదేమిటి? ఇంత మానవప్రియుడికి అట్లాంటి గతేమిటి?

"అట్లాంటప్పుడు వినండి. భీమ్లీ చాలా అందమని విని వొచ్చారు కదా! ప్రత్యేకం ఏం అందం చూశారు?"

"సముద్రం, ఇంకా..............."

"అవన్నీ మామూలు మాటలు. ఇట్లా రండి."

అని అక్కడ కొండరాళ్ళమీదకి తీసికెళ్ళి నిలవనీళ్లలో భక్తితో, భద్రంగా నాచుని చూపాడు. "చూడండి ఈ రంగు, మెరుపు, మెత్తదనం, ఎండతో ఎన్నెన్ని విధాల మారుతుంది? పొద్దున్నేరండి. రేపు పొద్దున్నకి నీరింకా దూరంగా వెడుతుంది. ఇట్లాంటి రాళ్లల్లో చిన్న చిన్న చెరువులున్నాయే వాటిల్లో ఓదానిముందు కూచుని విసుగెత్తినాసరే, చూస్తోకూచోండి నేను చెప్పానని. ఎండ, రాళ్ళకింద నీడల్లో ఉండిపోయిన చిన్న చేపలు ఈ నాచులోంచి ఈదుతో - ఎన్ని విచిత్రాలు, అందాలు చూడగలరో, ఈ గుంటల్లోనే ఆలోచించగల ప్రాణులుంటే, నిన్న అలలతో ఘోష ఎత్తిన సముద్రం. అలవెంబడి అల ముంచేస్తో పొంగుతో కిందికి పొర్లి పొంగిపడి పోయే నీళ్లన్నీ ఏమైనా యనుకుంటాయి? దూరంగా ఎక్కడో వినిపించీ వినపడకుండా హోరుపెట్టే సముద్రాన్నే మరిచిపోయి, ఈ గుంటే జీవితమని, తమలోని జీవాత్మలే స్వయం నిర్ణయంగా బతుకుతాయి. అవతల పెద్ద సముద్రం వుందనీ, ఈ గుంటకి అదే అర్థమనీ అంటే నవ్వుతాయి - మళ్ళీ సముద్రం పొంగివొచ్చి ముంచేసిందాకా. ఆ సముద్రమే రాకపోతే మురుగుతుంది. చివరికి ఎండి, అర్థం లేకుండా పోతుంది.

"ఈ భీమ్లీకి ఒక విధంగా కాదు, అనేకమైన అందాలు పట్టాయి. కొండలు, నది, అడివి, సముద్రంలో వరసగా ఈ రాళ్లు-నేను చెప్పి ఏం లాభం? చూడండి బుద్ధిమంతుల్లాగున్నారు" అంటో బయలుదేరి వెళ్ళిపోయినాడు, బీచినంతా వరసగా పలకరించడానికి. నాలుగు గజాలు వెళ్ళాడో లేదో! తెల్లవాళ్ళ అమ్మాయీ, అబ్బాయీ ఒకరిమీద ఒకరు చేతులు వేసుకొని సముద్రంవంక చూస్తున్నారు. కాసేపటికి చూస్తే వాళ్లిద్దరి మధ్యా కూచుని వున్నాడు. ఇద్దరూ చెరోవేపు అతనిమీద చేతులు వేసుకుని పకపక నవ్వుతున్నారు, అతనితో కలిసి.

ఆ రోజు నుంచి వాళ్లకి భీమ్లీమీద కొత్త ఉత్సాహం వొచ్చింది. ఆ సముద్రం చాలు వాళ్ల కళ్ళని కట్టేసి, వాళ్ళకి వాళ్ళలో ఉన్నదని తెలీని సౌందర్య భావానికి సందేశం ఇవ్వడానికి. వాళ్ళు యోచించకండానే ప్రయత్నించకండానే, అందాన్ని గ్రహిస్తున్నట్టుగా ఐనాయి వాళ్ళ మనసులు.

"ఏం లేదు. మన మనసులమీద మూతల్ని దేశికాచారి తీసేశాడు. తక్కిన పని భీమ్లీ చేసేస్తోంది." అనుకున్నారు వాళ్లళ్ళోవాళ్లు.

మర్నాడు సాయంత్రం అతను ఎక్కువసేపు ఆగలేదు, వాళ్ల దగ్గర. చాలామంది వొచ్చారు బీచికి - సముద్రంలోంచి లేస్తున్న నిండు చంద్రుణ్ణి చూడడానికో ఏమో! వాళ్ళందరిని పలకరించాలి దేశికాచారి. వ్యవధిలేదు. ఆ సముద్రతీరం తనదైనట్టూ, అక్కడికి వొచ్చేవాళ్ళందరూ తన సొంత అతిథులైనట్టూ వర్తిస్తున్నాడు అతను. హిందూదేశం వొదిలి ఎక్కడికో వచ్చాం అనిపిస్తోంది వాళ్ళకి.

"రేపు పొద్దున్నే, ఆ గుడిలేదూ, ఆ కొండ నెక్కండి. మెట్లున్నాయి. కాని గుడికి పైన లేవు. మీరు ఆ కొండపైకి వెళ్ళిపోవాలి. పైకి చేరేప్పటికి సూర్యోదయం కాకూడదు ఇంకా, పైన నీళ్ళున్నాయి. చిన్న చిన్న కొండ దొరువుల్లో. చాలా అందం. రేపు సాయంత్రం తీరుబడిగా మాట్లాడుకుందాం" అంటో వెళ్ళిపోయినాడు. అప్పుడే అతని కోసం చేతులు వూపుతున్నారు అందరూ.

వాళ్లిద్దరూ సముద్రం వొడ్డున రాళ్లకి తగిలి చిందే నీళ్ల అందాన్ని చూస్తున్నారు. వాళ్లకి అనుమానంగా కూడా వుంది. ఎందుకతను అంత స్నేహం చూపుతున్నాడు తమ మీద? చివరికి డబ్బు లాగుతాడా? ఎందుకో అతనిమీద పూర్తి నమ్మకం రావటం లేదు.

ఇంటికి వెడుతోవుంటే బీచి రోడ్డుమీద వాళ్ళని వెనకనించి కలుసుకున్నాడు.

"మరిచిపోయినాను మీతో చెప్పడం. నా భార్య ఆరోగ్యంగా వుంది. రేపు సాయంత్రం మా ఇంటికి వెడదాం. భోజనం అక్కడే" అంటో వెళ్ళిపోయినాడు. తొరతొరగా నడుస్తూ, ఎలక్ట్రిక్ దీపానికి దూరమౌతున్న అతన్ని చూసి ఏమి మనిషా అని నివ్వెర పోయినారు.

కొత్త వూరు, ఇంకా ఏ సందు ఎక్కడికి పోతుందో తెలీదు, ఏ నిమిషాన ఏం కొత్త చూస్తామో అనే వండర్ వాళ్ల మనసుల్లో.

మర్నాడు సాయంత్రం చీకటిపడేప్పుడు వాళ్ళ దగ్గిరకి వొచ్చి పిలుచుకుని వెళ్లాడు. చాలా దూరం నడిచారు నల్లని కొండవేపు. దీపాలు కూడా కనపడటం మానేశాయి. కొండ రాళ్ళమీదనుంచి కొంత ఎక్కాలి. కొండపక్కన కట్టారు ఆ చిన్న బంగళా. ముందు వరండా సముద్రంకేసి వుంది. దానికింద చిన్నతోట. రెండు మూడు రకాల పువ్వుల పరిమళం. వరండాలో నాలుగు తొట్లల్లో మొక్కలు. ఎలక్ట్రిక్ దీపానికి చైనాషేడు. ఎత్తుతక్కువ కుర్చీలలో శ్రద్ధగా అల్లిన లేసు గలేబుల దిళ్లు. టోపీ తగిలించి వాళ్ళతో కూచున్నాడు. బట్లరు నిమ్మరసం తెచ్చియిచ్చాడు. కాని రాత్రి ఐతే భయం కూడా అనిపించింది. కొండమీద అంతా అల్లుకుని దట్టంగా చెట్లూ, తీగెలూ, ఇల్లు నిశ్శబ్దం.

"ఈ వూరు ఇండియాలో వుంది గనకగానీ, లేకపోతేనా, ఈ కొండ పక్కలన్నీ బాగు చేయించి, విల్లాలు కట్టేవారు కాదా?" అన్నాడు అతను.

"ఈ బ్రిటిష వాళ్లు పోనీండి" అన్నాడు నరసింహారావు.

"బ్రిటిషువారేం అడ్డమొచ్చారు?"

"ధనం!"

"ఏం, ధనవంతులు లేరా? వాళ్లెక్కడ కట్టుకున్నారు యిళ్లు? పాడుబడ్డ ఆ పెద్దపెద్ద మేడలన్నీ ఎవరివి? ఏ లోపాలకీ కారణం ఎవరి మీదో ఒకరిమీద – చివరికి దేవుడి మీద పెట్టడం ధీరుల లక్షణం కాదు. అంత కన్న ఒప్పుకుంటే ఏం పోయింది? అనుభవించడం పెద్ద ముఖ్యం కాదని? మన స్వభావం అది."

"కాని ఆ గుడి చూడండి!"

అవును. యిన్ని యుగాల చరిత్రలో ఎవరో బుద్ధి, అందం, తెలిసిన మనిషి వుండకపోడు. ఎక్కడెక్కడో బిచ్చమెత్తి కట్టించి వుంటాడు. లేక ఏ మొక్కుకున్న మహరాజుకో ఆ స్థలం చూపించి వుంటాడు. అక్కడ ఏ విష్ణుదేవుడో వెలిశాడని. అంత ఎందుకు? గొప్ప సూర్యాస్తమయం సముద్రం అలల్ని బంగారంతో, వజ్రాలతో వెదజల్లుతో వుంటే, దానికి వీపులుతిప్పి బ్రిడ్జి ఆడే క్లబ్బు సోదరుల్ని చూడలేదా మీరు? అక్కడ ఎవడో కన్ను వున్నవాడు కట్టాడు క్లబ్బు. దానితో తీరిపోయింది. బ్రిటిషువాళ్ళట, అడ్డు! ఇక్కడికి వొచ్చే ఇంగ్లీషు వాళ్ళకి ఏ సంస్కారముంది? కాని వాళ్ళ ఇళ్ళు చూశారా? వాళ్ళు ఉండబట్టే ఈ మాత్రం అందం వుంది దేశంలో."

"వాళ్ళు వుండాలంటారా?"

"నిస్సందేహంగా!"

"స్వతంత్రం ఒక గొప్ప విషయంగా కనపడదా?"

"నాకు కనబడకపోవడమేమిటి? పదేళ్లు జైలుజీవితం అనుభవించిన వాడికి!"

"మీరు జైలుకి వెళ్లారా? పదేళ్ళే! ఎంత క్రూరమైన శిక్ష? చూశారా? ఎందుకు? దేశభక్తికా?"

"దేశభక్తి ఏమిటి? నా తెలివివల్ల. అతను ఇంగ్లీషు జడ్జీ – హ్యూమర్ వున్నవాడు గనక కానీ, నాకు ఇరవై ఏళ్ళ శిక్ష తప్పదనుకున్నాను."

"ఏమీ?"

"ఏమీ, వినలేదా నా కేసు? చిన్నవాళ్ళేమో! నా ఫోటోతో ప్రతి పేపరు కేసునంతా రిపోర్టు చేసింది" అన్నాడు గర్వంగా.

"ఏం కేసు?"

"దేశికాచారి డిఫాల్కేషన్ కేసు."

"ఓ!"

వాళ్లిద్దరికీ జ్ఞాపకం. అదీ అతన్ని ఎక్కడో చూశామని అందుకనే అనుకున్నారు. పేపర్లలో పెద్ద ఫోటోలు.

అన్యాయంగా సాక్ష్యం చెప్పించారా మీ విరోధులు.

"అన్యాయమేముంది? రెండు లక్షలు కొట్టేశాను కదా! నేనే ఒప్పుకున్నానుగా."

వాళ్ళ నాలికలు చప్పున ఎండిపోయినాయి. ఎట్లా అక్కణ్ణించి లేచిపోవడం? అతను వేళాకోళం చెయ్యడం లేదు. అదంతా నిజమే!

"బైటే భోజనం చేద్దాం" అంటున్నాడు. ఏమెరగనట్టు.

"ఏమిటి. అక్కడ భోజనం చెయ్యడమా? విషం పెడితే? వాళ్ళ చేత ఏవన్నా కాయితాలు రాయించుకుంటే? తన నిజస్వరూపం బైట పెడుతున్నాడు - ఇంక భయంలేదని, లేకపోతే ఎవడన్నా చెప్పుకుంటాడా?

బట్లరు బల్ల అమరుస్తున్నాడు. వాళ్ళిద్దరూ వొణుకుతో ఒకరి మొహాలు ఒకరు చూసుకుంటున్నారు. అతను మాట్లాడుతోనే వున్నాడు.

"నేనేమంటున్నాను? ఈ దేశ స్వాతంత్ర్య త్యాగమూర్తులకి అసలు స్వతంత్రమంటే ఎప్పుడన్నా అర్థం తెలుసునా అని! పరుల ప్రభుత్వం బానిసత్వమే. కాని మనమీద బరువై కూచోదు. ఎవరో చెప్పిందాకా, ఆలోచించుకున్నదాకా, బానిసత్వమనిపించదు. తెల్లారి లేస్తే పెద్దలకి, కుటుంబాలకి ఇంటిపక్కల మనుషులకి, పురోహితుడికి చేసే దాస్యం యెన్నడన్నా మనుషులకి తట్టిందా? నిజంగా స్వతంత్రాన్ని ప్రేమించే మనిషి దేనినించి ముందు బైటపడతాడు?"

కాని వాళ్ళు ఇక్కణ్ణించి ముందు ఎలా బైటపడటమా అని ఆలోచిస్తున్నారు.

"బ్రిటిషు వాళ్లు తెచ్చారా దరిద్రం? ఆచారాలకి, పెళ్ళిళ్ళకి, మర్యాదలకి, భేషజాలకి, దేవుళ్ళకి ఈ సేవ వల్లనేనా దరిద్రం? తిండి లేకపోలేదు. అప్పులెందుకౌతున్నాయి? ఈ వ్రతాలకి, యాత్రలకి, మూఢత్వాలకి. పైగా ఎవర్నో తిట్టటం. వాళ్లు నిర్దోషులనను. కాని మీ సంగతేమిటి?"

"అవును, మా సంగతేమిటి?" అనుకున్నారు వాళ్ళు.

"అప్పులు చేసేదీ, వడ్డీలు పెరిగేదీ, దానికోసం వేలం వేసిన భూస్వామినీ, మార్వాడీని తిట్టేది-తాము ఏమీ ఎరగనట్టూ, తమ కూడు వాళ్ళు కొట్టుకుపోయినట్టూ. ఇదంతా చూసే నా కనిపించింది. ఇలాంటి మనుషుల డబ్బు ఎగేస్తే ఏం పాపం లేదని. వాళ్ళకి చేతకాదు అనుభవించడం, హాయిగా నాలుగేళ్ళు మహావైభవం అనుభవించాను. ఎంతమందికో, నిజమైన ఆర్తులకి దానం చేశాను" అన్నాడు గర్వంగా.

భోజనానికి కూచున్నారు. శాకాహారమే, కాని చాలా అందంగా వొండారు.

అమర్చారు, వడ్డించారు. అతను ముందు నోట్లో పెట్టుకుంటేనే గాని వాళ్ళు తినడంలేదు. వెర్రి! ఎందుకు చంపుతాడు తమని!

ఇంట్లోంచి అతని భార్యగావును అన్నీ సద్ది పంపిస్తోంది.

ఇతని నాగరికత చూసి ఆ ముసలామె కూడా తమతో కూచుంటుందనుకున్నాడు. కాని ఆమెది పూర్వాచారం గావును!

భోజనం ఎలా చేశారో, ఏం తిన్నారో వాళ్ళకి గుర్తులేదు. వెంటనే బైలుదేరతామన్నారు. కాని దేశికాచారి వీల్లేదని గట్టి పట్టు పట్టాడు. దాంతోనే వాళ్ళకి భయం మరీ ఎక్కువయింది. లోపలికి వెళ్ళి తన సూటూ అదీ తీసేసి బనియనూ, గూడకట్టుతో వొచ్చాడు. తాంబూలం తెప్పించాడు. వాళ్ళకి పువ్వుల దండలు యిచ్చాడు. ఆ సూటు తీసేస్తే, అతను చిన్న బొజ్జా, కొంచెం ముడతలూ, అంతా గుండ్రంగా ఓ బంతి లాగున్నాడు. కండరాలు వున్నాయా అసలు లేక అంతా అలాంటి నునుపేనా అనిపించింది.

"వరసగా సముద్ర తీరమంతటా ఉన్న ఈ చిన్న రాళ్ళ వల్ల నిరంతరమైన ఆకర్షణ ఈ సముద్రానికి. కన్యాకుమారి అంత అందం లేదనుకోండి. కాని యిలా కూచుంటే ఎండలో నీళ్లు రాళ్ళకి తగిలి పైకెగిరినప్పుడు చాలా రంగులతో మెరుస్తుంది. ఆ తుప్పర ప్రతిదినమూ ఆ రాళ్ళని ముంచెయ్యడమూ మళ్ళీ వొదిలి దూరంగా వెళ్ళడమూ. అదేదో గొప్ప లీల. ఒకనాటి తీరం ఇంకోనాటిలా గుండదు. పైగా ఆ నది. ఆ నదిని దాటారా, లేదా? దాటండి రేపు. ఒక్క నిమిషంలో ఏదో నిర్జనమైన తీరానికి వెళ్ళిపోయినట్టు అవుతుంది. ఎదురుగా ఆ కొండ. ఆ కొండ మీద ఆ నీటి కొలనులు చూశారా? వాటిలో పువ్వులు, ఈ నిర్మలాకాశం. ఇంత ఎండాకాలం లోనూ మంచు కొండలమీదనించి వస్తున్నట్టు చల్లగాలి. నది ముందు మెట్లమీద మర్రిచెట్టు కింద కూచున్నారా? పొద్దున్న తొమ్మిది గంటలప్పుడు వుంటుంది – ఎక్కడో ఇటలీలో ఉన్నామనిపిస్తుంది."

"ఇటలీ చూశారా?"

"బొమ్మలనించి .... అదుగో చంద్రోదయ మవుతోంది. ఇక చూడండి పదేసి నిమిషాలకి మారే నాట్యం అలల మీద. మీకు వోపిక ఉండాలి గాని."

ఆ ఇల్లు కొండల మధ్యన వుండడం చేత దూరంగా, సముద్రం వాళ్ళకి కిందగా కనపడుతోంది. కొబ్బరిచెట్ల నీడల వెనకనించి ఉదయిస్తున్నాడు బంగారు చంద్రుడు-ఎర్రని చారని సముద్రం మీద కల్పిస్తో.

"ఇంకా ఇప్పుడేకాదు. తెల్లారకట్టగాని అలల మీద మెరుపు కనపడదు మనకి."

అని, "లాలే!" అని కేకేశాడు లోపలికి. అందమైన స్త్రీ కంఠం-రేడియోది గావును-అవ్యక్తమైన సితారు వాద్యంలోంచి "ఓ" అని వినపడ్డది.

"చూస్తున్నావా? చంద్రుడు"

"ఓ" అని మళ్ళీ మధురంగా గొప్ప సంతోషం లోంచి పలికినట్టు.

"ఆరి దంపతులారా! ఏం ప్రేమ మీ మధ్య ఇన్నాళ్ళ తరవాత కూడా" అనుకున్నారు. వెంటనే "ఇదో నాటకం. వీళ్ళు ఇంకా చాలా ప్రేమలో బతుకుతున్నట్టు! అమ్మో! ఎంతకన్నా తగును వీడు" అనుకున్నారు.

తరవాత అతను వాళ్ళతో మాటలాడలేదు. సముద్రం వంక చూస్తున్నాడు, పైపు వెలిగించి నోట్లో పెట్టుకుని. వాళ్ళ భయాలు సద్దుకున్నాయి వెన్నెలతో. ఎవరో వెనుక నుంచి దీపం ఆర్పేశారు. మెల్లిగా వెన్నెల, గోడ మీద, చెట్ల నీడలోంచి, చారలుగా వాళ్ళ పాదాల ముందు, వాళ్ళ వొళ్లో వాలింది. తీగెమల్లె పరిమళాలు, వెనక నుంచి రేడియో, సితారు. ముందు ఆ సముద్రం మీది వెన్నెల వాళ్ళిద్దరూ మైమరచిపోయినారు. అదేదో లోకంలోకి వెళ్ళామనిపించింది. ఎంతకాలం గడిచిందో-నిద్రపోయినారో, మేలుకున్నారో గుర్తులేకండా ఐనారు. అతను ఒక్కవేలూ కదల్చక ఆ చైత్రమాసపురాత్రి గాలిలో, సముద్రక్షారపు శుభ్రతతో వచ్చే ఆమెత్తని గాలిలో తన్మయుడై కూచున్నాడు. అతన్ని పలకరించడానికి బుద్ధి వెయ్యలేదు. మెల్లిగా లేచి వెళ్ళిపోయినారు. తోవ వెతుక్కుంటో, ఇరవై గజాలు వెళ్ళారోలేదో; అధికారంగా "ఆగండి" అన్నాడు దేశికాచారి. గుండెలు ఆగాయి వాళ్లకి. గుబురైన చెట్ల మధ్య చీకటి లోంచి సన్నని తోవ. వెనుక టార్చిలైటు వేసుకుంటో అతను, చాలా కోపంగా-

"బుద్ధిలేదా మీకు! చీకట్లో వెడుతున్నారా సాహసించి! కొండ నిండా తాచులు, పెద్ద మండ్రగబ్బలు! పదండి జాగ్రత్తగా,"

ఎంత దయ, వాళ్ళ క్షేమం తనకి చాలా ముఖ్యమైనట్టు! తమ మీదనేకాదు. ఆ మనిషికి తోటి మానవుణ్ని చూస్తే ఎంత వెచ్చదనం ఆ హృదయంలో ననిపించింది.

భద్రంగా వూరి మొదటి దాకా దిగబెట్టాడు.

"ఆనందం ఎంత సులభం, ఎంత సహజం. మనుషులకి ఎందుకు వుండవో కళ్ళు" అన్నాడు దిగులుగా.

ఇంటికి వెడుతో వొకటే మాటాడుకున్నారు. ఈ మనిషి నించి తప్పించుకోడానికి వూరు వొదిలి వెళ్ళిపోదామా అని. అంతా అనుమానమె, ముందే తమని పలకరించడం, పదే పదే స్నేహం చేసుకోడం, తాము ఎంతో కావలసిన బంధువులమల్లే కపట ప్రేమ నాటకం ఆడడం, భోజనానికి పిలవడం - ముక్కూ మొహం తెలీని మనిషి ఎందుకు

చేస్తాడు ఇదంతా? ఎప్పుడో అనంతపురం వొచ్చి వీళ్ళని ఉపయోగించుకొని డబ్బు పోగుచేసుకోడానికేమో! అలా ఐతే తాను జైలు దొంగనని ఎందుకు చెప్పుకుంటాడు? ఎలానూ వినేవుంటారు కదా అనా? తనే చెప్పుకుంటే నమ్మకం కలుగుతుందనా? ఈవూరి వాళ్ళకి తెలుసా అతని సంగతి! కాని బీచిమీద కొత్తవాళ్ళకి?

'మర్నాడు జాగ్రత్తగా అడిగి చూశారు. దేశికాచారి దొంగ చరిత్ర సంగతి కొంతమందికి బాగా తెలుసు. కొంతమంది ఏదో విన్నారు. కొంతమందికి ఏమీ తెలియదు. కాని అంతమందికికూడా చాలా ప్రేమా, గౌరవం అతన్ని చూస్తే. ఎవరికీ ఏ అన్యాయం చెయ్యడు సరేకదా, ఎక్కడెక్కడ తాను ఏ చిన్న ఉపకారం చెయ్యడానికి వీలున్నా అక్కడ హాజరౌతాడు. చందాలు, మనిషి సహాయం పోగు చేస్తాడు. ఎవరి జోలీ, ఎవరి సంగతి, ఊరి వ్యవహారాలూ, అపవాదులతో అతనికేం పనిలేదు.

అతనిలో ఇంత మార్పు ఎలా వొచ్చిందా అని ఆశ్చర్యపడ్డారు. గడిచినరాత్రి భయాలకి సిగ్గుపడ్డారు. అతను తనుచేసిన పాపాలకి పరిహారం చేసుకుంటున్నాడు కాబోలు. తెలుగువాళ్ళు అంతే. వాళ్ళకి మనిషి నచ్చితే సరి. ఆ మనిషి ఎటువంటివాడు, ఏం ఘోరకృత్యాలు చేశాడు అనేది వాళ్ళకంతగా పట్టదు. ఎవరన్నా ఎత్తినా "బలేవాడు" అని నవ్వేస్తారు.

దేశికాచారి వాళ్ళకి విప్పి తెలియచేసిం తరువాత భీమ్లిలో అపూర్వమైన అందం కనపడుతోంది వాళ్ళకి. మర్నాడు సాయంత్రం భీమ్లీ చరిత్ర చెప్పాడు. ఏ విధంగా మొదట యూరపు జాతులకి ఈ భీమ్లి కనపడి వుంటుందో, శిథిలమైన వాళ్ళ కట్టడాలచిహ్నాలు ఎక్కడెక్కడ ఉన్నాయో, వాళ్ళ గోరీలమీది సంగతులు చదివితే ఎన్ని విషాద, సంతోష చరిత్రలు కనపడతాయో వివరించాడు. పూర్వం మంచి రేవు పట్టణం కావడం, కొత్త దేశాల ఓడలు, కొత్త దేశస్తులతో, సామాన్లతో రావడం, ఆ కొత్తదనం అన్నీ వాళ్ళ కళ్ళ యెదట నిలిపాడు. వాళ్ళు భీమ్లిలో ప్రతిసందూ, ప్రతి చిన్న అరుగూ యేదో గ్రంథమైనట్టు చూస్తో తిరుగుతున్నారు.

రెండోరోజు సాయంత్రం సముద్ర స్నానం చేశారు. ఓ కొండరాయిమీద కూచుని ఎత్తుగా వచ్చే అలలలో మునుగుతో ఆడుకున్నారు. అయ్యరు దగ్గిర భోజనంచేసి సత్రానికి వెళ్ళారు. సత్రంలో మూడురోజులే ఉండనిస్తారు. కాని దేశికాచారి ఎవరితో మాటాడాడో, యెంతకాలమైనా వుండనిస్తామన్నారు వాళ్లని.

ఆ రాత్రి లక్ష్మణసింగుకి చెవిపోటు వచ్చింది. సముద్రపు కెరటం దెబ్బవల్లనేమో! ఫరవాలేదని పడుకుంటే రాత్రి పదకొండుగంటలకి నిలవలేని బాధతో మూలుగుతున్నాడు. ఏం చేస్తారు ఆ అర్ధరాత్రి! సత్రం మనిషి లేడు కూడాను. దేశికాచారే దిక్కు! అతన్ని

ఈ అర్ధరాత్రి లేపడమా? కాని తప్పదు. ఏ డాక్టరు దగ్గిరికన్నా తీసికెడతాడు. బైటవెన్నెల చార పడ్డది. చంద్రోదయం మిస్ కాదు. మేలుకునే వుండవొచ్చు. టార్చి లైటు తీసుకుని బైలుదేరాడు నరసింహారావు. తోవ సరిగా తెలియదు. ఏ రోడ్డునించి తిరిగినా మలుపులో ఎదురుగా పొంగుతో, ఉదయించే చంద్రుడితో సరసాలాడుతో సముద్రం. ఎదురుగోడమీద వెన్నెలలో రెండోవేపు పురాతన గోడలకింద కరిగిపోయే నీడలు. ఆ అందం నరసింహారావుకి భరించలేననిపించింది. అనంతపురంలో ఇక్కడికన్నా స్వచ్ఛం ఆకాశం. ఆ ఊరు చుట్టూ కొండలు యెంతో అందమంటారు. ప్రతి సూర్యోదయం, అస్తమానం అమ్మవారికి పసుపు కుంకుమ పూజల్లాగు వుండేవి. నక్షత్రాలు, చంద్రుడు తలలకి యెంతో దగ్గిరగా వెలుగుతున్నట్టు కనబడేవి. కాని వాటినన్నిటినీ ఒక గొప్ప అందంగా చూసుకోలేదు వాళ్ళు! భీమ్లిలో యింత అందం కనపడడానికి దేశికాచారి యిచ్చిన దృష్టే కారణం.

పల్లెవాళ్ళ ఇళ్ళనిదాటి, కొండవేపు తిరిగాడు. దోవ చుట్టు తిరిగానని అనిపించింది. రోడ్డంతా ఒకే వెన్నెల చార. పక్కన చెట్లనీడలు. ఎత్తుని ఎక్కుతో మాటి మాటికి వెనక్కి తిరిగి సముద్రం వంక చూస్తో నడవాలనే కాని దేశికాచారి పాములభయం పెట్టాడు. అతని బంగళా కనపడ్డది. సన్నతోవలోంచి జాగ్రత్తగా వెళ్ళాడు. బైట కూచుని వున్నాడా? సంపెంగ పొద వెనకనించి మలుపు తిరిగాడు, పొద నీడలోకి. వరండాలోకి సూటిగా వెన్నెల పడుతోంది. వరండా చివర తివాసీమీద స్తంభాన్నానుకుని కూచుని వున్నాడు దేశికాచారి, సముద్రంవంక చూస్తో. అతని రొమ్ముమీద తలపెట్టుకుని, అతని భుజంచుట్టూ చెయ్యేసి, వెన్నెలతో మెరుస్తున్న అతని గుండ్రని మొహంవంక చూస్తో వెల్లకిలా పడుకుని వుంది అతని భార్య. “ఆరి, వీళ్ళ తస్సాదియ్యా!” అనిపించింది. కాని వాళ్ళిద్దరి అన్యోన్యం, ఇన్నేళ్ళకీ వీడని మమత, అలా వెన్నెల్లో ఏకమై నిశ్శబ్దంగా నిలవగల వాళ్ళ మనోస్థితి! ఇన్ని సంవత్సరాలు ఏం అనుభవించారో! శరీరాలతో సరే. అసలు ఒకరిపైని ఒకరి దృష్టి, ప్రాముఖ్యత, అందంలో ఐక్యం! అతను జైలులో ఉన్నప్పుడు ఏమయిందో ఈమె? కాని అంత దుశ్శీలుడు అతను, ఆమె అంతేనా! లేక పతివ్రతా!

ఒక్క నిమిషంలో ఇన్ని ఆలోచనలు తిరిగాయి అతని మనసులో. అడుగు వెనక్కి వేసి పొదచాటుకి వెళ్ళాడు. ఎలా వాళ్ళని డిస్టర్బు చెయ్యడం? వెనక్కి వెళ్ళిపోతే! కాని మిత్రుడి చెవిపోటు! తప్పదు.

“దేశికాచారిగారూ!”

అన్నాడుగాని, “చోకతాయ్” చిత్రంలో మనిషిని బైటకి పిలిచినట్టనిపించింది. అంత సాక్రిలెజ్.

"కమ్ యిన్ ప్లీస్" అన్నాడు –

ఎవరో పిలిచింది తెలీకండానే. భయమన్నా లేదు వాళ్ళకి ఈ అడవిలో!

నెమ్మదిగా వెళ్ళాడు. ఆ లోపలే ఆమె లేచింది. అతను దరికి వెళ్ళేప్పటికి కుర్చీలో కూచుంటోంది.

"మీరా? ఏమిటి ఈ అర్ధరాత్రి! ఏమిటి" అని ఆదుర్దాగా ప్రశ్నించాడు. చెప్పాడు అతను.

"మందిస్తాను. తగ్గిపోతుంది" అని లోపలికి వెళ్ళాడు.

ఆమె మాట్లాడకుండా తోటలోకి చూస్తోంది.

ఆమె యౌవనవతి. పాతికేళ్ళు వుంటాయో లేదో!

యెవరామె? అతనికి రెండో పెళ్ళా? ఆమె అందమయింది. యెంత అందమో ఆ సగం వెన్నెల్లో తెలీటంలేదు. ఆమె బట్టలు కూడా సరిగా వేసుకోలేదు. ఒక చీరో ఏదో కట్టుకుందో, కప్పుకుందో! చాలా పల్చగా వుంది. ఆ తోటా ఆ అర్ధరాత్రి నిశ్చలంగా. తను లేనట్టే కూచున్న ఆమె ఎంతో అందంగా వుంది. ఏదో మిస్టరీ ఆమె చుట్టూ.

ఇంతలో దేశికాచారి హోమియోపతి మాత్రలిచ్చాడు తెచ్చి.

"పాపం, పరదేశం. మీకెవరూ తెలీదు" అంటో, వీపుమీద చెయ్యేసి కొంచెం దూరం పంపించాడు.

"కూచుని సముద్రం చూడమందును. కాని మీ మిత్రుడు బాధపడుతో వుంటాడు వెళ్ళండి. నాతో చెప్పకండా యెందుకు స్నానం చేశారు? సముద్రంలో స్నానం యెట్లా చెయ్యాలో నేను చెప్పనా!" అన్నాడు.

"ఆమెని పరిచయం చెయ్యడేం?" అనుకున్నాడు. ఆమెతో ఒక్క మాటన్నా మాటాడితే తనకేదో గొప్పవరం అనిపించింది అతనికి.

ఇట్లా అనుకుంటో వెన్నెల్లో వొక్కడూ కొండ దిగి సత్రంవేపు వెళ్ళిపోయినాడు.

* * *

సాయంత్రం పడమటి కొండల వెనకనించి భూతాలమల్లే బైలుదేరాయి, నల్లని బరువుమబ్బులు. ఆరింటికే సముద్రమంతా చీకటి అయింది. పైగా అలల వెనకనించి పెద్దగాలి నీటిని రేపి ముందుకు తోస్తోంది. ఊరికి మైలున్నర దూరంలో, సముద్రం పడమటివేపుకి వొంపు తిరిగిన చోట, యెత్తయిన యిసిక దిబ్బమీద కూచున్నారు మిత్రులిద్దరూ. నరసింహారావు రాత్రి తాను చూసిన దృశ్యాన్ని సింగుకి చెప్పిం తరువాత దేశికాచారిని ఆ సాయంత్రం కలుసుకోవడం అంటే సిగ్గూ, కొంచెం భయం కూడా

వేసి వొచ్చేశారు. సముద్రంవంక చూడడమే నయంగా వుంది. నీళ్ళు ముందుకు తోసుకుని, విరిగి పడుతున్నాయి. చప్పున లేచి వెనక్కి, వూరువేపు నడుస్తున్నారు, సముద్రం వొడ్డునే. రెండు నిమిషాలు నడిచారో లేదో పెద్ద మొగలిపొద అడ్డం ఒచ్చింది, ఇదేమిటి? బీచి ఒడ్డుకి ఓ పొదా? పొద ఎట్లా నడిచి ఒచ్చింది? చీకటి, యెట్లా వెళ్ళడం? నీళ్ళలో దిగాలి. ఈడ్చి కొడుతున్న ఆ అలలలోకి – కరుకు మొనలు తేలిన ఆ రాళ్ళలో! భయంవేసింది. యేదో ఇంద్రజాలం–ఒచ్చేప్పుడు లేని పెద్ద చెట్టు ఇప్పుడెట్లా మొలిచింది? ఆ పొద వెనక ఇంకా పొదలు, ఆ పొద మొదలుని కావిలించుకుని ఈడుస్తున్నాయి అలలు. నరసింహారావు ఒణుకుతున్నాడు. చప్పున లక్ష్మణసింగు బిగ్గరగా నవ్వాడు. "యేం లేదోయ్. మరి నీళ్ళు ముందుకి పొంగలేదూ? ఈ పొదదాకా పొంగాయి."

కింద పడిపోవటానికి తయారుగావున్న మిత్రుణ్ణి పట్టుకుని, టార్చిలైటు తీసుకొని, బుద్ధి తక్కువని, తిట్టుకుని చెప్పులతో సహా, తడుస్తో సముద్రంలోకి దిగాడు. నాలుగు అడుగులు వేశారోలేదో, అడ్డంగా పెద్ద కొండరాయి. జారుడు. దానికి తగులుతో ఓ పొద ఒకవేపు. రెండోవేపు తిరిగి వెడదామంటే యెంత లోతో సముద్రం? నిలబడిపోయినారు. యెంతసేపో! కాని చాలా కొంచెంసేపే. చిన్న ఉరుం. ఇందాకా మెరిసింది. మళ్ళీ మెర్గవకూడదూ?

యెవరో నవ్వుతున్నారు–ఆ యీదురు గాలిలో, సముద్రం హోరులో.

"బాబో!" అని అరిచాడు సింగు.

బిగ్గిరిగా యేడుస్తో అరిచాడు నరసింహారావు. సముద్రంలో పడి చచ్చిపోవడం మంచిదనిపించింది వాళ్ళకి. యేం వూరు ఇది? యెందుకొచ్చారు?

చల్లదనం వాంఛించి.

"నిరాశ, ఇటేల వచ్చితి, భయం బెట్లోకదే ఈశ్వరా" అనుకున్నారు గావును.

ఈశ్వరుడు ప్రత్యక్షమైనాడు.

"ఎవరు?" అన్నాడు స్త్రీ కంఠంతో.

"ఆ. ఆ. ఎవరు తల్లీ మీరు!" అన్నాడు సింగ్, ఒణికే కంఠంతో.

"యేమిటి, దాటలేరా?"

ఆ కొండరాయి మీదనించి, వాళ్ళ నెత్తిమీద.

"ఊ"

"ఒస్తాను వుండండి. భయంలేదు."

దిగుతోంది. ఆమె ఎవరో! ఆ రాయిమీదినించి.

మెరిసింది.

ఒక యువతి. తెల్లటి వొళ్ళు. తెలుగు ఎంత స్వచ్ఛంగా వొచ్చో?

దిగి చెయ్యి అందిచ్చింది.

కొండ పక్కగా తీసికెళ్ళింది. ఆ ప్రదేశమంతా తనకి బాగా స్పష్టంగా తెలిసిన రాజ్యమైనట్టు. బతికాము జీవుడా అని తొరతొరగా నడక ప్రారంభించారు. "థ్యాంక్సు" అన్నా చెప్పకండా.

"మరి ఆమె ఆ చీకట్లో ఒంటరిగా!" అన్నాడు సింగ్.

"పోనిద్దూ. ఇంకా ఎవరో వుంటారులెద్దూ."

"కాదు. పాపం. కనుక్కుని మరీ వెడదాం."

"ఈ చీకట్లో ఎట్లా కనబడుతుందోయ్?"

"కేకేద్దాం"

"సరే, అరు. కాని నేను వెనక్కి మాత్రం రాను."

"యేమండి, యేమండి."

జవాబు పెద్ద నవ్వు.

ఆ నవ్వుకి నరసింహారావు పరుగు తీశాడు.

"ఒస్తున్నాను. మళ్ళీ యేమొచ్చింది?"

దగ్గిరిగా ఒచ్చింది.

"యేం లేదు. మీరు ఇక్కడ ఒంటరిగా..."

"అదా, యేం...?"

మళ్ళీ మెరిసింది, చాలా వివరంగా లోకం కనపడుతో-

ఆమె కనపడింది.

"యేం ఫరవాలేదు. వెళ్ళండి."

అంటో వెనకాలకి తిరిగి వెళ్ళిపోయింది. అంధకారం. లక్ష్మణసింగ్ అట్లానే నిలిచిపోయినాడు. నరసింహారావు రమ్మన్న కేకలు వినపడ్డదాకా.

"యేమిటి, రావేం?"

"ఉండు. ఆమెని సరిగా చూశావా?"

"ముందు రా! సముద్రం అందాన్ని, ఆడవాళ్ళ అందాన్ని తరవాత చూడొచ్చు."

"చూశావా?" అన్నాడు నడుస్తూ.

"లేదు. ఇప్పుడు చూడడమేనా ముఖ్యం! పద. వాన కూడా ఒచ్చేట్టుంది. బతికి బయటపడ్డాం. అది చాలు. చూడవొచ్చు రేపణ్ణించి."

"నాకు వెనకాలకి వెళ్లాలనిపిస్తోంది."

"ఈసారి చెప్పు తీసుకు తంతుంది. సరిపోతుంది. పాపం మన ప్రాణాలు రక్షించింది. చాలదూ? పద. పైగా పోయి-సరిగా బట్టలన్నా లేవు ఆమెకి....యేం చేస్తోందో ఒంటరిగా! భయంలేదు. ఎట్లాంటి ఆడవాళ్ళుంటారో! ఎవరో ఇంగ్లీషామె."

"కాదు, లాలస లాగుంది."

"లాలస! లాలస ఎవరు?"

"అవును, నీకెట్లా తెలుస్తుంది?"

"ఎవరు?"

"ఎవరోలే, నేనెరుగుదును ఒకప్పుడు."

"ఎక్కడ?"

"మన వూళ్ళోనే."

"మన వూళ్ళోనా? పో! ఎవరు?"

"నీకు తెలియదులే. ఇంతకీ అవునో కాదో!"

తరవాత పరధ్యానంగా కొంచెం జవాబు చెప్పాడు. సింగు ధ్యాసమంతా తన జీవితంమీద.

నాలుగు ఏళ్ళకిందట ఆ చివరి వుత్తరం వొచ్చింది, లాలస నించి. తాను చాలా దరిద్రంలో, కష్టంలో వున్నాననీ, రమ్మంటే వొచ్చి అతని దగ్గిర వుంటాననీ, కానిచేసిందానికి పశ్చాత్తాపములేదు; అతన్ని ఎటువంటి ఘోరమైన విరహంలో, కసిలో అవమానంలో వదిలి వెళ్లిందో ఆ సంగతికి దిగులూలేదు. పోనీ ముందైనా సరిగా వుంటాననిగాని, వుంటానికి ప్రయత్నం చేస్తాననిగాని సూచనాలేదు.

ఆమెని తలుచుకుని, ఆమె తనతో ప్రేమగా వున్న రోజులవెలుగు తలుచుకుని వూగాడు. కాని వూరంతా ఏమంటారు? తన మొహం ఎట్లా చూపుతాడు? తన తమ్ముళ్ళూ, తల్లీ ఒప్పుకుంటారా? అదిగాక తనని ఆమె నిర్దయగా చేసిన మోసం? ఒక్క ఆరు నెలలలో తాను పదేళ్ళ వయసు గడిచినట్లు కావడం తలుచుకుని జవాబు రాయలేదు. మళ్ళీ ఒక్క ముక్క రాసింది. "ఇంతేనా, ఇంక మీ ఆశ నాకు లేనట్టేనా?" అని. దాంతో సరి.

ఆ లాలస ఈ వూరు వచ్చిందా! ఎక్కడ వుంది? ఏం చేస్తోంది? ఈ రాత్రి తనకి ప్రాణదానం చేసింది లాలసేనా? మళ్ళీ కనబడుతుందా? ఇన్నాళ్ళు కనబడలేదేం? తనని గుర్తు పట్టిందా? లాలసే ఐతేతనని గుర్తుపట్టి వుండదా? కాదు.

ఆమె లాలసే అయితే తాను భీమ్లీ వెంటనే విడిచిపోడం మంచిది. ఆమెని కలుసుకోలేదు. భీమ్లీ నరక ప్రాయమౌతుంది. కాని లాలస కాదు తనకేం భయంలేదు.

హోటలుకి చేరుకునేప్పటికే తడిశారు ఇద్దరూ. ఆమె యెవరని అడుగుదామనుకున్నారు గాని తాము పడ్డ భయం, ఆడది రక్షించింది అని చెప్పుకోడం సిగ్గయి వూరుకున్నారు. పెద్ద వానలో, గాలిలో తమ గది చేరుకున్నారు. ఇంకా ఆ వూళ్ళోవుంటే ఆ సత్రం వదలి ఇల్లు చూసుకోవాలి. బట్టలు మార్చుకుని కబుర్లు చెప్పుకుంటో కూర్చున్నారు. సింగ్ మాట్లాడక పోవడం చూసి నరసింహారావు చదువుకుంటున్నాడు. సింగ్ మనసుని లాలస జ్ఞాపకాలు గట్టిగా ఆవరించాయి.

అట్లాంటి పెద్ద వర్షంలోనే రాత్రి వెళ్ళిపోయింది లాలస. అంతకుముందు చాలా వారాల నించి ఘోరమైన పోట్లాట వాళ్లిద్దరికీ. ఆమె మొదటి నించి వెళ్లిపోతాననే అంటోంది తాను అడ్డుపడ్డాడు. ఎట్లాగో సరిపెట్టుకుందామనుకున్నాడు. కాని తన తమ్ముళ్ళూ, మరదళ్ళూ గోల చేశారు. ఇంట్లో నిలవడం ఇబ్బందయింది. లాలస తప్పేముంది? మొదట పెళ్లి చేసుకునేటప్పుడే "సరే, చూద్దాం కానీ" అంది.

స్త్రీలకి ఈ చదువులవల్లా, స్వేచ్ఛ వల్లా కాపరాలిట్లా అవుతున్నాయి. మరి వాళ్లూ మనుషులేగా అంటే, అవును; చదువులూ, స్వేచ్ఛా వుండవలసిందే. ఉద్యోగాలు చెయ్యవలసిందే. కాని ఆ స్త్రీలు వేరు. వాళ్లు పెళ్లిళ్ళు చేసుకోగూడదు. పెళ్లి అనగానే కొంతవరకన్నా బంధాలు, బాధ్యతలూ అంగీకరించాలి. కాకపోతే ఇంక పెళ్లి అనేదానికి అర్థం ఏముంది?

ఆ మాల్వంకర్ వల్ల వచ్చింది ఈ గ్రహచారం. అతను రాకండా వుంటే ఏమో! ఇంకోడు వచ్చేవాడు. వచ్చినా లాలస అట్లా వూగిపోయేది కాదు. అతనే కారణం. మనిషి మళ్లీ ఏం బావుండడు. అంతా రబ్బరు ఒళ్ళు. వెన్నముద్ద. మరి అదేం ఆకర్షణో! అతని ఒళ్ళా, అతని స్వభావమా, కాక అతనిలోని కళా! ఈ ఆర్టిస్టుల్ని కాపరాలలోకి రానీడమే బుద్ధి తక్కువ. వాళ్ళు అందరి మల్లే పెళ్లిళ్ళు చేసుకోరు. పెళ్లాలు వున్నా లేనట్టే తిరుగుతారు. తోక చుక్కలమల్లే వచ్చి పడతారు వూళ్ల మీద. ఆ కళలేవో వాళ్ళ వూళ్ళల్లోనే సాధించుకోకూడదూ! ఆర్టిస్టు కాగానే ప్రచారం ప్రారంభిస్తాడు, అదేదో ఆ కళ చూసి డబ్బు పోగుచేసుకుని పోరు. ఇళ్ళల్లో చేరతారు. వాళ్ళు మెట్టిన ప్రదేశమంతా ఎడారిచేసి మరీ పోతారు. వీళ్ళని అరికట్టటానికి ఏ చట్టాలూ చెయ్యలేదు ప్రభుత్వం.

ఆ మాల్వంకర్ యే వాయిద్యాన్నన్నా అద్భుతంగా మోయిస్తాడు. యేవేవో దూరపు ప్రదేశాల, మనుషుల అందాలు చాలా ఆకర్షణీయంగా మాటలాడతాడు. వైద్యం చేస్తాడు. ఈ లోకానికి చెందని అందాల కలలు కల్పిస్తాడు. మరి అతని పక్కలో యేమేమో అనుభవించగలమన్న ఆశల్ని రేపుతాడు గావును ఆడవాళ్ళ హృదయాల్లో. ఆడవాళ్ళేమిటి? తానేమైపోయినాడు? అతను వుంటే లోకమే ఒక పెద్ద నవ్వుగా, అందంగా కనపడ్డది.

మామూలుతనం సులభంగా తీసేశాడు జీవితం మీద నుంచి. తన తమ్ముళ్ళు తొరలోనే మేలుకొని, వాణ్ణి నరుకుతామన్నారు, లాలసమీది గౌరవంవల్ల, ప్రేమవల్ల తను అడ్డపడకపోతే యేం ఘోరాలు జరిగేవో!

మాల్వంకర్ రాకముందు రెండు సంవత్సరాలు ఎంత అందంగా గడిచాయి! లాలస తన భార్య అయి తనతో వుండడం ఎంత గొప్ప గర్వం! తనకి వాఛించవలసింది యేమీ కనపళ్ళేదు. కోర్టులో తన మాటే, నడకే గొప్పబలంగా, ఉత్సాహంగా, తేజోవంతంగా వుండేది. ఎంత చీదరలోనూ కేసు ఓడిపోయేప్పుడుకూడా ఇంటికి వెడితే లాలస తనకోసం చూస్తో కణతలదాకా పాకే సంతోషంతో, పెదిమల చివర తనకోసం కోర్కెతో, తనకెదురుగా రావడం, ఆమె మెడ చుట్టూ చెయ్యేసి తాము తమ గదిలోకి వెళ్ళడం, తను టీ తాగుతూ వుంటే యెదురుగా కూచోడం, సాయంత్రపు టెండలో ఆమెని తన తొడమీద కూచోబెట్టుకోడం – కాని తను నిజంగా, తృప్తిగా, సంతోషంగా వున్నాడా? మొదటినుంచీ తనకి లోపల భయమే, అనుమానమే. ఇంటికి వచ్చిన నాలుగు రోజుల్లోనే తన తమ్ముళ్ళు తమ భార్యల్ని వదిలి "ఒదినా!" అంటో ఆమె కొంగు వెంట తిరిగారు. తమ ఇద్దరికీ ఒంటరిగా వుండడానికే సమయం చిక్కేదికాదు. ఆ ఆకర్షణకి తనకి గర్వమే! కాని భయం. అందర్నీ ఆకర్షిస్తే తనకేం లాభం? ఇబ్బందే. కాని ఆకర్షణా, గ్రేస్, లావణ్యం ఇవన్నీ కావాలికదా! అవేకదా తనని మూడేళ్ళు ఆమె చుట్టూ తిప్పింది! ఆ కాలంలో కాలేజి కుర్రవాళ్ళల్లో తననే యేరుకోవాలని తీరా తన భార్య అయింతరవాత ఈ గొడవ! కాని అదంతా తాను ఉదారంగానే తీసుకున్నాడు. ఆమె నవ్వులు తన మీదనే ప్రసరించాలనడం ఎంత సంకుచితం! తక్కిన మొగవాళ్ళతో మాటలాడకూడదా? మోహం మాడ్చుకోవాలా? లాలస తన మరదులతో గంతులెయ్యడం, వేళాకోళాలు, ప్రాక్టికల్ జోక్సు, అన్నీ తనకి కోపం తెచ్చేవి. కాని ఏమంటాడు! మొద్దుమల్లే ఆమె ఓ మూల కూచోవాలనా? ఆమె తనది. అంటే, రాత్రులు వంటినంతా తనకి ఇయ్యడం. ఆ మాత్రమే అయితే తానేదో ఆమె వల్ల మోసంలో పడ్డాననిపించేది. కాని ఎక్కడ వుందో మోసం! ఆమెది ఏం తప్పో తెలిసేది, కాదు! తనకి ఆనాడూ లేదు ఈనాడూ లేదు అనుమానం. లాలస హద్దుతప్పి, యెవరితోనన్నా వున్నదంటే హద్దు తప్పిన రోజున స్పష్టంగానే తప్పింది. కాని అంత వరకూ తన బాధ యెంత అన్యాయమని తనని తాను నిందించుకున్నా లాభం లేకపోయింది. ఆ తమ్ముడికి ఇంకేం పనిలేదా, తన భార్య వెంట పడడం తప్ప! అదంతా "లాలస" తనదనీ, తన స్వంతమనే భావంవల్ల వచ్చిన కష్టం. మరి తన భార్య తన స్వంతం కాదా? అయితే ఆ నవ్వులనీ, ఆటల్నీ, పాటల్నీ, అందరికీ ఇచ్చి తనకి రాత్రులు ఆ కాసేపు వొళ్ళు ఇచ్చుకుంటే! మరి వొళ్ళల్లో అట్టే తేడాలుండవు.

ఆ నవ్వులు, చమత్కారాలు, ఆ చక్కని కళ్ళు మెరవడం, మెడని అందంగా వెనక్కి చాచి కులకడం, మృదువుగా పువ్వులమల్లే మాటలూ, ఇవేగా భేదం! అవి అందరికీనా? తాను ఆ కథల్లో, పరియాచకాలలో కలవలేక పోయేవాడు. తాను భర్త. తన స్వంతం. అందరితో కలిసి ఆమెని పంచుకోలేడు. రాత్రులు ఒంటరిగా ఆమె తన బుజాన్ని ఆనుకుని నిశ్శబ్దంగా కిటికీలోంచి చెరువు మీద వెన్నెల వంక చూసేప్పుడు కూడా అతనికి సంతుష్టి వుండేది కాదు. మామూలు భార్య ఐతే, "ఏమి టా అల్లరి!" అని ఓసారి గద్ధిస్తే చాలు. కాని ఈ చదువుకున్న ఆడవాళ్ళు వూరుకోరు.

"ఏం అల్లరి?"

"అల్లరి అంటే ఏమిటి?"

"అల్లరి చెస్తేనేం?"

"నువ్వు లేనప్పుడుకూడా, యెవరితోనూ మాటలాడకండా, యెవరన్నా పలకరించినా మెదలకండా కూచోమంటావా? ఎందుకు కూచోవాలి?"

అట్లా ప్రశ్నలడిగి, వెర్రివెధవని చేస్తారు మొగవాణ్ణి. చాలా అన్యాయం, కాపురాలిట్లా కావడం. మొగవాళ్ళకి అన్యాయం జరుగుతోంది.

స్త్రీని-భర్త అయినా-తనదీ అనుకోవడం తప్పని వాదిస్తాడు మాల్వంకర్. ప్రాణంలేని ఆస్తులే "యెవరివి?" అవే ప్రశ్నలొచ్చిన రోజుల్లో ఇంకా, ప్రాణం వున్న ఇంకో మనిషిని "నాదీ" అనుకోడం ఘోరం అంటాడు. నిజమే. కాని అందరూ ఇంకా తమ భార్యలతో హాయిగా వుండగా, తాను ఒక్కడేనా, తన భార్యని, అందరిదీ అనుకోడం! మాల్వంకరకి భార్య లేదుట. ఉంటే తనదీ అనుకోడా? అనుకోనన్నాడు. ప్రేమ లేకపోయినా, భార్యని, అందరిదీ అనుకోలేరుకదా? లాలసని తాను అనుకోగలడా!

అసలు "తనదీ" అనుకోందే దానిమీద ప్రేమ వొస్తుందా? వొస్తుందటారు పుస్తకాల్లో! ఇతర్ల భార్యల మీద ప్రేమ రాదా మరి? తమది అనుకోకండానే పెళ్ళి కాకముందే మూడేళ్ళు ప్రేమించలేదా తను లాలసని! కాదు, అది ప్రేమకాదు. వాంఛ. తనది కావాలని. తనది అయింతరవాతనే, తనది అనుకున్నంతకాలమే ప్రేమ. తనది కానినాడు మళ్ళీ వాంఛ, విరహం, జెలసీ, ఇంకా ఎన్నో! ప్రేమకాదు. మరి విరహం లేని సంఘం చాలా ఆరోగ్యంగా, ఆనందంగా వుంటుందని కలలు కంటాడు చలం. తన సొంతం అనే భావన వదిలిపోవాలంటాడు. మరి అది అతని వుత్తవాదనో, "థియరీ"యో, లేక అతని అనుభవమో! కాపరాల్లోని చిక్కులు తీర్చే విధం కనపడక, ఆ పిచ్చి థియరీని కల్పించాడేమో; ఎంత యోచించినా, తన స్వంతం అనుకోకుండా ప్రేమించడమనేది దూరంగానన్నా యోచించుకోలేకపోయినాడు తాను. మరి పెళ్ళి అనేది

పోయిననాడు మనుషులే మారతారా? ఉన్నతులౌతారా? కాక, ఇంక ప్రేమ లేకుండా, వూరికే తాత్కాలికంగా కామం తీర్చుకుంటారా? ఎవరికి ఎవరూ సొంతం కాకుండా, వూరికే మాట్లాడడమేగాని, అట్లా ఎప్పటికీ జరగదు. ఆ రాసేవాళ్ళే వొప్పుకోరు. అట్లాంటిది వాళ్ళకే జరిగితే. మరి మొగవాళ్లో అంటారు. మొగవాళ్ళు ఇంకో ఆడవాళ్ళని మోహించినా, భార్యకెప్పుడూ భర్త తమ స్వంతమే అని వుంటుంది. కావలిస్తే భర్తలకి కూడా ఆ స్వతంత్రం తీసెయ్యవొచ్చు.

నాటకానికి వెడితే లాలస చూపుకోసం కాచుకున్నట్లు వుండేవి ప్రేక్షకుల కళ్ళు. ఆమెలోనే వుంది ఆ గుణం. చూసిందా, యేవో ఆశల్ని రేపుతున్నట్టు తప్ప చూడలేదు. మాట్లాడిందా, ఆ ఎదుటి మనిషిని యెంతో దగ్గిరిగా తీసుకొని, అతనితో మాట్లాడడం తనకి చాలా ఇష్టమన్నట్టు మాట్లాడుతుంది. దీనికి పడి చచ్చిపోతారు మనుషులు.

అట్లాంటి లాలస తనకిలేదు. తనకా యోగ్యత, అదృష్టం లేకపోయినాయి. కాని తనేం చేశాడు?

ఆమె భుజాలకి స్నానమైనాక చీరె వదులుగా చుట్టకొని అద్దం ముందు జుట్టుని సర్దుకుంటోవుంటే. తను వెనక నిలబడి అద్దంలో ఆమె రొమ్ముల్లోకి ఉబికే భుజాలకింద లోతుల్నీ, వెనక వీపులోకి జారే ఒంపుల్నీ చూస్తో, ఒక్కసారి నవ్వుతో బెట్టు చేస్తున్న ఆమెని అమాంతం మంచం మీదికి యెత్తుకుపోయేవాడు.

ఈనాడు మళ్ళీ లాలస కనబడితే!

ఇక్కడ ఏం చేస్తోంది? మాల్వంకర్ మళ్లీ ఒచ్చాడా? ఆమెని మూడునెలల్లోనే ఒదిలేశాడుగా! కాని ఆమె అతన్ని ఒదిలిందా? మళ్లీ, కలుసుకున్నారా? బాంబేనుంచి భీమ్లీ ఒచ్చారా? డబ్బా? మాల్వంకర్‌కి డబ్బు వుంటుందా? కాని ఆమెని ఒదిలి బతకగలడా మాల్వంకర్! ఈ నాలుగేళ్ళూ ఆమెనీ ఆమె నవ్వునీ, వెలుగునీ అందాన్నీ ఆకాశం తనలోకి లాక్కుని ప్రకాశిస్తోంది అనిపించింది అతనికి. భీమ్లీకి ఆమె వల్లనే నేమో అంత అందం!

ఆ రాత్రి తను వచ్చేటప్పటికి మాల్వంకర్-ఆమె రొమ్ముల మధ్య అతని తల, అతని తలచుట్టూ ఆమె చేతులు. ఆ దృశ్యం తరవాతనేకదా తనకి ఆశ లేదనిపించింది! యేదో ఓసారి యెవరినో అనుభవించిందంటే అంత బాధగా వుండదు. మరిచిపోవచ్చు. కాని అట్లా ఇంకో పురుషుణ్ని స్త్రీ తీసుకుందంటే...... ఏముంది ఆ మాల్వంకర్‌లో?

ఆమె దీనంగా తనకి రాస్తే, తాను మౌనంగా వూరుకోవడం చాలా కఠినం. పాపం! ఎంత అవస్థలో పడిపోయిందో? ఆ పిచ్చి వదలగానే తనతో మునుపటిమల్లేనే వుండేదేమో! కాని తను చూసిన జ్ఞాపకాలు తను చూడని వాటి అనుభవాలూ! భరించలేక పోయినాడు.

కిటికీలోంచి వానజల్లు మీదపడుతోంది. నరసింహారావు నిద్రపోయినాడు. ఆ రాత్రికింకా లాలస మరుపురాదా? పోనీ, ఈ వర్షంలో తోవతప్పి సత్రానికి రాకూడదా లాలస? మళ్ళీ కనబడితే ఏమంటాడు తాను? మళ్ళీ తీసుకుంటాడా?

ఆ మాల్వంకర్‌వల్ల లాలస తననించి బెదిరిపోయిందా, లేక లాలస స్వభావమే అంతా? అవును. అట్లాంటి స్త్రీలు అంతే. నిలకడ వుండదు వాళ్ళ రక్తంలోనే. ఇట్లా చేతులు మారి, అందం పోగానే, యెవరికి అక్కర్లేక నశిస్తారు. ఈ పాపమంతా చివరి రోజుల్లో అనుభవిస్తారు. తను ఆమెని పెళ్ళి చేసుకోవడమే తప్పు. కాని ఆమె తనకి ఎప్పటికీ కావాలని పించింది. "తనది" ఐతే చాలు. తరవాత చూచుకోవొచ్చుననుకున్నాడు.

మొదట ఆమెవి మద్రాసు బీచిలో చూశాడు, ఇద్దరు సహాధ్యాయినులతో, అనసూయ. ప్రియంవదనలతో నడిచే శకుంతలలా దర్శనమిచ్చింది. ఏదో, ఆలోచించుకుంటో నడుస్తున్నాడు, నీళ్ళ అంచునే. పల్లెవాళ్ళు వేసిన తాడు చుట్ట అడ్డం. తను కళ్తెత్తేటప్పటికి తనకి చాలా దగ్గిరగా ఆమె, తనకి ఢీకొనడమే ఆలస్యంగా. వాళ్ళు తనని చూడలేదు గావును.

"ఎక్స్యూజ్ మీ" అన్నాడు. చేతులు కలిపి నడుస్తున్న వాళ్ళు ముగ్గురూ తనకి అడ్డం. ఓ పక్క తాడు, ఇంకోవేపు సముద్రం.

మళ్ళీ ఆ రాత్రీ అట్లానే కలుసుకున్నారు. ఒకవేపు సముద్రం. ఇంకోవేపు మొగలిపొదా!

వాళ్ళు కదలలేదు, సరిగా ఆమె కళ్ళల్లోకి చూశాడు. ఆ నిమిషానే అతని ఆత్మ ఆమె కళ్ళల్లో ప్రవేశించింది గావును. ఇద్దరు చెలులూతప్పుకోవాలనుకుంటున్నారు గావును. ఆమే, వాళ్ళ చేతుల్ని వొదలలేదు.

చప్పున నవ్వి "గుడ్‌బై" అని అనవసరంగా అని, వెళ్ళిపోయింది. ఆమె తన కాలేజీకి వారానికి మూడుసార్లు లాబరేటరీ పనికి ఒస్తుందని కనిపెట్టి, మెట్లదగ్గిర కాచేవాడు, అడ్డంగా నిలబడేవాడు. ప్రతిసారీ, తను "ఎక్స్యూజ్ మీ" అనడం ఆమె నవ్వి "గుడ్ బై" అనడం మామూలయింది.

తరువాత పార్క్‌ఫేర్‌లో ఆకాశంవేపు తిరిగే చక్రంలో, దీపాల కింద ఎగురుతో వుండగా చూశాడు ఆమెని, సఖులతో సహా. వాళ్ళు తనని చూడనట్టుంది. కాని వాళ్ళకి దూరంగా వాళ్ళ వెంటనే తిరుగుతున్నాడు. గంటలు గడిచాయి. ఆకలి వేస్తోంది. కాని వాళ్ళు వెళ్ళరేం మరి! యెవరి కోసమో చూస్తున్నారా? లాటరీ బల్ల దగ్గిర ముగ్గురూ ఒకటే ఆడారు. అలసి నట్టున్నారు. బల్లమీద కూచుని ఒకరి వంక ఒకరు చూసుకుని నవ్వుకుంటున్నారు. వాళ్ళ కంటబడి వెళ్ళిపోవాలనుకున్నాడు. అటు వెళ్ళిపోతున్నట్లు వాళ్ల

బెంచీ ముందుగా నడిచాడు. వాళ్ళు తలలు ఎత్తలేదు. అతను ఆలోచించకండానే ఆగి "ఎక్స్క్యూజ్ మీ" అన్నాడు.

వెంటనే ఒకామె "గాడ్ ఈజ్ గ్రేట్" అంది.

"అవర్ గార్డియన్ ఏంజెల్" అంది లాలస.

వెంటనే ముగ్గురూ లేచి అతన్ని చుట్టుముట్టారు.

"ఏం చేస్తున్నారు ఇక్కడ! పరీక్షలకి చదవకండా, యువకుడా, కాలాన్ని ఇట్లా పాడుచేసుకుంటున్నావా? నాన్నగారికి తెలిస్తేయేమంటారు?" అన్నది లాలస ఇంగ్లీషులో.

"చీమల్ని చూసి నేర్చుకో" అంది ఒకామె.

"అవును, ఇంతవరకూ కాలాన్నీ, డబ్బునీ వృథాయేచేశాను" అన్నాడు అతను గాలన్ట్‌గా.

"సరే. ఐతే మమ్మల్ని మా హాస్టలుదాకా ఎస్కార్ట్ చెయ్యి" అంది లాలస.

"అంతకన్నానా?" అన్నాడు.

"మాకు బస్సుకుడబ్బులేదు. ఉన్నదంతా ఆ దుర్మార్గులు లాగేశారు" అంది మిత్రురాలు.

"రండి".

ఆ తరవాత చాలా పరిచయం. వాళ్ళూ, అతనూ ప్రతి సాయంత్రం బీచికి. రాత్రిఐ సముద్రంలో రవ్వలు మెరిసేదాకా, బీచిలో సమ్మర్థం తగ్గేదాకా. కాని లాలస వెంట ఆ ఇద్దరు కన్యలూ గాక నలుగురు మొగ స్టూడెంట్సు కూడా వుండేవాళ్ళు. అంతకు పూర్వం ఎక్కడో కలుసుకుంటో వుండే వారని తెలిసింది అతనికి. కానీ ఆలోచించడానికీ, అనుమాన పడడానికీ వ్యవధిలేదు. లోకమంతా అతనికి లాలస మయం. ఆ నలుగురిలో ఆటలలో, చదువులలో, తండ్రుల పదవుల్లో చాలా ముఖ్యమైన యువకులున్నారు. కాని అందరూ ఆమె దగ్గిర కూచోడమే, ఆమె మాట చెవుల వినడమే గొప్ప భాగ్యంలాగు అయేవారు. కాని అతనితో మాత్రం "లాలస", "లాలస"! ఇకేం లేదు జీవితానికి అర్థం. ఇట్లా ముళ్ల మీద, వెన్నెల అలలమీద, ఎప్పుడూ వదలని ఆకర్షణలో గడిచిపోయింది ఆయేడు. శలవులకి యెవరి తోవల వారు పోవాలి. కాని అందరూ మళ్ళీ కాలేజీలకి రావలసినవాళ్లే. శలవల్లో ఆమెకి తను రాసిన ఉత్తరాల్లో తెలియచేశాడు తన ప్రేమని. ప్రేమని తెలియజెయ్యాలి కనుక తెలియజేశాడు. అంతేగాని, యేం కావాలి తనకి? పెళ్లా? ప్రేమా? ఇవేమీ అతను ఆలోచించనేలేదు. మళ్ళీ కలుసుకున్నప్పుడు ఓ కొత్త అర్థంతోనే కలుసుకున్నట్టున్నారు. ఒక రహస్యం వాళ్ల మధ్య వున్నట్టే వుంది, మాటల్లో రాకపోయినా, రావడానికి ఎన్నడూ ఒంటరిగా కలుసుకోనేలేదు, వీలే లేదు. ఆమె వీలు చెయ్యనేలేదు.

కాని అతను మాటాడేటప్పుడు శ్రద్ధగా అతని మాటల్నే వినడం, మాట్లాడినప్పుడు కళ్ళ పక్కల నుంచి అతని వంకనే చూడడం ఇద్దరికీ సంబంధం. లాలసమీద కొన్ని ఇంగ్లీషు పద్యాలు కూడ రాసుకుని దాచుకున్నాడు అతను.

మూడు నెలల తరువాత మెడికల్ కాలేజినుంచి ఏడమ్స్ చేరాడు వాళ్ళ సమూహంలో. ఏడమ్స్ చాలా ఆరితేరిన మనిషి. వాళ్ళ కాలేజీలో నర్సులూ, చదువుతున్న ఆడ డాక్టర్లూ తనకి చాలా సులభసాధ్యమైన ప్రియురాళ్ళలాగు మాట్లాడేవాడు. కొంత వరకన్నా అది నిజమేనని వాడిక కూడా. ఏడమ్స్ ప్రత్యేకంగా లాలసని తన మిత్రురాల్ని చేసుకుని, తక్కిన ఇద్దర్నీ అతనికీ, తక్కిన మొగమిత్రులకీ ఒదిలేశాడు. ఇంకొన్ని నెలల్లో తక్కిన విద్యార్థులు చెయ్యనిదీ, చెయ్యడానికి వీలులేనిదీ, లాలసని చెయ్యిపట్టుకు లేవతీసి బీచి వెంబడి దూరంగా మాట్లాడుతో తీసుకుపోయేవాడు. కొన్నాళ్ళయిం తర్వాత సగం చీకట్లో కూడా ఏడమ్స్‌ని చూస్తే అతనికి మొదటినుంచీ అయిష్టం. అనుమానం. ఇక పట్టలేక ఓసారి లాలసతో అన్నాడు కూడా.

"ఎందుకు?" అంది.

"నేనేం చెప్పగలను? నాకట్లా అనిపిస్తుంది" అన్నాడు.

ఆలోచిస్తోంది ఆమె.

"యేమన్నా విన్నావా?" అడిగింది.

"లేదు"

"యేం లేదు. అతను ఓ తరహా మనిషి, ఆడవాళ్లు పాడు చేశారు అతన్ని. ఒక్కటే వెంబడిపడి. కాకపోతే చాలా ఉత్తముడు."

యేమైతేనేం! లాలస చాలా ఉత్సాహంగా వుంటోంది. ఓ సాయంత్రం ఏడమ్స్, లాలసా దూరంగా వెళ్లినపుడు చెలికత్తెలలో ఒకరు:

"ఆ ఏడమ్స్‌ని చూస్తే ఒళ్లు మంట. వాణ్ణి చూస్తే లాలసకి చాలా ఇష్టం. ఉత్తరాలు కూడా రాస్తున్నట్టున్నాడు. చెబితే వినదు" అంది ఆ మాటలు అనడం ఆపుకోలేక.

తరువాత ఓ నెల రోజులకి గావును కాలేజీలో కనపడ్డప్పుడు లాలస అతన్ని మర్నాడు తన హాస్టలుకి ఓసారి రమ్మంది. యేమిటా అని ఆలోచించాడు ఆ రాత్రంతా. లాలస పదిరోజుల నుంచి చాలా దిగులుగా వుంటోంది. పర్యధానం కూడా. ఏడమ్స్ రావటం లేదు. అది మొదటిసారి ఆడవాళ్ళ కాలేజి హాస్టలుకి వెళ్ళడం అతను. విజిటింగు గదిలో కూచుని కబురు పంపాడు. ఆమె దిగులుగా ఒచ్చి కూచుంది."

"నాకోపని చేసిపెట్టాలి నువ్వు."

"తప్పకుండా."

దిగులైన చిరునవ్వుతో, "మరి ప్రశ్నలడగగూడదు."

"ఉcహుc"

"చాలా యోధుడిలాగు వొప్పుకుంటున్నావు. నీకు అయిష్టం కావచ్చు ఆ పని."

కొంచెం తటపటాయించాడు. ఆమెవంక చూశాడు మార్నింగ్ గ్లోరీ తీగెల్లోంచి పడుతోంది ఎండ. ఆమె నడుందగ్గిర నించి పాదాలవరకు జార్చిన చీర కుచ్చెళ్ళ అందం కోసం ఏం చెయ్యడు అతను?

"పరవాలేదు."

"నువ్వు మెడికల్ కాలేజికి వెళ్ళి ఏడమ్స్‌ని కలుసుకోవాలి."

"ఊc"

"అతను ఏమైనాడో, ఎందుకు రాడో అడిగి చెప్పు."

"నువ్వు పంపించావనేనా?"

"ఊc"

అతని హృదయం భగ్గుమంది, ఏడమ్సుని చూడకుండా వుండలేదా ఈమె?

"అతన్ని కలుసుకోకండా వుండలేనంత...."

"ప్రశలు–"

"పోనీలే, ఫోన్ చేస్తాను."

"ఆ మాత్రం తెలీదనుకోకు నాకు."

"పోనీ, ఉత్తరం రాయి."

"అవన్నీ చెయ్యడానికి నిన్ను పిలవాలా ఇంతదూరం?"

విసికిస్తున్నాడు తను ఆమెని.

"సరే"

"థ్యాంక్స్."

లేచాడు.

"కాని ఆ ఏడమ్స్..."

"తెలుసుగా నాకు, చెప్పావు ఇదివరకు."

"కాని మళ్ళీ."

"ప్రశ్నల్లో ఉపన్యాసాలు కూడా ఇమిడి వున్నాయి."

చాలా సెనిల్ అయినాడు.

"సరే, కాని, మరీ."

"ఇంకా?"

వెళ్ళిపోయినాడు సరాసరి. ఏడమ్స్ దగ్గిరికి.

"హల్లో? ఏమిటీ రాక?"

అతన్ని కలుసుకోవడం ఏమీ ఇష్టంగాలేదు ఏడమ్స్‌కి.

"రావటం లేదేం?"

"పంపించిందా?"

"రావటం లేదే?"

"బుద్ధిగలవాణ్ణి కనక. మీరింకా కుర్రాళ్ళు. ఆడపిల్లల నవ్వుల్లో కాలం గడపడం మీకు సరదా...టేస్టు భేదాలు."

"ఇదివరకంతా?"

"ఆశ."

"దేనికి?"

"ఏదోలెద్దూ! నన్ను విసిగించకు ఫూల్‌లాగు."

తనతో అంత చనువు లేదు ఏడమ్సుకు. తనుగా వొచ్చినందుకు అంత చవకైనాడు తాను.

"నేవ్ కావడంకన్న ఫూల్ కావడం నయం."

"మీరు వెడితే బాగుంటుందేమో!"

"ఇంక రారా?"

"నేను మీకు జవాబు చెప్పవలసిన పనేమిటి? వొస్తే వొస్తాను."

వొచ్చేసి చెప్పాడు. ఆ మాటలు చెప్పడం అతనికి కొంత విజయవంతంగా వుంది. ఆమెకోసం సిగ్గుగానూ వుంది. ఆ మాటలకి ఆమె కన్నీళ్ళు ఆపుకుంటోందనిపించింది. ఏమైతేనేం! అతను అక్కడవున్న దృష్టే పోయింది ఆమెకి. లేచి వెళ్ళిపోయినాడు. ఆ సాయంత్రం ఆమెగాని సఖులుగాని బీచికి రాలేదు.

వారం రోజులతర్వాత కాలేజిలో చిత్రమైన వాదులు రేగాయి, లాలసని గురించి.

"ఆమె రాత్రులు టైంకి హాస్టల్‌కి రావడంలేదు."

"సినిమాలకి వెడుతోంది."

"కావలసిందే ఆ సూపరింటెండెంటుకి. చాలా గర్వం ఆమెకి, ఎదిరించే పిల్ల ఒకత్తె ఈనాటికి తటస్థించింది."

"మెడికల్ కాలేజి దగ్గర కనబడుతోంది లాలస."

ఆ నాడింకా విద్యార్థులకి అధికార్లని ఎదిరించడమంటే చాలా భయమైన

సంగతి. ఈ నాటిమల్లే ఎదిరించిన వాళ్ళు యోధులు కాలేదు. అందుకని ఆమెని చాలామంది కంటగించుకుంటున్నారు. దిగులు పడ్డారు. భయపడ్డారు. ఆమెని చూడడానికి ప్రయత్నించారు గాని, లాలస దర్శనం కాలేదు. ఆమె కాలేజికి కూడా రావటంలేదు. వారం రోజుల తరువాత లాలసని హాస్టలునుంచి పంపించేశారని తెలిసింది. ఆ మర్నాటినించి ఆమె వొచ్చింది. మరి బస ఎక్కడ పెట్టిందో? కాలేజి విద్యార్థులూ, విద్యార్థినులూ కాలేజికి ఆమెని సాంఘికంగా బహిష్కరించారు. అతనికి ధైర్యం లేకపోయింది ఆమెని పలకరించడానికి? ఆమెని హాస్టలునించి పంపెయ్యడానికి అనేకకారణాలు చెప్పుకుంటున్నారు. సూపరింటెండెంటుని చెంపమీద కొట్టిందనీ, లాలసే లేచిపోయిందనీ, ఏడమ్సుతో కాపరం పెట్టిందనీ – ఇట్లాంటివి తనని అప్పుడికింద తీసుకోలేదని అతనికి కోపంగా వుంది. ఆమె చెలికత్తెల్ని అడిగాడు. కాని వాళ్ళకీ ఏమీ తెలీనట్టుంది. మొదటిరోజున ఆశతో లాలస తనవంక చూసిందేమో ననుకున్నాడుగాని, ఆమెని తానే పలకరిస్తే, పక్కనున్న మిత్రులు బతకనీరు. అవినీతి నిందవేస్తే భరించగలడు పురుషుడు. కాని ఇంకోరిమీద ఇష్టపడిన స్త్రీ పక్షం వహించడానికి చాలా ధైర్యం కావాలి.

పది రోజుల తరువాత అందరికీ ఆహ్వానాలు వొచ్చాయి. ఒక ఇంగ్లీషు హోటల్లో ఏడమ్సుకి, లాలసకి పెళ్ళి జరుగుతుందని. అందరూ ధైర్యాన్ని కూడబలుక్కుని, వెళ్లతలుచుకున్నారు. రాత్రి ఎనిమిదింటికి పెళ్ళి. తొమ్మిదింటికి హిందూడిన్నరు. ఓ పదిమంది గొప్పగా డ్రెస్ వేసుకుని అనేక విధాలైన అలంకారాలతో వొచ్చారు. హాస్టలు సూపరింటెండెంటు, లెక్చరర్లుకూడా వొచ్చారు. కాని మెడికల్ కాలేజినుంచి ఒక్కరూ రాలేదు. పెళ్ళికి అంతా సిద్ధంగా, రమ్యంగా అలంకరించారు హోటలువాళ్ళు. పెళ్ళిచేసే రిజిస్ట్రారు గారు వొచ్చారు. ఎనిమిదయింది, పెళ్లికొడుకూ రాలేదు. పెళ్ళికూతురూ రాలేదు. సరే, తొమ్మిందిటి దాకా ఒకళ్ళ మొహాలు ఒకరు చూసుకుంటో కూచున్నారు. ఏం చేస్తారు? బైలుదేరారు ఇళ్ళకి. తిండీ? వెళ్ళిపోతూవుంటే, హోటలు వాళ్ళు వొచ్చి భోజనాలకి రమ్మన్నారు. వధూవరుల సంగతి హోటలువాళ్ళకీ తెలీదు. కాని భోజనాలకి అదివరకే డబ్బిచేశారు. చాలా చెడ్డ ప్రాక్టికల్ జోక్ జరిగింది. కాని ఇంత ఖర్చుతోనా? చాలా గొప్ప భోజనం రాత్రి.

మర్నాటి నుంచి పుకార్లు లెక్కలేనన్ని. లాలస కాలేజీకి వొచ్చింది. కాని ఎవరితోనూ ఏం మాట్లాడలేదు. పెళ్ళి సంగతి తనకి తెలీనట్లే తల వొంచుకుని నిబ్బరంగా వెళ్ళిపోఇంది. ఆమెకి పెళ్ళి అయిందంటే నిరాశ, పెళ్ళి ఆగిపోయిందంటే ఆశా తనలో ఎక్కడో వున్నాయనే అనుకుంటాడు. ఆమెని పెళ్లి చేసుకోవాలని ఇదివరకే అతనిలో అతనికి. ఇప్పుడది చాలా బలమై వుంటుంది. తెలీకుండా. అట్లా కాలేజీనే లెక్క చేయక,

యేమనుకుంటున్నారో తనని గురించి అనే సంగతే లక్ష్యం లేక, మామూలుగా తిరగడానికి చాలా ధైర్యం కావాలి. ధైర్యం స్త్రీలలో వుంటే మరీ ఆకర్షిస్తుంది పురుషుణ్ణి. అందులో ఆమె చాలా లైంలైటులో వుంది. గొప్ప హీరోయిన్. ఆమె అందాన్ని చూస్తే ఎంత కళ్ళు తళతళమంటాయో, ఆమె చరిత్రని తలుచుకుంటే అంత డాజిలింగ్‌గా వుంది. కాని ఆ రంగుల నిప్పురవ్వల్ని రాల్చే తారాజువ్వ మామూలు భార్యకింద ఎంతవరకు ఇముడుతుందనే ఆలోచన రాదు యువకుడికి.

వెంటనే బైలుదేరాయి పుకార్లు. చివరి నిముషంలో ఏడమ్సు పెళ్లికి నిరాకరించాడనీ, లాలస తండ్రి మద్రాసువచ్చి మానిపించాడనీ, ఏడమ్సుని తన్నాడనీ, కాలేజి నుంచి డిస్మిస్ చేయిస్తానన్నాడనీ. లాలస తండ్రి భాగ్యవంతుడు గనక ఏడమ్సు చాలా ధనం అడిగాడనీ - ఇట్లాంటివి ఒకదానికొకటి విరుద్ధమైనవి. తరవాత కొన్ని రోజులకి గాని తెలీలేదు, నిజం సంగతి. ఏడమ్సుకీ, డాక్టరు చదువుతున్న ఇంకో విద్యార్థినికీ రహస్యంగా ఇదివరకే క్రిష్టియను వివాహం జరిగిందనీ, ఆమెకాక ఏడమ్సుకి వూళ్ళో ఇంకో భార్యకూడా వుందనీ పుకారు పుట్టింది.

తరవాత ఏం జరిగిందో పది రోజుల్లో లాలస మళ్ళీ హాస్టలులో వుంది. ఆ రోజుల సంగతి, లాలస, అతని భార్య అయిన తరవాత కూడా అతనితో వివరంగా చెప్పలేదు. అతనెన్ని సార్లు ఎత్తినా "ఆ చెడ్డ కలని జ్ఞాపకం చెయ్యవొద్ద"న్నది.

ఆమె కాలేజీలో యెవరితోనూ మాట్లాడటంలేదు. అందరికీ ఆమెతో ఇదివరకటి పరిచయం చేసుకోవాలనే వుంది.

ఒకరోజు లెక్చర్‌కి ఆలస్యమై రెండేసి మెట్లు గెంతుతో, పరిగెత్తుతో, వొంపులో ఎవరినో పరధ్యానంగా, వొచ్చేవారిని ఢీకొన్నాడు. చూడకండానే ఎక్స్యూజ్‌మీ అని, పరుగెత్తుతున్నాడు.

"నేను "గుడ్-బై" అనను" అంది ఆమె.

చప్పున తిరిగి చూశాడు, నవ్వుతోంది ఆమె. ఇంక లెక్చరు లేదు. యేమీ లేదు. ఆమె వెంట వెళ్లాడు. ఆ వేళనించి మళ్ళీ బీచిమీద మామూలు మీటింగులు మొదలు. కాని ఆమెలో పూర్వ సంతోషంలేదు. అప్పుడప్పుడు అడిగేవాడు, ఏమిటి దిగులని. కాని నిట్టూర్పు తప్ప ఆమె నించి ఇంకేం రాలేదు అంతే. పరీక్షలై పోయినాయి. ఇంక ఎవరి వూరికి వాళ్ళు వెళ్లిపోతారు. ఆమె "టెలిచెరీ" వెళ్లిపోతుంది. ఇంక కనపడదు తనకి.

ఎన్ని చిన్న అర్థంలేని అల్లరి సంఘటనల వలన జీవితానికి జీవితాలే మారిపోతాయో! ఆమె పరీక్షలు కాగానే, వెళ్లిపోతుంది తండ్రి దగ్గరకి. తామందరూ వెళ్లారు రైలుస్టేషన్‌కి. ఆమె సెకండ్ క్లాసులో కూచుంది, వాళ్ళందరికీ షేక్ హేండ్లు

ఇచ్చి. రైలు బైలుదేరబోతోంది. ఆ లైట్ల కింద వెలిగిపోతోంది ఆమె అందం. దౌర్భాగ్యుడు ఏడమ్ము! ఈనాడు తను దౌర్భాగ్యుడు.

ఆమె ఏదో మాట్లాడుతోంది అతనితో. ఇంజను కూత చప్పుడులో వినబడలేదు, వినడానికి తను పెట్టెలోకి ఎక్కాడు. ఆమె వొక్కత్తే దాంట్లో. రైలు కదిలింది. తాను ఆమె మాటలకి నవ్వుతున్నాడు. తక్కిన వాళ్ళు రైలు వెంబడి నడుస్తున్నారు.

"ఇంక చాల్లే ప్రతాపం, దిగు" అన్నారు.

ఆమె చెయ్యి తన చేతిలో ఉంది.

"ఎక్స్క్యూజ్ మీ" అన్నాడు.

"గుడ్-బై అన...."

"అనను" అను" అన్నాడు.

రైలు వేగం హెచ్చింది.

"దిగు, దిగు" అని అరిచారు.

"దిగను" అన్నాడు - ఏమి అర్థం లేకండానే.

అరుస్తున్నారు.

"ఆడవాళ్ళ పెట్టె."

"టిక్కెట్టురా!"

మరీ పట్టు హెచ్చింది అతనికి. వాళ్ళందరూ చూస్తుండగా ఆమె పక్కన కూలబడ్డారు. రైలు ప్లాట్‌ఫాం దాటింది.

ఎదురుగా ఒకర్నొకరు చూసుకున్నారు. ఆమె మొదట తన మెడ మీద చేతులు వేసిందో, తనో తెలీదు. పెదిమలు పెదిమలు వొదలలేదు ఊపిరి లాగిందాకా. అతన్నించి తప్పించుకుని నవ్వింది. నవ్వుతో కలిపే యేడ్చింది.

మళ్ళీ బుజ్జగించి చూశాడు గాని దూరంగా జరిగింది. స్టేషనులు, దీపాలు ఎగిరిపోతున్నాయి. ఫక్కుమని వెలిగి శలవు తీసుకున్నాయి. చాలాసేపు మాట్లాడలేదు.

"యేం చేస్తావు వెళ్ళి?"

"పెళ్ళి."

"ఎవరికీ?"

"యేమో!"

"ఇంక కనబడవు?"

"ఊఁ."

తరవాత మాటలు అతను మాటాడలేదు.

"నన్ను పెళ్ళి చేసుకో... మాట్లాడకు...లాలసా, నీ మీది నా ప్రేమ....యే మాటలతో చెప్పను!"

అంటున్నారు ఎవరో అతనిలో నించి.

"నిన్నా?"

"యేం? తగనా?"

ఆమె వినలేదు ఆ ప్రశ్న.

"పాపం. నిన్నా?"

దాంతో అతని ఆశలు కూలిపోయినాయి. మాటలు కావు ఆ కంఠస్వరం.

మళ్ళీ మాట్లాడలేదు అతను. మొహం తిప్పేసుకున్నాడు. ఇంజను రవ్వలు మల్లే కనబడ్డాయి అతనికి మనుషుల ఆశలు. బొగ్గు నలుసులు.

స్టేషన్‌లో ఆగింది రైలు. ఆడవాళ్ళొచ్చారు ఎక్కడానికి. దిగి పోబోతున్నాడు. అప్పుడూ ఆమె అతనివంక చూడలేదు. దిగి, ఆమె చేతిని పట్టుకుని "ఉత్తరం రాస్తావా!" అన్నాడు.

"ఊఁ."

కుంగిపోయి వెళ్ళిపోయినాడు.

అబ్బా, రాయిమల్లే అవుతోంది ఆమె. ఆనాడు మాల్వంకర్ వ్యవహారంలోనూ అంతే. శాపం తిన్న అహల్యమల్లే అయింది. అట్లా కాక సంగతులన్నీ పైకి మాటాడితే తన సంసారం ఇట్లా అయేది కాదు.

వాన ఆగింది, చాలా ఆహ్లాదమైన గాలి. ఆమెతో యెండాకాలంలో ఇక్కడికి తను ఒచ్చివుంటే, యీ గాలిలో తన పక్కన ఆమె ఆ చిన్న చలికి తనకి దగ్గరగా ముడుచుకుంటో? ఆమె ఇక్కడే భీమ్లీలోనే వుందా? ఇవాళ సముద్రంలోంచి తమను బయటపడేసిన ఆమె లాలసేనా? వుందా? ఆ ఊళ్ళోనా? ఆమేనా? అయితే తాను తెచ్చుకోగలడా? వొస్తుందా?

ఉత్తరం రాస్తానన్నదే కాని ఏమీ రాయలేదు లాలస. తను ఉత్తరం రాయాలంటే ఆమె చిరునామా తెలీదు. మళ్ళీ మద్రాసు ఒచ్చాడు, లా చదవటానికి. కొద్దిరోజుల్లో లాలస ఉత్త జ్ఞాపకం అయిపోయింది, అందమైన చిన్నతనంమల్లే. ఆమెని పెళ్ళి చేసుకుంటే తనవాళ్ళు ఒప్పుకుంటారా? ఆమె ఒప్పుకుంటే ఏం చేసేవాడు తను? మంచిదే అయింది ఆమె తొలిగి పోవడం.

ఆనాటి సాయంత్రం తానూ మిత్రులూ బీచిమీద షికారుకి బైలుదేరారు. పెద్ద గుంపూ, చుట్టూ గుర్రాలమీద పోలీసుదళం. అన్నట్టు ఉప్పు సత్యాగ్రహం గావును! తనూ!

దూరంగా అక్కడ చేరిన దర్శకుల వెనక చేరాడు మిత్రులతో. ఓ పొయ్యి, కుండ, ఆరిపోయిన మంట. ఆ కుండలో నించి ఉప్పు తీసుకుని ఒకామె బల్లమీద ఎక్కింది.

"ఉప్పు! ఉప్పు! విలువలేని ఉప్పు! భారతవీరుల రక్తంలోని ఉప్పు ఎవరు కొంటారు?"

ఆమె కళ్లు గొప్ప ఆవేశంతో మెరుస్తున్నాయి. జాకెటు, చీరెల జిలుగులతో గుండెల్ని నిలవనీక ఊగించే ఆమె ఒంటి ఒపుల్ని ముతక ఖద్దరుకప్పుతోంది. వీరాంగన విరబోసిన జుట్టు సముద్రపు గాలిలో ఎగురుతోంది పైటతో కలిపి. ఎవరూ ముందుకి రాలేదు, ఉప్పు కొనడానికి.

"ఇక్కడ మొగవాళ్ళు లేరా? ఏం తిని బతికారు? ఏముంది మీ రక్తనాళాల్లో?"

గడ్డం పైకెత్తి తృణీకారంగా, తలని వెనక్కి విసిరింది.

ఆమె లాలస!

ఆనాటి రాత్రి తాను ముద్దుపెట్టుకున్న పెదిమలు తృణీకారాన్ని విసురుతున్నాయి మొగాళ్ళమీద. తనమీదనే అనిపించింది అతనికి.

"ఈ రాత్రికి ఇళ్ళకిపోయి మీ భార్యలకి మొహాలు చూపిస్తారా, మీరూ ఒక మగవాళ్ళమని?"

"పది రూపాయలు"

అతనే అరిచాడు.

"తెండి" అన్నది ఆమె ఎక్కడో చూస్తో. అతను ఒక గంతులో ఆమె పక్కకి దూకాడు.

"ఇరవై–వంద–రెండు వందలు" అని అంటుకుంది ఉత్సాహం. ఈలలు, గుర్రపు దాడి, గుర్రపుకాళ్ళ విజృంభణ, కోలాహలం, మూలుగులు "రామా రామా" అని అరుపులు, ఎత్తిన లాఠీలు, తప్పుకుంటున్న తలలు, పరుగెత్తుతున్న కాళ్ళు – అంతే, స్పృహలేదు.

కళ్ళు తెరిచేప్పటికి ఓ చక్కని గదిలో, ఎలక్ట్రిక్ దీపాలు క్రింద, పంకా కింద, హాయిగా, పక్కమీద పడుకుని వున్నాడు. అతని పక్కన కుర్చీలో, నూలు వడుకుతో, ఖద్దరు కట్టుకుని కూచుంది, వీపు అతనివేపు తిప్పి, ఒక స్త్రీ.

స్వర్గమా? చనిపోయినాడా? తనతో లాలస చచ్చిపోయిందా? పిలవగలడా? శబ్దం ఒస్తుందా? తల దిమ్ము, మళ్ళీ కళ్ళు మూతపడ్డాయి.

మళ్ళీ కాసేపటికి కళ్ళు తెరిచాడు గావును ఎక్కడా బైట నించి శబ్దాలులేవు, కొంత కాలం గడిచి వుండాలి. ఆమె ఇంకా అట్లానే కూచుని వుంది "లాలసా!"

చప్పున లేచి ఒచ్చింది దగ్గిరికి. లాలసకాదు, ఎవరో అమ్మాయి.

"ఎవరు?"

"ఎట్లా వుంది?"

చాలా చక్కని ఇంగ్లీషులో, అమృతమయమైన కంఠంతో అడిగింది.

ఆమె యెంత అందమైనది! లాలస ఎందుకు ఈమె ముందు! నిజంగానే చచ్చిపోయినాడు తను? ఇది దేవలోకం. కాని నూలు ఒడుకుతారా, ఆ లోకంలో కూడా?

యెదురుగా పెద్ద గాంధీపటం.

"ఎవరు?"

చాలా దయగా నవ్వుతోంది.

"యెట్లా వచ్చాను? కొట్టారా నన్ను?"

"అవును, చచ్చిపోయినావనుకున్నాను. కాని పైకి అట్టే దెబ్బలేదు."

అంటోనే మందు ఇచ్చింది తాగడానికి. ఆ చేతి రుచే కాదు. ఆ కళ్ళ వెలుగేకాదు, నిజంగా చాలా హాయిగా వుంది ఆ మందు. వెంటనే బలం ఒచ్చి మనసు నిర్మలమయింది. లేచి కూచున్నాడు.

ఆమె తన పక్కనే పక్కమీద కూచుంది, మీద దయగా చెయ్యేసి-

"అవును, కొట్టారు. సాయంత్రం తీసుకొచ్చేశాము."

"ఎవరు తీసుకొచ్చింది?"

"అడగకు."

"లాలస యేమయింది?"

"ఉప్పు అమ్మిన ఆమేనా? ఏమో!"

"ఎక్కడ వున్నాను?"

"అడగొద్దు."

"బతికే వున్నానా? నువ్వు మనిషేనా?"

నవ్వుతో పరుపుకి అడ్డంగా పడి "ఆబు హస్సాన్ కథ జ్ఞాపకం ఒస్తోంది. చెవి కొరికి చూపనా?" అంది.

ఆమెని తాకి చూశాడు. వెచ్చని చలవరాతి. పువ్వులమల్లే వుంది ఆమె చేతుల స్పర్శ.

ఏమా అందం? మెరిసిపోతుంది గది అంతా - కాని లాలస పోదు, మనసు నించి.

"లాలసని యేం చేశారు?"

"నీ భార్యా, ప్రియురాలా?"

"ఏదీ కాదు."

ఆమె మొహం మీద విరామం. యేమిటది? అతనేం అర్జునుడా?

"లాలస యేమయింది?"

యేమవుతుంది? ఖైదు చేశారో, లేక ఎవరన్నా ఇట్లానే రక్షించి తీసుకువెళ్ళారో, లేక ఇంటికి వెళ్ళిందో? లాలసకి వొచ్చిన భయం ఏం లేదు. బ్రిటీషు ప్రభుత్వం కింద. ఆ భయాలన్నీ స్వరాజ్యం వొచ్చినప్పుడు" అని నవ్వింది.

"స్వరాజ్యాన్ని ఎక్కిరిస్తోనే వొడుకుతున్నావా?" అడిగాడు ఆ గొప్ప కళ్ళ కొనల్లోంచి, గాంధీగారి పటంవంక చూసింది.

ఎంత ధన్యుడివి గాంధీ! లాలస ప్రాణాలర్పించింది. ఈ దివ్యమూర్తి నీ కోసం అర్ధరాత్రి వొడుకుతోంది, స్వరాజ్యంలో నమ్మకం లేకండానే. "లాలసని యెందుకు తీసికు రాలేదు?" అడిగాడు.

"అదే పనా మాకు? భోజనం చేస్తారా?"

"భోజనమా? లాలస?"

"ముందు భోజనం చెయ్యండి" అడిగింది.

"చేతకాదు, ఆకలిలేదు. నేను వెళ్ళాలి."

"ఇప్పుడా? ఎందుకు?"

"లాలసని వెతకాలి."

"లాలసకి వచ్చిన అపాయం లేదన్నానుకదూ! నమ్ము."

"వెళ్ళకండా నిలవలేను. నీ పేరు?" అడిగాడు.

"మదాలస" అన్నది, నవ్వుతో.

"మదాలస? నిజమా?"

"లాలసకన్న బావుండలేదా?" నవ్వింది దిగులుగా.

"లాలస ఏమయిందో?"

మరిచిపోరా ఆ లాలసని! ఎక్కడని ఈ రాత్రి వెతుకుతారు?"

"లాస ఏ అపాయంలో వుందో! నేను సుఖంగా నిద్రపోగలనా ఇక్కడ?"

"అయితే, వెళ్ళిపోతారా?"

"నువ్వు వుంటే నాతో!"

"రాత్రంతా యెట్లా వుండను?"

"నేను వెడతాను, నువ్వు వెళ్ళిపోయేప్పుడు" అన్నాడు.

"ఉంటారనుకున్నాను. మీరు ఖద్దరు కట్టుకోలేదేం?"

"నాకేం సంబంధం లేదు."

"అయితే లాలసకోసమా ఈ దెబ్బలు తిన్నది?"

"ఊఁ"

"అయితే నాన్నగారిని బతిమాలేదాన్నికానే మీ కోసం" అంది నవ్వుతో.

"మీ నాన్నగారు యెవరు?"

"అడక్కూడదు. మీరు ఇక్కణ్ణించి ఎప్పుడు వెళ్ళినా, ఎక్కడి నించి వెడుతున్నారో తెలుసుకోకూడదు. తెలిస్తే మరిచిపోవాలి. వాగ్దానమేనా!"

ఆ పెదవులు "నువ్వు పిల్లిగా మారిపోతావని వాగ్దానం చెయ్యి" అంటే చెయ్యడా?

"యెందుకు రహస్యం?" అడిగాడు.

"నాన్నగారు పెద్ద గవర్నమెంటు ఉద్యోగి. తెలిసిందా? రాత్రులే నేను ఈ ఖద్దరు. ఈ వడకడం. మీరు వొడకరా? లాలస కోసమా?" అంది చాలా దిగులుగా, యేదో జ్ఞాపకం తెచ్చుకుంటో.

"వెళ్ళండి" అంది నిరాశతో, కన్నీళ్ళతో.

"యేమిటి?" అన్నాడు చేతులు పట్టుకుని.

"భగ్నమైన కల" అని లేచి వెళ్ళిపోయింది.

"యేదో కేకేసి మళ్ళీవొచ్చి కూచుంది. అతనికేసి చూడకుండా - అవును. ఎట్లా? లాలసని ఆ రాత్రి ఎక్కడ వెతుకుతాడు? పొద్దున్నే వెళ్ళవచ్చు.

తలుపుమీద చిన్న శబ్దం. మదాలస లేచివెళ్ళి పళ్ళాలలో భోజనం అందుకని బల్లమీద పెట్టింది.

"రండి"

అతని పక్కనే కూచుని తినిపించింది.

"మీకు పెళ్ళి అయిందా, మదాలసా?"

"మీకు?"

"కాలేదు."

"నాకూ కాలేదు" అంది. అతని కళ్ళల్లోకి చూస్తో, దిగులుగా-

"ఎందుకు కాలేదు ఇంకా?"

మాట్లాడలేదు.

"యెప్పుడూ ఇట్లా దిగులుగానే వుంటావా?"

"లేదు, ఈ రాత్రికే."

"తరవాత?"

"యెట్లా తెలుస్తుంది?"

"నేనున్నానా ఆ దిగులులో?"

దానికి జవాబు చెప్పక తన చదువు సంగతీ, సంగీతం, స్నేహితుల సంగతీ మాట్లాడింది. కొచ్చిన్‌లో చదువుకుంది ఇన్నేళ్ళూ అందుకనే మద్రాసు పరిచయంలేదు.

భోజనమైనాక మళ్ళీ పడుకున్నాడు, ఆమె అతని పక్కన కూచుంది. ఆమె చేతిని పట్టుకొని రొమ్ముమీద పెట్టుకున్నాడు.

"పొద్దున్నదాకా వుంటాను. నిద్ర పట్టిందాకా నా దగ్గిర వుండు."

"పగలు వెళ్ళడానికి వీల్లేదు. మీరు వుంటే, వెళ్ళడం రేపు రాత్రే!"

"అయితే వెడతాను" అని లేచాడు. అడ్డంగా కూచుంది. కింద స్ప్రింగు. ఆమె భుజాలు పట్టుకునిగాని లేవడానికి వీల్లేక పోయింది. ఆమె అతని మీదికి వొరిగింది. పిలుస్తున్న ఆమె పెదవుల్ని ముద్దు పెట్టుకోక పోవడం మానవశక్తిలో లేదు.

"ఉండిపో, వెళ్ళకు" అంటో అతన్ని లాక్కుంది.

అంతకన్న యేం కావాలి!

ఆమెని కావిలించుకుని అదుముకున్నాడు. మెల్లిగా, తీయగా, చిరునవ్వుతో అతని కౌగిలినించి వొదిలించుకుని, లేచి నుంచుంది.

"తెల్లారకట్టే ఒస్తాను. యేం?"

"మరి ఓ టాక్సీనికూడ పిలిపించు."

"ఎందుకు?"

"లాలసని వెతికి తెలుసుకుని, సాయింత్రం వొస్తాను."

"లాలస రానీదు."

"లాలస ఎందుకు?" అంటున్నాడు గాని, సందేహం. లాలస యెందుకేమిటి?

"అదీకాక, లాలసకోసం తలకి కట్టు కట్టుకుని వెతికేవాళ్ళు మళ్ళీ ఇక్కడికి రావడానికి వీల్లేదు."

"ఏమి?"

"అంతే."

"నువ్వు ఒచ్చెయ్యి, నాతో."

"ఒస్తాను లాలస కోసం వెతక్కండా వుంటే."

"మరి ఏమయిందో తెలుసుకోవద్దా?" అన్నాడు.

"తెలుసుకుని, తరవాత?"

"అంటే?"

"ఇంక లాలసని మరచిపోవాలి" అన్నది ఆమె.

అమ్మో! అనుకున్నాడు.

"ఇంక ఇక్కడికి రావా?" అడిగాడు.

"పెళ్లి చేసుకుని ఒద్దాము."

కాని, లాలస; వీరాంగన లాలస.

"లాలసని మరిచిపోలేను."

కళ్ళనిండా నీళ్ళు.

"ఐతే ఇప్పుడు వెడితే మంచిది."

"అంతేననుకుంటాను."

వెళ్ళిపోయింది. అతని తల తిరుగుతోంది. ఆలోచించడానికీ, నిశ్చయించడానికీ వ్యవధిలేదు. కాని లాలస మీది పట్టు చాలా స్పష్టం అతనికి. ఆ లాలస తనని చివరి కిట్లా చేసింది. ఈ కథ, తన త్యాగం యెన్నడూ చెప్పలేదు, లాలసకి అతను.

"కారు సిద్ధంగా వుంది."

లేచాడు. అతన్ని కావిలించుకుని ఏడ్చింది.

"నన్ను చెడ్డగా తలచకండి. మిమ్మల్ని చూస్తే అల్లాంటి ప్రేమ ఒచ్చింది. ఏ పురుషుణ్ణి తాకని నాకు మీరెవరో తెలియకండానే, లాలస పక్కకి దూకిన మీ సాహసాన్ని చూశో, లాటీ దెబ్బతిని పడిపోయిన మిమ్మల్ని చూశో, అంతే రండి."

గుమ్మం దగ్గిరకి వెళ్ళాక-

"లాలసని అరెస్టు చేశారు. కారు మిమ్మల్ని ఆ పోలీసు స్టేషన్ దగ్గిర దిగపెడుతుంది. షోఫర్ని ఏమీ అడగకండి. అడిగి లాభం లేదు." అంది.

"మళ్ళీ నిన్ను...."

మళ్ళీ అనేది లేదు జీవితంలో. నాకు మీరు ఓ సాయంత్రం కల. నేను మీకు ఓ గంట కల."

"నిన్ను పెళ్ళి చేసుకోవాలనుకుంటే?"

"ఎవరితో మాట్లాడుతున్నారో మీకు తెలీకపోవడం అదృష్టం. అంత ఆలోచించి తిరిగి ఒస్తే కనపడే... ఉత్త కల ఇది. కలని నిజం చేసుకోవాలంటే కలలోనే నిలవాలి. కళ్ళు తెరిస్తే ఏమీలేదు. మళ్ళీ ఎంత కళ్ళు మూసుకుని రమ్మని పిలిచినా రాదు..."

"రండి."

యెంత కఠినత్వం ఆ కంఠంలో.

తోవలో తోటలో –

"లాలసకి నా వందనాలు చెప్పండి. జీవితంలో యెన్నటికీ దేశ దాస్య నివృత్తి యత్నం ఒదిలి నిద్రపోవద్దనండి...." అంది.

షోఫరు అతనివంక చూడలేదు. ఎన్ని మైళ్ళు వెళ్ళారో! కారు ఆపి, షోఫరు తలుపు తీశాడు – అతను దిగాడు. మాట లేకుండా దూరంగా చూసి, కారులో వెళ్లిపోయినాడు షోఫరు.

పోలీసు స్టేషన్ నిద్రపోతోంది, లాలసని పొట్టలో పెట్టుకుని. యెవర్ని ఏ మడిగినా, లంచం పెట్టినా మాటాడలేదు.

"అవును, ఖైదుచేశాం. ఎవరైతేనేం? యెవరో మాకు తెలీదు" అంతే.

ఆ తలుపుల వెనక లాలస వంటరిగా! యెవరో ఏం చేస్తున్నారో ఆమెని!

లాలసని ఏం చెయ్యడానికి గుండెలా! కాని యెంతమంది అంతఃపుర వనితల్ని యేం చెయ్యలేదు ఈ పోలీసులు? ఈ ఉద్యమంలోనే పురుషులు, ప్రాణాలు అర్పిస్తే, స్త్రీలు ప్రాణాలకన్నా అమూల్యమైనదాన్ని అర్పించారు. దేశం కోసం, గాంధీగారికోసం, లాలస ఒక లెఖ్ఖా!

ఎట్లా భరించడం?

గతిలేక వెళ్ళిపోయినాడు బైట నిలిచి "లాలస" అని కేకలు వెయ్యాలనే వెర్రి కోర్కెని అణుచుకుని.

* * *

ఆనాడు ఆమెని మేస్ట్రేట్ ముందు విచారణకి పెడతారు! పొద్దుణ్ణించి కోర్టు ముందు కూచునివున్నాడు. పోలీసులు కారులో లాలసని తీసుకొచ్చారు. గుంపులో తన దగ్గిరికి వెళ్ళడానికి కూడా వీలులేక పోయింది. సాయింత్రం నాలుగయింది. లాలసకి మేస్ట్రేట్ తొమ్మిది నెలల ఖైదుశిక్ష వేసేటప్పటికి.

కోర్టునుంచి లాలసని బైటికి తెచ్చేటప్పటికి వెయ్యిమందికిపైగా జనం వున్నారు. చాలామంది పూలదండలు తీసుకొచ్చారు. తనెక్కడో వెనక వున్నాడు. తలకి కట్టూ తనూ. ఆమెని కారులో ఎక్కిస్తున్నారు టైంలేదు. తనపక్కన నుంచున్న ఒకామె చేతిలోంచి "నేను వేస్తాను ఇట్లా తెండి" అని పూలదండ లాక్కుని ముందుగా పోలీసు కారు దగ్గిరికి వెళ్ళి నుంచున్నాడు. లాలస అతన్ని చూడగానే తొరతొరగా అతని దగ్గిరికి ఒచ్చింది. గుంపు తప్పుకుంది. పోలీసులు వెనక పడ్డారు. తను దండ వేస్తో వుండగానే, ఆమె అతని మెడచుట్టూ చేతులువేసి ముద్దు పెట్టుకుంది.

"ఈయనే నానుంచి ఉప్పు కొన్నది" అని అరిచింది.

"రాజాధిరాజులకు దొరకని బహుమానం" అని అరిచాడు అతను దాని అర్థం యేమిటో? ఎవరెవరికి ఎట్లా అర్థమయిందో!

లాలసని తీసుకుని వెళ్ళిపోయినారు.

గుంపు అతన్ని చుట్టుముట్టి, మిగిలిపోయిన దండలన్నీ అతనికి వేసి వూరేగించారు. మళ్ళీ పోలీసులు తంతారేమోననే భయమే లేకపోతే చాలా గర్వపడి ఎన్‌జాయ్‌చేసి వుండును అతను.

ప్రయత్నించి, సిఫార్సులు తెచ్చుకొని, లంచాలు పెట్టి లాలసని మద్రాసులోనే జైల్లో కలుసుకున్నాడు. ఆమె తన కథ చెప్పింది. కాంగ్రెసు ఉద్యమంలో చేరినందుకు ఆమె తండ్రి ఆమెని ఇంట్లోంచి వెళ్ళిపొమ్మన్నాడు, అతని ఉద్యోగానికే ముప్పు వొస్తుందని.

"నన్ను మరిచిపోయినావు కదూ?" అని అడిగాడు.

"లేదు."

"లాలసా, ఏమిటి ఇట్లా ఏ ఛాన్సువల్లనో కలుసుకుని విడిపోవడమేనా?"

"అంతకన్న ఏం చేద్దామంటావు?"

"అంతకన్న యేం చేద్దామంటావో నీకు తెలీకే అడుగుతున్నావా? నాచేత చెప్పించి నవ్వడానికిగాని" అన్నాడు.

"ఎందుకు నవ్వుతాను?"

"సరేలే, ముందు జైలుకానీ, వొస్తావుగా. అప్పుడు.........." అన్నాడు.

"ఒస్తానులే! అప్పుడు మాత్రం?"

"అంటే?" అన్నాడు.

"ఈ ఊరు ఒస్తే నిన్ను చూస్తాను."

"ఎక్కడ?" అన్నాడు.

"కాలేజీకి వస్తానులేవోయ్."

"అట్లా దూరంగా మాట్లాడతావెందుకు? నీ మనసులో అంతేభాగం అన్నమాట నేను."

"నీ మనసులో నేనూ అంతే గనకనేమో!"

"ఎట్లా తెలుసు నీకు?"

"అట్టే కష్టంకాదు తెలుసుకోవడం."

"ఇంత వాదనెందుకు? లాలసా, జైలునించి విడుదల కాగానే నన్ను పెళ్ళిచేసుకో."

"నిన్నా? పాపం!"

"యేమిటిది?"

"అంతే."

"అట్లాకాదు. నాకు యేదో నిశ్చయంగా చెప్పి పంపించు. యేమిటి నీ సందేహం?" అన్నాడు.

"ఏదో అంత స్థిరంగా మాట్లాడుతున్నావు. నా శిక్ష తొమ్మిది నెలలలో దేశం యేం కాబోతుందో! చాలా జీవితాలు జైలుకే అంకిత మౌతాయేమో?" అంది.

"ఏమీ?"

"ఏమీ? అడుగుతున్నావా? అంతేలే, "లా" అయి ప్లీడరు పని చెయ్యడమనే గీతనించి వేరే చూడలేవు. యేం జరుగుతోంది నీ చుట్టూ? బ్రిటీషు సింహం జూలు పట్టుకుని వూగించాము. యేం చేస్తుందో? ఎవర్ని మింగుతుందో? మనం మాత్రం వూరుకుంటామా? ఈ వేటలో ఎవరెవరు....."

"యేమిటి, నీ జీవితం అంకితమైనట్టు మాటాడతావు!"

"దూకేను కదూ!"

"దూకితే...."

"ఆటగా యేదో తోచక దిగాననుకుంటున్నావా? చాలా తప్పు అభిప్రాయ పడుతున్నావు. సరేలే, నేను మళ్ళీ రానీ, మాటాడుకుందాం."

ఆమె తన జీవితానికి ఎంత అవసరమో ఆమెకి తెలీదు గావును- అనుకున్నాడు.

"ఆ రాత్రి ఎంత భయపడ్డాను! ఆడదానిని - ఇంత అందమైన దానిని-ఒంటరిగా ఆ పోలీసుఠాణాలో వాళ్ళు రాత్రి నిన్నేం చేస్తారోనని."

"యేమీ చెయ్యరు."

"యేమిటా ధైర్యం నీకు? దిక్కెవరు?"

"నా అందం."

"అందమా? అదే కొంప తీస్తుంది."

"అందాలలో భేదాలులేవూ? అందం మనిషికి గొప్పతనాన్నిస్తే- ఆ రకమైన అందాన్ని చూస్తే మృగాలకి కూడా భయం."

"కాని....."

"విను. దుర్మార్గులకి స్త్రీ రెండు కారణాలనించే లోకువవుతుంది. అతను తననేం చేస్తాడో అనే భయం- తననేమన్నా చెయ్యాలనే కుతూహలం."

"ఆడవాళ్ళమీద సినికల్‌గా మాట్లాడుతున్నావు" అన్నాడు.

"కాదు. నిజం. స్పష్టంగా యేమన్నా చెయ్యాలని లేకపోయినా, తననిచూసి ఆశ పడకపోతే ఆడదానికి న్యూనత. అదే అపాయం ఆమెకి. ఆ ఆశ ఆమె ఇష్టపడ్డదానికన్నా హద్దు మీరుతుంది. నాకేం భయంలేదు ప్రస్తుతం" అంది.

ఇనప చువ్వల్లోంచి మీదపడే ఎండలో మెరిసే ఆమె వెలుగుని ఒదిలి వెళ్లిపోయినాడు.

జైలులో నిరాహారదీక్ష సాగించడానికి లాలస నాయకురాలు కావడం, ఈ గోలల వల్ల ఆమెని వెల్లూరు జైలులో చూసే వీలు లభించలేదు అతనికి.

తొమ్మిది నెలలుకాగానే వెల్లూరు వెళ్ళాడు. రెండు రోజుల ముందే ఆమెకి ఇంకా శిక్షపడ్డది. మూడునెలలదాకా వదలరన్నారు. తను బి.యల్ ప్యాస్ఐ ఎప్రెంటీస్ చేస్తో వెల్లూరు వెళ్ళాడు మళ్ళీ, అప్పటికి వొదిలేశారు. వెళ్ళిపోయిందన్నారు. జైలునించి వొచ్చికూడా తనని కలుసుకోలేదని అతనికి చాలాకోపం వొచ్చింది. ఆమెకోసం యెక్కడ వెతుకుతాడు? అయినా అంత తనని మరిచిపోయే మనిషిని వెతికి యేంలాభం? కాని దేశ సేవా నిమగ్నమైన ఆమె మనసులో తనపై యెందుకు అంత బలమైన స్థానం వుండాలి? ఆమె త్యాగం ముందు తన బతుకు యెంత అల్పం! అని భక్తితో ఆమెని తలుచుకుని వూరుకున్నాడు.

ఆ రాత్రి తను అనంతపురం వెళ్ళిపోతున్నాడు. ఇంక అక్కడ ప్రాక్టీస్ పెట్టాలి. పెళ్ళి చేసుకోవాలి. లాలస కాకపోతే మదాలసైనా తనకి ప్రాప్తించగూడదా?

రైలు కదులుతోంది. మూడేళ్ళకిందటి ప్లాట్‌ఫారమ్ దృశ్యం జ్ఞాపకం వొచ్చింది. ఈనాడు తనని యెవరూ పంపడానికి రాలేదు. ఇంకా ఇద్దరున్నారు పెట్టెలో, తనకు యెదురుగా. రైలు పక్కనించి తిరిగి వెళ్ళిపోతున్నారు మనుషులు.

"అడుగో సింగ్" అన్నారు. తలుపు తీసుకుని లోపల దూకారు. లాలస వెనకాలే. రైలుకూత. వెంటనే బైటికి దూకారు అందరూ.

రైలుపోతోంది. "దిగు, దిగు, చాల్లే" అంటున్నారు, ఆమె మిత్రులు. కలలోమల్లే అతని చేతులు పట్టుకుని నవ్వుతోంది ఆమె.

"దిగు, దిగు" అని అరుపులు–రైలు వెంట నడిచే మిత్రులనించి.

"గుడ్‌బై" అని ఆమె చెయ్యి వూపింది వాళ్ళకి.

"ఎక్స్క్యూజ్ మి" అని లేచి నుంచున్నాడు అతను, అప్రయత్నంగా. స్టేషన్ దాటింది రైలు.

"ఏమిటిది?" అన్నాడు అతను నవ్వుతో, ఆమె నవ్వింది.

"ఎక్కడికి?" అడిగాడు.

"మీ వూరు."

"ఎందుకు?"

"పెళ్ళి కదూ!" అంది.

"ఎవరిదీ?"

"నీది, నాదీ" అని అతని చేతుల్లోకి వూగింది.

ఎందుకన్నా మంచిదని పేపర్లలో తలలు దూర్చుకున్న పెద్ద మనుష్యులిద్దరూ తలలెత్తి చూడకుండ వుండలేక పోయినారు.

అతను ఆమె మాటలు నమ్మలేదు.

ఆమె ఆకారం మారింది. ఆమెని చూస్తే మూడేళ్ళు వెనకాల తిరిగినట్టుంది కాలం - సరిగా అట్లానే రైలు. ఎదురుగా ఆ యిద్దరు పెద్ద మనుషులు తప్ప.

అట్లానే అతని మెడమీద చేతులు వేసుకుని కూచుని నవ్వుతోంది. అతని కళ్ళల్లోకి చూస్తూ.

"నన్ను హాస్యం చేస్తున్నావు" అన్నాడు, ఆమె మెడకింది నుంచి తనని అలుముకునే గోరింట సెంటు పరిమళాలలోంచి.

"అవును" అంది.

ఆమెవంక, ఆమె ఇంగ్లీషు సిల్కు వాయిల్ జాకెట్టు భుజాలవంక, ఆమె ఎర్రటి నవ్వు, నల్లని చూపులు, ఆమె నడుము, నిడువూచూస్తూ ఆమె తనతో తన ఊళ్ళో, ఇంట్లో, గదిలో..... యోచించుకో లేకపోయినాడు.

ఆమెవంక చూస్తో చూపులతో చూపులు కలిసి మాట్లాడలేదు.

మూడేళ్ళకిందటి మల్లేనే గుంపులు గుంపులుగా దీపాలు చీకట్లో గుడ్‌నైట్ చెప్పి పరుగెడ్తున్నాయి రెండువేపులా. పట్టాలు టపటపమని విడిపోయి కలుసుకుంటున్నాయి రైలు చక్రాల కింద, వాళ్ళ జీవితాలమల్లే.

"నేను కనపడడం యాక్సిడెంట్ అవునా" అని అతని వెక్కిరింపు.

"అంతే అనుకో" అని ఆమె.

"కనపడకపోతే?"

"కనపడకండా వుండవు."

"జైలునించి వొచ్చాక ఏమయినావు?"

"విడుదల ఐనాను."

"సరేలే. నన్ను కలుసుకోలేదేం?"

"ఎందుకు?"

"నేను వెళ్ళాను-నీ కోసం."

"అవును" అని ఆ ప్రేమని అంగీకరించినట్టు చేతిమీద వేళ్ళ ఒత్తిడి.

"మరి నువ్వు!"

"ఒచ్చాను కాదూ?"

"ఇన్నాళ్ళు....." ఇన్ని నెలల అతని బాధ బైటపడనికోపం.

"ఇన్నాళ్ళు నన్నేంచేసుకుంటావు?" అంది.

అయినా ఈ ప్రశ్నలు ఎందుకు? కాని మళ్ళీ సత్యాగ్రహం ప్రారంభిస్తా మంటున్నారు నాయకులు.

"నీ ఖద్దరూ.... దేశసేవా?"

"ఖద్దరు మానేశాను. గుచ్చుకుంటోంది. నిన్ను పెళ్ళి చేసుకుని పిల్లల్ని కంటాను. దేశానికి."

ఎదురుగావున్న పెద్ద మనుష్యులు నవ్వు ఆపుకోడానికి న్యూసు పేపర్లు అడ్డం పెట్టుకున్నారు.

"ఇంక జైలుకి వెళ్ళవా?"

"ఊఁహూఁ"

"ఏమి?"

"నాకు ఆపేక్షలు లేవు."

ఎందుకీ ప్రశ్నలు, ఆమెను దగ్గిరగా తీసుకోక! వాళ్ళిద్దరూదిగిపోరా.

"ఈ సత్యాగ్రహం వల్లా, జైళ్ళకి వెళ్ళడంవల్లా, ఎన్నటికీ స్వరాజ్యం సాధించలేరు" అంది.

"ఎందవల్ల?" అన్నాడు కోపంగా, ఎదుటకూచున్న సూటుబొండు.

"ఆత్మశుద్ధి లేదు" అంది.

"అంటే?"

"ప్రతిఫలాపేక్షలు."

"అయితేనేం?"

"బ్రిటీషు వాళ్ళని వెళ్ళకొట్టే పద్ధతి ఆత్మబలం కదా! జైళ్ళకి వెళ్ళడంలోంచి ఆత్మబలం రాదు" అంది.

"రాకపోతేనేం కొత్తగా?"

"నాతో జైలుకి ఒచ్చిన నాయకుల్ని ఒకసారి చూస్తే తెలిసేది నీకు. ఒక

సత్యంకోసం "లా"ని ధిక్కరించే మనిషికి "లా" మీద యెంత గౌరవం వుండాలి! ప్రభుత్వాన్ని బైట యింత ధిక్కరించి, జైళ్ళల్లోకి ఒచ్చి అక్కడ వీళ్ళ దేవురింపులు, లంచాలూ, మోసాలు! ఆత్మబలం అమ్మకానికి లేదు దుకాణాల్లో! బాంబుల్ని, రక్తపాతాన్ని శాంతంతో, బలంగా యెదుర్కోగల యోధులేనా తయారౌతున్నది!"

"వీళ్ళనినమ్మి – అంటే యీ మనుషుల్లో యేదో గొప్పమార్పు తీసుకరాగలమని ఉద్యమం సాగించడం మూర్ఖం."

"ఏం? తక్కిన స్వతంత్ర దేశాల్లోని మనుషులికి తీసిపోతామా?" అన్నాడు, ఆ రెండో పెద్దమీసాల ఆయన.

"తీసిపోము. కాని మనమేదో ఆధ్యాత్మిక శక్తో, ఆత్మబలమో చూపించగల ప్రత్యేక సమర్థులమనుకోవడంలో వుంది మూర్ఖం! ఆ బలం సహజంగానో, సాధించో ఏ ఇద్దరి ముగ్గురికో వుందేమో దేశమంతా కలిపితే."

"ఐతే యింక ఇంతేనంటారా?"

"ఏమో! సాయుధ విప్లవంతోనో, లేక వుత్త రక్తపాతం బలం వల్లనో, లేక ఏ ప్రపంచ పరిస్థితులవల్లనో, మన స్వతంత్రం మనకి రావొచ్చు. అంతేగాని యీ సత్యాగ్రహం ఏ మాత్రమూ ఉపయోగం లేదు."

"ఐతే గాంధీగారు అంత మూర్ఖుడంటారా?"

"సందేహమేముందీ? ఇంకా అడుగుతున్నారా! మానవుడిలో,అ తని సత్య స్వతంత్రాన్వేషణలో ఆయనకి వున్న గొప్ప విశ్వాసం ఆయన బలం. కాని ఆ విశ్వాసం ఏ పదిమంది శిష్యులకో తప్ప ప్రజా బాహుళ్యంమీద పనిచేసి సద్యోఫలితాన్నిస్తుందని వాంఛించడం మూర్ఖంకాక ఇంకేమిటి!"

"ఏం? మనదేశపు ప్రజలు పామరులనుకోను."

"ఉదాహరణ మీరిద్దరే" అంది కోపంతో వాళ్ళని. అక్కడితో సంభాషణ పూర్తిగా ఆగిపోయింది.

* * *

అతని తమ్ముడూ, తల్లీ ఇష్టపడలేదు. అతను లాలసని పెళ్ళిచేసుకోడం. కానివొద్దని గట్టిగా చెప్పడానికి వాళ్ళకి అభ్యంతరమూ కనపడలేదు. పెళ్ళికిముందే అతని కుటుంబమంతా ఆమె ఇంద్రజాలానికి వశ్యులైనారు. కాని ఆ ఆకర్షణే వాళ్ళ లోపలి అంగీకారానికి కారణం గావును! పెళ్ళిముందు లాలస స్వర్గంలో తేలిపోతున్న అతనితో–

"చూడు, నిన్ను పెళ్ళిచేసుకుంటాననుకో. కాని నిన్ను తరవాత డిజప్పాయింటు చేస్తే నన్నేమనకూడదు" అంది.

"డిజప్పాయింటా? ఎట్లా?"

"నాలో ఏవేవో అద్భుత మహిమ లున్నాయని, చాలా గొప్ప సౌధంకట్టి, దాంట్లో నన్ను పెట్టి పూజ చేస్తున్నావు. అవేం నాలో లేవు."

"నీ సంగతి నీ కన్న నాకు బాగా తెలుసు. తరవాత?" అన్నాడు డాబుగా.

"నేను చాలా విధేయతగల భార్యని కాకపోవచ్చు. ఇంకా స్పష్టంగా మాట్లాడాలంటే, నేను నీకు ఆదర్శమయిన స్త్రీని అనుకుంటున్నావు, కాను, నమ్మవు, సరే. నువ్వు మాత్రం నాకు ఆదర్శమయిన పురుషుడివి కావు. మాట్లాడవేం? కష్టంగావుంది. ఔనా? మరి ఎందుకు నిన్ను పెళ్ళిచేసుకుంటున్నాననా? ఆదర్శమయిన పురుషుడు భూమిమీద లేడని నాకు స్పష్టమయింది గనక, నువ్వే నెక్స్టు బెస్టు. ఆదర్శమయిన స్త్రీకూడా లేదు. కాని నేవొకతెను వున్నానని నమ్ముతున్నావు. దురదృష్టవంతుడివి కనక, నువ్వు నన్ను డిజప్పాయింటు చెయ్యలేవు. నేను నిన్ను తప్పకుండా డిజప్పాయింటు చేస్తాను. ఆనాడు యీ మాటలు నీకు జ్ఞాపకం వుండవు. కాని చెపుతున్నాను. అంది, చాలా సీరియస్‌గా.

అతనికి భయం వేసింది.

"ఇది చెప్పు పోనీ. లాలసా! నేను ఆదర్శం కాకపోతే నెక్స్టు బెస్టేగానీ, నామీద గట్టి ప్రేమవుందా నీకు?"

"మరి నాకు నీ మీద ఉన్నది ప్రేమే ఔనో కాదో. అది గట్టి ప్రేమో, వొదులు ప్రేమో, నాకు తెలీదు."

"వెక్కిరిస్తున్నావు" అన్నాడు.

"నిజం మాటాడుతున్నాను. ప్రేమ అంటే యేమిటో నాకేం తెలుసు? నాకు ఎవరిమీదా, నీ మీద ఉన్నంత ఇష్టంలేదు, యీనాటి వరుకు. అదేదో కవులు పాడతారు: చలం రాస్తాడు, చాలా పెద్ద యెత్తున ప్రేమని గురించి, అదినాకు తెలీదు. అసలు అట్లాంటిది వుందో లేదో చాలా సందేహం. వుంటే అలాంటిది నా స్వభావానికి రాదో, మరి నీమీదనో ఎవరి మీదనో అలాంటి ప్రేమో, వాంఛో, యేదో, వస్తుందో, రాదో, నాకేం తెలుసు?"

"యేడమ్స్."

"నిజమే. మరిచిపోయినాను. అంటే అది ఓముఖ్యం కాదన్నమాట. ఎందువల్ల అలాఐనానో అప్పుడు! హాస్టల్ సూపరింటెండెంటు కోపంవల్లనో ధిక్కారమో, లేక ఎడ్వెన్చర్ మీద ఇష్టమో, ఏదో మరి, అప్పుడే మరిచిపోయినాను."

"యేడమ్స్ కోసం తపనపడ్డట్టు నామీద పడలేదు. రైల్లో ఆక్సిడెంటువల్ల కనపడ్డానుగాని, లేకపోతే నేను జ్ఞాపకంకూడా వుండి వుండను జైలు నించి వచ్చాక."

"ఆగు వెర్రివాడా! జైలులో అంతా నువ్వే నా మనసులో. జైలునించి వొచ్చాక నిన్ను కనిపెడుతోనే వున్నాను. నిన్ను కలుసుకున్నానా నా పనులకీ, నీ పనులకీ అడ్డు. అన్నీ సర్దేసుకున్నాను. ప్రయాణమై, నా సామాన్లు అనంతపురానికి బుక్‌చేసి మరీ రైలెక్కాను నీతో. తృప్తి అయిందా?"

"సరేలే, మరి నా మీద నిశ్చయంగా...."

"నిశ్చయం అయిందాకా కాచుకునివుంటే, యేదీ చెయ్యలేం చచ్చిందాకా, జీవితం అంటేనే రిస్కు తీసుకోవడం. ఒక్క చావే యేప్రయత్నం యే సందేహం, యే రిస్కు లేకుండా నిశ్చయమైన విషయం జీవితానికి. పద పెళ్ళి చేసుకుందాం." అంది నవ్వుతో.

* * *

అనంతపురంకి బైటనించి ఎవరన్నా పేరుమోగిన ఆర్టిస్టు ఒస్తే అదొక వేలం వెర్రి. అతనికి చాలా గొప్ప గౌరవం జరుగుతుంది. మాల్వంకర్‌కి చాలా గొప్ప లక్షణాలు పట్టాయి. కోవాముద్దలాగ వున్నా, అదో విధమయిన జారిపోయే అందం. యే సంగీత వాయిద్యాన్నైనా అవలీలగా, మధురంగా వాయించ గలగడం. పాడడం, దేశంలో పేరుమోగిన నాయకుల, ఆర్టిస్టుల, రచయితల, సంగీతపాఠకులను అన్యోన్యంగా ఎరిగినట్లు కబుర్లు, చెప్పడం, పైగా: బిలియర్డ్సూ. బ్రిడ్జి నేరుగా ఆడగలగడం-ఊరంతా అతనిమీద విరుచుకుపడ్డది. మకాం శేషాద్రి ఇంట్లో. అక్కడే రెండు మూడు వాయిద్యగోష్టులు జరిగాయి. అందరూ చందాలు వేసుకుని ఓ గట్టి పర్సు బహుమతికి యేర్పాట్లు జరుగుతున్నాయి. మూడో సభకి స్త్రీలకి కూడా ఆహ్వానాలు ఒచ్చాయి. అదివరకే అడుగుతోంది-లాలస అతని పాట వినాలని. పూర్వం మద్రాసులోనే విందిట అతని కీర్తి.

* * *

ఆ రాత్రి అతని కచ్చేరి చాలా ఉత్సాహంగా జరిగింది. రాత్రి పదింటికి చేరినవాళ్ళు, తెల్లారకట్ట మూడింటిదాకా తన్మయులయి విన్నారు. ఈ లోపల గంధాలు, పువ్వులు, తాంబూలాలు, టీలు, మధ్య మధ్య ఆగి సంభాషణలు! ఆడవాళ్ళ సన్నిహిత ప్రభావం వల్ల అంత గొప్పగా పాడాడు అన్నారు కొందరు కొంటెవాళ్ళు. పెద్ద మనుషులు నమ్మడానికి నిరాకరించారు ఆ ఆరోపణని.

ఆ పాట కచేరికి ముందే శేషాద్రి ఇంట్లో, క్లబ్బులో అతనికి బాగా పరిచయమయినాడు మాల్వంకర్. అన్ని మంచి లక్షణాలున్నా అతనికి, స్నేహానికి తృప్తినియ్యలేదు అతని స్వభావం. ఎక్కడా యిబ్బంది అనీ చూసుకుంటే యేమీ నిర్ణయంగా

కనపళ్లేదు. ఆ రాత్రి అతనూ, లాలసా అందరిలో మధ్యగా అతనికి ఎదురుగా కూచున్నారు. తక్కిన స్త్రీలు పురుషులకి వెనకగా పక్కగా చీకట్లో కూచున్నారు. అందువల్ల పాడుతున్న మాల్వంకర్ కళ్ళు వారిద్దరి మీదనే నిలిచాయి అంతసేపూ. అతను అన్ని భాషల్లో, అన్ని రకాలైన కీర్తనలూ పాడాడు- భక్తీ, శృంగారం, దేశభక్తి. అతను పాడుతోవుంటే, అతనిలో ఎప్పుడూ వుండే గుణం ఆ రాత్రి మరీ ఎక్కువగా తోచింది. వినేవాళ్ళని తన కౌగిలిలోకి, తన హృదయంలోకి పిలుస్తున్నట్టుగా వుంటుంది. అతన్ని ఆ సమయాన ప్రేమించకుండా వుండలేరు. ఆ విధంగా లాక్కున్నాడు వాళ్ళ ప్రాణాల్ని. ఆ రాత్రి లాలసలో చిత్రమైన ఆందోళన కనపడుతోంది. ఆమె లోపలికి గుండెల్లోకి చూస్తో, పీకుతో, పిండుతో పాడుతున్నాడేమోననిపించింది. లాగబడడం ఏమాత్రం యిష్టం లేదు ఆమెకి. గాంధీగారి దివ్య పాశాలనించే తప్పించుకుంది. తన స్వేచ్ఛకోసం అతన్ని అంగీకరించింది గాని, తన వ్యక్తిత్వంలో అణుమాత్రం అతనికి ఒప్పచెప్పలేదు. ఏ గొప్ప నిమిషాన కూడా అతనిలో తనని మరిచిపోలేదు. అతనికి తనని సంపూర్ణంగా ఇచ్చుకోలేదు. అలా ఆ మాల్వంకర్ సంగీతం తనని గుంజుతో వుంటే, మొదట ఆశ్చర్యం, భయం, తిరుగుబాటు ఆమె కళ్ళల్లో, పెద్ద యుద్ధం ఆమెకీ మాల్వంకర్‌కీ ఆ రాత్రి ఆమెని ఇంటికి తీసుకుని వెళ్ళిపోవాలని తాను ప్రయత్నించాడు. ఆమె తన మాటని కూడా వినిపించుకోలేదు. జడిసి పరిగెత్తడం ఆమె స్వభావంలో అసలు లేదు. లాభం లేదని, గతిలేక వూరుకున్నాడు, మరి ఓ అరుపు అరిచి ఆ మాల్వంకర్ నెత్తిమీద ఓటి మొట్టి బైటికి తరమవలసింది. సరైన మొగవాడైతే, కాని నాగరికత, మర్యాద అట్లా చేస్తోంది మనుష్యుల్ని. తమ సౌఖ్యం కన్న, ప్రాణం కన్న, ప్రేమ కన్న మర్యాద ముఖ్యమయింది.

కచేరి కాగానే అతనూ లాలసా లేచారు. మాల్వంకర్ ఎస్ రాజ్‌ని కిందపెట్టి, చేతులు దులుపుకుని వాళ్ళవేపు వొచ్చాడు. యక్‌స్పెక్‌టెంట్ స్మయిల్ చిరునవ్వుతో! ఏం చేస్తాడతను? "చాలా గొప్పగా పాడారు" అన్నాడు. ఆ మైదా ముద్దకంఠం నులిమేయాలన్నంత కోపంతో.

"ఆమె ఏమంటారు?"

ఆమె మాట్లాడలేదు. తల ఒంచుకుంది. ఎక్కడా, యెన్నడూ తల ఒంచని లాలస.

"ఏమీ బావుండలేనట్టుంది."

యింకా మాటాడలేదు. సింగు చేతిని పట్టుకుని మాల్వంకర్ వేపు వీపు తిప్పింది.

"అయితే, ఆమె నచ్చేట్టు ఇంకోసారి ఆమె సమక్షానికే ఒచ్చి ప్రత్యేకంగా ఆమెకే పాడాలి." అన్నాడు.

"వెళ్ళిపోతున్నారుగా?" అంది ఆమె.

"వెళ్ళను, మీ కోసం ఆగిపోతున్నాను."

"అదేమిటి? బళ్ళారిలో శివరావుగారు మీ కోసం చూస్తో వుంటారు. కైలాసం రాశాడుకూడా, మీకోసం ఆగానని" అన్నాడు సింగు.

"శివరావు, కైలాశం! ఆగనీండి" అన్నాడు నవ్వుతో మాల్వంకర్. యెంత యెక్కిరింపు నవ్వులో!

రెండడుగులు నడిచారు రోడ్డుమీద సదరన్ క్రాస్‌వేపు చూస్తో.

"రేపు వొస్తాను" అని వెళ్ళిపోయినాడు మాల్వంకర్. ఆ రాత్రితో తనకీ లాలసకీ మధ్య యెన్నడూ దాటలేని అగాధం ఏర్పడిందనిపించింది.

మర్నాడు సాయంత్రం అతను కోర్టునించి ఒచ్చేటప్పటికి అతని మీద అమితమయిన భక్తిగల తమ్ముడు మాధవ భయపడుతో, జంకుతో అన్నాడు:

"అన్నయ్యా, మాల్వంకర్ ఒచ్చి పాడాడు ఈవాళ."

"అవును, ఒస్తానన్నాడు."

"నువ్వు లేనప్పుడు?"

ఏమిటో వేదన అతనిలో! అతన్ని కావిలించుకుని ఓదార్చాలనిపించింది.

"లేకపోతేనేం?" అన్నాడు తన కష్టాన్ని దిగమింగుకుంటో.

"మీరందరూ ఉన్నారుగా?" అన్నాడు మళ్ళీ తను.

"వున్నాం. అందరం కూచున్నాం, అమ్మకూడా. కొంచెం వాయించి "నాకు సరిగ్గా కుదరటం లేదు. మీరందరూ వెళ్ళిపోండి" అన్నాడు వాడు.

"పోనీలెండి, ఈవాళ మీకు సరిగా కుదరటంలేదు. అన్నయ్య ఉన్నప్పుడు రండి" అన్నాడు చిన్నన్న.

"కాదు, ఆమెకోసమే వినిపించడానికి ఒచ్చాను" అన్నాడు.

ఒదిన మాట్లాడలేదు. వాడూ కదలలేదు. మేమూ కదలలేదు.

"వెళ్ళమనలేదా? ఇదేం సంగీతమనుకున్నారా? లాలిపాట లనుకున్నారా?" అని తగాదా ప్రారంభించాడు.

ఒదిన లేచి తన గదిలోకి వెళ్ళిపోయింది. సభ అయిపోయిందని మేమూ వెళ్ళాం అన్ని అక్కడే ఒదిలి...కాసేపటికి ఒదిన గదిలోంచి సంగీతం వినపడ్డది. "నీ గదిలోంచే అన్నయ్యా?" అంటో ఏడుపు దిగమింగుకున్నాడు మాధవ.

యేమంటాడు తను? తన మొహం కనపరచక, "ఊఁ" అని వెళ్ళిపోయినాడు. రోషం, కోపం, బాధ!

కిటికీలోంచి బయట చూస్తో తలన్నా తిప్పి చూడలేదు లాలస.

"మాల్వంకర్ ఈ గదిలోనే సభ చేశాట్టగదూ?"

"గుమ్మంలోనే ఒచ్చిందా ఫిర్యాదు?"

"మర్యాదైన పనికాదు లాలసా."

"మర్యాదకన్నా ముఖ్యమైన విషయాలున్నాయి జీవితంలో."

"సంగీతమా?"

"అనుభవం!"

"యేం అనుభవం?"

"గాఢమైంది యే అనుభవమైనా సరే."

"ఇక్కడ యే అనుభవం?"

మాట్లాడలేదు.

ఆ రాత్రి మామూలు ప్రకారం తనకి ఒళ్ళిచ్చింది. కాని దాంటో ఇదివరకు వున్న కొంత సరదాకూడా లేదు.

మర్నాటి నుంచి ప్రతిరోజూ ఒచ్చి తన గదిలో లాలసకి పాడుతున్నాడు మాల్వంకర్.

ప్రతి సాయింత్రం తమ్ములు గోల. తను తల్లి కన్నీళ్ళ మౌనం. ఈ విషయం మూడురోజుల్లో ఊళ్ళో పాకినట్టు తనకి తెలుస్తోంది. అదే అన్నారు అతని తమ్ములు.

"అన్నయ్యా, రేపు వాణ్ణి చితక పొడవతలుచుకున్నాం."

"తొందర పడుతున్నారు. ఎందుకు అంత కోపం తెచ్చుకోవడం?"

"ఏమిటా పని వాడు?"

ఆ వ్యవహారంలో అంతా కూడా మాల్వంకర్‌నే తిట్టారు. తల్లీ, తమ్ముడు కూడా. లాలసని ఒక్కమాట అనలేదు. మరి వాళ్ళ మనసుల్లో ఏముందో! కాని ఒదిన వాళ్ళకి తల్లితో సమానం.

మనుషులు బైట యెంత మారనీ, ఈ దేశంలో, ఇంట్లో తల్లీ కొడుకూ, అన్నా, ఒదినా, అన్న భక్తీ, గౌరవం - ఈ సెంటిమెంట్లు బలీయం.

వాటిని అర్థం లేనివని యెక్కిరిస్తాట్ట తెలుగు రాసే చలం అనే అతను.

"మీరెందు కట్టా అనుమాన పడతారు?"

"నీకు లేదా అన్నయ్యా? పోనీ అనుమానపడడం అన్యాయమేనంటావా?"

ఏమంటాడు తాను!

"పోనీ వూళ్లో పుకార్లు? యెట్లా ఇంకోళ్ల మొహం చూడడం? ఇట్లాంటి తమ్ముళ్ళని పెట్టుకుని నీ కేమి టా ఖర్మం. భయం?"

"ఒదిన ఇష్టపడుతుందో లేదో?"

"ఇది ఆడవాళ్ళ వ్యవహారం కాదు."

ఆడవాళ్లు అనే హద్దులు కూడా తీసెయ్యాలంటాట్ట చలం. కాని లాలసే తీసేసింది ఆ హద్దు.

"ఈవాల్టికి ఆగండి. సరేనా?"

గదిలోకి వెళ్ళి లాలసతో "నీ మిత్రుడితో చెప్పు. అతన్నితంతారుట మాధవా వాళ్ళూ" అన్నాడు.

"అవును. ఇంక నేనే వెళ్ళాలి" అంది. అట్లా అంటుంది అనుకున్నాడు తను. ముందే అనిపించింది. ఆ మూడు రోజుల నుంచి మాటలు లేవు తనకీ, లాలసకీ, ఏమిటా, ఏం చెయ్యాలా అనే తన యోచనకి నిర్ధారణ లేదు.

"కలుసుకోవడం తప్పదన్న మాట" అని క్లబ్బుకి వెళ్ళిపోయినాడు. క్లబ్బుకి అప్పుడప్పుడుగాని వెళ్ళటంలేదు అతను. క్లబ్బుకి వెళ్ళి మాల్వంకర్‌తో చెపుదామనుకున్నాడు, తన తమ్ములు తన్నదలుచుకున్నారని. కాని విధి. వ్యవహారం తన సొంత చేతుల్లోకి తీసుకుంది లాలస అట్లా అయిన తర్వాత, వూళ్ళో అంత నిందపడి ఇంకా అట్లాఎట్లా వుంగలిగానా అని అతనికి ఆశ్చర్యం ఈనాడు.

క్లబ్బు తోటలోకి వినిపిస్తోంది, వరండాలో చీట్లపేక ఆడుతున్న మాల్వంకర్ కంఠం.

"బళ్ళారినించి వెంటనే రమ్మని" అన్నాడు, అప్పుడే ఒచ్చిన టెలిగ్రాం చూసి గావును మాల్వంకర్.

"చాలా అందమైన చేతులు అడ్డు పెడుతున్నాయి. అని జవాబియ్యి" అని ఓ డాక్టరు.

నవ్వులు. సింగు రక్తం ఆగింది. స్తంభించిపోయినాడు.

మాల్వంకర్ "చస్......(పెద్ద అసహ్యపు బూతుమాట). అందులో ఇది మరీ....." బూతుమాటే మళ్ళీ.

చర్రుమని నడిచి తోవతిరిగి యెదురుగావెళ్ళి మాల్వంకర్‌ని చంపమీద కొట్టాడు. కుర్చీతోసహా అతను కిందపడ్డాడు, మిత్రులు అడ్డం నుంచున్నారు. అనవసరం. ఆ మాల్వంకర్ యెన్నడూ చేతులతో తనని ఏమీ చెయ్యలేదు, తన భార్యనేగాని. మాల్వంకర్ లేచి రోషంతో చూస్తో నుంచుని "అనుభవిస్తావు" అని గొణిగాడు.

సింగు చప్పున వెనక్కి తిరిగి ఇంటికి వెళ్ళిపోయినాడు. చాలా సంతోషంగా వుంది అతనికి, తను చేసినపనికి. అతనన్న బూతుమాట లాలసతో చెప్పాలి. దాంతో నిజం తెలుస్తుంది. సంగీంత మాయ విరిగిపోతుంది, కాని యెట్లా–ఏ అసభ్యమూ పలకని

తాను. అందులో లాలస ముందు–ఆ మాట అనడం? తను కొట్టింది చాలదా? వాడు ఇప్పుడు ఇంక వూళ్ళో నిలవలేడు, పోతాడు. తన తమ్ములకి శ్రమ తప్పింది. కాని తను కొట్టానంటే, లాలస ఏమంటుందో!

సరే, వాడు వెడతాడు. కాని ఇదివరకు తమ మధ్య వున్న సామరస్యం పోయింతరువాత, లాలసతో ఇంక ఏదో భార్యకిందనే గాని – తన గర్వం, తన సంతోషం, ఆమె వుందనే ధ్యాసలో మాధుర్యం– ఇంక ఏమీ మిగలవు. సరే ఆలోచనలన్నీ తరవాత. ముందు వాణ్ణి పంపించాలి. కోర్టుకి వెడతాడా? వాడా? వాడు ఎన్నటికీ వెళ్ళడు. వెళ్ళనీ! వెడితే ఇంతకన్నా ఏమవుతుంది?

మళ్ళీ విధి వ్యవహారాన్ని తన సొంత చేతుల్లోకి తీసుకుంది.

ఆ ఆలోచనలతో యెంతసేపు తిరిగాడో తన ఇంటి గేటు దగ్గిర వున్నాడు, గేటు ముందు కారు నిలిచి వుంది. యెవరో ఒచ్చారు, తన కోసమా? ఈ స్థితిలో యెట్లా తను మాట్లాడడం? ముందు లాలసని చూడాలి. దొడ్డి గుమ్మంలోంచి మేడ యెక్కితే సరి – అని ఇల్లు చుట్టాడు. చెట్ల వెనక చీకట్లోంచి మాటలు!

"నేను రాను, ఒదులు."

లాలస కంఠం–పెనగులాట–ఆయాసపు నిశ్వాసాలు!

"నోరు మూసుకు పద. చంపుతాను" (అని చిన్న బూతు) మాల్వంకర్.

లాలసనించి నవ్వు, ఒక నిముషంలో జీవితంలో తను చేసిన గొప్ప తప్పును గ్రహించాడు సింగు – భార్యని ఆరాధించడం, ఎంత గౌరవం, భక్తి తనకి!

మాట్లాడకండా వెళ్ళిపోవాలా తను?

"వుండమంటే? అతనితో చెప్పి వస్తాను రేపు."

"వీల్లేదు. వెళ్ళనీరు. పదవే లం........."

రక్తం విషమయింది. టార్చిలైటు వేశాడు వాళ్ళమీద. ఎందుకో? అట్లాంటి సమయాల్లో ఎందుకు? ఏం చేస్తామో?

మాల్వంకర్ లాలస మెడదగ్గిర బాడిస్‌లో ఓ చెయ్యివేసి మోటుగా లాగుతున్నాడు. వెలుతురు మీద పడేప్పటికి ఒదిలాడు.

ఆమె జుట్టు విడిపోయింది. జాకెట్టు చిరిగిపోయింది.

అతను వాళ్ళ దగ్గిరికి వెళ్ళాడు లైటు వేసి వుంచి. ఆమె పెదవి రక్తం కారుతోంది.

"రా" అన్నాడు లాలసని! ఆమెని నిస్సహాయ్యగా మాల్వంకర్ పాల ఒదిలినందుకు పశ్చాత్తాప పడుతున్నాడు సింగ్.

ఒచ్చేసింది.

గదిలోకి వెళ్లాక అతను మనసుని చాలా సర్దుకుని "ఏమిటి లాలసా ఇది? ఇంతేనా ఇంక" అన్నాడు.

ఆమెని కొట్టాలనీ, చంపాలనీ ఆ మంచంమీద తోసేసి, బూతులతో, కసితో తన జెలసీ ఆమె వంటిమీద తీర్చుకోవాలని వొచ్చే వుద్రేకాల్ని అణచుకుని అడిగాడు ఆ మాట.

"అవును. ఇంక వీల్లేదు. నేను వెళ్ళిపోతున్నాను."

"అతనితోనా?"

"ఏట్లోకి. ఎవరితోనో ఒకరితో వెళ్ళిపోతున్నాను. ఇంకనీకెందుకు?"

"అసలు ఏమిటి? నాదా లోపం. నీదా? లేక అతనిమీద అణుచుకోలేని కోర్కా!"

"యేదైతేనేం? నా తల తిరిగిపోతోంది. నాకు తెలీదు. విడమర్చి చీల్చి, తర్కించి తెలుసుకునీ, ప్రయోజనం లేదు అంతే."

"అతను నిన్ను చాలా గౌరవంగా, ముద్దుగా....."

"వూరుకుందూ, నీకేమీ తెలీదు."

"అతనిలో నమ్మకమా నీకు?"

"లేదు."

"ఐతే?"

"నీకెందుకు? వూరుకో."

ఇంక మాట్లాడడం గౌరవ హీనమనిపించి వూరుకున్నాడు. కదలడానికి శక్తి లేకండా కాళ్ళూ చేతులు విరిగేట్లు ఆ రాత్రి ఆమెని తంతే ఏం జరిగేదో! కాని లాలసని తన్నలేడు. తన్ని, తనని తాను భరించుకోలేడు. తన్నలేకపోవడమే పురుషుణ్ని నేడు స్త్రీ కళ్ళల్లో అంత చవక చేసింది అనుకుంటున్నాడు యీ నాడు. పైగా ఆమె వెళ్ళిపోవాలనే వుంది తనకి ఆ నాడు. ఆమె శరీరాన్ని బాధపెట్టడమే! ఎంతైనా కోపం వస్తుంది. చంపాలనిపిస్తుంది. కాని ఆ కోపం తన చేతుల్లోకివచ్చి ఆమె అందమైన వంటిమీదికి పోదు ఇంక అయిష్టంగా, విధికింద, కసాయివాడిలాగా ఎలా కొట్టగలడు?

మర్నాడు పొద్దున్న తన తమ్ములిద్దరూ దగ్గిరికి వచ్చి నుంచున్నారు భీమార్జునులలాగు.

"వెళ్ళిపోతుందిట, అతనితో."

"ఏమిటి?" అని అరిచారు వాళ్ళు.

ఆకాశం విరిగిపడ్డది వాళ్ళమీద.

"వొస్తాడూ వాడు యీవాళ?" అన్నాడు మాధవ.

"ఏమో!"

"రానీ!"

"ఈమే వెడుతుందేమో!" పెద్ద తమ్ముడు అన్నాడు.

"వెడితేనా? ఏమిటి? ఆ వెధవ మన వదినని తీసికెడతాడా? చూద్దాం" అని వెళ్ళిపోతున్నారు.

"వెళ్ళనీండి."

వాళ్ళ చెవుల్ని వాళ్ళు నమ్మలేక పోతున్నారు.

"నాకు లాలస వెళ్లిపోవాలనే ఉంది" అన్నాడు సింగ్.

"అప్రదిష్ట."

"ఇప్పటికంటేనా?"

"ఏమిటి అన్నయ్యా!"

"ఇంక మాట్లాడకండి. నేను మద్రాసు వెడుతున్నాను. మీరు లాలసని అభ్యంతర పరచకండి. వాగ్దానమేనా?"

దొంగని కరవకండా కట్టేసిన జాతి జాగిలాలమల్లే అయినారువాళ్లు.

అంతే. తను బెంగుళూరు వెళ్ళాడు. రెండోరోజుకి ఉత్తరం వచ్చింది. లాలస మాల్వంకర్‌తో వెళ్ళిపోయిందని.

నిదానంగా యోచించుకుంటే అసలు పెళ్ళిముందు ఆమె మాటలు జ్ఞాపకం వచ్చాయి. ఆ మాటలు వెళ్ళిపోయేముందు తన మొహాన విసరక పోవడం ఆమె ఔదార్యం.

మూడు నెలలలోనే మాల్వంకర్ని వొదిలిందని తెలిసింది. లేక మాల్వంకరే వదిలాడో? తనకి ఉత్తరం రాసింది అప్పుడే.

మరి ఇప్పుడు భీమ్లీలో ఎలా వుంది? ఏం చేస్తోంది? లాలసేనా! ఎలా తెలుస్తుంది తనకి?

మర్నాడు సాయంత్రం బీచి మీద దేశికాచారిని కలుసుకున్నారు.

"నాతో చెప్పకండా యెందుకు వెళ్ళారు, అంతదూరం నిన్న సాయంత్రం? చాలా భయపడిపోయినారుగా?" అన్నాడు.

ఇతనికెట్లా తెలుసు?

"ఏం భయంలెండి? ఏం ఫరవాలేదు. చీకటి గనకా, కొత్త గనకా" అని కోశాదు నరసింహారావు.

"ఆమె అక్కడ వుండబట్టి సరిపోయిందిగాని" అన్నాడు దేశికాచారి.

"ఎవరామె?" అన్నాడు సింగు.

"తెలుసుగా మీకు, నా భార్య."

"ఆమె దేశికాచారి భార్య! ఆమె లాలసయేమో ననుకుని తానెంతో ఆశపడ్డాడు.

"ఆమె పేరు?"

"తెలీదు నాకు."

"తెలీదేమిటి?"

"అదోకథ"

"ఆమెని ఏదో పిలుస్తారే మీరు" అన్నాడు నరసింహారావు.

"లాల్ అంటాను. కాని అది ఆమె పేరు కాదు."

సింగ్ మూలిగాడు.

ఇంకేమడుగుతాడు?

ఇంతకీ ఆమె లాలస అవునా కాదా అనే జిజ్ఞాసలో పడ్డాడు సింగు.

సరే, ఆమె లాలసే అనుకుందాం. లాలసే అయితే తన ఉద్దేశ్యం యేమిటి? తనతో వొచ్చి మళ్ళీ కాపరం చేయించుకోవాలనా? ఆమెవొస్తుందా? ఆ ప్రశ్నలకి అతనికి సరైన సమాధానం దొరకలేదు, ఎవరైతేనేం. తనకి సంబంధంలేదని. ఒదిలి పోకూడదా? పోలేదు. ప్రపంచంలోని గొప్ప అనుబంధాలన్నీ అంతే. వాటికి కారణం, తెలివీ, అర్థం యేమీ కనపడవు. ఎంతెంత వివేకవంతులూ ఆ విషయంలో వుత్తమూఢుల్లాగు ప్రవర్తిస్తారు. కాని పైకి మూర్ఖంగా కనపడే ఆ మనసులో పట్టుకి, తక్కిన జీవితంలో పనులన్నిటికంటే, ఎక్కువ బలం, ఎక్కువ అర్థం, ఎక్కువ సాఫల్యం – అది జాడ్యంకానీ, పూర్వజన్మ సంబంధంగానీ, ఈశ్వరాజ్ఞేకానీ, ఉత్తపిచ్చేకానీ.

లాలసని చూడాలి, మాట్లాడించాలి. ప్రయత్నించాలి. తప్పదు. ఆమె లాలస కాదని తెలిసిందాకా, లాలస విషయంలో తాను పొరపాటుపడడు. మరి లాలసే అయితే తనని గుర్తుపట్టలేదా ఇంతవరకూ? లాలస అయితే. ఎప్పుడూ స్నేహాన్నీ, మనుషుల్నీ, స్వేచ్ఛనీ కోరే లాలస, ఎవరికీ కనపడక వొంటరిగా ఎట్లా వుండగలుగుతోంది? అబద్ధమూ, మోసమూ ఏ కోశానా సహించలేని లాలస దేశికాచారిని ఎలా భరిస్తోంది? ప్రేమిస్తోందేమో కూడానూ? తనని వొదిలిన స్త్రీ ఐనా, తాను వొదిలిన స్త్రీ ఐనా సరే, నాశనమైపోక, స్థిరంగా సుఖంగా ఒక విధానంలో బతుకుతో వుండడం కళ్ళారా చూసి భరించగలిగిన వారు చాలా కొద్ది మంది. సంతోషించగలిగినవారు అసాధారణ వ్యక్తులు.

ఆనాటి సాయంకాలం బీచి వొద్దున చాలా మంది చేరారు దేశికాచారి చుట్టూ. దేశికాచారి చాలా మంచి ఫారమ్‌లో వున్నాడు. లెక్చరిస్తున్నాడు. తాను యుద్ధంలో తిరిగిన మెసపటోమియా, ఈజిప్టు దేశాన్ని గురించి అప్పుడప్పుడు విన్నాడు సింగ్. అతని నించి

చూచాయగా పర్షియాలో రాచ కుటుంబపు సుందరితో ఎడారిలో అతను నడిపిన రొమాన్సు, ఆ జ్ఞాపకం అతని జీవితం మీద ఒక వెలుగూ, ఒక నీడ కూడా అంటాడు. ఇంకా ఆ విరహం అతన్ని వొదలలేదు.

పడమటి కొండవెనక అస్తమించే సూర్యుడి వెలుగు కొండ పక్కలనించి తప్పించుకుని, గొప్ప చక్రవర్తి వెనక వేళ్ళాడే రత్నాల క్లోక్‌ని సూచిస్తోంది. ఎందుకిల్లా నిరంతరం కొట్టుకుంటావని కొండ సముద్రాన్ని ప్రశ్నిస్తోంది. పర్వతం వెనకనించి వొచ్చే కాంతి సందేశాన్ని అందుకుని కట్టేసిన ఆడ సింహం మల్లే దూకుతోంది సముద్రం పర్వతం వేపు - అతి భీషణంగా, అణుచుకోలేని రక్తపు ఉధృతంతో.

దేశికాచారి వర్ణించే అరేబియా యువతుల విగ్రహాల పటిమా, మోహకారిన్యతా, ఇటో అటో నిమిషంలో ప్రాణాలు ఒడ్డి తేల్చుకునే సాహసమూ వింటో, సింగ్ చాలా తబ్బిబ్బులైనాడు. లాలస వంటి స్త్రీని నిలుపుకోలేని తన బలహీనం, వ్యక్తి స్వేచ్ఛ అనీ, న్యాయమనీ, హృదయ సౌకుమార్యమనీ, ప్రేమలో ఉదారత్వమనీ తర్కించుకున్న తన చేతగాని తనం మీద అసహ్యంవేసి గుంపులోంచి చరచరా నడిచాడు కొండవేపు ఒంటరిగా.

లాలసని చూడాలి. ఆమె లాలసో కాదో తేల్చుకోవాలి. తరవాత ఏమౌతుందో తరవాతి కథ! రెండూ, మూడూ అని లెక్క పెడుతో వుంటే ఉత్త లెక్కలేగాని; అసలు వస్తువులు ఎన్నడూ చేతికి దొరకవు.

వెళ్ళి ఎట్లా? ఎక్కడ? ఏం మాటాడాలి? ఆలోచించకూడదు. ఆలోచనే అన్ని సందేహాలకీ మూలమన్నాడు హేంలెట్. తన సందేహాలతో తనని తనే చంపుకున్నాడు అంత ఉత్తముడూ.

అతని వెనక నించి వెంట ఒస్తాననే పెద్ద అలల్నీ, ఏమిటీ మనిషి, ఇట్లా పరుగెత్తుతున్నాడని తొంగిచూసే పురాతన వృక్షాల్నీ, ఏ సమస్యలూ లేకుండా గుడిశలకి వెలుతో పాటలు పాడే పాటకపు యువకుల్నీ కన్నెత్తి కూడా చూడలేదు అతను.

బంగళా ముందు తలుపు వేసి వుంది. చుట్టు తిరిగి వెనక నించి వెళ్ళాడు. ఒంటింటో వుంటుంది రాత్రికి, దేశికాచారికి రుచిగా ఒండిస్తో, తన లాలస.

నౌకర్లో! ఏమో! వుండనీ.

సంపెంగ పరిమళాలు, ఆకుల్ని గలగల లాడించే ఏడు వూర పిచికలు, వెళ్ళిపోదామా అని యోచిస్తున్న గిజిగాడు, ఎవరని పెద్ద కళ్ళతో ప్రశ్నించే నల్లమచ్చల ఆవు. అతని సడికి రేగిన తేనెతుట్టె - ఇవన్నీ మనసు వెనక ఎక్కడో.

పట్టు తివాసీలు పరిచిన మెట్లు, వంటిల్లు, వరండా, లేదు. అక్కడ లేదు. వుంటే ఆ చుట్టు పక్కల ఆ శూన్యం కనపడదు. చూశారా నౌకర్లు? చూడనీ.

264 చలం నవలలు

ఇంకా లోపలికి, చీకటి, కుర్చీలు, సితారు. అవనీంద్రనాథ్ ఉమ పటం పెద్దది తన ఎదట. ఆగిపోయేవాడే ఇంకోప్పుడైతే. పక్కన గది పడక గది కాబోలు. నీలం తెరలు తొలగించి లోపలికి వెళ్ళాడు.

కిటికీ లోంచి సముద్రం వంక చూస్తో ఆమె. ఆమె చేతులో పుస్తకం స్ట్రేబర్డ్సు – రవీంద్రనాథ్‌టాగూర్, అనే బంగారు అక్షరాల మీద సముద్రంనించి పచ్చనివెలుగు. సరాసరి వెళ్ళి ఆమె చేతుల్నిపట్టుకున్నాడు. పుస్తకం కింద పడిపోయింది. హడలి, చేతుల్ని ఒదిలించుకుని నుంచోడం ఒక్క నిముషం, ఈ లోపలే.

"లాలసా!"

"ఏమిటది?"

"లాలసా? లాలసా? నువ్వు లాలసవి కాదనకు."

రెండు నిమిషాలు నిశ్శబ్దం. అతను ఆమె కళ్ళల్లోకి చాలా సస్‌పెన్స్‌తో చూడడం, జడ్జీ నించి మరణశిక్ష పడుతుందా అనిచూసే నిర్దోషి మల్లే, రెండు నిమిషాలు. జీవితాన్ని – అమూల్యమయిన జీవితాన్ని, ఇంక మళ్ళీ రాని కాలాన్ని ఎటు తేలుస్తాయో అనే గాఢమయిన నిమిషాలు – అనంతమయిన నిమిషాలు అతనికి.

"లాలస! లాలస ఎవరు ఏమిటిది? ఎవరు మీరు?"

"నేను తెలీదా? పోనీ, అవాళ మొగలి పొద దగ్గిర మమ్మల్ని రక్షించిన..."

"వారా మీరు? ఐతే లాలస ఏమిటి?"

"లాలస కాదా నువ్వు!"

"లాలస ఏమిటి?"

"నీ పేరేమిటి?"

"అప్రస్తుతం. నేను లాలసని కాదు."

అప్పుడు చూశాడు ఆమె వంక.

అప్పుడు సరిగా విన్నాడు ఆమె మాటల్ని. ఆమె లాలసు ఐతే చాలా మారిపోయింది. కాదు లాలస కాదు. ఎంతో నిదానం, ఆమె మోహంలోనే కాదు–ఆమె దేహంలోంచి, బద్ధకం, అన్నీ ఒదిలేసుకున్నతనం. లాలస చురుకైన మెరిపించే అందం, తన భర్త తప్ప తక్కిన ప్రపంచం లెక్కలేదన్న ధిక్కారం, ఏమీలేవు ఈమెలో. కాని శాంతి. ఈమె ఇంటోవుంటే చుట్టూ శాంతి. పిట్టల కూతలు, అరుపులు, వంటింటో గిన్నెల చప్పుడు, గాలి కదిలించే పరదాల ఈడ్పు. దూరంగా సముద్రపు హోరు విచ్చుకునే చంద్రకాంతుల శాంతి–అన్నీ శాంతి. సగం కనబడుతున్న ఆమె వక్షం మీద తల నానించుకుంటే యే హృదయానికైనా లోపల్నించి నిదానమైన శాంతి. ఆమె హస్తాలే ప్రేమిస్తే గొప్ప సుషుప్తి.

ఇవన్నీ ఆ నిమిషాన అతనిలో పలికాయి. తరవాత ఇంటికి వెళ్లాక ఆలోచన లైనాయి అవి.

నిదానంగా సముద్రంవంక చూస్తో ఆమె కూచుంటే, ఆమె కళ్ళలోకి చూస్తో తననే మరిచిపోతాడు మానవుడు.

"లాలస కాదా? పొరబడ్డాను. క్షమించండి."

"మరి ఇంక వెళ్ళండి."

"ఎట్లా వెళ్ళను ఇట్లాంటి దౌర్జన్యంచేసి?"

నవ్వింది.

"చాలదా? ఇంకా ఎందుకు?" అంది.

"ఇంకా దౌర్జన్యమా? సిగ్గుపడి చచ్చిపోతోవుంటే! యేం లేదు. మీకు నా పశ్చాత్తాపం తెలపాలని."

"పశ్చాత్తాపం వుత్తమోసం...."

"చాలా అన్యాయంగా, కోపంగా మాట్లాడుతున్నారు. నేను నిజంగా....."

"మిమ్మల్లనటంలేదు. లోకంలో అంతా అంతే."

"ఇంకా సూనృతులు లేరంటారా?"

"పశ్చాత్తాపం లేకపోవడం సూనృతమే. వుందనడమే మోసం."

"అందరూ అంతే?"

"అంతే. సరేలెండి ఇట్లా యీ గదిలో నాకేంబాగాలేదు. వెళ్ళండి."

"బైట కూచుంటాను, ఒస్తారా?"

"ఎందుకు? అవసరంలేదు."

"అట్లా కాదు...."

"మీరు వెళ్ళండి" కఠినంగా.

"మీకు కోపం పోలేదు."

"పోయింది, పోకపోతే, మీరు పోగొట్టలేరు."

"శలవు."

గది బైటికి ఒచ్చేశాడు, చాతనైనంత డిగ్నిటీతో ఒచ్చి ఒక్క నిమిషం ఆగి నుంచున్నాడు. వెళ్ళలేకపోయినాడు. ఆమె లాలస కాదు. పరదాలు తొలగించి మళ్ళీ లోపలికి వెళ్ళాడు. ఆమె టాగోరు పుస్తకం తెరిచి సముద్రం వంక చూస్తోంది, ఆ నిమిషంలోనే అతను అసలు రానట్టే.

"క్షమించండి ఒక్కమాట. మీరెక్కడా ఎవరికీ కనబడరేం?" అన్నాడు.

"అనవసరం"

"యేది అనవసరం? కనబడడమా?"

మాట్లాడకండా చూసింది.

"చాలా గొప్ప శక్తి నన్ను ఆకర్షిస్తోంది. నన్ను తప్పు అర్థం చేసుకోకండి."

"తప్పు అర్థం యేమిటి?"

"మీపైన కాంక్ష అని."

"అది మాత్రం తప్పు అర్థమేముంది?"

ఆగిపోయి తరవాత మాటలకి తడుముకున్నాడు. ఆమె మాటలకి అర్థం? కోరడం తప్పు కాదనా? లేక కోరిక ఉందని తనకి తెలుసుననా?

"మీరు చాలా దగ్గిరగా లాలసని జ్ఞాపకం చేస్తున్నారు."

"పోయిన లాలసని పోనీక, మళ్ళీ ఎందుకు తవ్వుకుంటారు? మూర్ఖమైన బాధ" అని జాలీగా నవ్వింది పడుకునే.

ఆ నవ్వు లాలసే, ఆమే.

చప్పున దగ్గిరికి వెళ్ళి మోకరించాడు, ఆమె వేపు చేతులు జాస్తో.

"లాలసే. నువ్వు లాలసవే-నన్ను వేధించకు. అన్నీ మరిచిపో. నేను....."

నిదానంగా పుస్తకం మూసి లేచి నుంచుంది ఆమె. అతనూ లేచాడు. నవ్వుతూ అతని చేతిని పట్టుకుంది ప్రేమగా.

"లాలసా, నా లాలసా!" అని కావిలించుకోబోయినాడు.

"ఉండండి" అని అతని చేతిని పట్టుకొని పక్క హాలులోకి తీసికెళ్లింది. బైట తలుపు తెరిచి వరండాలోకి వెళ్ళారు. "ఇదేమిటి వరండాలోకి ఎందుకు?" అతన్ని అక్కడ ఒదిలి, "వెళ్ళండి" అని లోపలికి వెళ్లి తలుపు వేసుకుంది. నుంచున్నాడు యేం తోచక. దొడ్డివేపు తలుపు కూడా గడియ వేస్తున్న చప్పుడు.

* * *

బీచి దగ్గరికి ఒచ్చేటప్పటికి చీకటి పడ్డది. యేం మరచిపోయిందో, సూర్యుడినించి కాంతి వెనక్కి తిరిగి ఒచ్చి భూమిని వెలిగించింది. ఓ వుత్తరపు మబ్బుమీది నించి బీచి మీద వాళ్ళ వీపులన్నీ ఎర్రబడ్డాయి. ఆలోచించుకుంటో దేశికాచారి చేర్చిన గుంపు దగ్గిరికి వెళ్ళాడు లక్ష్మణసింగ్. సముద్రం, తీరం ఎప్పుడూ సముద్రం తీరంగానే వుంటాయి. మానవులే ఎందుకు అట్లా మారుతో వుండడం? లాలసకీ, తనకీ ఎన్ని రకాలైన సంబంధాలు. ఆశలు, కోర్కెలు, ద్వేషాలు, అన్వేషణలు చాలా సహజంగా "నేను

ఇది" అని చెప్పగలిగిన, చెప్పుకోగలిగిన మానవుడు ధన్యుడు. గాంధిగారికైనా చేతకాదు అది. ఆ కొండ పక్కన ఆశ్రమం నిర్మించుకున్న యోగికి చాతనౌనా? అతని మనసులో ఆ నిమిషాన, లాలస తన కెంత కావాలో తనకి ఎట్లా కావాలో స్పష్టం అయింది.

సింగుకు దేశికాచారి మీద కోపంగా వుంది. తన పెళ్ళాన్ని దాచుకున్నాడని, తనతో మాట్లాడకండా చేస్తున్నాడని. కాని ఆమె లాలస ఔనా కాదా? ఐతే అంత నటించగలదా తనని ఎరగనట్టే. ఆమె చెపుతుందా దేశికాచారితో తను ఒచ్చినట్టు! ఆమె లాలస కాకపోతే చాలా చిక్కే దేశికాచారి అడిగితే తనేం చెపుతాడు? ఎందుకు వెళ్లానంటాడు అతని భార్య దగ్గిరికి? ఆ గుంపులో మెల్లిగా వెనకాలగా కూచున్నాడు. నరసింహారావు చెపుతున్నాడు క్లబ్బులో తాము అమెరికా పత్రికలో బీచి బొమ్మని చూసి భీమ్లీకి ఎట్లా బైలుదేరారో.

"యేం, అలా వుందా భీమ్లీ?" అన్నాడు డి.ఇ.ఓ. సత్యనారాయణ.

"కాని అలాంటి ఆడవాళ్లేరీ?"

'ఇది ఇండియా" అన్నాడు గర్వంగా సత్యనారాయణ.

"యేం బీచి, అందమూ అన్నీ మొగవాళ్ళకేనా ఇండియాలో?"

"ఇంతకీ బీచి అందం ఆడవాళ్ళకి కావాలనా, ఆడవాళ్ళ అందం బీచిలోని మొగవాళ్ళకి కావాలనా? యేమిటి మాట్లాడుతున్నారు?" అన్నాడు దేశికాచారి.

"అట్లాంటి అందమైన ఒళ్లున్న ఆడవాళ్లేరీ యీ దేశంలో?"

"లేకేం? పోషణలో, అందం కావాలనే పట్టుతో జీవించడంలో వుంటుంది."

"ఏమో! అందం చాలా గొప్ప సంగతేగాని, అందం కోసమే బతకడం, అందాన్ని బతుకు తెరువు చేసుకోవడం, అందం ఆకర్షణకి ఉపయోగించడం నీచం" అన్నాడు దేశికాచారి.

"కాని అసలు యే సంగతికీ ఒక ఛాన్సునీ, స్వతంత్రాన్నీ, వ్యవధినీ ఇస్తేగా స్త్రీకి! యీ మొగాళ్లు ఒంటరిగా ఒచ్చి బడాయిలు కొయ్యకపోతే, పోనీ భార్యల్ని వెంట పెట్టుకుని రాకూడదూ? తాము తిరిగి ఇంటికి వెళ్ళేటప్పటికి వంటచేసి వేడిగా, సిద్ధంగా వుండాలి" అని చాలా కోపంగా ఎట్టాక్ చేశాడు చప్పున చీకట్లో కూచున్న సింగ్.

"కాని ఆ భార్యల్ని అడిగారా వాళ్ళకి యేమిష్టమో?"

"పతి సేవా, వంటా, ఇంటో కూచోడం స్త్రీ ధర్మమని యుగాల్నించి వాళ్ళకి బోధించి, ఇప్పుడు దొంగ ప్రశ్నలువేసి ఏం లాభం?"

"పోనీ, ఇంట్లో హాయిగా వున్నవాళ్ళని బీచికి, వీధికి లాక్కురావడమెందుకు? స్త్రీపైని గౌరవమున్న ఏ పురుషుడూ ఆమెని వీధులవెంటా, బీచివెంటా ఎన్నడూ తిప్పడు.

స్త్రీ అమూల్యమైన వరం. ఆమె సౌందర్యం అపురూపంగా తాను భక్తితో అనుభవించాలి. ప్రతిచోటా తనతో తిప్పుకుని, అందరికి చూపుకుంటే, ఎంత మామూలూ. చౌకాఐపోతుందో గమనించారా! ప్రేమాస్పదులైన తన ఆప్తులతో తప్ప స్త్రీ సహజంగా, మధురంగా మాట్లాడలేదు. ఆమె స్వభావం ఎమోషనల్. సెంటిమెంటల్, ఆమెచేత తెలివిగా సమస్యలూ, రాజకీయాలూ మాట్లాడించాలని చూస్తే, పురుషుడు చెప్పిన మాటల్నే చిలకపలుకులు పలుకుతుంది" రోతగా అన్నాడు దేశికాచారి.

"అయితే స్త్రీలకి మెదడు లేదంటారా?" అన్నాడు సింగ్.

"లేదంటే మాత్రం అవమానమేముంది? అంతకన్న గొప్ప ఏం కావాలి?" అన్నాడు దేశికాచారి.

"కాని పురుషుడు తన స్వంత ఉపయోగాలకోసం స్త్రీని దాచుకుని ఈ దొంగ కబుర్లు చెపుతున్నాడు. కావలిస్తే చలం "స్త్రీ" చదవండి."

"చలం వుత్త గుడ్ ఇన్‌టెంషన్డ్ ఫూల్. టాగూరు స్త్రీమీద రాసిన వ్యాసం చదవండి" అన్నాడు దేశికాచారి.

"కాని ఇట్లాంటి థియరీలు మాట్లాడి పురుషుడు తన స్వార్థమైన సౌభాగ్యాలకి స్త్రీని నిరంతరం బలితీసుకుంటున్నాడా లేదా?" అన్నాడు సింగ్ :

"ఎప్పుడూ ఏదో థియరీని ఉపయోగించుకుంటాడు తెలివిగల స్వార్థపరుడు. గాంధీగారి సింపిల్ లైఫ్ థియరీని బోధించి డబ్బు కూడ పెట్టుకునే అనుచరులవంక చూడండి."

"చివరికి గాంధీగారు కూడా స్త్రీకి స్వాతంత్ర్యం కావాలన్నారు."

"ఆయన భార్యకి ఏమాత్రం స్వతంత్రం ఇచ్చారేమిటి?" అన్నాడు రావు.

"స్వతంత్రం ఎవరు వొద్దంటారు? కాని జీవితంలోని సౌఖ్యాన్ని ధ్వంసం చేసే స్వతంత్రంవల్ల ఏం వొరుగుతుంది? అదీ ప్రశ్న" అంటో లేచాడు దేశికాచారి. అందరూ చెల్లాచెదరైనారు. దేశికాచారి లక్ష్మణసింగ్ భుజంమీద చెయ్యేసుకుని నడుస్తున్నాడు.

"ఇప్పుడు ఇంత చప్పున ఎందుకు లేచాను? నా భార్య నా కోసం ఎదురుచూస్తో వుంటుంది. ఇంటికి వెళ్ళకండా భూకంపమైనా ఆపలేదు నన్ను."

"మీ భార్య యే దేశస్తురాలు?"

"ఈ దేశస్తురాలే."

"అంటే? వాళ్ళది ఏ వూరు?"

"ఈ వూరే."

"పుట్టిల్లు?"

"ఆమెకి పుట్టిల్లు లేనట్టుంది!"

"అంటే మరి ఆమె వాళ్ళు –"

"ఎవరూ లేరేమో!"

"మీకు తెలీదా?"

"తెలీదు."

"ఆమె పేరు?"

"తెలీదని ఇదివరకు చెప్పినట్టున్నాను."

నిశ్శబ్దం. మళ్ళీ అన్నాడు దేశికాచారి – "నేనిట్లా "తెలీదు" అంటోవుంటే మీరు నమ్మటంలేదు. మే మిద్దరమూనూ – నేనొక్కణ్ణేనో – చాలా మోసగాళ్ళమనో, నిజం చెప్పడం ఇష్టం లేదనో అనుకుంటారు. చాలా ముఖ్యంగా అవసరమైన సంగతులు తప్ప తక్కినవి తెలుసుకోలేకపోవడం జీవితంలో సుఖానికి చాలా ముఖ్యమైన విషయం. ఆమె సంగతి మీకా ఆరాటం ఎందుకు చెప్పండి?"

"అలాంటి ఆమెని యెరుగుదును."

"యెరిగి వుంటేనేం? ఆమెనో అలాంటి ఆమెనో యెరుగుదురు. సరే, యెందుకా సంగతి? వొదిలెయ్యండి. ఏం లాభం తవ్వుకుని తెలుసుకుని? ఎవరైతే ఏ మొచ్చింది?"

"చాలా ముఖ్యం నాకు. నేనే అడుగుతాను ఆమెని."

"యెందుకు అడగడం? వుత్త గొడవ. నేనే అడగలేదుకదా, మీరెందుకు అడగడం?"

"ఆమె మీ భార్య కాదా?"

"భార్య అయితే అడిగి అంతుబొంతులు, ఆరాలు తియ్యాలాపాపం! అదే అంటున్నాను స్త్రీమీద గౌరవం నేర్చుకోమని. గొప్ప వైన్ తాగుతో ఇది దేంతో చేశారు? ఏ దేశంది? యెంత ఖరీదు?...ఈ ప్రశ్నలెందుకు? నా మాట విని ఆమెని ఆమె దోవన బతకనీండి" అన్నాడు విచారంగా.

"ఈ సాయంత్రం అడిగాను."

"ఎక్కడ?"

"మీ ఇంట్లోకి వెళ్ళి."

చప్పున పెద్ద నిశ్శబ్దం. హోరున వీచే సముద్రంమీద గాలిలో నిశ్శబ్దం. నల్లగా నుంచున్న కొండ నీడలాంటి నిశ్శబ్దం.

"ఐతే మామూలు మర్యాదల్ని మీరితే చాలా జాగ్రత్తగా వుండాలి మీనించి. గుడ్ యీవినింగ్" కఠినంగా అని వెళ్ళిపోయినాడు దేశికాచారి.

* * *

270 చలం నవలలు

పాపం. ఆ రాత్రి మిత్రులిద్దరి మనసులూ ఏం బాగా లేవు. దేశికాచారికి కోపం తెప్పించారు. లక్ష్మణసింగ్ ఆమె ఇంట్లో జొరబడడం నరసింహారావు యేమాత్రం వొప్పుకోలేదు. కాని మొదటిసారి లక్ష్మణసింగ్ తన హృదయంలోని బాధ చెప్పుకున్నాడు నరసింహారావుతో. భోజనంచేసి బీచికి వెళ్ళి ఎత్తయిన ఇసికదిబ్బమీద కూచున్నారు. ఆలస్యంగా యెదురుగా సముద్రంలోని కాంతి పేరుకుని పైకి వస్తున్నట్టు కనపడే చంద్రబింబం కేసి చూస్తో. మిత్రుడితో తన చరిత్రనంతా చెప్పి, ఆమె లాలస కాదంటే, నా మనసు వొప్పుకోదు" అన్నాడు లక్ష్మణసింగ్.

"ఔననుకో, పోనీ, ఆమె నిన్ను మరిచిపోయింది. నువ్వు వొద్దనుకుంది. ఇంక ఆమెజోలి నీ కెందుకు?"

"అనుకోదు. అనుకోడానికి వీల్లేదు. నేనామెని వొదలలేను."

"కాని నువ్వు ఈ సాయంత్రం చేసినపని ఏమీ బాగాలేదు."

"కాని నా స్థితి, నిస్సహాయమైన నా స్థితి నీ కర్థంగాదా?"

"ఇదంతా ఏం లాభం? మన వూరు పోదాం రా."

"లాభం అని యోచిస్తామా?" ఆమె లాలసే ఐతే ఆమెను నేను మళ్ళీ తెచ్చుకుంటాను.

"తెచ్చుకుని? ఎక్కడికి? అతనితో అన్నాళ్ళు వున్న తరవాత నీకేం సుఖం? మూడు జీవితాల్ని భగ్నం చేస్తావు."

"నా భార్య, నా లాలస, దేశికాచారికి నిజంగా ఆమె ఎవరో తెలీదంటావా? పేరు కూడా తెలీదట. నమ్ముతావా? వుత్త దొంగవాడు. ఏదో భయపెట్టాడు ఆమెని. వాడి పొట్టా, మీసాలూ, వాడి వయసూ! వాడెక్కడ లాలస ఎక్కడ? యీ మిష్టరీకి అంతం కనుక్కోవాలి."

"ఏంలేదేమో కనుక్కోడానికి."

"అదే కనుక్కోవాలి."

"కాని ఇంక లాలస నీకు కనపడితేగా? దేశికాచారి ఎంత కఠినంగా మాటాడాడో చూశావా? ఎంత మంచివాడో అంత అపాయమైనవాడు. బ్యాంకుల్నే కొల్లగొట్టాడు. జాగర్త" అన్నాడు నరసింహారావు.

మిత్రులతో చెప్పుకోడమే సలహాలడగడమే కాని మిత్రుల సలహా ప్రకారం నడుచుకునే వారెవరు? అసలు తమ నిజమైన ఉద్దేశ్యం, మనసు, బాధ తెలుసుకుని చెప్పుకోగల వారెవరు?

"లాలసని నీకు ఎట్లానూ చూపడు. ఇంతకి లాలస ఔనో కాదో?" అన్నాడు నరసింహారావు.

మర్నాడు మధ్యాహ్నం మూడింటికి లక్ష్మణసింగ్,

"ముగుద జవరాలి పచ్చని మోముపైన,

గాటుక నలంకరించిన కన్నులట్లు,"

అని బిగ్గరగా పాడుతున్నాడు.

అవును, కొత్తగా వొచ్చిన "రుతుగానం"లోంచి కదూ! ద్రాక్ష పళ్ళకి పోల్చాడు బుద్ధిలేనివాడు" అంటో ప్రవేశించాడు దేశికాచారి.

"ఆపై రెండు పాదాల అందం చూసి, ఎంత గొప్ప ఉపమానమో అనుకున్నాను" అన్నాడు వాళ్ళని చూసి మళ్ళీ. అప్పటికి వాళ్ళు ఆమెని చూడనేలేదు, వెడల్పయిన అతని వీపు వెనక.

"ఇంకా యువకుడు" అంది ఆమె.

"ఆ కంఠం విని అదిరిపడి కూచున్నారు వాళ్ళిద్దరూ."

పరిచిన పక్కల్ని దులిపి కూచోమన్నారు. కాని వాళ్ళిద్దరి నోట మాట రాలేదు కొన్ని నిముషాలు. ముందు నరసింహారావు, టీ తెప్పిస్తానని గొణుగుతో బైటికి తప్పించు కున్నాడు.

"ఎన్నాళ్ళమట్టో, లాల్‌ని ఒక్కసారి నాతో మీ దగ్గిరికి రమ్మని అడుగుతున్నాను, ఇవాళకి బైలుదేరింది" అన్నాడు దేశికాచారి.

ఇద్దరూ చేరి తనను ఎక్కిరించడానికో, ఏడిపించటానికో, వొచ్చారని నిశ్చయమయింది లక్ష్మణసింగ్‌కి. తను గార్డుమీద వుండాలి. ఆమె ముఖం వైఖరి కొత్తగా వుంది. దూరంగా, కలలో బతుకుతున్నట్టు గాక, మామూలు మనుషుల్లోకి ఒచ్చింది. ఆమె లేచి పుస్తకాల మూలకి వెళ్ళి అన్నీ తీసి చూస్తోంది చనువుగా. సందేహంలేదు. ఆమె లాలసే. ఇవాళ స్పష్టంగా తెలుస్తోంది.

"యీ పుస్తకం మీకు చాలా ఇష్టం లాగుందే." అంది గార్డెన్ ఆఫ్ కామా తీసి చూస్తో.

"అవును గొప్ప కవిత్వం. అంత చక్కని శృంగారం, మోహంలో అంత అగ్ని" అన్నాడు సింగ్.

"అసలు కవిత్వమంతా అబద్ధమేగా" అన్నాడు సింగ్.

"కాదు, అబద్ధం కాదు; వూహ. వూహకి ఒక అర్హత రావాలంటే సత్యంమీద - అంటే మానవ హృదయంలోని సత్యంమీద ఆధారపడాలి. కథలూ అంతే. ఏ విషయమన్నా ఎట్లానన్నా రాయవొచ్చు. కాని కళ సత్యానికి విరుద్ధంకానీ, దూరంగానీ

కాకూడదు. ఫేరీటేల్ అంత అబద్ధం ఏదీ గాదు. కాని మానవుడి కల్పనా సత్యంమీద గట్టిగా అల్లడం వల్లనే ఎన్ని యుగాలకీ అట్లా ఆకర్షిస్తోనే వుంటాయి కథలు."

"టీ" వచ్చింది, వేడిగా బజ్జీలూ, ఆవడలూ, టీ కాగానే బీచికి పోదామన్నాడు నరసింహారావు.

"ఇవాళ మిసెస్ దేశికాచారి కూడా వస్తారు అవునా?"

"కాదు. ఇంటికి వెళ్ళాలి ఆమె....కవిత్వం వుత్తకల్పన. అబద్ధం. కాని ఏ విషయమైనా గొప్ప సత్యం తెలుసుకోవాలంటే కవిత్వాన్ని ఆశ్రయించవలసిందే. వయస్సు వుత్త గుడ్డిది. భూమిని మించి ఎత్తుకి చూడడానికి కళ్ళులేవు వయస్సుకి. భూమితప్ప ఇంకోటి కనబడని మనిషి చూపు చాలా సంకుచితం. నిజమైన కవిత్వానికి మూడో కన్ను తెరుచుకుని వుంటుంది."

"దివ్యదృష్టా?" అన్నాడు నరసింహారావు.

"తప్పకండా, రండి పోదాం. లాల్, నువ్వు ఇంటికి వెడతావా?"

"ఆమెని కూడా తీసుకురండి."

"ఆమెకి ఇష్టంలేదు నాతో కలిసి తిరగడం. ఇంక ఎందుకు వచ్చిందంటే, సింగు ఆమెని ఇదివరకు ఎరుగుదునని భ్రమపడుతున్నాడుట. అదేదో స్పష్టం చేద్దామని."

లక్ష్మణసింగ్‌కి చాలా ఒళ్ళు మండుతోంది. ఇందతా వుత్తకుట్ర. తనని వేళాకోళం పట్టిద్దామనుకుంటున్నాడు.

"అయిదు నిమిషాలు కూచోండి. నా భార్యపేరు లాలస. కాలేజీ రోజుల్నుంచి ఆమెని ప్రేమించి, తపించి ఆమెని పెళ్ళిచేసుకున్నాను. నాకు ఆమెమీద ఆ నాటికీ యీనాటికీ గొప్ప ప్రేమ. ఆమె మాల్వంకర్ అనే సంగీత పాటకుడితో వెళ్ళిపోయి నాలుగేళ్లయింది. ఈమె సరిగా లాలసే. లాలసేనని నాకు నిశ్చయం. ప్రపంచంలో రెండో లాలస వుండడం అసంభవం. యీమె ఆమే. ఎందుకు తాను లాలసని కానంటోందో నా వూహకి అందడంలేదు."

"ఒకవేళ ఐతే ఇప్పుడేమంటారు?" అన్నాడు దేశికాచారి.

అదే లక్ష్మణసింగుకి స్పష్టంగా తెగని సమస్య.

"ఐతే తరవాత యోచించవచ్చు" అన్నాడు.

"ఆమె అభిప్రాయాన్ని పట్టికూడా వుంటుందిగా, ఈయన ఏం చేసేదీ?" అన్నాడు నరసింహారావు.

"నాకామె మీద గొప్ప ప్రేమ. ఎన్నటికీ నశించని ప్రేమ" అన్నాడు సింగు.

"ఎందుకు వెళ్ళిపోనిచ్చారు?" అన్నాడు దేశికాచారి.

"ఆమె స్వతంత్రంకోసం. ఆమె మీద గౌరవంవల్ల.

"ఇప్పుడూ అక్కడే ఆగకూడదూ." అని మళ్ళీ-

"చాలా పొరపాటు చేశారు. స్త్రీమీద గౌరవం వుండాలి. కాని ఆ గౌరవం గౌరవంగా హృదయంలో వుండిపోవాలిగాని ఎప్పుడూ కార్యరూపంలో కనబడకూడదు. ఆమె క్షేమం కోసమే మోహం కనబరచాలిగాని ప్రేమ హృదయంలోనే వుండిపోవాలి.

"అదేమిటి? ఆమె స్వతంత్రానికి అడ్డుపడనా?"

"తప్పకుండా. ఆమె స్వతంత్రానికి అడ్డుపడకూడదనే, మీ ఆత్మ గౌరవాన్ని తొలగించుకోలేని మీ ప్రేమ ఏం గొప్పది? అతనితో సుఖపడుతుందని మీకు నమ్మకమా? లేదు. అంటే ఆమె మీదకన్న మీ మీద, మీ ప్రిన్సిపల్స్ మీద మీ కెక్కువ ప్రేమ. ఇంకో మనిషితో తన స్త్రీ సుఖ పడుతుందని ఎప్పుడూ వుండదు ప్రేమించే మనిషికి. అట్లా అనుకుంటాననుకోడం ఆత్మవంచన. అట్లాంటప్పుడు ఆమెని క్రూరంగా ఆమె గతికి ఒదిలి మీ బాధ్యతని ఒదులుకున్నారా? స్త్రీమీద గౌరవమే మొదటి తప్పు. గౌరవం బలహీనం. ఎందుకా గౌరవం? గౌరవంతో, కవిత్వంతో ప్రేమతో కట్టుకోవాలని చూస్తారు స్త్రీని, నవీన యువకులు-అంతకంటె చాతగాక."

"మరి ఇంకెట్లా కట్టుకోవాలి?"

"అదే. కట్టుకోనే కూడదు. నా నించి ఎందుకుపోతుంది అనే ఆత్మ విశ్వాసం గలవాడు ఎన్నడూ యీ దేవీస్తుతుల జోలికిపోడు. తనలో విశ్వాసం లేకనే, స్త్రీని యీ సింహాసనాలమీద కూచోపెట్టడాలు. అంత ఎత్తున కూచోపెడితే ఆమె దిగలేదని వీరి వెర్రి ఆశ. వెళ్ళేరోజున ఎలానూ వెడుతుంది. పైగా యీ పూజలవల్ల నిన్ను వుత్తలోకువ జేసి మరీ పోతుంది."

"తరవాత ఆమె సంగతి మీకేం తెలీలేదా?" అంది ఆమె.

"అతను ఒదిలేశాడు ఆమెని. తనని తిరిగి తీసుకోమని రాసింది. చాలా అవస్థలో వుండి."

"మీరు?"

"జవాబు రాయలేదు."

"ప్రేమవల్లనేనా?" అంది ఆమె వెక్కిరింపుగా.

ఇంక ఆమె లాలసే అనటానికి సందేహమేముంది?

"మరి నా పేరు? అది గాక ఆమె నాతో వుంటుందని నిశ్చయం ఏముంది?"

"ఇప్పుడు మాత్రం ఏం నిశ్చయం?"

"లేదు. గాని..." ఆగాడు.

"లాభంలేదు, మీ భార్య ఎవరో లాలస అంటున్నారే. అట్లాంటి స్త్రీని నిలుపుకునే యోగ్యత మీలోలేదు, అందుకనే వెళ్ళిపోయింది" అంది ఆమె.

"మరి ఏం చెయ్యాలి? తాళాలు వెయ్యనా? కాళ్ళు విరవనా?" అన్నాడు కోపంగా సింగు.

"చెయ్యవలసిన పనులు మీకు తెలుసునన్నమాటే, ఆచరణలో పెట్టేశక్తి లేకపోయింది గాని" అన్నాడు దేశికాచారి.

"శక్తి లేక కాదు."

"అదే ఒద్దనుకుని. అన్నీ వొకటే."

"ఈమె మీ నించి వెళ్ళిపోతానంటే, మీరా పనులు చేస్తారా?" అని ధిక్కరించాడు సింగ్.

"ఈమా! ఈమె వెళ్ళిపోతాననదు."

"ఏం?"

"ఆ అవసరంలేదు."

"ఎందుకు రాదు?"

"వొస్తుందనే భయం నాకులేదు గనక. అదీగాక ఆమె వెళ్ళిపోకండా నాతో వుండాలన్నంత మొండి గ్రుడ్డి ప్రేమలేదు నాకు. "నాకేదో అమూల్యమయిన దేవి నా భార్య అయింది. నాకింక ఇట్లాంటి స్త్రీ దొరుకుతుందా" అనే అపురూపమూ లేదు. వెళ్ళిపోతే నేనెట్లా బతకను అనే భయమూలేదు. అది ప్రేమ కాదంటారు కవులు. కాకపోతే పోయింది గాని ఆమెకీ నాకూ కూడా చాలా శాంతి. అందుకనే ఆమె వెళ్ళదు" అని లేచాడు దేశికాచారి.

"ప్రేమేవుంటే, స్వార్థంలేని ప్రేమే వుంటే, అదే చెపుతుంది, ఏ అపాయంలో యేం చెయ్యలో! ఇంతవాదన వ్యర్థం." అంది ఆమె.

నలుగురూ గంట స్తంభందాకా కలిసి వెళ్ళారు. అక్కడనించి ఆమె పక్కసందులోంచి వెళ్ళాలని బైలుదేరింది. వాళ్లని ఒదలి వెళ్ళేప్పుడు ఎవరితోనూ ఏమీ అనలేదు! వెళ్ళిపోయింది లోస్లీగా. ఆమె వొంటరిగా వెళ్ళిపోతువుంటే, "పెళ్ళయినాక లాలసని తాను ఇంట్లోనేగాని దూరంగా నడుస్తోవుంటే ఆ అందాన్ని తాను చూడనే లేదే? ఆమె నడకలో యెంత వొయ్యారం వుంది" అనుకున్నాడు సింగ్. కొంత శక్తి. ప్రేరేపించుకుని ఆ వేగంతో కొంతదూరం వెళ్ళి మళ్ళీ కొత్త ప్రేరేపణతో కదులుతున్నట్టుంది ఆమె నడక. అది యీ దేశపు నడక కాదనిపించింది అతనికి. లాలస కాదేమో!

తొరలోనే సముద్రం వొడ్డున వాళ్ళని వొదిలి వెళ్ళిపోయినాడు దేశికాచారి.

తాము వొచ్చిన కొత్తలో ఆ నాటి రాత్రి ఆమె వొంటరిగా ఓసారి సముద్రం

రాళ్ళమీదే కనపడ్డది. ఏం చేస్తోంది అక్కడ భయం లేకండా! యెన్నడూ ఇల్లు విడవని స్త్రీ తరచూ అట్లా చీకట్లో ఒస్తూనే వుంటుందేమో! సముద్రం దగ్గిర ఆమెని కలుసుకుంటే! యీ యోచన నరసింహారావుది. ఆమె కనబడితే తాను సింగును విడిచి దూరంగా పోతానన్నాడు. వాళ్ళిద్దరూ ఎంతసేపు మాటాడుకున్నా వాళ్ళకి దేశికాచారి ప్రవర్తన యేమీ అర్థం కాలేదు. రహస్యంగా వున్నవాళ్ళు అర్థమవుతారు. కాని దాచటానికి యేమీ లేనట్టు మాటాడుతో, ఆ మాటల్లోంచి యేమీ చెప్పనివాళ్ళు చాలా ఘాతకమయిన దొంగలు అనిపించింది.

మర్నాడు పొద్దున్నే దేశికాచారినించి చీటీ ఒచ్చింది, వాళ్ళిద్దర్నీ మధ్యాన్నం భోజనానికి రమ్మని, భోజనానికి ముందు ద్రాక్షరసం తాగుతో సముద్రంవంక చూస్తో కూచున్నారు. ఆవాళ ఆమె కూడా వొచ్చి కూచుంది కుర్చీలో. సింగ్‌కి చాలా బాధగా వుంది- తన భార్య, తన భార్య కానట్లే, యెవరి భార్యో ఐనట్టు, తనముందు కూచుని తనతో సంబంధంలేనట్లే మాట్లాడడం, యెంత నేర్పరి ఐవుండాలి ఆ స్త్రీ? తనకి విరక్తి యెన్నడూ కలగలేదు ఆమెమీద. ఆ కసిలో మరిచిపోవాలని చూశాడు. కాని మళ్ళీ కనిపించింది. తనని యెరగనట్టు చూస్తుంది పైగా. మానవుడు భరించ గలిగిన బాధని మించిపోయింది. ఎందుకు తాను ఆ వూళ్లో ఇట్లా వేళ్ళాడ్డం.

సముద్రం మీదనించి చల్లని గాలిలో ఆమె కుచ్చెళ్ళూ, ముంగురులూ యెగురుచున్నాయి.

ఆ రాత్రి దృశ్యం జ్ఞాపకం ఒచ్చింది నరసింహారావుకి. ఆ పొద్దున్నే అన్నాడు సింగుతో. "ఆ రాత్రి నువ్వు వాళ్ళిద్దర్నీ చూసివుంటే ఆమె నీ భార్యఐనా సరే ఆమెని డిస్టర్బ్ చెయ్యడానికి నీ మనసు ఒప్పుకొని వుండదు" అని.

"ఆ మధ్యాన్నం గొప్ప వృక్షాల నీడలలో వూగే ఆ బంగళాని చూస్తే, ఈ బంగళాని ఒదిలి యే స్త్రీ కూడా కదలదనిపించింది. ఆ స్థలం శాంతేకాదు, దాన్ని మించిన ఓస్థిమితం వాళ్ళిద్దరూ వాళ్ళ చుట్టూ కల్పించుకున్నా రనిపించింది. అందుకనే అన్నాడేమో లక్ష్మణ్‌సింగ్. "ఇది చివరి భోజనం. మేము రేపు వెళ్ళిపోతున్నాము" అని. ఆలోచనలేకండానే.

ఆ మాటకి నరసింహారావులో ఆశ్చర్యం చూసింది ఆమె.

"యేమిటీ, అకస్మాత్తుగా ఈ డెసిషన్!" అన్నాడు దేశికాచారి.

"వెళ్ళాలి యేట్లానూ, ముఖ్యమైన కేసు వుంది. సరే రేపే వెడదామనుకున్నాను."

"మిమ్మల్నిద్దర్నీ చాలా మిస్ అవుతాము చాలా కాలం. యేదో మీరు వెడతారు అన్న సంగతే మరిచిపోయినాము" అన్నది ఆమె.

"భోజనాల దగ్గరకూడా ఆమె వాళ్ళతోనే కూచుంది.

"మీ భార్య వెళ్లిపోయిందన్నమాట" అంది ఆమె.

"చాలా మూర్ఖురాలై వుండాలి" అన్నాడు దేశికాచారి.

"కాదు. అంతకన్న తెలివి, విశాలదృష్టి, సూనృతం గల స్త్రీని కలుసుకోడం కష్టం" అన్నాడు లక్ష్మణసింగు.

"నేను తగను ఆమెకి" అన్నాడు మళ్ళీ.

"ఓ విధంగా మన మెవరమూ తగము మన భార్యలకి. మీకన్న ఉత్తముడి కోసం కాదుగా అట్లా మిమ్మల్ని ఒదిలింది?" అన్నాడు దేశికాచారి.

"యేమో! ఆమె కళ్ళతో చూడాలి."

"కాని ఉత్తమ స్వభావాన్ని గుర్తించడానికి వేరేకళ్ళు అనవసరం. ఆమె కేదో కనపడివుంటుంది. అదీ నిజం. కాని యెవరికీ కనబడనిది, ఒకరికి కనపడ్డదని దానికి వాస్తవం ఆపాదించము. ఆ ఒకరికి దృష్టి దోషం అంటాము. అంతేగాని మబ్బు కళ్ళ దృష్టికి "ఆ కళ్ళతో చూడాలి అనం" అన్నాడు దేశికాచారి.

"మరి కవులూ, జీనియస్‌లూ?" అని అడిగాడు నరసింహారావు.

"అది మన కళ్ళని మించిన దృష్టి. అది యింపర్సనల్. కాని వ్యామోహమనే జబ్బు కనబడుతో వుండగా, దాంట్లో సందేహ మేముంది? అట్లా ఐతే సంధి పేలాపనలకి కూడా ఓ వాస్తవాన్నిస్తామా?"

"మీరు మళ్ళీ పెళ్ళి చేసుకోరాదా?" అంది ఆమె.

"లాలస తరవాత, ఇంకో స్త్రీకి సుఖమివ్వలేను. అదిగాక ఆమె తిరిగి వొస్తుందనే ఆశ కూడా వుంది."

"తిరిగివొస్తే తీసుకుంటారా?"

"ఆ."

ఆ "ఆ" లో హెసిటేషన్ ఆమె గమనించకపోలేదు.

వాళ్ళు వెళ్ళేటప్పుడు దంపతులిద్దరూ వాళ్ళని తోట చివరిదాకా సాగనంపారు. ఇంటికి వెళ్ళి సామానులు సర్దుకుంటో వుంటే, చాలా దిగులుగా వుంది వాళ్ళిద్దరికి. యెందుకని ఆలోచించుకుంటే ముఖ్యం దేశికాచారిని విడిచి వెళ్ళడానికి. వుండిపోతానంటాడు లక్ష్మణసింగ్. కాని నరసింహారావు అతన్ని యీ గోలల్లోంచి తీసుకు పోదలుచుకున్నాడు.

"సరే వెడుతున్నాముగా. ఓసారి సముద్రం దగ్గిర వెతుకుతాను."

"ఏం లాభం?"

"నా మనసులోవున్న నాలుగు మాటలూ ఆమెతో అనేస్తాను" అన్నాడు లక్ష్మణసింగ్.

"వాళ్ళిద్దరూ ఏదో ఒక గొప్ప శాంతిని నిర్మించుకున్నారు సింగ్. ఆ శాంతి

మూలాన ఆమె అతనిదీ. మామూలు కుటుంబాలలో శాంతిగానే వుంటారు. అంతకన్న తన్నుకోడాలే నయం. కాని వాళ్ళిద్దరి మధ్యా సంపూర్ణమైన ఏకీభావం. ఐక్యం విడబడదు" అన్నాడు నరసింహారావు తన వయసుకి మించిన వివేకంతో.

చివరిసారి సాయంత్రం బీచికి వెళ్లారు. దేశికాచారిని తప్పించుకోడానికి, వూరు వొదిలి దూరంగా దక్షిణ వేపుగా నడిచి నరసింహారావు కొబ్బరి తోటముందు అప్పుడే వొచ్చిన చాపల వల గుంపులో చేరి నిలిచిపోయినాడు. లక్ష్మణసింగ్ నడిచిపోయినాడు సముద్రం వొడ్డునే. ఇంకా వెలుగు వుంది. ఆనాటి మొగలి పొదని దాటి, సముద్రం మలుపు తిరిగే చోట ఇసిక దిబ్బమీదికి ఎక్కి చూస్తున్నాడు ఆమె ఒస్తుందని. గాలికి ముళ్ళబంతులు దొర్లుకుంటో పోతున్నాయి. చాపలు అతన్ని తొంగిచూసి నీళ్ళవేపు పరిగెత్తాయి. కడపటి కాంతి, అలల తలలమీద తెల్లని నురుగుని ఒదలలేక ముక్కలై కరిగిపోతోంది. దూరంగా అంతులేని అగాధంవంక చూస్తోవుంటే, పెద్ద దిగులు వచ్చింది అతని మనసులోకి. ఇన్ని తంటాలు పడి, స్త్రీ కోసం తపించి, తగూలాడి, మనిషివుత్త బూడిదై నీళ్ళలో కరిగి, నేలలోకి ఇంకిపోతాడు. ఎందుకీ ఆరాటం అనిపించింది. ఈ ఆలోచనలో వుండగానే చీకటి పడుతోంది. తను వచ్చిన పనిని తలుచుకుని పక్కకు తిరిగి చూసేటప్పటికి ఆమె ఓ నీలంచీరెనో, కోటునో యెత్తయిన రాయిమీద వదిలి సముద్రంలోకి దూకుతోంది. ఆ చీకట్లో కొండరాతిమీదనించి ఒక్క దూకు దూకింది అలలలోకి. యెంత ఈత వచ్చినా, ఆ అలలలో...చీకట్లో యెంత సాహసం! ఈమె వచ్చి తనతో కాపరం చేస్తుందా అనంతపురంలో, ఏమిటీ వెర్రి! లాలసకి ఇంత నిర్భయం... అంతేకాదు. ఈ సముద్రంలో అట్లా యీదడం ఎంత ఆనందం, ఉల్లాసం అయి వుండాలి! ఈమె స్త్రీ యేనా? లేక లాలస చచ్చిపోయి దెయ్యమై యీ దేశికాచారితో కాపరం చేస్తోందా? అనుకుంటో లేచి, ఆమె వదిలిన కోటు దగ్గిరికి వచ్చి నుంచున్నాడు. ఆమె జాడ యెక్కడాలేదు చీకట్లో. ఏమీ కనపడటంలేదు. నురుగులు కక్కుకుంటూ రాకాశిమల్లే మీదికిఉరికే భయంకరమయిన సముద్రం. అక్కడ కూచోడమే భయం వేసింది అతనికి. యెవరూలేకపోతే, అతనికి భయంలేదు. కాని ఆమె ఆనీళ్ళల్లో యెక్కడోవుంది. యెప్పుడు వస్తుందో కాని ఆ నీళ్ళలోకి దూకేముందు ఆమె యెత్తిన చేతుల అందం, ఆమె దేహం-చువ్వమల్లే పైకి చాచుకున్న ఆమె నిడుపు, ఆ భుజాల వంపు. ఈ సౌందర్యరాశి ఒకప్పుడు తనది. కానీ లాలసేనా? ఒకవేళ తనని చూసి తప్పించుకోడానికి దూకలేదు కదా!

అనుకోకుండానే "లాలసా, అలసా!" అని కేకలు వేశాడు.

"యెవరు!" అని సముద్రంలోంచి గొంతు చాలా దూరం నించి.

"నేను, సింగుని. నువ్వు సురక్షితంగా వున్నావా? రాగలవా?"

నవ్వు. నిశ్శబ్దం.

"యెవర్ని లాలసా అని పిలుస్తున్నారు?" అని కంఠం కొంత దగ్గిరిగా.

"నిన్నే."

"నేను లాలసని కాదు."

"కాకపోతే పోనీలే ఒడ్డుకి రా."

"యెందుకు?"

"నిన్నా నీళ్ళలో నేను భరించలేను. భయమేస్తోంది."

నవ్వు.

"వస్తున్నాను" అని ఇంకా దగ్గిరగా.

మెల్లిగా కొండపై రాతిని తెల్లని గుండ్రని చెయ్యితో పట్టుకుని ఒంటిని పైకి లాక్కుంటోంది. రాతిమీద నుంచి వంగి ఆమెని పైకి తీయాలని చేతులుజాచి చంకల దగ్గిర పట్టుకున్నాడు.

"వుండు, వుండు, జారతావు. అవసరంలేదు" అంటోంది.

"అమ్మో, నువ్వెట్లా రాగలవు?" అంటోనే సముద్రంలోకి పడ్డాడు. అతనికి ఈతరాదు.

"బ్లడీఫూల్" అనే ఛీత్కారాన్ని వింటో మునిగి పోయినాడు.

నీళ్ళ అడుగుకి పోతో "లాసలా! నువ్వు లాలసే" అని అరవబోయి నీళ్లు తాగాడు, ఉప్పటి సముద్రం నీళ్ళు.

లక్ష్మణసింగ్ మళ్ళీ కళ్లు తెరచేటప్పటికి, అతను స్వర్గంలోవున్నాడు, అంటే, అతని తల లాలస ఒళ్ళో వుంది. రెండు క్షణాలు పట్టింది అతనికి అంతా జ్ఞాపకం తెచ్చుకోడానికి.

"యెట్లా వుంది?"

ఆ ప్రశ్నలో ఆదుర్దా, దయా వినపడ్డాయి. ఇంక ఆ కల మారుతుందేమోనని కళ్లు మూసుకుని నిశ్చలుడైనాడు. తనమెడ ఆమె తొడలకి మధ్య ఊపిరికూడా బిగపట్టాడు యెక్కడ మళ్ళీ బ్లడీఫూల్‌ని ఐపోతానేమోనని. తడిబట్టలవల్ల చలిపుడుతోంది. అయినా కదల దలచుకోలేదు.

"పాపం! చచ్చిపోయేవాడివే నా కోసం! యెట్లా భరించేదాన్ని! ఈ పాటికి ఆ అలల్లో కొట్టుకుపోయేవాడివి!" అంటోంది నెమ్మదిగా.

ఆమె చంపలనించి జారి తన పెదిమలమీద వెచ్చగా కన్నీటి చుక్క పడ్డదనుకున్నాడు. దాన్ని చప్పరించాలనే కోర్కెని కూడా ఆపుకున్నాడు.

"యెవరో ఆ లాలస నేను ఆమె ననుకుని..."

"కాదు. నువ్వే లాలసవి" అన్నాడు ఆగలేక.

"సరేలే, అవునులే, బావుందా? చాల నీళ్ళు తాగావు."

చేతుల పైకిజాచి, ఆమె నడుముని కావిలించుకున్నాడు.

"నడవగలవా? వెళ్ళిపోదాం."

"నేను నడవలేను, లేవలేను, ఇంక యెన్నటికీ ఇక్కణ్ణించి లేవలేను" అని దగ్గరగా లాక్కున్నాడు ఆమె పొట్టని తన నెత్తికి దగ్గిరగా.

"లాలసా?"

"నేను లాలసని కాదు."

"కాదా? ఐతే నీళ్ళలోంచి ఎందుకు తీసి బతికించినట్టు?"

"లాలస కాకపోతేనేం? ఆపేరుపైనేగాని మనుషులమీద ఇష్టంరాదా?"

"పేరు పోనీలే. కాని నువ్వు నా లాలసవి కాదా? యెందుకు ఇంత ఏడిపిస్తావు నన్ను! నేను నీకు చేసిన ద్రోహమేమిటి?"

"పోనీలే, ఎవరో ఆమె ఆ లాలస. నేను లాలసే అనుకో."

"మరి లాలసా అని పిలుస్తాను."

"సరే."

"లాలస నా భార్య."

"సరేలే."

"సరేలే అని ఏం లాభం? నిన్ను వొదిలిపోలేను. నాకు తెలుసు. నువ్వు పూర్తిగా నన్ను మరిచిపోలేదని. నువ్వింకా నన్నిట్లా కొత్తవాణ్ణి లాగాచూస్తోవుంటే, నేను మళ్ళీ సముద్రంలో పడిపోతాను."

"అంత గోలచేసి "లాలసవా. లాలసవా?" అని తపన పడకపోతే, నేనెవర్ని ఐతేనేం, నా స్నేహాన్ని సంపాదించుకునే ప్రయత్నం చెయ్యరాదూ!"

"నువ్వు కనపడితే కదా!"

"కనపడతాను. నిన్ను చూస్తే చాలా దిగులేసింది. ఆ లాలసమీద నీకు చాలా గొప్ప ప్రేమ ఐ వుండాలి. నేను నీకు లాలసనౌతాను."

"నాతో వొస్తావా మావూరు?"

"నువ్వే వుండు ఇక్కడ."

"నేనా? నేనెట్లా వుండను?"

"నేనా? నేనెట్లా వస్తాను?"

"యెందుకు రాకూడదూ?"

* * *

"ఏమిటిది? తడిబట్టలు! నీళ్ళలో పడ్డారా? నిమోనియా వొస్తుంది. లేచి రండి" అన్నాడు వాళ్ళపక్కన దేశికాచారి.

చప్పున లేచారు వాళ్ళు. కాని లక్ష్మణసింగు నడవలేక కూలబడ్డాడు.

"లాల్! నువ్వు ఇంటికివెళ్ళి యీయనకి బట్టలు పంపించు" అన్నాడు.

లాలస వెళ్ళిపోయింది.

దేశికాచారికి చత్వారమా అనుకున్నాడు సింగ్. లాలస వెళ్ళిం తర్వాత. మెల్లిగా లక్ష్మణసింగ్‌ని నడిపిస్తో తీసికెళ్ళాడు. కొంతదూరం నౌకరు యెదురొచ్చిందాకా. ఇంటి దగ్గిర, సింగ్‌కి బ్రాందీ ఇచ్చి ఓ గదిలో పడుకోబెట్టాడు, ఆ రాత్రి గాఢంగా నిద్రపోయినాడు. అతనికోసం కిటికీలోంచి అతనిమీద పడుతున్న తెల్లమబ్బుల వెనుకనించి పడదోసి వొచ్చే వెన్నెలనైనా చూడకండా? తెల్లారకట్ట గావును కల వొచ్చింది.

* * *

తెల్లారకట్ట కాదు. రాత్రంతా కూడా ఆ కల కరుగుతోనే వుందనుకున్నాడు. తాను చూడని వెన్నెలలోంచి, ఇనపకడ్డీలు అడ్డమున్న కిటికీ లోంచి తన గదిలోకి వొచ్చింది లాలస. వొచ్చిందని తనకి తెలుసు. కాని మంచంమీద పడుకుని నిద్రపోతున్న తనని తను చూస్తున్నాడు. తనని లేపుతోంది, ముద్దుగా తన చంపల్ని రెండు చేతులతో పట్టుకుని, మంచంమీద కూచున్న ఆమె తొడ తన రొమ్ముకి ఆనుతోంది. కాని తను లేవలేదు. "లేవడేం? ఇంకా లేవడేం తను? అదేమిటి, లాలసవొచ్చి పక్కన కూచున్నా 'నిర్భాగ్యుడు! ఇంకా నిద్రపోతాడేం' అని చూస్తున్న తాను తపనపడుతున్నాడు, కాని ఆ మంచం మీది మొద్దుశరీరం మేలుకోలేదు. తన ప్రయత్నం విఫలమై లాలస కిటికీలోంచి సముద్రం వంక చూస్తోంది, ఏం తలపుకి వచ్చిందో – ఆమె పెదిమలమీద చిరునవ్వు. కాని కళ్ళలో దిగులు కొంచెం కదిలి, అతనిమీదికి ఒంగి మళ్ళీ బుజాలు పట్టి ఊగించింది, అతను మూలిగి రెండోవేపు తిరిగి పడుకున్నాడు. ఆమె జాలిపడి అతనికి నిద్రాభంగం చెయ్యకూడదనుకుని అతని జుట్టుని ఇటూ అటూ సద్ది, చేతిని వేళ్ళని ముద్దుగా తాకి, మెల్లిగా లేచింది.

"వెళ్ళిపోతోంది, లేలే" అని అరుస్తున్నాడు తను. కాని లాభం లేదు. నాలుగుశేర్ల ఉప్పునీళ్ళని తాగి, కక్కి అలసిన ఆ శరీరానికి మెళుకువే రాలేదు. ఇంతలో ఆ కిటికీలోంచి ఒచ్చే నిర్మలమైన వెన్నెలకి అడ్డంగా, వెడల్పుగా దేశికాచారి నుంచున్నాడు. అతన్ని చూసి గదిలోని లాలస ఒణికింది.

"లాలసా, రా. వెంటనే రా" అన్నాడు దేశికాచారి. తప్పించుకోవడానికి ఇటూ

అటూ కొట్టుకుంది గదిలో లాలస. "లాలసా" అని పిలిచాడు. ఈమె లాలసే అని సంతోషం. కలగనే సింగ్‌కి.

"ఏం భయంలేదు. ఏం చేస్తాడేమిటి? నువ్వు నా భార్యవి" అంటున్నాడు తను. కాని యెవరికీ వినపడ్డట్టులేదు ఆ మాటలు.

"రా. వెంటనే రా" అని గర్జించాడు దేశికాచారి.

లాలస ఆ కిటికీ కడ్డిలోంచి దూసుకుని బైటికి ఎగిరిపోయింది. దేశికాచారి బుజంమీదినించి ఆమెని పట్టుకోవాలని అతను చేతులు జాచాడు. ఔను, ఆమె రాత్రి పిట్టమల్లే "కీచు"మని అరిచి రెక్కలు కొట్టుకుంటున్నట్టు చప్పుడు చేస్తో గాలిలో వెళ్ళిపోయింది.

* * *

ఈ కల కన్నాక అతనికి మెలుకువ రాలేదు. గదిలో కూచుని తెల్లారి ఆ కలనంతా జ్ఞాపకం చేసుకుంటోవుండగా, బట్లరు టీ తీసుకొచ్చాడు. స్నానమైనాక, తను దేశికాచారి లుంగీ కట్టుకుని, షర్టు వేసుకుని వరండాలోకి వెళ్ళాడు, సింగుకి ఆ రోజు ఆ వరండాలో ఏం ఘోరమయిన నాటకం జరగబోతోందో, ఎవరెవరు నలిగిపోతారో, తన జీవితంలో ముఖ్యమయిన ఘట్టం మీద ఎట్లా తెర ఎత్తుతారో ననిపించింది. ఇంతలో నరసింహా రావు వొచ్చాడు.

"ఏమైనాను అని ఆదుర్దా పడ్డావా రాత్రంతా?" అన్నాడు సింగ్.

"కొంత సేపే. ఇంతలో దేశికాచారి వొచ్చి చెప్పాడు."

"చాలా పెద్దమనిషి, ఒచ్చాడా, పాపం!"

"అందుకు కాదులే. నన్నూ, నిన్నూ మన వూరు వెంటనే వెళ్ళమని చెప్పడానికి" అన్నాడు నరసింహారావు.

నిన్న తనను ముంచడానికి చూసిన సముద్రం నురుగులు కక్కుకుంటో ముందుకు తోసుకు వొస్తోందనిపించింది సింగ్‌కి.

"నరసింహారావ్, మనం చాలా సాహసమయిన ప్రయత్నం చెయ్యాలి. లాలస అతని భయంవల్ల జంకుతోంది. నిజం బైటపెట్టడానికి."

అతని మాటల్లో రాత్రి కల పలుకుతోంది.

"రెండు చాకులూ అవీ కొనుక్కురానా?"

లాలస ఒచ్చింది నిద్రకళ్ళతో. టీ కప్పు చేతిలో పట్టుకుని.

"దేశికాచారి పదింటికిగాని లేవరు, టీ తాగి మళ్ళీ పడుకుంటారు" అంది.

నరసింహారావు లేచాడు.

"మళ్ళీ ఇంకోసారి గుడ్‌బై. మేం వెళ్ళిపోతున్నాము" అన్నాడు.

"ఈయన...?" అంది ప్రశ్నగా లాలస.

"ఆయనకి ఇంక స్వతంత్రం లేదు. నేను లాక్కువెళ్లిపోతున్నాను" అని వరండాదిగి వెళ్ళి, వెనక్కి తిరిగి నవ్వుతో–

"వెళ్ళేలోపల నా మిత్రుడుమీద దయగా వుండండి" అన్నాడు ఇంగ్లీషులో.

వెడుతో మళ్ళీ వెక్కి తిరిగి, "ఎందుకంటే అతను చాలా ఉత్తముడు" అని చరచరా వెళ్ళిపోయినాడు, అతనికళ్ళ నీళ్ళలోని నీళ్ళ పొర మీద ఎండ మెరిసిందా అనిపించింది.

ఎదట డేకింగ్ మీద పిచికలు గోల చేస్తున్నాయి.

"అట్లాంటి మిత్రుడు దొరకడం చాలా అదృష్టం" అని అంది లాలస.

"కాని నాకు స్నేహాలమీద నమ్మకం నాశనమయింది. లాలస వెళ్ళిపోవడంతో. అదే గొప్ప విషాదం జీవితానికి. ప్రియులైనవారు ద్రోహం చేస్తే ఆ వియోగం బాధేకాదు, జీవితంలో విలువైన వారిమీద విశ్వాసం పోతుంది. అందువల్లే శుభ్రమయిన మనుషులు సినిక్కు కావడం" అన్నాడు సింగ్ ఆమెవంక చూడకుండా.

"ఆ లాలస ఎందుకు వెళ్లిపోయిందో ఆ కథ నాకు చెప్పరాదూ!" అంది ఉత్తకప్పు బల్లమీద పెడుతో.

"చెప్పలేను."

"ఎందువల్ల?"

"నువ్వు ఆ లాలసవే గనక."

"మళ్ళీ అదేమాట?"

"ఎప్పటికీ, జీవితమంతా, అదేమాట."

"పోనీలే, నేనే లాలసనైనా, నీ పక్షాన, నీ లోపల ఆ లాలస వెళ్లిపోవడం ఏ విధమయిన చిహ్నాన్ని ఒదిలిందో తెలుసుకుందామని."

"నేను ఆ కథని చెపితే, నాకు న్యాయం జరగాలంటే నన్ను నేను చాలా పొగుడుకోవాలి."

"పోనీ, పొగుడుకోండి."

అతను వరండాలో పామ్సు ఆకులు చివర్లు చూస్తోనుంచున్నాడు.

"ఊహూఁ! చెప్పలేను" అన్నాడు.

ఆమె అతనికి వీపుతిప్పి నుంచుంది.

"నిన్న రాత్రి నీ గదిలోకి వచ్చాను" అని ఆమె అనగానే సింగ్ ఆమె ప్రక్కకి వెళ్ళి బుజంమీద చెయ్యేసి "వచ్చావా, ఎందుకు?" అన్నాడు.

"ఎందుకు? నీ మీద ప్రేమవల్ల."

"వచ్చినట్టు కల వచ్చింది నాకు."

"నీకు మెలుకువ రాలేదు."

"లాలసా, లాలసా. ఇంక ఈ వృధా ప్రసంగానికి వ్యవధిలేదు. నేను వెళ్ళి పోతున్నాను. నువ్వు నా వెంట రావాలి."

అదేమిటి, యీ వెర్రివాడు యేమిటి మాట్లాడుతున్నాడు అన్నట్టు ఆశ్చర్యంతో చూసింది.

"మాట్లాడవేం?"

"అదేమిటి? నేను మీ వెంట రావడమేమిటి?"

"నిన్న రాత్రి నా గదిలోకి వొచ్చినంత ప్రేమ వుంది కదా నీకు నా మీద?"

"వుంటే?"

"అందుకనే నాతో రా."

"అయితే రాత్రి గదిలోకి రాలేదు నేను"

"వొచ్చా నన్నావు?"

"కలలో వచ్చాను"

"నాకా?"

"కాదు, నా కలలో కూడా."

"ఏమి టా భయం. దేశికాచారి అంటే?"

"కలలోనా?"

"నిజంగా కూడా."

"ఐతే?"

"ఐతే?"

"నాకేం భయంలేదు. ఆయన యెవర్నీ భయపెట్టరు. ముఖ్యంగా నన్ను. భయపెట్టినా భయపడేదాన్ని కాదు."

"మరి లాలసనని ఒప్పుకోవేం?"

"కాను గనక."

"ఐతే నువ్వెవరవు?"

"దేశికాచారి భార్యని."

"అసలు యేవూరు? ఎప్పుడు పెళ్ళయింది మీకు?"

"అనవసరం."

"పోనీ నా సందేహం తీర్చడానికి!"

"యేం లాభం?"

"నువ్వు నిజంగా లాలసవి కావని తెలిస్తే, దిగులు లేకుండా వెళ్ళిపోతాను."

"నేను లాలసని కాకపోతే, నీకు నా మీద ప్రేమలేదా?"

"ఉcహూc."

"ఐతే శీఘ్రంగా మీ వూరు వెళ్ళు."

"కోపం తెచ్చుకున్నావా?"

"తప్పకండా"

"ప్రేమ వుండకపోదు, కాని దేశికాచారి భార్యమీద నాకు ప్రేమ ఒస్తే మాత్రం నేను కనబరుస్తానా? ఇంకోరి కుటుంబాన్ని విచ్ఛిన్నం చేస్తానా?"

అతని ఈ నీతిపట్టుని చూసి ఆమె యేమీ సంతోషించలేదు. తన ప్రేమకి అభ్యంతరమైన నీతిమీద గౌరవం తక్కువ స్త్రీకి. అక్కడే సాధారణంగా ఉదారులైన సత్పురుషులకీ, వారు ప్రేమించే స్త్రీలకీ ఘర్షణ.

"ఒకవేళ నేను లాలసనేఐ ఇప్పుడు దేశికాచారి భార్యనైతే?"

"వీల్లేదు "లా" ఒప్పుకోదు."

పొట్టలో నుంచి వచ్చే నవ్వుని ఆపుకుంటోంది లాలస.

"యేమిటి" అన్నాడు సింగు.

"యేం లేదు. లాయర్ల పడకగదుల్లోకి ప్రియంగనలు ఒస్తారు గాని, ప్రియాంగనల గదుల్లోకి "లా" రాదు. ఎంత సంకుచితం ఈ నీతిపరుల మనసులు! ఇన్నేళ్ళ తరవాత "లా" ఒప్పుకోదని గొప్పగా అంటున్నారే. అక్కడ నుంచుని!"

"అవును దేశికాచారిగారికీ, "లా"కీ చాలాదూరం."

"కాదు. చాలా దగ్గిర. జైలుకి పంపింది మీ "లా".

"మీకు తెలుసునా ఆ విషయం?"

"ఆ విషయంలోనే నాకూ ఆయనకీ పరిచయం అయింది."

"ఓ! కాని మీకు అట్లాంటి మనిషితో కాపరం అభ్యంతరం కాలేదు, అవునా?"

పాపం! పురుషహృదయం! ఎప్పటికీ స్త్రీ హృదయాన్ని అర్థం చేసుకోలేని పురుష హృదయం.

"బ్యాంకులకీ ఇళ్ళల్లో ఇష్టాలకీ చాలా దూరం. ఆడవాళ్ళం. బ్యాంకి వ్యవహారాలు మాకేం తెలుసు?" అంది వెక్కిరింపుగా, పేథటిక్‌గా – రెండూ కలిసి.

"పోనీ "లా" చేసినపని అన్యాయమే నంటావా?"

ఇట్లాంటి విషయాలకి చాలా దృక్పథాలు వుంటాయి. ముఖ్యంగా నేరస్తుడి హృదయంలోకి చూడగలిగిన నేత్రాలకి."

"ఎన్ని దృక్పథాలు వున్నా, తప్పు తప్పే. ఒప్పు ఒప్పే."

"ఆ సంగతి పోనీలే...."

"అన్ని సంగతులూ పోనీ; నీకు నా మీద ప్రేమ ఔనా కాదా?"

"ఔను!"

"ఇంకేం?–రా. వెళ్లిపోదాం."

"ప్రేమ వుండడానికి పర్యవసానం వెళ్ళిపోవడమా?"

"కాక? ఇంకేమంటావు?"

"ప్రేమించుకోడం."

"భర్తని...కాదు తన పురుషున్నే మోసగించి ఇంకోరి గదిలోకి రావడమా?"

ఆ మాటకి చాలా బాధపడ్డది లాలస.

"అందుకనే ననుకుంటా ఆ లాలస నీ నించి వెళ్ళిపోయింది. ఇప్పుడు చాలా బాగా అర్థమౌతోంది."

"యేమిటి?"

"యేమిటి? నీతి చాలా గొప్ప విషయమూ, అవసరమైన విషయమూ కావచ్చు. కాని నీతి గట్టిగా మనసుకి పట్టిన మనుషులు అందానికి అంధులౌతారనడంలోనే వుంది నీతిలోని నీచత్వం. ఎందుకంటే దేవుడే వుంటే అతను నీతికన్న అందానికి చాలా దగ్గిర. సృష్టి అంతా అందం. ఒక్క కుచ్చితపు మానవుడిలోనే ఈ నీతి."

"నాకీ అందం తెలీదంటావా?"

"తెలుసునా? అంత నీచంగా మాట్లాడిన నీకు! నిన్నరాత్రి నీ గదిలోకి రావడంలో నా హృదయంలో వెలిగిన ప్రేమ సౌందర్యం."

ఆమె కళ్ళలో నీళ్ళు తిరిగాయి. ఆమె పెదవులు ఒణికాయి.

ఎందుకు స్త్రీ హృదయం యీ పురుషుల యెడల ఆర్ద్రం కావాలి? అదే స్త్రీ పొందిన శాపం.

"కాని లాలసా..."

ఆ మాటలకి ఆమెకి చాలా కోపం వచ్చింది. అతన్ని చాలా అసహ్యించుకుంది. "నాకు తెలుసు నువ్వేం మాట్లాడబోతున్నావో! దేశికాచారిగారే నన్ను నీ గదిలోకి పంపింది."

ఆ మాటకి సముద్రం అలలే ఆగిపోయి, యేం తోచక నుంచున్నాయి.

అమితమయిన వికృతంగా తోచింది లక్ష్మణ్‌సింగ్‌కి ఆ దాంపత్యం. వీళ్ళిద్దరూ రాక్షసులా? మాట్లాడకుండా, తిరిగి చూడకుండా వెళ్ళిపోయినాడు ఆ మెట్లు దిగి.

ఇంటికి వెళ్ళగానే నరసింహారావు ప్రశ్నార్థకంగా చూశాడు.

"రా, భోజనానికి పద. భోజనం కాగానే వెళ్లిపోతున్నాము. నన్నేమీ అడగకు. నాకేం అర్థం కావటంలేదు. రైల్లో మాటాడుకుందాం" అన్నాడు.

సామాను సర్దుకుని, బండి పిలిచి సామాన్లు పెట్టేస్తున్నారు. రోడ్డు చివరినించి కులాసాగా కర్రతిప్పుకొంటో, నోట్లో పైపు పెట్టుకుని దేశికాచారి వొస్తున్నాడు. వెళ్ళేవాళ్ళు ఎట్లాగూ ఆ దేశికాచారిని గదిలోపెట్టి మెత్తగా తన్నిపోతే, కొంత లోకోపకారం చేసిన వాళ్ళమౌతామనిపించింది. ఒక్క స్కౌండ్రల్‌కి తగిన శిక్ష చేసినవారమౌతామనుకున్నాడు సింగ్. సిగ్గులేక ఏ మొహం పెట్టుకుని వొస్తున్నాడు? వాళ్ళ దగ్గిరికివొచ్చి బండి అతనికి సామాన్లు మళ్ళీ లోపల పెట్టమన్నాడు.

"ఇంక యీ జిత్తులు మాను. మేం వెళ్ళితీరాలి" అన్నాడు సింగ్ చాలా అమర్యాదగా.

"రేపూ మీ ప్రయాణం. ఈ రాత్రికి మీ ఇద్దర్నీ నా భార్య భోజనానికి తప్పక రమ్మంది" అన్నాడు అమర్యాదని గుర్తించ తలచుకోక.

"మేము రాము. ఇంక మీ ఇంటి గడప తొక్కం."

"మావల్ల చాలా అపకారం పొందారా?" అన్నాడు చిరునవ్వుతో.

ఆలోచించారు. నిజమే ఏం అపకారం చేశాడు?

"మిమ్మల్ని చూస్తే చాలా భయంగావుంది. నేను రాను."

"ఇంతవరకు ఏ నష్టము రాలేదు నావల్లగాని, ఆమెవల్లగాని మీకు. పోనీ ఈ వూళ్ళో యెవరికీ రాలేదు. ఎందుకు భయం?"

"కాని మేం వెళ్ళాలి."

"ఎందుకు వెళ్ళాలి?"

"ఎందుకు ఆగాలి?"

"ఆమెమీద మీకు చాలా ప్రేమ గనక!"

"ఇప్పుడు లేదు."

"ప్రేమ ఒక్క ఉదయంలో నశించదు. ఎవరో ఆ లాలసట ఆమెని చాలా గొప్పగా ప్రేమించానని చెపుతారు మళ్ళీ. చాలా తెలుసు. ప్రేమ మీకు? ఒక్క ఉదయంలో నశించే ప్రేమ. ప్రేమ! ప్రేమ! ఎందుకు మాటల అర్థం తెలీకండా మాటలు మాట్లాడి మోస పుచ్చుకుంటారు!"

"ఐతే నేను పొరబడ్డాను. అసలు నాకు ఆమెమీద ప్రేమ రానేలేదు."

ఏం మొగాడు ఆ దేశికాచారి? తన ప్రియురాలిమీద ఇంకో మనిషికి ప్రేమ అని అతనితోనే నిదానంగా వాదిస్తున్నాడు. ఆ లాలసద్వారా, ఎందరికి ప్రేమ తెప్పించి, ఎంత డబ్బు లాగుతున్నాడో!

"మీకు ప్రేమ లేకపోలేదు. కాని ప్రేమ ఔన్నత్యం ఇంకా అర్థం కాలేదు మీకు. ఇంకా స్తిమితత్వం రాలేదు మీకు. ఎందుకు ఇంతదూరం మిమ్మల్ని సహించి, వెంబడించి స్నేహం చేసుకున్నాను? ఎందుకు ఇప్పుడు బతిమాలుతున్నాను! మీమీద ప్రేమా నాకు? ఆమెకి మీమీద ఇష్టం. అందువల్ల నాకు ఇష్టం. తప్పకండా రండి. రాత్రికి చాలా ఇన్‌టరెస్టింగ్ కథ చెపుతాను. వెళ్ళారా, చాలా పశ్చాత్తాపపడతారేమో ఆగలేదని!"

అంటో వాళ్ళవంక తిరిగి చూడకండా అంత హాయిగాను వెళ్ళిపోయినాడు కఱ్ఱ తిప్పుకుంటూ, చెట్టుకిందనించి ఆ ఎత్తయిన రోడ్డుమీద.

* * *

రాత్రి చాలా చక్కని కబుర్లు చెప్పుకుంటో భోజనం చేశారు లాలసా, దేశికాచారీ, నరసింహారావూ, లక్ష్మణసింగ్. చాలా గొప్పభోజనం. అంత నాజూకైన, రుచిగల, అలంకార యుక్తమైన భోజనం ఇదివరకెన్నడూ చెయ్యలేదు ఆ మిత్రులిద్దరూ. ఇంకెప్పుడూ చెయ్య మనిపించింది. భోజనం తరవాత బంగళాకి దూరంగా, సముద్రాని కెదురుగా గచ్చు అరుగులమీద కూచున్నారు చీకట్లో.

"నా కథ ప్రారంభిస్తాను" అన్నాడు దేశికాచారి. ఎదురుగా ఒక్కర్తీ ఒక అరుగు మీద కూచునివుంది. ఆమె కట్టుకున్న చక్కని నీలం చీరెలో నుంచి ఆమె తెల్లని వొళ్ళూ, కళ్ళూ మాత్రం చీకట్లో మసకగా కనపడుతున్నాయి.

"నేను బ్యాంకిని మోసంచేసి జైలుకి వెళ్ళాను. ఆ పని నేను ప్రేమించిన ఓ స్త్రీ కోసం చేశాను. నన్ను ఎరెస్టు చెయ్యగానే ఆమెకి హృదయంలేదని తెలిసింది నాకు. ఓ మిత్రుడి సహాయంతో నేను దొంగిలించిన సొమ్మని ఆమెకి దక్కకుండా చేసి దాయించాను. అతని పేరు మాల్వంకర్" అని ఆగాడు ఎఫెక్టుకోసం.

"మాల్వంకర్! అతను ఆ డబ్బునంతా ఏం చేశాడు?" అన్నాడు సింగ్.

"అక్కడే పొరబాటు. నేను జైలునించి ఎప్పుడు వస్తానా అని కనిపెట్టుకుని వుండి, అంతా ఒడ్డీతోసహా నాకు ఒప్పచెప్పాడు. ఏం? విచిత్రంగా వుందా? అక్కడే మీకు జీవితం అర్థంకానిది. మాల్వంకర్ స్త్రీ విషయంలో చాలా దుర్మార్గుడు. కాని దుర్మార్గుడూ కాదు. అతని స్వభావం అది. అతనికి సంగీతం తప్ప ఇంకేం అక్కర్లేదు.

సంగీతాన్ని అర్థం చేసుకునేవాళ్ళని ఒదలలేదు. డబ్బుకి గానం అర్థంకాదు కనక డబ్బుమీద ఆశలేదు. స్త్రీకి అర్థమౌతుంది గనక స్త్రీమీద కోర్కె. కాని ఎప్పటికప్పుడు కొత్త ఆరాధికులు కావాలి, అందరు ఆర్టిస్టులకి మల్లేనే."

అని మళ్ళీ ఆగి పైపు ముట్టించుకున్నాడు. చాలా తాపీగా వుండే దేశికాచారి ఆ కథ చెప్పడంలో తబ్బిబ్బులవుతున్నట్టున్నాడు. మాల్వంకర్ పేరు వినగానే సింగ్ చెవులు నిక్కపొడుచుకున్నాయి. చీకటిని చీల్చుకుని తరవాత మాటకోసం చూస్తున్నాడు. వింటున్నానని మరిచి.

"అతని ఇంటోనే బసచేశాను. ఆ ధనమంతా, నాకు తెలిసినంత వరకు నా మూలన నష్టపడ్డ బీదకుటుంబాలకి పంచుతున్నాను. అతని ఇంటో లాలస అని ఒకామె వుంది" అని ఆగాడు మళ్ళీ. లాలస కొంచెంగా కదిలింది.

"కాని ఆనాటినించి నిన్న రాత్రి వరకు నాకు ఆమె పేరు లాలస అనిగాని, ఆమె ఎవరి భార్యో, ఎక్కణ్ణించి వచ్చిందో అనిగానీ తెలీదు. మాల్వంకర్ ఆమె తన భార్యేనని చెప్పాడు.

అని మళ్ళీ ఆగాడు. తనని ఎవరన్నా యేమన్నా ప్రశ్నలేస్తారేమో నన్నట్టు.

"నాకు తెలీదంటే నమ్మరు. కాని యైదేనా ఒక అసాధారణమైన, అమూల్యమైన వరం దొరికినప్పుడు దాని పుట్టుపూర్వోత్తరాలుగాని, దాని విలవగాని పరీక్షించడానికి భయపడతారు మనుషులు. ప్రతి ఉదయం. ఇది నిజమేనా? ఈ మహావరం నా ఇంటో, నన్నిష్టపడుతో నిలిచివుందా? అని నమ్మలేక ప్రశ్నించే అద్భుతంలో, ఇంకే ఆలోచనా వుండదు. ఆ అదృష్టం చాలు. దాంట్లో నిలవగలగడం చాలు. అంతకన్నా ఇంకేం కావాలి అనిపిస్తుంది" పోనీ నా స్వభావం అట్లాంటిది" అని ఆగి, పైపు పీలుస్తున్నాడు.

"తరవాత" అన్నాడు సింగ్ నిలవలేక, కథ చెప్పక యీ విజ్ఞానపు వాక్యాలెందుకు మధ్య అని కోపం కూడా వచ్చింది సింగ్‌కి.

"మాల్వంకర్ వల్ల చాలా కష్టం, అవమానం, దరిద్రం అనుభవిస్తోంది ఆమె. మాల్వంకర్‌కి డబ్బులేదు అప్పుడు. తాగుబోతు. కాని అతను దరిద్రంలోనూ తన దగ్గిరవున్న నా అన్యాయార్జిత విత్తాన్ని కూడా తాకలేదంటే, యోచించుకోండి అతని గొప్పతనం. అయితేనేం, లాలసని చాలా యాతన పెడుతున్నాడు. కలగజేసుకున్నాను, కాని లాభం లేదు. మాల్వంకర్‌తో యేం లాభంలేదు. నిజమైన వ్యక్తిత్వంగల యే మనిషితోనూ లాభం లేదు. మిత్రుల సలహాలు తీసుకునే మనుషులు వివేకహీనులు, దుర్బలులు" మళ్ళీ ఆగాడు.

సింగుకు దేశికాచారి మీద కోపం హెచ్చుతోంది. మాల్వంకర్ మహనీయుడట.

"మొదటినించీ లాలస ప్రత్యేకమైన స్త్రీ అని తెలుసు నాకు. అట్లాంటి స్త్రీని జన్మలో ఒక్కసారి కలుసుకోవడం కూడా గొప్ప అదృష్టం. ఆమెని చూస్తోంటేనే, జీవితం ఎంత లోతో, ఎంత అందమో, చాలా నేర్చుకుంటాము. ఆమె ఈ మాల్వంకర్ పాల యెట్లా పడ్డదా అని నా ఆశ్చర్యం. కల్పించుకుని ఓ సాయంత్రం ఆమెతో మాట్లాడి, ఆమెని మాల్వంకర్ దగ్గరనించి వెళ్ళిపొమ్మన్నాను. కాని వెళ్ళనంది. గొప్ప వ్యక్తులందరిలో వుండే గుణాలు కష్టాలలో సహితం, తను ప్రేమించే మనిషి స్వర్గానికి మారతాడనే ఎడతెగని విశ్వాసం, తాను మార్చగలననే ధైర్యం అపరిమితం ఆమెలో. చాలా దిగులుపడి వెళ్ళిపోయినాను నేను, ఆ వూరినించి, ఆమె వ్యధని చూడలేక. నేను జీవితాన్ని ఎక్కువగా చూసినవాణ్ణి కావడంవల్ల ఆమె ఆశలన్నీ వ్యర్థమని తెలిసి అవసరమైనప్పుడు ఆమె జన్మకి, ఆమె మిత్రుణ్ణని చెప్పాను వెళ్ళేముందు."

మళ్ళీ ఆగాడు.

"హఠాత్తుగా ఓ రాత్రి నా దగ్గిరికి వొచ్చేసింది ఈమె : అప్పుడు నేను బతిమాలగా చూచాయగా చెప్పింది, తనకి భర్త వున్న సంగతి. బలవంతాన ఆ భర్తకి ఉత్తరం కూడా రాయించాను. జవాబు రాలేదు. ఆనాటి నించి ఈనాటివరకు మేమిట్లా కలిసి కాపరం చేస్తున్నాము. ఈమెని చూసినప్పటినుంచి లక్ష్మణసింగ్ ఏదో నా యెడల అనుమానపడుతో మారిపోయినాడనీ, ఈమె కూడా భయపడి తటపటాయిస్తోందనీ గమనించాను. ఆమె పూర్వజన్మ జీవితంలోంచి ఏవో జ్ఞాపకాల్ని ఆయన తీసుకొచ్చాడని కూడా తెలిసింది. కాని ఆమె నేమీ అడగలేదు నేను – అడగడం చాలా అనవసరమైన యాతన గనక. నేనేదో ఆమెని ఆయన్నించి దాస్తున్నానని మీకు నామీద అనుమానం, కోపం. అదీ తెలుసు. నాకు నిన్న రాత్రి యీమె సింగ్‌గారిని ప్రేమగా వొళ్ళో పడుకోపెట్టుకోవడం చూసిన తరవాత అడిగాను ఆమెని, ఏమిటి వ్యవహారమని. అప్పుడు చెప్పింది ఆమె తన చరిత్రని. అంతే నేనే చెప్పతలుచుకున్నది. ఇంకేమన్నా అడగాలని వుంటే అడగండి."

"మరి ముందు సంగతి ఏమిటి?" అన్నాడు నరసింహారావు.

"ముందు సంగతి ఏమిటి? అనే ప్రశ్న నాలో వచ్చి చాలా ఏళ్ళయింది. అది వాళ్ళిద్దరే నిర్ణయించుకోవాలి. ఆ సమస్యలో నాకు పెద్ద భాగం వుంది. నేను దాన్ని వుపసంహరించుకుంటున్నాను. వాళ్ళిద్దరే నిర్ణయించుకోవాలి. రేపు మీ ప్రయాణం తప్పదు. మీరు వెళ్ళకపోతే నేను వెళ్ళిపోతాను. ఇప్పటికే అందమైన, అమూల్యమైన జీవితకాలంలో కొద్దిరోజులు గొడవతో వ్యర్థమైనాయి. యీ రాత్రే ఏదో విధంగా తేలిపోవాలి."

జీవితాదర్శం, శాంతి.

"ఆ శాంతినీ భగ్నంచేసే ఏ సుఖమూ, ఏ గొప్పతనమూ, ఏ శృంగారమూ నా జీవితానికి చాలా విరోధం. అంటే శాంతిని భగ్నం చేసేది సుఖమూ కాదు, గొప్పతనమూ కాదు, శృంగారమూకాదు."

"రండి నరసింహారావుగారూ! ఓ గంట షికారుపోయి వద్దాం" అని లేచాడు.

"ఒక్కమాట. మీకామె మీద ఎట్లాంటి ప్రేమ?" అన్నాడు లక్ష్మణసింగ్.

"నాకా? ఎట్లాంటి ప్రేమా? రసికుడైన పురుషుడికి లావణ్యవతియైన స్త్రీ మీద వుండే ప్రేమా అని కాదు, బహుశా మీరు నన్నడుగుతోంది. ఎంత ప్రేమ అని. యీామెని మీరు తీసుకుని వెడితే, నాకు అన్యాయం చేస్తున్నానా అని మీ బాధ. మీకు జ్ఞానం తక్కువ, కాని చాలా మంచి హృదయం మీది. దిక్కులేని ఆమెని ఇన్నాళ్ళు చేరతీసినందుకు నాకు ఆమెమీద ఏదో కొంత హక్కు వుందని అంగీకరిస్నున్నాను. మీరు మాట్లాడే "లా"లో అదేం లేదు. కాని మీలో వుంది ఆ సుహృద్భావం. నేను చెప్పానుగా నా హక్కుని వొదులు కుంటున్నానని.

"ఈమె వెళ్ళిపోతే నేనేమైపోతానో అని కూడ యోచిస్తారు బహుశా. ఆమె యోచించింది. ఆమె వెళ్ళడం చాలా బాధే, కాని వెళ్ళాలనుకుంటే ఆమెని ఏ విధానో, ఏ కృతజ్ఞతనో బోధించి వుంచుకోడం నాకు బాధే కాదు - అసహ్యం, నీచం. స్త్రీ యెడల ప్రేమ గలిగిన మనిషి చేసే పని కాదు అది. గుడ్‌బై. బలవంతపరిచి ఆమె సామాన్లు సర్దించాను. నేను తిరిగి వచ్చేటప్పటికి మీరు ఇక్కణ్నించి వెళ్ళిపోండి - ఆమెతో సహా, లేక ఆమెనిక్కడ వొదిలో. గుడ్‌బై."

అని వెళ్ళిపోయినాడు.

ఆ రాత్రి చీకట్లో, సముద్రపు హోరులో, నక్షత్రాల కాంతి కింద సింగ్ ప్రశ్నించాడు లాలసని.

"ఆయన చెప్పినదంతా నిజమేనా?"

"ఆ!"

"నామీద నీకు ప్రేమేనా!"

"ఆ!"

"మరి ఇన్నాళ్ళు ఎందుకు లాలసని కాదన్నావు?"

"దానికి ప్రత్యుత్తరం మీరు వెయ్యబోయే చివరి ప్రశ్నలో వుంది"

"రావా?"

"రాను."

"ఎందుకు లాలసా?"

"మీరు చాలా మంచివారు. గొప్ప హృదయం. నేను మీ ఇంటినించి వెళ్ళిపోయినప్పుడు మీరు ఎంత ఉదారత్వాన్ని చూపారో నాకు తెలుసు. కాని సముద్రంలో చాపని ఎంత ప్రేమించీ నేలమీద సుఖపెట్టలేము. మీకూ నాకూ మధ్య గొప్ప ప్రేమా, శృంగారము. నాకూ ఆయనకీ మధ్య ఎన్నడూ ప్రేమలేదు. విడవలేనితనం, ఆశా, ఉద్రేకం ఇవేమీలేవు. కాని మా మధ్య గొప్ప ఐక్యం, శాంతి ఎందుకంటే ఆయన ఏ పట్టూ, ఏ ప్రెజుడిసెవ్ లేకండా జీవితాన్ని మధించి, సుఖపడే రహస్యాన్ని కనిపెట్టారు. మీతో వస్తే మళ్ళీ మొదలు నా హక్కుల కోసం తగాదా మర్యాదలు. బంధుత్వాలు, డబ్బు, మిత్రులు. ఆయనతో తగాదా లేదు. చాలా సంతోషంగా నా అభిప్రాయాలు, నా హక్కులు, కోర్కెలు అన్నీ ఆయన చేతికి ఒప్పుచెప్పాను. ఆయనలో ప్రేమకి అతీతమైన శాంతి - ఎందుకంటే ఆయనకి కోర్కెలూ భయాలూ లేవు. బాధని తప్పించుకోడంలో నేర్పరి. కాని బాధని చూస్తే భయంలేదు. ఆయన హృదయంలో శాంతి, ఆకాశంలో మల్లే. గొడవ పడకు. నేను రాను."

* * *

దేశికాచారి తిరిగి ఒచ్చేటప్పటికి లాలస ఒక్కత్తే కూచుని వుంది అరుగుమీద.

"రా, లాలసా, చాలా పొద్దుపోయింది."

లాలస లేచి అతని చేతిని పట్టుకుంది.

"సింగూ, నరసింహారావు ఏరి?"

"వెళ్ళిపోయినారు."

బొద్దుమల్లెల మధ్య సన్నగా వున్న కాలిబాట వెంట, దేశికాచారి వెనక నడుస్తో లాలస నవ్వుతోంది.

"నవ్వుతున్నావా?"

"అవును. ఒకవేళ మీరు తిరిగి ఒచ్చేటప్పటికి నేను లేకండా వున్నట్లయితే అట్లాగే "పొద్దుపోయింది" అని వెళ్ళి ఒంటరిగా పడుకునేవారు. అవునా?"

"ఊఁ" అన్నాడు. కాని ఆ "ఊఁ"లో చాలా కంపనం వినిపించింది లాలసకి.

✦ ✦ ✦